பணக்கடல்

சிறுகதைத் தொகுப்பு

ராஜேஷ்குமார்

RAJESHKUMAR
Publishing

பணக்கடல் (RK090)
சிறுகதைத் தொகுதி

ராஜேஷ்குமார்

முதல் பதிப்பு - ஜுன் 2025

வெளியீடு: RK பப்ளிஷிங், 23, யமுனா தெரு,
க்யூரியோ கார்டன் அவென்யூ, வடவள்ளி, கோயம்புத்தூர் - 641046.

அட்டை வடிவமைப்பு: நவீன்குமார் மு

நூல் வடிவமைப்பு: மூ. சிவசுந்தரம், இன்லெட்பஃப் சொல்யூஷன்ஸ்

Panakkadal (RK090)
Sirukadhai Thoguthi

Rajeshkumar

First Edition - June 2025

Published by: RK Publishing, 23, Yamuna Street,
Curio Garden Avenue, Vadavalli, Coimbatore - 641046.
Mob: 89251 16783
email: rkpublishing41@gmail.com
Web: www.rajeskumarnovels.in

Cover Designed by: Naveenkumar M

Book Designed by: M Sivasundaram, inletPUB Solutions, www.inletpub.com

உள்ளே...

அன்புக்குரிய வாசக நெஞ்சங்களே!

வணக்கம்.

இப்போது உங்களுடைய கைகளில் இடம்பிடித்து இருக்கும் ஒரு பணக்கடல் - 2024 மற்றும் மே 2025 வரை நான் எழுதிய சிறுகதைகளின் தொகுப்பு. அனைத்தும் புதியவை. ஒவ்வொன்றும் ஒரு வகை. க்ரைம், விஞ்ஞானம், காதல், பாசம், நட்பு, துரோகம், பேராசை, குடும்பம் என அனைத்து வகை கதைகளும் இங்கே ஆஜர். இந்த சிறுகதைத் தொகுப்பைப் படித்து முடித்ததும் முதல் நான்கு சிறுகதைத் தொகுப்புகளைப் போல இதுவும் உங்களுடைய இதயங்களிலும் இடம் பிடிக்கும் என்பதில் எனக்கு சந்தேகம் இல்லை.

இந்த புத்தகத்தில் 25 சிறுகதைகளும் என்னால் கவனமாகப் படிக்கப்பட்டு தேர்ந்து எடுக்கப்பட்டவை. வெகுஜன இலக்கியம் என்ற பிரிவில் சிறுகதைகள் எழுதப்பட்டிருந்தாலும், இந்தக் கதைகளைப் படித்து முடிக்கும்போது அதன் இறுதி வரிகளில் எப்போதும் போல ஒரு பயனுள்ள செய்தியை இந்த சமூகத்துக்கு சொல்பவையாகவே சித்தரிக்கப்பட்டு இருப்பதை படிக்கும் வாசகர்கள் உணர்வார்கள் என்று நம்புகிறேன்.

மிக்க அன்புடன்,

பணக்கடல்

தேர்ந்தெடுக்கப்பட்ட சிறுகதைகளின்
தொகுப்பு

இந்த கதைகள் 2024-2025 ஆம் ஆண்டு
பல்வேறு வார, மாத இதழ்களில்
வெளிவந்தவை

சிறுகதை

அடுத்த வீடு

விஞ்ஞான ஆராய்ச்சிக் கழகம்.

நேரம் நள்ளிரவைத் தாண்டியிருந்தது.

ஹைடென்சிட்டி பாலிமர் கண்ணாடி இழைகளால் வேயப்பட்ட கட்டிடத்தின் உள்ளே அந்தக் குறுங்குழு கலந்தாய்வு நடந்து கொண்டிருந்தது.

அறுபதுக்கும் மேற்பட்ட அஸ்ட்ரோ ரிசர்ச் விஞ்ஞானிகள் நீலநிற பாதரச பெயிண்ட் பூசப்பட்ட, நாற்காலிகளில் நிமிர்ந்து உட்கார்ந்திருந்தார்கள். அவர்களுக்கு முன்னால் பரவியிருந்த நீண்ட செவ்வக கண்ணாடி மேஜையின் மேல் வெப் ஸ்பேஸ் டெலஸ்கோப்புகளும், அஸ்ட்ரோ ஜியாலஜி, பயாலஜியோடு சம்பந்தப்பட்ட கருவிகளும், சீரான அணிவகுப்பில் இருக்க, கிளாக் சுவரில் பொருத்தப்பட்டிருந்த டிஜிட்டல் கடிகாரம் நேரத்தை காட்டியபடி தன் வேலையை ஒழுங்காகப் பார்த்துக் கொண்டிருந்தது.

அஸ்ட்ரோ சீஃப் சயன்டிஸ்ட் தனக்கு முன்பாய் ஒரு வயர்போல் நீண்டிருந்த எலக்ட்ரானிக் மைக்கில் நிதானமான குரலில் பேசிக் கொண்டிருந்தார்.

"நேற்று இரவு எனக்குக் கிடைத்த தகவல் ஒரு அதிர்ச்சியான விஷயத்தை உள்ளடக்கியது. அது உண்மையா பொய்யா என்று எனக்குத் தெரியாது. ஆனாலும் அதைப்பற்றி உங்களிடம் கலந்தாலோசிக்கும்படி அஸ்ட்ரானமிகல் ஆராய்ச்சிக் குழுத் தலைவரிடமிருந்து எனக்கு கட்டளை வரவே, இந்த அவசரக் கூட்டத்தைஉடனடியாய்கூட்ட வேண்டியதாயிற்று. அதைக்குறித்து உங்களிடம் ஒருமணி நேரமாவது பேச வேண்டியிருக்கும். உங்களில் யார்க்காவது வெளியில் அவசரப்பணி ஏதாவது இருக்கிறதா...? இருப்பவர்கள் கையை உயர்த்தலாம்."

எல்லோரும் மௌனம் காக்கவே, அவர் பேச்சைத் தொடங்குவதற்காக உதட்டை அசைத்த விநாடி, பக்கத்து கண்ணாடி கேபினுக்குள் இருந்த தொலைதொடர்பு சாதனம் ஒன்று அழைப்பு வந்ததற்கு அறிகுறியாக பச்சைநிற லேசர் ஒளியோடு குரல் கொடுத்தது.

விஞ்ஞானி ஒருவர் எழுந்துபோய் மைக்ரோ போனுக்குரிய பட்டனை அழுத்திவிட்டு பேச ஆரம்பித்தார்.

"சொல்லுங்கள்."

"அது விஞ்ஞான கழகம்தானே?"

"ஆமாம்."

"நான் வானவியல் கட்டுப்பாட்டு கண்காணிப்பு அலுவலகத்திலிருந்து பேசிக் கொண்டிருக்கிறேன். தலைமை விஞ்ஞானி அங்கே இருக்கிறாரா?"

"இருக்கிறார்... என்ன விஷயம்?"

"வானவியல் அதிதீவிர ஆய்வாளர் ஒருவர் அவரிடம் ஒரு முக்கியமான தகவலைப் பகிர்ந்துகொள்ள விரும்புகிறார். இணைப்பு கொடுக்கட்டுமா?"

"வீடியோ இணைப்பையும் சேர்த்துக் கொடுங்கள்."

"ஒரு நிமிடமாகும்."

"பரவாயில்லை..." இணைப்பை உயிரோடு வைத்துவிட்டு தலைமை விஞ்ஞானியை நெருங்கினார் அவர்.

விபரம் சொன்னார்.

தலைமை விஞ்ஞானி குழப்ப முகத்தோடு எழுந்து மெல்ல நடைபோட்டு கண்ணாடி கேபினுக்குள் நுழைந்து கதவைச் சாத்திக்கொண்டு, டேபிள் டாப் கம்ப்யூட்டர்க்கு முன்பாய் உட்கார்ந்தார், "சொல்லுங்கள்."

கம்ப்யூட்டர் திரையில் வழுக்கைத் தலையுடன் கூடிய ஒரு முகம் தோன்றியது. மெதுவான குரலில் பேச ஆரம்பித்தது.

"இது ஒரு அவசரமான செய்தி மட்டுமல்ல. அவசர செய்தியும் கூட."

"சொல்லுங்கள்."

"வடகிழக்குப் பகுதியில் உள்ள ஏழாவது ஆராய்ச்சி மையத்து காட்டுப்பகுதியில் அடையாளம் தெரியாத ஒரு விண்கலம் இறங்கியிருக்கிறது."

தலைமை விஞ்ஞானி நிமிர்ந்து உட்கார்ந்தார்.

"விண்கலமா...?"

"ஆமாம்..."

"எது மாதிரியான விண்கலம்?"

"புரியவில்லை."

"அவுட்டர் ஸ்பேஸ் மானிட்டரிங் சிஸ்டம் என்ன சொல்கிறது?"

"அந்தத் துறையைச் சேர்ந்த விஞ்ஞானிகள் பெரிய குழப்பத்தில் இருக்கிறார்கள்."

"எதற்காக அந்தக் குழப்பம்..?"

"நம்முடைய எதிரிநாடுகளிலிருந்து அனுப்பப்பட்ட விண்கலமாய் இருக்குமா என்கிற சந்தேகத்தை அவர்கள் வெளிப்படுத்துகிறார்கள்."

"அவர்களுடைய சந்தேகத்திற்கு என்ன காரணம்?"

"நாம் அண்மையில் ஒரு அதிநவீன வானவியல் ஆராய்ச்சிக்கூடத்தை ஏழாவது மையத்துக் காட்டுப்பகுதியில் அமைத்துள்ளோம். அந்த ஆராய்ச்சிக்கூடத்திலிருந்து பல காத தூரம் தள்ளி, அடர்த்தியான மரங்கள் இருக்கும் பகுதியில் விண்கலம் இறங்கியிருப்பதால் அந்த சந்தேகம்."

"நான் கேட்பதற்கு சரியாக பதில் சொல்லுங்கள். அந்த விண்கலம் வழக்கமான வடிவத்தில் இருந்ததா... இல்லை மாறுபட்டு இருந்ததா?"

"வழக்கமான வடிவத்தில் இல்லை. வித்தியாசமாக இருந்தது."

"அந்த விண்கலம் கீழே இறங்கியபோது எடுத்த வீடியோ பதிவை எனக்கு அனுப்பி வையுங்கள்."

"இதோ..."

விஞ்ஞானியின் வழுக்கைத்தலை முகம் சிறியதாக மாறி கம்ப்யூட்டர் திரையின் வலது பக்க மூலையில் போய் ஒட்டிக்கொள்ள, வீடியோ பதிவு கம்ப்யூட்டர் திரையில் ஒளிபரப்பாக ஆரம்பித்தது.

அவர் பார்வை உன்னிப்பாகியது.

அடர்த்தியானகாட்டுப்பகுதி,இருட்டில்கனத்தமௌனத்தோடு தெரிய, வானத்திலிருந்து கலங்கலான வெளிச்சத்தோடு கூடிய ஒரு நீலநிற ஜுவாலை, மெல்ல மெல்ல உயரம் இழந்து, கீழே இறங்கி, மரங்களுக்கு நடுவே மறைந்து பார்வையிலிருந்து காணாமல் போயிற்று.

"நீலநிற ஜுவாலை என்பதால் அது ஒரு விண்கலமாகத்தான் இருக்க வேண்டும்."

"ஆமாம்... அது ஒரு விண்கலம்தான் அதில் துளியும் சந்தேகமில்லை... உளவு பார்ப்பதற்காக நம்முடைய எதிரிநாடுகளில் ஏதாவது ஒரு நாடுதான் அந்த விண்கலத்தை அனுப்பியிருக்க வேண்டும்."

"நான் அப்படி நினைக்கவில்லை."

"பிறகு உங்கள் கணிப்புதான் என்ன?"

"எதிரிநாடுகளுக்கு நம் 'பலம்' தெரியும். நம்முடைய அதிநவீனமான வானவியல் தொழில்நுட்பம் தெரியும். வானத்திலிருந்து ஒரு சிறிய எரிகல் விழுந்தாலும் அந்த விநாடியே கம்ப்யூட்டர் திரைகளில், அது பதிவாகிவிடும் என்கிற உண்மையும் தெரியும். அப்படி இருக்கும்போது உளவுபார்க்க விண்கலம் அனுப்ப அவர்களுக்கு பைத்தியம் பிடித்திருக்கிறதா என்ன?"

"அப்படியென்றால்?"

"சில காலமாகவே நம் எல்லைக்கு உட்பட்ட விண்வெளியில் அடையாளம் தெரியாத கலங்கள் பறப்பதையும், அப்படிப் பறக்கும் கலங்கள் அடுத்த சிலவிநாடிகளிலே மறைந்து போய்விடுவதாகவும், நமது விஞ்ஞானக் கழக மானிட்டரிங் பிரிவைச் சேர்ந்த விஞ்ஞானிகள் என்னிடம் சொல்லியிருக்கிறார்கள். ஆனால் அவர்கள் சொல்வதை நம்பும் அளவுக்கு நம்மால் ஆதாரங்களைத் திரட்ட முடியவில்லை. இப்போது இந்த விண்கலத்தின் வீடியோ பதிவைப் பார்க்கும்போது இது ஏன் வேற்றுகிரகத்திலிருந்து அனுப்பப்பட்ட விண்கலமாய் இருக்கக்கூடாது என்று என் மனதுக்கு தோன்றுகிறது."

மறுமுனையிலிருந்து விஞ்ஞானி திடுக்கிட்டார்.

"என்ன சொல்கிறீர்கள்... இது ஒரு வேற்றுகிரகத்திலிருந்து அனுப்பப்பட்ட விண்கலமா?"

"அப்படித்தான் இருக்க வேண்டும்."

"நீங்கள் உடனே புறப்பட்டு வரமுடியுமா?"

"இதோ புறப்பட்டுவிட்டேன்."

அவர் தொடர்பு சாதனத்தை அணைத்துவிட்டு இருக்கையினின்றும் வேகமாய் எழுந்தார். கண்ணாடிக் கதவைத் திறந்துகொண்டு வெளியே வந்தவர், நேர்பார்வை பார்த்துக்கொண்டு, அமைதியாய் உட்கார்ந்திருந்த விண்வெளி ஆராய்ச்சியாளர்களுக்கு முன்பாய் வந்து நின்றார்.

"நாம் இங்கே எதைப்பற்றிப் பேசுவதற்காக இந்த கூட்டத்தை ஏற்பாடு செய்து இருந்தோமோ, அது சம்பந்தமான ஒரு நிகழ்வு நமது ஆராய்ச்சிக்கூடத்தின் ஏழாவது காட்சி மையப்பகுதியில் நடந்திருக்கிறது. இரண்டு நாட்கள் கழித்து இதை வைத்துக் கொள்வோம். இப்போது நீங்கள் சென்று உங்களுடைய பணிகளை கவனியுங்கள்..."

தலைமை விஞ்ஞானி சொல்லிவிட்டு ஹாலின் வெளிப்புறக் கதவை நோக்கி நடக்க ஆரம்பித்துவிட, எல்லோரும் நிசப்தமாக எழுந்து கலைய ஆரம்பித்தார்கள்.

அந்த எலக்ட்ரானிக் சதுரநிறக் கார், ஒரு ராக்கெட்டைப் போல் சீறி ஏழாவது காட்டுப்பகுதியின் மையத்தில் இருந்த 'ஸ்பேஸ் மானிட்டரிங் சென்டர்' என்கிற ஆராய்ச்சிக்கூடத்தின் நுழைவுவாயிலுக்கு முன்பாய் போய் நின்றது.

தலைமை விஞ்ஞானி காரிலிருந்து வெளிப்பட, கதவோரமாய்க் காத்திருந்த வானவியல் கட்டுப்பாட்டு அதிகாரி எதிர்கொண்டார்.

"வாருங்கள்!"

"அந்த விண்கலம் பற்றி வேறு ஏதாவது தகவல் வந்ததா?"

"நீங்கள் சந்தேகப்பட்டது சரிதான். அந்த விண்கலம் வேறு ஒரு கிரகத்திலிருந்து அனுப்பப்பட்டதாகத்தான் இருக்க வேண்டும்."

"எப்படி சொல்கிறீர்கள்?"

"இறங்கிய அந்த விண்கலத்தின் வடிவமைப்பை சற்றுமுன்புதான் ஃபில்ட்டரிங் முறையில் ஜூம் செய்து பார்த்தோம். அதன் வடிவமைப்பும், உலோகக் கலவையும், அதில் எழுதப்பட்டிருந்த எழுத்துக்களும் வித்தியாசமாக இருந்தது. அந்த எழுத்துக்கள் நாமறிந்த எந்த மொழியோடும் ஒத்துப் போகவில்லை என்று ஸ்பேஸ் ட்ரான்ஸ்லேட்டர் தெளிவாக சொல்லிவிட்டது. எல்லாவற்றுக்கும் மேலாக..."

"சொல்லுங்கள்."

"நாம் அந்த விண்கலத்தைப் பார்த்துவிட்டோம் என்பதைப் புரிந்துகொண்ட உள்ளேயிருந்த அந்த உயிரினம், விண்கலத்தை மேலே எழுப்பி தப்பிச்செல்ல முயற்சி செய்தது. நம்முடைய கட்டுப்பாட்டு

அதிகாரிகள் உடனடியாய் செயல்பட்டு ஆட்டோமேட்டிக் டிஃபன்ஸ் எக்யூப்மெண்ட்டை பயன்படுத்தி ஒரு ‘லேசர் நெட்’டை உருவாக்கி விண்கலத்தை முடக்கிவிட்டார்கள்.”

“நல்லகாரியம் செய்தார்கள். சில காலமாகவே விண்வெளியில் அடையாளம் தெரியாத பறக்கும் கலங்கள் தோன்றி வருவதை நம் விஞ்ஞானிகள் கவனித்து வந்திருக்கிறார்கள். அவை வேற்று கிரகத்திலிருந்து வந்திருக்கலாம் என்கிற சந்தேகத்தையும் முன் வைத்தார்கள். ஆனால் அதற்கான ஆதாரங்களை அவர்களால் திரட்ட முடியவில்லை.”

“இப்போது நமக்கு ஒரு ஆதாரம் கிடைத்திருக்கிறது. அது நம் கண்முன்னே இருக்கிறது. எக்காரணம் கொண்டும் அந்த வேற்றுகிரக விண்கலத்தையும், உயிரினத்தையும் தப்பிக்கவிட்டு விடக்கூடாது. வாருங்கள்... போய்ப் பார்க்கலாம்.”

அவர் சொல்லிவிட்டு நடக்க ஆரம்பித்துவிட தலைமை விஞ்ஞானி அவரை பின்தொடர்ந்தார்.

சில நிமிடங்களில் ஆராய்ச்சிக் கட்டிடத்தின் பின்பக்கம் வந்தது. அதையொட்டி பரவியிருந்த காட்டுப்பகுதியும், இருட்டும், நிசப்தமும் அவருக்கு புதிது இல்லையென்றாலும் அன்றைக்கு வித்தியாசமாய் தோன்றி மனசுக்குள் ஒரு பயத்தை விதைத்தது.

வானவியல் அதிகாரி காட்டுப்பிரதேசத்தின் ஒரு பகுதியை கை காட்டினார்.

“அதோ அந்தப்பக்கம் பாருங்கள்.”

தலைமை விஞ்ஞானி தன்னுடைய பார்வையை அவர் காட்டிய திசைக்கு கொண்டு போனார்.

விஞ்ஞான கழகத்தின் பாதுகாப்பு படையினர் கைகளில் ஏற்றிப் பிடித்த லேசர் துப்பாக்கிகளோடு வட்டமாய் நின்றிருக்க, நடுவே ஒரு பெரிய மரக்கிளையை முறித்துக்கொண்டு, கனமான உலோக உடம்போடு கூடிய அந்த விண்கலம் சற்றே சாய்ந்த நிலையில் தெரிந்தது.

“விண்கலம் நொறுங்கி விட்டதா…?”

“இல்லை…”

“உள்ளே யாராவது இருக்கிறார்களா…?”

“இன்னமும் அருகில் சென்று பார்க்கவில்லை.”

“வாருங்கள் போவோம்.”

பாதுகாப்பு படையினர் தற்காப்பு கவசத்துடன் லேசர் துப்பாக்கிகளோடு அங்குலம் அங்குலமாய் நகர்ந்து முன்னோக்கிப் போக, தலைமை விஞ்ஞானியும், வானவியல் கட்டுப்பாட்டு அதிகாரியும் பின்தொடர்ந்தார்கள்.

சில நிமிட நடைக்குப்பின் மங்கிய ஊதா வெளிச்சத்தோடு தெரிந்த விண்கலத்தை நெருங்கினார்கள்.

தலைமை விஞ்ஞானி தன் கையில் வைத்திருந்த சக்திவாய்ந்த மைக்ராஸ்கோப்பிக் ‘நைட் விஷன்’ பைனாகுலரில் கண்களைப் பொருத்திப் பார்க்க, விண்கலத்தின் உள்புற கட்டமைப்பு தெளிவாய் தெரிந்தது. இன்னமும் காட்சியை ஜூம் செய்ய உள்ளே இரண்டு உருவங்கள் தவழ்ந்து கொண்டிருப்பது தெரிந்தது. அவர் பார்ப்பதை உணர்ந்து கொண்டதும், தலைகளை உள்ளே இழுத்துக்கொண்டு பதுங்கியது.

“அற்புதம்…! நான் நினைத்தபடி இது வேற்றுகிரகவாசிகளின் விண்கலம்தான். உள்ளே ஏலியன்ஸ் இரண்டு பேர் இருக்கிறார்கள்.”

“நம் விஞ்ஞான கழகத்துக்கு அந்த இரண்டு உருவங்களையும் கொண்டுபோய் விடலாமா…?”

“விண்கலத்தின் வடிவமைப்பைப் பார்த்தால் உள்ளேயிருக்கும் உயிரினம் நமக்கு இணையான புத்திசாலித்தனத்தோடு இருக்கும் என்று தோன்றுகிறது. மிகவும் நிதானமாகவும், எச்சரிக்கை உணர்வோடும், அந்த விண்கலத்தையும், உயிரினங்களையும் நெருங்க வேண்டும்.”

சொன்ன தலைமை விஞ்ஞானி பாதுகாப்புப் படையினரைப் பார்த்து உத்தரவுகளைப் பிறப்பிக்க, இருபதுக்கும் மேற்பட்ட

கமேண்டோக்கள் நீட்டிய லேசர் துப்பாக்கிகளோடு விண்கலத்தை நோக்கி ஜாக்கிரதை நடைபோட்டார்கள்.

விஞ்ஞான கழகத்தின் ஸ்பேஸ் பயோ சயின்ஸ் டிவிஷன்.

அனலாடிகல் அறையின் உள்ளே ஒரு நீளமான கண்ணாடி தடுப்புக்குப் பின்னால், உட்கார்ந்திருந்த அந்த இரண்டு வேற்றுகிரகவாசிகளை விஞ்ஞானிகளின் பலதரப்பட்ட குழுக்கள் வியப்பாய் பார்த்தபடி இருக்க தலைமை விஞ்ஞானியிடம் சொல்லிக் கொண்டிருந்தார்.

"நாம் பேசுகிற மொழி அந்த கிரகவாசிகளுக்குப் புரியவில்லை, அவர்கள் பேசுவது எந்த மொழி என்று நமக்குத் தெரியவில்லை. நம்முடைய இண்டர் கேலக்ஸி சர்க்யூட்டட் கம்ப்யூட்டரில், அந்த இரண்டு உயிரினங்களின் உருவங்களையும் புகைப்படம் எடுத்து, ஒளியின் வேகத்தில் அனுப்பியிருக்கிறோம். அடுத்த சில நிமிடங்களில் அவர்கள் இந்த பால்வெளி மண்டலத்தில் எந்தக் கிரகத்தைச் சேர்ந்தவர்கள் என்கிற விபரங்கள் வெளியே வந்துவிடும்..."

எல்லோரும் காத்திருந்தார்கள்.

அனைவருடைய பார்வைகளும் எதிரேயிருந்த அந்த பெரிய ஸ்பேஸ் கம்ப்யூட்டர் திரையின் மேல் அழுத்தமாய் பதிந்திருந்தது.

கம்ப்யூட்டரின் சர்ச்சிங் சிஸ்டம் பால்வெளி மண்டலத்தில் சுற்றிக்கொண்டிருந்த, சக்திவாய்ந்த சாட்டிலைட்கள் கொடுத்த, சில தகவல்களை சரி பார்த்து, இது பொருந்தவில்லை என்ற வார்த்தையை திரையின் கீழே ஓடவிட்டது.

தேடுதல்வேட்டை கணிசமானகாலத்தை விழுங்கியிருந்தபோது, கம்ப்யூட்டர் திரை மெல்ல மெல்ல வெளிச்சத்தை அதிகரித்து பச்சைநிறத்தில் குறியீடு ஒன்றைக் காட்டிவிட்டு சிறிய ஒலிபெருக்கியை இயக்கி விட்டு பேச ஆரம்பித்தது.

"நமது 'ரோவா' கிரகத்தில் வந்து இறங்கியுள்ள விண்கலத்தைப் பற்றியும், அதில் உள்ள வேற்றுகிரகவாசிகளை பற்றியும் கீழ்க்கண்ட தகவல்கள் கிடைத்துள்ளன.

இந்த விண்கலம் பூமி என்கிற ஒரு கிரகத்துக்கு சொந்தமானது. இந்த பூமி நம் 'ரோவா' கிரகத்திலிருந்து ஒரு ஒளியாண்டு தொலைவில் உள்ள சூரியன் என்கிற ஒரு நட்சத்திரத்தைச் சுற்றி வருகிற கிரகம். இனி உள்ளே இருக்கும் அந்த கிரகவாசிகளைப் பற்றிய விபரங்களைப் பற்றி பார்ப்போம். நம்மிடம் இப்போது பிடிபட்டுள்ள கிரகவாசிகளை பூமியில் மனிதர்கள் என்று அழைக்கிறார்கள். நம் கிரகத்தில் உள்ளது போலவே ஆண், பெண் என்ற பேதம் அங்கும் உள்ளது.

இந்த விண்கலத்தில் பயணித்து இங்கே வந்து மாட்டிக்கொண்ட இரண்டு பேர்களில் ஒருவர் ஆண்.இன்னொருவர் பெண்.

இன்னும் குறிப்பாக சொல்லவேண்டும் என்றால் இவர்களின் இருப்பிடம் பூமியில் உள்ள இந்தியா என்கிற நாடு. அந்த நாட்டின் தலைநகரம் டெல்லி. அந்த நாட்டில் இப்போது மிகப்பெரிய அளவில் மதக்கலவரம் நடந்துகொண்டு இருக்கிறது. இவர்கள் இருவரும் தங்களுடைய உயிரைக் காப்பாற்றிக் கொள்வதற்காக அவர்களது கால நேரத்தின்படி கடந்த 23-7-2117 அன்று ஒரு விண்கலத்தை வாடகைக்கு எடுத்துக்கொண்டு சந்திரன் என்கின்ற ஒரு உபகிரகத்திற்கு பயணப்பட்டு இருக்கிறார்கள். ஆனால் எப்படியோ வழி தவறிய இந்த விண்கலம் பால்வெளி மண்டலத்துக்குள் நுழைந்து நம் ரோவா கிரகத்தை நோக்கி வந்துவிட்டது. நமது கிரகத்தின் ஈர்ப்பு விசை அதிகப்படியாக இல்லாத காரணத்தால், விண்கலம் சேதமடையாமல் மெதுவாய் கீழே இறங்கிவிட்டது."

தலைமை விஞ்ஞானி உட்பட விஞ்ஞானிகள் அனைவரும், வியப்பில் உறைந்தபடி கேட்டுக் கொண்டிருக்க கம்ப்யூட்டர் தொடர்ந்து பேச ஆரம்பித்தது.

"இண்டர் கேலக்ஸி விதிகளின்படி இந்த பூமி கிரக மனிதன் ஆபத்தானவன். பேராசைப் பிடித்தவன், தன்னோடு பழகும் சக மனிதர்களைக் கொல்பவன். தான் வாழ எதையும் அழிக்க நினைப்பவன். தான் சார்ந்த நாடு, மதம், இனம், பேசும் மொழி போன்றவற்றை பெரிதென்று நினைத்து ஆதிக்க மனப்பான்மையோடு இருப்பவன்.

ஆனால் நம் ரோவா கிரகத்து மக்கள் அமைதியானவர்கள், அன்பானவர்கள். போதுமென்ற மனதோடு ஒரு நிறைவான வாழ்க்கையை வாழ்ந்து கொண்டிருப்பவர்கள்.எனவே பூமி கிரகத்தைச் சேர்ந்த இந்த ஆண், பெண் இருவரையும் நம் கிரகத்தில் இருக்க அனுமதிக்கக் கூடாது. அப்படி இருக்க அனுமதித்தால் இவர்களின் வாரிசுகள் இங்கே உருவாகலாம். அந்த வாரிசுகள் நம்முடைய கிரகத்தைச் சேர்ந்த ஆண், பெண்களோடு தொடர்பு கொண்டால் விபரீத விளைவுகள் ஏற்படலாம். அதனால் அந்த இருவரையும் அதே விண்கலத்தில் ஏற்றி திரும்பவும் பூமி கிரகத்திற்கு அனுப்பி வைத்துவிடுங்கள்."

கம்ப்யூட்டர் 'ரோவா' மொழியில் பேசி தன்னுடைய பேச்சை முடித்துக்கொள்ள, தலைமை விஞ்ஞானி தன் அருகேயிருந்த விஞ்ஞானிகளை ஏறிட்டார்.

"அவர்கள் இருவரையும் பூமி என்கிற கிரகத்திற்கு அனுப்ப தேவையான ஏற்பாடுகளைச் செய்யுங்கள். ஒரு விநாடியைக்கூட தாமதப்படுத்தாதீர்கள்."

மற்ற விஞ்ஞானிகள் தலையசைத்துவிட்டு பரபரவென செயல்பட ஆரம்பித்தார்கள்.

சிறுகதை

அம்புகள் திரும்புவதில்லை

பச்சமலை ரயில் நிலையம் நான்கைந்து மங்கிப்போன ட்யூப்லைட்களோடு அந்த முன்னிரவு இருட்டில், ஒரு அழுக்கான ஆஸ்பெஸ்டாஸ் கூரையோடு தெரிய, வித்யா ஸ்டேஷன் வாசலில் சிறிய சூட்கேஸோடு ஆட்டோவினின்றும் இறங்கிக் கொண்டாள்.

ட்ரைவர் கேட்ட பணத்தைக் கொடுத்துவிட்டு ஸ்டேஷனின் இருட்டான வாசற்படிகளில் ஏறி, செம்மண்ணாலான அந்த பிளாட்பாரத்திற்குள் நுழைந்தாள்.

ஆள் நடமாட்டம் அறவேயில்லை.

வித்யா மெல்ல நடந்துபோய் ஸ்டேஷன் மாஸ்டரின் அறைக்குள் தயக்கமாய் எட்டிப்பார்த்தாள். ஸ்டேஷன் மாஸ்டர் அறையின் சுவரில் மாட்டியிருந்த அந்த பழைய கடிகாரம் 11.35

என்று நேரத்தைக் காட்டியது. ரிட்டையராகப் போகும் பக்குவத்தில் இருந்த அந்த ஒடிசலான நபர் நாற்காலிக்கு சாய்ந்தபடி செல்போனில் ஏதோ மும்முரமாய் பார்த்துக் கொண்டிருந்தார்.

வித்யா மெல்ல குரல் கொடுத்தாள்.

"எக்ஸ்க்யூஸ் மீ.... ஸார்."

அவருடைய தலை உயர்ந்தது. என்ன என்பது போல் பார்த்தார்.

"சப்தகிரி ஜனதா எக்ஸ்ப்ரஸ் எத்தனை மணிக்கு வரும்?"

"சரியா பனிரெண்டு மணிக்கு."

"தேங்க்ஸ் ஸார்."

"நீ எங்கேம்மா போகணும்...?"

"நான் ரேணிகுண்டா ஸ்டேஷன்ல இறங்கி ஒரு கனெக்ஷன் ரயிலைப் பிடிச்சு நெல்லூர் போகணும்."

"நீ மட்டுமா போறே?"

ஸ்டேஷன் மாஸ்டர் லூசான தன்னுடைய பேண்ட்டை இடுப்புக்கு ஏற்றிக்கொண்டு எழுந்து வந்தார்.

வித்யா தலையசைத்தாள்.

"ஆமா ஸார்..."

"ஏம்மா... சின்ன வயசு பொண்ணா பார்க்க கண்ணுக்கு லட்சணமா வேற இருக்கே... ஊருக்கு போக பகல்ல நாலைஞ்சு ட்ரெய்ன் இருக்கும்போது இந்த நடுராத்திரி ட்ரெயின்தானா உனக்குக் கிடைச்சுது. நாளைக்கு காலையில கூட போலாமே...?"

"இல்ல ஸார்... ஒரு முக்கியமான வேலையா ஊருக்கு புறப்பட வேண்டியதாயிருச்சு. ஒரு மணி நேரத்துக்கு முன்னாடிதான் தகவல் வந்தது. பஸ் எதுவும் கிடைக்கலை... வேற வழியில்லை... அதான் புறப்பட்டு வந்துட்டேன்..."

"ரிசர்வேஷன் கம்பார்ட்மெண்ட்ல இடம் இருக்காதே?"

"பரவாயில்ல ஸார்... ஜென்ரல் கம்பார்ட்மெண்ட் இருக்கே. அதுல எப்படியாவது இடம் கிடைச்சுடும்."

"ஜென்ரல் கம்பார்ட்மெண்ட் ஃப்ரண்ட்லதான் வரும். அங்கே போயிடும்மா. பொதுவா இந்த ட்ரெய்ன்ல ஏர்றதுக்கு பாஸஞ்சர்ஸ் யாரும் வரமாட்டாங்க. ஆனா இன்னிக்கு அதிசயமா ஒருத்தர் அதோ அந்த சிமெண்ட் பெஞ்ச்ல உட்கார்ந்திருக்கார். அவரும் அந்த ட்ரெய்னுக்காகத்தான் காத்திட்டிருக்கார்ன்னு நினைக்கிறேன்... கொஞ்சம் வயசானவர் மாதிரி தெரியுது. அங்க போய் உட்கார்ந்துக்க."

ஸ்டேஷன் மாஸ்டர் சொல்லிவிட்டு மறுபடியும் அறைக்குள் போய்விட வித்யா சற்று தூரத்தில் தெரிந்த சிமெண்ட் பெஞ்ச்சை நோக்கி நடந்தாள்.

சிமெண்ட் பெஞ்ச்சுக்கு சாய்ந்து உட்கார்ந்து ட்யூப்லைட் வெளிச்சத்தின் உதவியோடு டயரியில் மும்முரமாய் ஏதோ எழுதிக் கொண்டிருந்த அந்தப் பெரியவர், சட்டென செல்போன் எடுத்து சிறிது நேரம் பேசினார். பேசிவிட்டு திரும்பவும் டயரியை கையில் எடுத்துக் கொண்ட வினாடி, சற்று தூரத்தில் அவருக்குப் பின்னால் ஐந்து நிமிடமாக நின்றிருந்த வித்யா தயக்கமாய் பெரியவரை நெருங்கி மெல்லிய குரலில் கேட்டாள்.

"எக்ஸ்பிரஸ் ட்ரெயினுக்குத்தான் நீங்களும் வெயிட் பண்ணிட்டிருக்கீங்களா?"

அவர் திடுக்கிட்டு போனவராய் திரும்பிப் பார்த்தார்.

வயது எழுபது இருக்கலாம். மெலிதான தேகம். ஒடுங்கிப்போன முகத்தில் பராமரிக்காத மீசையும் தாடியும் தெரிய, கண்களில் தடிமனான பிரேமோடு கூடிய கண்ணாடி மூக்கின் நுனியில் தொற்றியிருந்தது. காதில் ஹியரிங் எய்ட் தெரிந்தது.

கையிலிருந்த டயரியையும், பேனாவையும் ஒரு மஞ்சள் பைக்குள் போட்டபடி வித்யாவைப் பார்த்து, சிநேகமாய் பலநாள் பழகியவர் போல் புன்முறுவல் பூத்தார்.

"ஆமாம்மா... அந்த ட்ரெய்னுக்காகத்தான் காத்திட்டிருக்கேன். ரேணிகுண்டா போறேன். நீயும் அந்த ட்ரெயின்தானா...?"

'ஆமாம்' என்பது போல் தலையசைத்த வித்யா சுற்றும் முற்றும் பார்த்துவிட்டு பெஞ்ச் ஓரமாய் உட்கார்ந்தபடி சொன்னாள்.

“உங்களையும் என்னையும் தவிர இந்த ஸ்டேஷன்ல வேற யாருமேயில்ல போலிருக்கே?”

அவர் சிரித்தார்.

“இந்த நடுராத்திரியில இந்த ஸ்டேஷனுக்கு யாரம்மா வருவாங்க...? பகல்ல கூட பாசஞ்சர்ஸ் இருக்கமாட்டாங்க... ஆறுமாசத்துக்கு முந்தி இந்த ரயில்வே ஸ்டேஷனையே எடுத்துடலாம்ன்னு ரயில்வே டிபார்ட்மெண்ட்ல முடிவு பண்ணியிருந்தாங்க. இந்த விஷயத்தை எப்படியோ தெரிஞ்சுகிட்ட இந்த ஊர் மக்கள் ஒரு பெரிய தர்ணா போராட்டத்தை நடத்தி, தற்காலிகமா அந்த முடிவை நிறுத்தி வெச்சிருக்காங்க. அது சரி... நீ யாரும்மா... இந்த நேரத்துக்கு இந்த ட்ரெய்னில் போக வேண்டிய அப்படியென்ன அவசரமான பயணம்...?”

வித்யா தயங்கினாள்.

“அ... அ... அது வந்து...”

பெரியவர் மெல்லச் சிரித்தார்.

“சொல்லக்கூடாதுன்னா வேண்டாம்மா...”

“அப்படியெல்லாம் ஒண்ணுமில்லை. நாளைக்கு கோர்ட்ல பதினோரு மணிக்கு இருக்கணும். ஒரு கேஸ்ல நான்தான் முக்கியமான சாட்சி. ஒரு மணி நேரத்துக்கு முன்னாடிதான் வக்கீல் எனக்கு போன் பண்ணி சொன்னார். பஸ் எதுவும் கிடைக்கலை. அதனால இந்த ட்ரெய்ன்க்கு வரவேண்டியதாயிடுச்சு. காலையில ஆறு மணிக்கெல்லாம் ரேணிகுண்டா போயிடும். அங்கிருந்து ஒரு பாசஞ்சர் ட்ரெய்னை புடிச்சா எட்டு மணிக்கெல்லாம் நெல்லூர் போயிடுவேன். நீங்க எங்கே போறீங்க?”

“திருப்பதிக்கும்மா... ரொம்ப நாளா வேண்டுதல். பெருமாளை தரிசனம் பண்ணிட்டு நாளைக்கு சாயந்தரமே திரும்பிடுவேன். நீ இந்த பச்சமலை கிராமத்துல என்ன பண்றேம்மா?”

“பக்கத்து கிராமம் வடசேரியில இருக்கிற பிரைமரி ஹெல்த் சென்டர்ல பார்மஸிஸ்டா ஒர்க் பண்றேன். ரீசண்டாத்தான் ஜாய்ன் பண்ணினேன்...”

“கல்யாணமாயிடுச்சா...?”

“இன்னும் இல்லை... வீட்ல இப்பத்தான் வரன் பார்க்க ஆரம்பிச்சிருக்காங்க...”

“நான் ஒண்ணு சொன்னா நீ தப்பா எடுத்துக்க மாட்டியே. என்னை உன்னோட அப்பாவா நினைச்சு சொல்றேன்.”

“எதுவா இருந்தாலும் பரவாயில்லை... தாராளமா சொல்லுங்க.”

“இப்படி அகால நேரத்துல இது மாதிரியான பயணங்களை தவிர்த்துடணும். காலம் ரொம்பவும் கெட்டு கிடக்குதம்மா... வெளியில மட்டுமில்லை, வீட்ல, சொந்தத்துல யாரையுமே நம்ப முடியலை...”

“கொஞ்ச நேரத்துக்கு முந்தி ஸ்டேஷன் மாஸ்டரும் இதையேத்தான் சொன்னார். இனிமே இந்த மாதிரியான பயணங்களை தவிர்த்துடறேன். ஆமா நீங்க இந்த கிராமத்துல என்ன பண்றீங்க...?”

“எனக்கு சொந்த ஊர் இது இல்லேம்மா... ரெண்டு கிலோ மீட்டர் தூரம் தள்ளியிருக்கிற பூம்பாறை கிராமம். செகண்டரி ஸ்கூல்ல டீச்சர் வேலை பார்த்து ரிடையரானவன். இந்த பச்சமலை கிராமத்துல என்னோட பையனும், பொண்ணும் இருக்காங்க... அவங்களைப் பார்த்துட்டு போலாம்ன்னுதான் வந்தேன். பார்த்தாச்சு... இப்ப திருப்பதிக்கு போயிட்டிருக்கேன்.”

“குடும்பத்துல யாரையாவது துணைக்கு கூட்டிட்டு போலாமில்லையா?”

“பேரப்புள்ளைகளுக்கெல்லாம் பரீட்சை சமயம். யாரும் வரமாட்டேன்னு சொல்லிட்டாங்க. எனக்கு ஒண்ணும் பயமில்லை. நான் தனியா போயிட்டு வந்துடுவேன்...”

“நீங்க பூம்பாறை கிராமத்துல தனியாத்தான் இருக்கீங்களா...?”

“ஆமா... என்னோட ஒய்ஃப் ரெண்டு வருஷத்துக்கு முன்னாடி போய் சேர்ந்துட்டா. பொண்ணும், பையனும் அவங்க கூட வந்து

இருக்கும்படியா கூப்பிடறாங்க. எனக்குத்தான் சொந்த வீட்டையும் கிராமத்தையும் விட்டு போக மனசு வரலை... தனியாவே இருக்கப் பழகிட்டேன்... உடம்பு முடியாதப்ப அவங்ககிட்ட போயிடலாம்ன்னு நினைக்கிறேன்."

பெரியவர் சொல்லிக் கொண்டிருக்கும்போதே வித்யாவின் செல்போன் ஹேண்ட்பேக்கின் உள்ளேயிருந்து டயல்டோனை வெளியிட்டது.

எடுத்து அழைப்பது யாரென்று பார்த்துவிட்டு செல்போனை காதுக்கு ஒற்றி மெல்ல குரல் கொடுத்தாள்.

"லாயர் ஸார்... நான் இப்போ ரயில்வே ஸ்டேஷன்லதான் இருக்கேன். ட்ரெய்ன் சரியா 12 மணிக்கு அரைவல். நான் ரேணிகுண்டால இறங்கி நீங்க சொன்ன நேரத்துக்கு நெல்லூர் வந்துடுவேன்."

வித்யா பேசப்பேச மறுமுனையிலிருந்த லாயர் இடைமறித்து "ஒரு நிமிஷம் வித்யா" என்றார்.

"என்ன ஸார்...?"

"நீ நாளைக்கு நெல்லூர் கோர்ட்டுக்கு வரவேண்டியதில்லை... விசாரணை வீடியோ கான்ஃப்ரன்ஸ் மூலமாவே நடக்க ஏற்பாடு பண்ணியிருக்கு. நாளைக்குக் காலையில பதினோரு மணிக்கு செல்போனை ஆன் பண்ணி வெச்சுக்க. நான் தர்ற பாஸ்வேர்டை யூஸ் பண்ணினா வீடியோ கான்ஃப்ரன்ஸல நீயும் கலந்துகிட்டு சாட்சி சொல்லலாம். ரெண்டு நிமிஷத்துக்கு முன்னாடிதான் கோர்ட் ரிஜிஸ்ட்ரார் மூலமா எனக்குத் தகவல் கிடைச்சுது. உடனடியா உனக்கு போன் பண்ணிட்டேன். நீ வீட்டுக்கு போம்மா... நாளைக்கு காலையில எட்டுமணிக்கு மறுபடியும் நான் போன் பண்றேன்."

வித்யாவின் முகம் முழுவதும் சந்தோஷம் பரவியது.

"தேங்க்யூ ஸார்... ஒரு டெடியஸ்ஸான ஜர்ணியிலிருந்து தப்பிச்சுட்டேன்."

பேசிவிட்டு செல்போனை அணைத்தவள் பெரியவரை ஏறிட்டாள். அவரிடம் விபரத்தைச் சொன்னதும் தன்னுடைய சந்தோஷத்தை கண்களில் காட்டினார்.

"அப்புறமென்ன... நீ வீட்டுக்கு கிளம்பும்மா..."

வித்யா உட்கார்ந்த இடத்தைவிட்டு அசையாமல் அவரையே இமைக்காமல் பார்த்தாள்.

"எ... எ... என்னம்மா அப்படி பார்க்கிறே?"

"வீட்டுக்கு நான் மட்டும் போகப்போறதில்லை. நீங்களும் என்கூட வர்றீங்க...!"

"நா... நான் எதுக்கு... உன்கூட வரணும்...?"

"கொஞ்ச நேரத்துக்கு முந்தி நாம பேசிட்டிருக்கும்போது நான் உனக்கு அப்பா மாதிரின்னு சொன்னீங்க இல்லையா...?"

"ஆமா..."

"அந்த உரிமையிலதான் நான் உங்களைக் கூப்பிடறேன். வாங்க நம்ம வீட்டுக்குப் போலாம்."

பெரியவர் மிரண்டார்.

"இதோ பாரும்மா... என்னோட பொண்ணு வயசுல நீ இருந்ததால அப்படிச் சொன்னேன். அதுக்காக நீ வீட்டுக்கு கூப்பிட்டா நான் வரணுமா... நான் திருப்பதி போகணும்."

"ஏன் பொய் சொல்றீங்க? நீங்க திருப்பதிக்கு போறதுக்காக இந்த ஸ்டேஷனுக்கு வரலை..."

"அ... அ... அப்புறம்...?"

"இன்னும் கொஞ்ச நேரத்தில் வரப்போற எக்ஸ்பிரஸ் ரயிலுக்கு முன்னாடி விழுந்து தற்கொலை பண்ணிக்கிறதுக்காக வந்திருக்கீங்க... சரியா?"

அவருடைய முகம் அடியோடு மாறியது. குரல் கம்ம கேட்டார்.

"அ... அ... அப்படீன்னு யார் சொன்னது...?"

"நீங்கதான்..."

"என்ன உளர்றே...?"

"நான் உளறலை. உண்மையை சொல்லிட்டிருக்கேன். கொஞ்ச நேரத்துக்கு முன்னாடி அதாவது இந்த இடத்துக்கு வந்து உங்களைச்

சந்திக்கிறதுக்கு முந்தி, நீங்க உங்க செல்போன்ல பேசிட்டிருந்தீங்க. உங்களுக்கு காது சரியா கேட்காததினால ஸ்பீக்கரை ஆன் பண்ணிட்டு பேசினீங்க. அப்படி நீங்க பேசினதையும், மறுமுனையில் உங்க மகன், மகள், மாப்பிள்ளை பேசினதையும் நான் உங்க பின்னாடி நின்னு கேட்டுட்டு இருந்தேன். அப்பத்தான் எனக்கு ஒரு விஷயம் புரிஞ்சுது. உங்க மகனோ, மருமகளோ பொண்ணோ மாப்பிள்ளையோ உங்களை அவங்க குடும்பத்துல ஒருத்தரா சேர்த்துக்க கொஞ்சம்கூட விருப்பப்படலை. நீங்க கெஞ்சினீங்க. பூம்பாறை கிராமத்துவீட்ல தனியா என்னால இருக்கமுடியலை. யாராவது ஒருத்தர் வீட்ல இடம் கொடுத்து ரெண்டு வேளை சாப்பாடு போட்டா போதும், ஒரு ஓரமா படுத்துகிட்டு என்னோட காலத்தை முடிச்சுக்கிறேன்னு சொல்லி அழுதீங்க. ஆனா அவங்க எல்லாரும் ஓரே குரல்ல எங்க வீட்டுப்பக்கமே வரக்கூடாது. வந்தா விரட்டியடிப்போம்னு சொன்னாங்க. அப்படி சொன்னாங்களா இல்லையா...?"

"அ... அ... வந்து... அவங்களுக்கு ஏதோ கோபம்."

"சரி அதுக்கு நீங்க என்ன சொன்னீங்க...?"

பெரியவர் தலைகுனிந்தபடி மௌனம் சாதிக்க வித்யா குரலைத் தாழ்த்தினாள்.

"அதை நானே சொல்றேன். என்னை விரட்டியடிக்கிற பாவத்தை நீங்க பண்ண வேண்டாம். நான் இப்போ பச்சமலை ரயில்வே ஸ்டேஷன்ல உட்கார்ந்துட்டிருக்கேன். ஸ்டேஷன்ல யாருமேயில்லை... இன்னும் இருபது நிமிஷத்துக்குள்ளே சப்தகிரி எக்ஸ்ப்ரஸ் ரயில் வரும். அந்த ரயிலுக்கு முன்னாடி விழுந்துடப் போறேன். நான் அப்படி தற்கொலை பண்ணிகிட்டதால உங்கள்ல யார்க்காவது போலீஸாலே பிரச்னை வந்துருமோன்னு பயப்படாதீங்க. என்னோட மரணத்துக்கு காரணம் யாரும் இல்லைன்னு என்னோட டயரியில் எழுதி வெச்சுட்டுத்தான் சாகப்போறேன். பூம்பாறை வீட்டுமேல கடன் இருக்கு. அந்த வீட்டை வந்த விலைக்கு வித்துட்டு கடனை அடைச்சுட்டு, மீதி இருக்கிற பணத்தை எல்லாரும் சமமாப் பிரிச்சு எடுத்துக்கோங்கன்னு சொன்னீங்க. உண்டா இல்லையா...?"

பெரியவர் கண்கள் நிறைய நீரோடு நிமிர்ந்தார்.

“நீ... நீ... நீதான்... எல்லாத்தையும் கேட்டுட்டியே... அப்புறம் நான் சொல்றதுக்கு என்னம்மா இருக்கு...?”

“அப்படிப்பட்ட ஒரு விபரீதமான முடிவுக்கு நீங்க போயிடகூடாதுன்னுதான் உங்ககிட்ட வந்து, வலிய பேச்சு கொடுத்தேன். உங்களையும் என் கூடவே நெல்லூர் கூட்டிட்டுப் போக நினைச்சேன். ஆனா அதுக்குள்ளே லாயர் போன் பண்ணி வீடியோ கான்ஃப்ரன்ஸ் மூலமா சாட்சியம் தரலாம்னு சொல்லிட்டார். அதனாலதான் நான் இப்போ என் வீட்டுக்கு உங்களைக் கூப்பிடறேன்... ம்... எந்திரிங்க போலாம்.”

“எ... எ... என்னால உனக்கு எதுக்கம்மா சிரமம்? நீ இப்படி கனிவா, ஆதரவா பேசறதே போதும்... இனிமே என்னோட மனசுக்குள்ளே தற்கொலை எண்ணம் வராது... நீ கிளம்பும்மா...”

“நான் இங்கிருந்து போறதுக்கு முன்னாடி உங்ககிட்டே ஒரு உண்மையைச் சொல்லலாமா?”

“சொல்லும்மா...”

“உங்களுக்கு உறவுகள் இருந்தும் நீங்க அநாதை. நான் உறவுகள் எதுவுமே இல்லாமலேயே அநாதை. என்னோட அம்மா, அப்பா யார்ன்னு எனக்குத் தெரியாது. நான் வளர்ந்தது எல்லாமே நெல்லூர்ல இருக்கிற ஒரு அநாதை விடுதியிலதான். ஆனா என்னிக்குமே நான் என்னை ஒரு அநாதைன்னு சொல்லிக்கமாட்டேன். அம்மாவும் அப்பாவும் ஊர்ல இருக்காங்கன்னுதான் மத்தவங்கிட்டே சொல்லுவேன். தனியாத்தான் பொறந்தோம். தனியாத்தான் சாகவும் போறோம். ஆனா நாம உயிரோட இருக்கிறவரைதான் ஒருத்தரோட ஆதரவு வேணும்ன்னு ஆசைப்படறோம். அந்த வகையில பார்த்தா நீங்க எனக்கு உறவு. உங்களுக்கு நான் உறவு. ஒரு அப்பாவும் மகளுமா நம்ம உறவு தொடர்ந்தா என்ன...?”

பெரியவரின் உதடுகள் துடித்தது.

“நீ உண்மையாத்தான் சொல்றியாம்மா...?”

“இதுல பொய் சொல்ல என்ன இருக்கு... ஒரு மகனுக்கும் மகளுக்கும் அப்பாவா இருந்திருக்கீங்க. உங்களால எனக்கு அப்பாவா இருக்க முடியாதா என்ன...? இந்த பச்சமலை கிராமத்துல எனக்கு வேலை இன்னும் ரெண்டு மாசம்தான் அதுக்கப்புறம் எனக்கு நெல்லூர்லதான் வேலை...”

வித்யா சொல்லிக் கொண்டிருக்கும்போதே பெரியவரின் மஞ்சள்பையிலிருந்து அவருடைய செல்போன் முணுமுணுப்பாய் கூப்பிட்டது.

போனை எடுத்துப் பார்த்துவிட்டு வித்யாவை ஏறிட்டார்.

“என்னோட மகன் கூப்பிடறான்.”

“பேசுங்க...”

பெரியவர் செல்போனின் ஸ்பீக்கரை ‘ஆன்’ செய்துவிட்டு மெல்ல குரல் கொடுத்தார்.

“சொல்லு...”

மறுமுனையில் அவருடைய மகன் குடிபோதையில் குழறலாய் கேட்டான்.

“என்ன... இன்னமும் உயிரோடதான் இருக்கியா? ரெயிலுக்கு முன்னாடி விழுந்து செத்துப்போயிடறதா சொன்னே. ட்ரெய்ன் இன்னும் வரலையா...?”

“உனக்காகத்தான்டா வெயிட் பண்றேன்...”

“எனக்காக வெயிட் பண்றியா... எதுக்கு...?”

“ரெண்டு பேரும் ஒண்ணா சேர்த்து ட்ரெய்ன் முன்னாடி விழத்தான். என்ன வர்றியா...?”

மறுமுனையில் இணைப்பு உடனடியாய் துண்டிக்கப்பட்டது.

வித்யா சிரித்தாள்.

“இப்படித்தான் பேசணும்... நாம தேவையில்லைன்னு ஒருத்தர் நினைச்சுட்டா, அவங்களும் நமக்கு தேவையில்லைன்னு இப்படித்தான் சொல்லிக் காட்டணும்.”

பெரியவர் ஒரு புன்னகையோடு எழுந்தவர்.

“உன்கிட்ட பேசின பின்னாடிதாம்மா எம் மனசுக்குள்ள இப்படி ஒரு தைரியம் வந்திருக்கு.”

அவர் சொல்லிக் கொண்டிருக்கும்போதே பின்னால் நடை சத்தம் கேட்டது.

இருவரும் திரும்பிப் பார்த்தார்கள்.

ஸ்டேஷன் மாஸ்டர் கையில் டார்ச்லைட்டோடு வந்து கொண்டிருந்தார். பக்கத்தில் வந்ததும் சொன்னார்.

“இன்னிக்கு ட்ரெய்ன் அரைமணி நேரம் லேட். இப்பத்தான் தகவல் வந்தது.”

“பரவாயில்ல ஸார்... நாங்க அந்த ட்ரெய்ன்ல போகப்போறதில்லை. வீட்டுக்கு கிளம்பிட்டிருக்கோம்” வித்யா சொல்ல ஸ்டேஷன் மாஸ்டர் திகைத்தார்.

“என்னம்மா வீட்டுக்கு கிளம்பிட்டிருக்கோம்ன்னு சொல்றே... இவர் உனக்குத் தெரிஞ்சவரா?”

“ரொம்பவும் தெரிஞ்சவர்...”

“எப்படி?”

“அப்பா...” என்றாள் வித்யா.

சிறுகதை

எதிர்ப்பதம்

“மன்னிக்கவும். எனக்கு தமிழ் தெரியாது. ஆங்கிலத்தில் பேட்டியை ஆரம்பிக்கிறேன். உங்களுக்கு ஆட்சேபணை இல்லையே?” என்று சொன்ன க்ளோபல் டி.வி சேனல் ரிப்போர்ட்டரான வின்சியைப் புன்னகையுடன் பார்த்தாள் கனலி.

“அதனால் என்ன? நாம் ஆங்கிலத்திலேயே பேசுவோம். தமிழைப் போலவே ஆங்கிலமும் எனக்கு சரளமாக பேச வரும்.”

“உங்களுடைய உண்மையான பெயரே கனலிதானா... இல்லை எழுதுவதற்காக வைத்துக் கொண்ட புனைப் பெயரா...?

“என்னுடைய அம்மா, அப்பா எனக்கு வைத்த பெயர் அபிராமி. கல்லூரி படிப்பு முடித்து, ஒரு பேராசிரியையர்க பணியாற்றும்போது கூட, அதே பெயர்தான் இருந்தது. என்றைக்கு இலக்கியங்களை எழுத வேண்டும் என்கிற எண்ணம் எனக்கு தோன்றியதோ அந்த நிமிஷமே என்னுடைய பெயரை மாற்றிக் கொண்டேன்.”

“கனலி என்று பெயர் வைத்துக்கொள்ள என்ன காரணம்...?”

“‘கனல்’ என்கிற தமிழ்வார்த்தை எனக்குப் பிடிக்கும். அனல், கனல் என்கிற இந்த இரண்டு வார்த்தைகளுக்கும் நெருப்பு என்று பொருள். எழுத்து என்னும் நெருப்பின் நாக்குகளுக்கு மட்டும்தான் இந்த சமுதாயத்தில் இருக்கின்ற குப்பைகளை எரிக்கத் தெரியும்.”

“இந்த பாரீஸ் நகரில் நாளைக்கு நடக்கப்போகும் உலகப் புத்தகத் தின மாநாட்டில் எதைப்பற்றிப் பேசப் போகிறீர்கள்?”

“பெண்களுக்கு எதிரான அனைத்து பாகுபாடுகளையும் ஒழிப்பதற்கான உடன்படிக்கை என்பது 1979-ம் ஆண்டு ஐ.நா சபையால்ஏற்றுக்கொள்ளப்பட்ட ஒருஅனைத்துலகஒப்பந்தமாகும்... இது 1981-ல் அமலுக்கு வந்ததாக அறிவிக்கப்பட்டது. இதை ஒரு சில நாடுகள் தவிர பெரும்பாலான நாடுகள் ஏற்றுக்கொண்டாலும், அதை சரிவர நடைமுறைப்படுத்தவில்லை. கண் துடைப்புக்காக பல சட்டங்கள் போடப்பட்டாலும், அந்த சட்டங்களில் ஸ்திரத்தன்மையில்லை. அவை எல்லாம் நூலால் கட்டிய வேலிகள் போல் இருக்கிறது என்பதுதான் கொடுமை.”

“இதைப்பற்றித்தான் பேசப் போகிறீர்களா...?”

“ஆமாம்.”

“அப்படியென்றால் கனலியின் பேச்சில் உலகப் புத்தக தினம் சூடாக இருக்கும் என்று நினைக்கிறேன்.”

“நிச்சயமாக...! என்னுடைய குரல் ஐ.நா சபை செக்ரட்ரி-ஜெனரலின் காதுகளில் போய் விழவேண்டும் என்பதே என்னுடைய நோக்கம். அதனால்தான் இந்தியாவில் எனக்கு இருக்கும், பல முக்கியமான வேலைகளையும் தவிர்த்துவிட்டு இங்கே வந்திருக்கிறேன்.”

“மிக்க மகிழ்ச்சி. பிறகு ஒரு முக்கியமான கேள்வி.”

“கேளுங்கள்.”

“தவறாக நினைத்துக் கொள்ளமாட்டீர்களே?”

“முதலில் நீங்கள் கேள்வியைக் கேளுங்கள். அது தவறா இல்லையா என்பதை நான் தீர்மானித்துவிட்டு பதில் சொல்கிறேன்.”

வின்சி சில விநாடிகள் மௌனமாய் இருந்துவிட்டு மெல்லிய குரலில் அந்தக் கேள்வியைக் கேட்டாள்.

"உங்களுக்கு ஆண்களையே பிடிக்காது என்பதால்தான் நீங்கள் திருமணம் செய்துக் கொள்ளவில்லை என்று சொல்லப்படும் கருத்து உண்மையா...?"

"உண்மைதான்."

"ஏன் உங்களுக்கு ஆண்களைப் பிடிக்காது என்பதற்கான காரணத்தை நான் தெரிந்து கொள்ளலாமா?"

"அவர்கள் ஆணாக இருப்பதினால்தான் எனக்குப் பிடிக்கவில்லை."

"உங்கள் பதில் எனக்குப் புரியவில்லை..."

"உங்களுக்கு இப்போது என்ன வயது வின்சி...?"

"இருபத்தைந்து."

"நான் சொன்ன பதில் உங்களுக்குப் புரிய இன்னும் சில வருடங்கள் பிடிக்கும்."

"நீங்கள் மறுத்தாலும்... திருமணம் செய்து வைக்க உங்களுடைய பெற்றோர் முன்வரவில்லையா...?"

"எனக்கு இப்போது வயது நாற்பத்திமூன்று. என்னுடைய அம்மா, அப்பா, சொந்தங்கள், நட்புகள் எல்லோருமே திருமண விஷயத்தில் நான் ஒத்துக்கொள்ள பல வழிகளில் முயற்சி செய்துப் பார்த்தார்கள். நான் அசைந்து கொடுக்காத காரணத்தால் அவர்கள் களைத்துப்போய் இப்போது அந்த விஷயத்தைப் பற்றிப் பேசுவதே இல்லை."

"ஒரு ஆணின் துணையில்லாமல் பெண்ணால் தனியாய் வாழ்ந்துவிட முடியும் என்று நினைக்கிறீர்களா?"

"எத்தனையோ பெண்கள் வாழ்ந்து காட்டியிருக்கிறார்கள்... என்னாலும் அப்படியொரு வாழ்க்கையை வாழ்ந்து காட்ட முடியும்."

அவள் சொல்லிக் கொண்டிருக்கும்போதே வின்சியின் உயர்தர நவீன அலைபேசி முணுமுணுப்பாய் கூப்பிட்டது. எடுத்துப் பார்த்தவள் கனலியை ஏறிட்டாள்.

"என்னுடைய தந்தை அழைக்கிறார்..."

"பரவாயில்லை பேசுங்கள்...ஏதாவது முக்கியமான விஷயமாக இருக்கலாம்." கனலிக்கு ஒரு நன்றியைச் சொல்லிவிட்டு செல்போனை காதுக்கு ஒற்றினாள் வின்சி.

அமெரிக்க வாசனையோடு கூடிய ஆங்கிலம் அவளுடைய நுனிநாக்கில் விளையாடியது.

"சொல்லுங்கள் டாட்."

மறுமுனையில் அவளுடைய தந்தை ஸ்டூவர்ட் பேசினார்.

"வின்சி... மதியம் ஒரு மணிக்குள் நீ வீட்டுக்கு வந்துவிடுவாய் இல்லையா...?"

"வந்துவிடுவேன் அதில் என்ன சந்தேகம்...?"

"கடைசி நேரத்தில் 'ஸாரி வரமுடியவில்லை டாட்' என்று சொல்லிவிட மாட்டாயே...?"

"டாட்... நீங்கள் இப்படி போன் செய்து கேட்பது என்னை அவமானப்படுத்துவது போல் இருக்கிறது. இன்றைக்கு அம்மாவின் பிறந்ததினம் என்று எனக்குத் தெரியாதா என்ன...? எப்படியும் மதியம் ஒரு மணிக்குள் வந்துவிடுவேன். அம்மாவின் பிறந்த தினத்தைக் கொண்டாடிவிட்டுத்தான் லஞ்ச் சாப்பிடப் போகிறோம். கேக் வந்துவிட்டதா...?"

"வந்துவிட்டது."

"ஈபிள் டவர் டிசைன்தானே...?"

"அதேதான்..."

"கேக் மேக்கிங் சரியாக இருக்கிறதா... இல்லை சென்ற வருடம் நாம் 'லீனிங் டவர் ஆஃப் பிசா' டிசைனுக்கு ஆர்டர் கொடுத்தபோது எலக்ட்ரிக்கல் போஸ்ட் மாதிரி சொதப்பி வைத்திருந்தார்களே... அதுபோல் இல்லையே?"

"இல்லை... வின்சி... கேக் ஈபிள் டவர் மாதிரியே தத்ரூபமாய் இருக்கிறது. மெழுகுவர்த்தியை அணைத்த பிறகு கேக்கை கட் பண்ணவே மனது வராது... எக்ஸலெண்ட் மேக்கிங்."

"ஓ.கே டாட். செயின்ட் ஏஞ்சல்ஸ் ஆர்பனேஜிலிருந்து மொத்தம் எத்தனை குழந்தைகள் வருகிறார்கள்?"

"சுமார் இருபது பேர்."

"நான் இப்போது இந்தியாவின் தமிழ்நாட்டைச் சேர்ந்த ஒரு பிரபலமான பெண் எழுத்தாளரை பேட்டி எடுத்துக் கொண்டிருக்கிறேன். பேட்டியை ஒரு மணி நேரத்தில் முடித்துக்கொண்டு வீட்டுக்கு வந்து விடுவேன்."

"வின்சி! உன்னுடைய அம்மாவுக்குப் பிடித்த நாடுகளில் இந்தியாவும் ஒன்று. நீ பேட்டி எடுத்துக் கொண்டிருக்கும் அந்தப் பெண் எழுத்தாளரின் பெயர் என்ன?"

"கனலி...! கனலி என்றால் என்ன பொருள் தெரியுமா டாட்?"

"என்ன?"

"ஃபயர்."

மறுமுனையில் ஸ்டூவர்ட் சிரித்தார்.

"புரட்சிகரமான எழுத்தாளராக இருப்பார் போலிருக்கிறதே?"

"உங்கள் கணிப்பு சரிதான்... பெண்களுக்கு எதிராக நடக்கும் கொடுமைகளைத் தட்டிக் கேட்பவர். அவர் எழுதிய புத்தகங்களைப் படிக்க எடுத்தாலே கைகள் சுடும் என்று சொல்வார்கள்."

"வின்சி... எனக்கொரு ஆசை. நீ அந்த எழுத்தாளர் கனலியை ஒரு விருந்தாளியாக நம் வீட்டுக்கு அழைத்து வரமுடியுமா...?"

"கேட்டுப் பார்க்கிறேன்."

வின்சி பேச்சை முடித்துக்கொண்டு எதிரில் அமர்ந்திருந்த கனலியை ஏறிட்டாள்.

"ஸாரி... என்னுடைய தந்தை பேச ஆரம்பித்தால் நான் இணைப்பைத் துண்டிக்கும் வரை பேச்சை நிறுத்தமாட்டார்."

“எல்லா அப்பாக்களும் அப்படித்தான்.”

வின்சி சில விநாடிகள் மௌனமாய் இருந்துவிட்டு தயக்கமான குரலில் “ஒரு.... வேண்டுகோள்....” என்றாள்.

“என்ன...?”

“இன்றைக்கு என் அம்மாவின் பிறந்தநாள். வருடாவருடம் நானும் அப்பாவும், எளிமையாகவும் அதே நேரத்தில் சிறப்பாகவும் கொண்டாடுவோம். அம்மாவுக்கும், அப்பாவுக்கும் இந்தியாவையும், இந்தியப் பெண்களையும் நிரம்பவே பிடிக்கும். நீங்கள் என் வீட்டுக்கு வந்து அந்த விழாவில் கலந்துகொள்ள முடியுமா...?”

கனலி சில விநாடிகள் யோசித்துவிட்டு புன்னகைத்தாள்.

“நேரமாகுமா...? ஏனென்றால் நாளைக்கு செமினாரில் பேசவேண்டிய ஆய்வுக்கட்டுரையை பதினைந்து நிமிஷம் மட்டுமே பேசக்கூடிய அளவுக்கு சுருக்கி திருத்தம் செய்ய வேண்டியிருக்கிறது.”

“இங்கேயிருந்து அரைமணி நேர கார் பயணம்தான். பிறந்தநாள் கொண்டாட்டம் பத்து நிமிட நேரத்தில் முடிந்துவிடும். நீங்கள் மதிய உணவு சாப்பிட்டுவிட்டு, உடனடியாக நம் வீட்டிலிருந்து புறப்பட்டுவிடலாம். நானே உங்களை ஹோட்டலில் விட்டு விடுகிறேன். உங்களுடனான இந்தப் பேட்டியை காரில் பயணம் செய்துக் கொண்டிருக்கும்போதே முடித்துக் கொள்ளலாம்.”

கனலி தலையை லேசாய் சாய்த்து புன்னகைத்தவாறு சொன்னாள்.

“நீங்கள் சொல்வது சரியாக இருக்கும் என தோன்றுகிறது .... எனக்கும் உங்களுடைய அம்மாவையும், அப்பாவையும் பார்க்க வேண்டும்போல் இருக்கிறது. வாருங்கள்...புறப்படலாம்.”

கனலி எழுந்து கொண்டாள்.

பாரீஸின் புறநகர் பகுதியான பான்லியூவில், பசுமையான லைக்கோபோடியம் மரங்களுக்கு மத்தியில், வின்சியின் பெரிய வீடு பழமையும், புதுமையும் கலந்த தினுசில் தெரிந்தது.

காரினின்றும் இறங்கிக்கொண்டே கனலி சொன்னாள்.

"பாரீஸ் நகரின் சந்தடிகள் எதுவுமேயில்லாத அற்புதமான, அமைதியான இடத்தில் வீட்டை கட்டியிருக்கிறார் உங்கள் தந்தை."

வின்சி சிரித்தாள்.

"என்னுடைய தந்தை இந்த இடத்தில் வீடு கட்டும் போது இது ஒரு காட்டுப்பகுதி. ஆனால் இப்போது இந்த 'பான்லியூ' பகுதியும் ஒரு குட்டி நகரமாக மாறிவிட்டது."

இருவரும் பேசியபடியே அந்தச் சிறிய புல்வெளியில் நடந்து மரப்பலகைகளாலான வாசற்படிகளில் ஏறி, வீட்டுக்குள் நுழைந்த விநாடி, ஆறடி உயரத்தில் செம்பழுப்பு நிறத்தில் திடகாத்திரமான உடம்போடு அந்த மனிதர் எதிர்பட்டார்.

ஐம்பது வயது இருக்கலாம். லேசாய் நீலநிறம் தோய்ந்த கண்கள். ஃபிரெஞ்ச் தாடியும், மீசையும் அவருடைய சதைப் பிடிப்பான முகத்திற்கு ஒரு எடுப்பான தோற்றத்தைக் கொடுத்தது. உருவத்திற்கு ஏற்ற கம்பீரமான குரலில் வரவேற்றார். பேச்சில் ஃபிரெஞ்ச் கலந்த ஆங்கில வாடை.

"இந்தியாவிலிருந்து பாரீஸுக்கு வருகை தந்திருக்கும், ஒரு படைப்பாளியான உங்களை மகிழ்ச்சியோடு வரவேற்கிறேன். எனக்கு இந்தியாவையும், அங்கே உள்ள படைப்பாளிகளையும் மிகவும் பிடிக்கும்." சொன்ன ஸ்டூவர்ட் கனலியின் கையைப் பற்றி மிருதுவாய் குலுக்கிவிட்டு தனக்குப் பக்கத்தில் இருந்த யூ வடிவ ஃபேப்ரிக் சோஃபாவைக் காட்டினார்.

"ப்ளீஸ்... அமருங்கள்!"

இருவரும் நாகரீக இடைவெளிவிட்டு தள்ளி உட்கார்ந்தார்கள். வின்சி எதிரேயிருந்த சோஃபாவில் உட்கார்ந்தாள்.

கனலி மெல்ல பேச்சை ஆரம்பித்தாள்.

"வீடு மிகவும் அழகாக இருக்கிறது. பழமை மாறாமலும் அதேவேளையில் புதுமை நெடியோடும் கட்டியிருக்கிறீர்கள்."

"பாராட்டுக்கு நன்றி... இந்த வீட்டை வடிவமைத்தது என்னுடைய மனைவி சிண்ட்ரெல்லாதான்."

"அப்படியென்றால் பாராட்டை உங்கள் மனைவியிடம் சொல்வதுதான் முறை." சொன்ன கனலி சுற்றும் முற்றும் பார்த்தாள்.

ஸ்டூவர்ட் கேட்டார்.

"யாரைத் தேடுகிறீர்கள்...?"

"உங்கள் மனைவியைத்தான்..."

சட்டென்று முகம் மாறினார் ஸ்டூவர்ட்.

பார்வை ஸ்லோமோஷனில் திரும்பி வின்சியின் மேல் நிலைத்தது.

"வின்சி... நீ உன்னுடைய அம்மாவைப் பற்றி மிஸ் கனலியிடம் ஏதும் சொல்லவில்லையா...?"

"இல்லை... வீட்டுக்கு வந்த பிறகு சொல்லிக் கொள்ளலாம் என்று இருந்துவிட்டேன்..."

"இதிலென்ன ஒளிவு மறைவு...? முன்கூட்டியே சொல்லியிருக்க வேண்டாமா...?"

கனலி இருவரின் முகங்களையும் மாறி மாறி பார்த்தபடி கேட்டாள்.

"ஏன்... என்ன பிரச்னை...?"

ஸ்டூவர்ட் சில விநாடிகள் மௌனமாய் இருந்துவிட்டு சொன்னார்.

"வின்சியின் அம்மா இப்போது உயிரோடு இல்லை. இறந்து இருபத்திமூன்று வருடம் ஆகிறது. அதோ... அவள்தான் என் சிண்ட்ரெல்லா." சொன்னவர் திரும்பி நின்று தனக்கு இடதுபக்கமாக இருந்த சுவரைக் காட்டினார்.

கனலியின் பார்வை திரும்பியது.

ஆயில் பெயிண்டால் வரையப்பட்ட, ஒரு ஃபிரெஞ்ச் பெண்ணின் ஓவியம் நேர்த்தியாய், ஃபிரேம் செய்யப்பட்டு சுவரில் மாட்டப்பட்டு இருந்தது.

படத்துக்கு எதிரேயிருந்த மர ஸ்டாண்ட்டில், ஓரடி உயரமுள்ள தடிமனான மெழுகுவர்த்திகள் எரிந்து கொண்டிருக்க, கண்ணாடித் தாளால் சுற்றப்பட்ட பூங்கொத்து ஒன்று பார்வைக்குக் கிடைத்தது.

கனலி அதிர்ச்சியை ஜீர்ணித்துக் கொண்டு கவலை தெறிக்கும் குரலில் சொன்னாள்.

"வின்சியின் அம்மாவுக்கு பிறந்தநாள் என்று சொன்னதால் சந்தோஷத்தோடு வந்தேன். இவ்வளவு இளம்வயதில் அவர்கள் எப்படி இறந்தார்கள். நோய்வாய்ப்பட்டு இருந்தார்களா?"

ஸ்டூவர்ட் பெருமூச்சோடு தலையசைத்தார்.

"இல்லை... வின்சியை பிரசவித்த அடுத்த ஒரு மணி நேரத்திற்குள் சிண்ட்ரெல்லாவுக்கு நுரையீரல் அழற்சி ஏற்பட்டு மூச்சுத் திணறி இறந்துவிட்டாள். அதற்கு அடுத்த வருடம் வந்த பெரும் மழை காரணமாக பாஸ்டனில் முன்பு நாங்கள் குடியிருந்த வீடு வெள்ளத்தில் மூழ்கியது... வீட்டில் இருந்த பல பொருள்கள் தண்ணீரில் அடித்துக் கொண்டு போய்விட்டது. அதில் நான் பாதுகாப்பாய் வைத்திருந்த போட்டோ ஆல்பங்களும் அடக்கம். என்னுடைய மனைவி சிண்ட்ரெல்லாவின் ஒரு பாஸ்போர்ட் சைஸ் போட்டோ மட்டுமே அதிர்ஷ்டவசமாய் கிடைத்ததால் அதைப் பார்த்து நானே ஓர் ஓவியமாக வரைந்து ஃபிரேமிட்டு மாட்டிக் கொண்டேன்.

"அருமை... இது ஓவியம் போலவே இல்லை... ஒரு கேமிராவினால் துல்லியமாய் படம் பிடிக்கப்பட்ட புகைப்படம் போல் இருக்கிறது."

வின்சி குறுக்கிட்டு சொன்னாள்.

"அப்பா நல்ல ஓவியர்... போன வருடம் நடந்த சர்வதேச ஓவியப் போட்டியில் சில்வர் க்ரவுன் விருதை வாங்கியவர்."

கனலி வின்சியிடம் திரும்பினாள்.

"நான் கேட்கிறேன் என்று தவறாக நினைத்துக் கொள்ளாதீர்கள். உங்கள் தாய் உயிரோடு இல்லாதபோது எதற்காக அவருடைய பிறந்தநாளைக் கொண்டாட வேண்டும்...?"

"என்னுடைய தாய் இறந்துவிட்டதாக நானும் நினைக்கவில்லை. தன் மனைவி இறந்துவிட்டதாக என் தந்தையும் நினைக்கவில்லை.

எங்களோடு எப்போதும் இருப்பதாக நினைத்துக் கொள்வதால் பிறந்தநாள் கொண்டாடுகிறோம். அன்றைய தினம் ஒரு அநாதை விடுதியிலிருந்து குழந்தைகளை அழைத்து வந்து, உலகின் ஏழு அதிசயங்களில் ஏதேனும் ஒன்றின் சின்னத்தை கேக்காக வடிவமைத்து ஒரு குழந்தையின் கையால் அதை கட் செய்து பிறந்த நாளை வருடா வருடம் கொண்டாடி வருகிறோம். இந்த வருடம் நீங்கள் இந்தக் கொண்டாட்டத்தில் கலந்துகொண்டதில் எங்களுக்கு அளவில்லாத மகிழ்ச்சி."

அவள் சொல்லிக் கொண்டு இருக்கும்போதே மாடியில் ஏதோ சத்தம் கேட்டது. வின்சி சோஃபாவினின்றும் எழுந்து கொண்டாள்.

"மிஸ் கனலி... நீங்களும் அப்பாவும் பேசிக்கொண்டு இருங்கள். ஆர்பனேஜிலிருந்து குழந்தைகள் வந்து மாடியில் விளையாடிக் கொண்டிருக்கிறார்கள். நான் போய் பிறந்தநாள் கொண்டாட்டத்துக்கான எல்லா ஏற்பாடுகளையும் செய்துவிட்டு வருகிறேன்."

வின்சி எழுந்து போய்விட ஸ்டூவர்ட் கனலியிடம் திரும்பினார்.

"பிறந்தநாள் நிகழ்ச்சி தொடங்க இன்னமும் எப்படியும் அரைமணி நேரமாகிவிடும். ஏதாவது குளிர்பானம் சாப்பிடுகிறீர்களா?"

"வேண்டாம். மதிய உணவுக்கான இடைவெளியில் நான் எதுவும் சாப்பிடுவது இல்லை."

"நல்லப் பழக்கம்..."

வின்சி மாடிப்படிகள் ஏறிக்கொண்டிருக்க, அவள் தலைமறையும் வரை பார்த்துக் கொண்டிருந்த கனலி, குரலை வெகுவாய் தாழ்த்தியபடி கேட்டாள்.

"மிஸ்டர் ஸ்டூவர்ட்... நீங்கள் பல ஆண்டுகளுக்கு முன்பு இந்தியாவுக்கு வந்ததாக வின்சி என்னிடம் சொன்னாள்."

"ஆமாம்."

"வந்து இருபத்தைந்து வருடங்கள் இருக்குமா...?"

"இருக்கும்."

“எதற்காக வந்தீர்கள் என்று சொல்லமுடியுமா...?”

“இந்தியாவின் சென்னை நகரில் ஓர் ஆர்ட் காலரி எக்ஸிபிஷன் நடந்தது. அப்போது வந்தேன். எதற்காக இப்போது அந்தக் கேள்வியைக் கேட்கிறீர்கள்...?”

“நீங்கள் சென்னை வந்தபோது என்னைப் பார்த்து ஒரு ‘ஹலோ’ சொல்லி கை குலுக்கினீர்கள். ஞாபகம் இருக்கிறதா...?”

ஸ்டூவர்ட்டின் புருவங்கள் உயர்ந்தன.

“என்ன சொல்கிறீர்கள்... நான் உங்களைச் சந்தித்தேனா..?”

“ஆமாம்... அந்த சந்திப்பு முப்பது விநாடிகள்கூட நீடிக்கவில்லை. நீங்கள் உடனே கிளம்பிவிட்டீர்கள்.”

“நான் உங்களை எங்கே எந்த சூழ்நிலையில் சந்தித்தேன் என்பதைச் சொல்லமுடியுமா?”

“நீங்கள் கலந்துகொண்ட அந்தச் சென்னை ஆர்ட் காலரி கண்காட்சிக்கு நானும் வந்திருந்தேன். என்னுடைய தோழி கரோலின் என்னை உங்களுக்கு அறிமுகப்படுத்தினாள். அப்போது ஏதோ அவசரத்தில் இருந்த நீங்கள் எனக்கு ஒரு ‘ஹலோ’ சொல்லி கைகுலுக்கிவிட்டு புறப்பட்டு விட்டீர்கள்.”

ஸ்டூவர்ட்டின் முகம் இப்போது அடியோடு மாறியிருந்தது.

“நீங்கள் கரோலினின் தோழியா?”

“ஆமாம். நானும் அவளும் பள்ளிப்படிப்பு காலத்தில் இருந்தே தோழிகள்.”

“மன்னிக்கவும்... கனலி. நான் சென்னை வந்திருந்தபோது கரோலின் எனக்கு நிறைய நபர்களை அறிமுகப்படுத்தினாள். இருபத்தைந்து வருடங்கள் கடந்து விட்டதால் யாரும் இப்போது என் நினைவில் இல்லை. முக்கியமாக உங்களை பார்த்த நினைவு ஒரு சதவீதம்கூட இல்லை...”

கனலி உதட்டோரம் கேலியாய் சிரித்தாள்.

“எப்படியிருக்கும்...? உயிருக்கு உயிராய் காதலித்த கரோலினையே ஏமாற்றிவிட்டு பாரீஸுக்கு ஓடிவந்தவராயிற்றே நீங்கள்...?”

“என்ன சொல்கிறீர்கள்... கரோலினை நான் ஏமாற்றினேனா?”

“ஆமாம்...”

“அப்படியென்று யார் சொன்னார்கள்...?”

“யார் சொல்ல வேண்டும்...? நீங்கள் கரோலினைக் காதலித்து கைவிட்டதால்தான் அவள் வேறு ஒருவரை திருமணம் செய்துகொண்டு ஆஸ்திரேலியா போய்விட்டாள்.”

இப்போது ஸ்டூவர்ட்டின் உதடுகளில் ஒரு புன்னகை அரும்பியது. கனலியின் கண்களில் கோபம் தெறித்தது.

“இந்த சிரிப்புக்கு என்ன அர்த்தம்...?”

“நீங்கள் என்னைத் தவறாகப் புரிந்துகொண்டு விட்டீர்கள் என்று அர்த்தம். நான் கரோலினை ஏமாற்றிவிட்டதாக அவள் உங்களிடம் சொன்னாளா?”

“இல்லை.”

“வேறு யாராவது உங்களிடம் சொன்னார்களா...?”

“இல்லை.”

“அதாவது நீங்களே அனுமானித்துக் கொண்டீர்கள்?”

“ஆமாம்.”

“இப்போது... நான் ஒரு உண்மையைச் சொன்னால் நீங்கள் நம்ப வேண்டும். நம்புவீர்களா...?”

“சொல்லுங்கள்.”

“உங்கள் தோழி கரோலின்தான் என்னை ஏமாற்றினாள். நான் ஏமாற்றவில்லை. ஆஸ்திரேலியாவிலிருந்து ஒரு மில்லியனர் வரன் வந்ததும், அவள் எனக்கு போன் செய்து ‘என் வீட்டில் நம் காதலை ஏற்கவில்லை. அம்மா, அப்பாவின் வார்த்தையை மீற என்னால் முடியவில்லை. அவர்களுக்கு நான் கட்டுப்பட வேண்டியதாகிவிட்டது. நாம் இருவரும் காதலித்ததை நட்பாக எடுத்துக் கொள்வோம். உங்களுக்குப் பிடித்த ஒரு பெண்ணைத் திருமணம் செய்துக்கொண்டு மகிழ்ச்சியோடு வாழ என்னுடைய

வாழ்த்துகள்' என்று சொல்லிவிட்டாள். நானும் அவள் செய்த அந்த நம்பிக்கைத் துரோகத்தை பொறுமையோடு ஏற்றுக்கொண்டு ஒரு சகஜ வாழ்க்கைக்கு திரும்பிவிட்டேன்."

கனலியின் முகத்தில் ஒரு திடுக்கிடல் பரவி உறைந்துப் போயிற்று.

"நீங்கள் சொல்வது உண்மையா...?"

"நான் சொன்னதில் உங்களுக்கு சந்தேகம் இருந்தால் இப்போதே சிட்னியில் இருக்கும் கரோலினுக்கு போன் செய்துவிட்டு பேசுங்கள். உண்மை புரியும்.... உங்களிடம் அவளுடைய போன் நெம்பர் இருக்குமே?"

கமலி மௌனம் காக்க ஸ்டூவர்ட் கேட்டார்.

"என்ன தயக்கம்...?"

"வேண்டாம்... நீங்கள் சொல்வதை நான் நம்புகிறேன். கரோலினுக்கு போன் செய்யவேண்டிய அவசியம் இல்லை."

"ஏன்...?"

"என்னுடைய சந்தேகம் தீர்ந்தது."

"எப்படி...?"

"கரோலினுக்கும் எனக்கும் நான்கைந்து வருடங்களாகவே பேச்சு வார்த்தையில்லை. நான் போன் செய்தாலோ, வாட்ஸ்அப்பில் செய்தி அனுப்பினாலும் அவள் எனக்கு பதில் கொடுப்பது இல்லை. ஆனால் ஃபேஸ்புக், இன்ஸ்டாக்ராம் போன்ற தளங்களில் அவள் போடும் பதிவுகளை பார்த்துக் கொண்டிருக்கிறேன். அவள் தன் கணவனோடு சந்தோஷமாக இருப்பதை அந்த பதிவுகள் மூலம் தெரிந்துகொள்ள முடிகிறது. அவள் உங்கள் பிரிவுக்காக வருந்துபவள் போல் தெரியவில்லை."

"என்மீது எந்தத் தவறும் இல்லை என்பதை இப்போது புரிந்துகொண்டிருப்பீர்கள் என்று நினைக்கிறேன்."

"புரிந்து கொண்டேன். உங்களுடைய நல்லமனதுக்கு, ஒரு நல்ல வாழ்க்கை அமைந்திருக்க வேண்டும். ஆனால் துரதிர்ஷ்டவசமாய்

உங்கள் மனைவி சிண்ட்ரெல்லா இறந்துபோன நிகழ்வு என்னுடைய மனதை ரணமாக்கிவிட்டது.”

ஸ்டூவர்ட் கனலியை மெல்ல கையமர்த்திக்கொண்டே சிரித்தார்.

“நீங்கள் சிண்ட்ரெல்லாவுக்காக கவலைப்பட வேண்டிய அவசியமில்லை. ஏனென்றால் சிண்ட்ரெல்லா பிறக்கவும் இல்லை. அவள் இறக்கவும் இல்லை.”

“என்ன சொல்கிறீர்கள்...?”

“உண்மையைச் சொல்லிக் கொண்டிருக்கிறேன். என் வாழ்க்கையில் சிண்ட்ரெல்லா என்கிற ஒரு பெண்ணே இல்லை... அவள் என்னுடைய கற்பனை மனைவி.”

கனலி பெரிதாய் அதிர்ந்து போனவளாய் ஸ்டூவர்ட்டையே பார்த்தாள். அவளுடைய உதடுகள் மெல்ல நடுங்கியது.

“அப்படியென்றால் வின்சி எப்படி மகளாய் உங்களுக்கு இருக்க முடியும்?”

“வின்சியும் என் மகள் அல்ல. லண்டனில் இருக்கிற சார்லோட்டா பேபி ஹோம் ஆர்பனேஜில் ஆறுமாதக் குழந்தையாய் இருந்த வின்சியை தத்து எடுத்தேன். மனஅமைதிக்காகவும், முதுமைப் பருவத்தில் தனிமையைத் தவிர்க்க ஒரு உறவு தேவை என்கிற காரணத்துக்காகவும், வளர்க்க ஆரம்பித்தேன். அவள் மூலம் உருவாகும் ஒரு குடும்பத்திற்காக காத்திருக்கிறேன்... தான் அநாதை என்று வின்சிக்கு தெரியக்கூடாது என்பதற்காக கற்பனையாக ஒரு அம்மாவையும் உருவாக்க என் மனதில் உதித்த உருவத்தை வரைந்து உணர்வுபூர்வமாய் பிறந்தநாளையும், நினைவுநாளையும் வருஷம் தவறாமல் கொண்டாடிக் கொண்டு வருகிறேன். இதுவரைக்கும் எந்த ஒரு மூன்றாவது நபர்க்கும் தெரியாமல் இருந்த இந்த உண்மையை இன்று உங்களிடம் சொல்ல வேண்டியதாகிவிட்டது. காரணம் கரோலினா. அவள்மீது நான் முழுமையான அன்பை வைத்திருந்தேன். அவள் என்னை மறந்துவிட்டாள். ஆனால் என்னால் மறக்க முடியவில்லை.

இன்னொரு பெண்ணை மணந்து கொண்டு ஒரு இயந்திரத்தனமான வாழ்க்கையை வாழவும் விரும்பவில்லை. அதனால்தான் இப்படியொரு நிழல் வாழ்க்கையை எனக்குப் பிடித்தமான முறையில் வாழ்ந்து வருகிறேன். தயவுசெய்து இந்த உண்மையை எந்தக் காரணத்தை முன்னிட்டும் வின்சியிடம் சொல்லிடாதீர்கள்...”

பிரமித்துப்போன கனலி கண்களில் நிறைந்துவிட்ட நீரோடு தலையசைத்தாள்.

“நீங்களேகூட வின்சியிடம் ஏதாவது ஒருகட்டத்தில் உண்மையை சொல்ல வேண்டி வரலாம். ஆனால் நான் சொல்லமாட்டேன். காரணம் என்ன தெரியுமா?”

“சொல்லுங்கள்.”

“முதன்முதலாக ‘தாய்மை’ என்கிற வார்த்தைக்கு ஒரு ஆண் உதாரணமாய் வாழ்ந்துகொண்டு இருக்கிற அதிசயத்தை பார்த்துக் கொண்டிருக்கிறேன். பெண்மை என்கிற வார்த்தைக்கு எதிர்ப்பத வார்த்தை ஆண்மை. தாய்மை என்கிற வார்த்தைக்கு எதிர்ப்பத வார்த்தை இல்லையென்று இது நாள் வரைக்கும் நான் நினைத்துக் கொண்டிருந்தேன். இப்போது கிடைத்துவிட்டது. அது தந்தைமை”

ஸ்டூவர்ட் சலனமின்றி கனலியையே பார்க்க அவள் தொடர்ந்தாள்.

“இதுவரைக்கும் ஒரு பெண் எழுத்தாளர் என்கிற முறையில் பெண்ணியத்துக்கு ஆதரவாகவும், ஆண்களை தரம் தாழ்த்தியும் பேசி வந்திருக்கிறேன். அது தவறு என்பதை இன்றைக்கு நீங்கள் உணர்த்திவிட்டீர்கள்.” சொன்ன கனலி சோஃபாவினின்றும் எழுந்து நின்று ஸ்டூவர்ட்டின் கையைப் பிடித்துக் குலுக்கிக் கொண்டிருக்க.....

மாடியில் இருந்து வின்சி குழந்தைகளோடு தானும் ஒரு குழந்தையாக மாறி சிரிப்போடு கீழே இறங்கிக் கொண்டிருந்தாள்.

சிறுகதை

காதல் விடுகதை

சந்தோஷ் விமானத்திற்குள் நுழைந்து, தோளில் தொற்றியிருந்த ட்ராவல் பேக்கோடு தன்னுடைய இருக்கை எண்ணைத் தேடிக்கொண்டு மெல்ல நகர்ந்தான்.

மும்பை செல்லும் அன்றைய சென்னை விமானத்திலிருந்த நெரிசலான பயணிகள் கூட்டம், அவனை ஆச்சர்யப்படுத்தியது.

முன்னால் போய்க் கொண்டிருந்த யார் மீதும் மோதிக் கொள்ளாமல் கவனமாய் நடந்து தன்னுடைய ஜே–25 எண் இருக்கையை அடைந்தான். கேபின் லக்கேஜ்ஜின் ‘பின்’ பாக்ஸைத் திறந்து, ட்ராவல் பேக்கை உள்ளே திணித்துவிட்டு, மூன்று இருக்கைகளுக்கு நடுவே உட்கார்ந்தான்.

ஜன்னல் ஓர இருக்கையில் அமர்ந்திருந்த அந்த அழகான இளம்பெண் திரும்பி சந்தோஷை சலனமில்லாத பார்வையில் நனைத்துவிட்டு கையில் இருந்த ஆங்கில நாவல் ஒன்றை பிரித்து வைத்துக் கொண்டாள்.

அதற்குப் பிறகு வந்த அடுத்த சில நிமிடங்களில் தனக்கு இடதுபுறமாக இருந்த இருக்கையை சீனியர் சிட்டிசன் ஒருவர் ஆக்ரமித்துக் கொண்டு தளர்வாய் சாய்ந்தபடி செல்போனின் திரையைத் தடவ ஆரம்பித்தார்.

சந்தோஷ் சீட்பெல்ட்டை இடுப்பில் கட்டிக்கொண்டு தன் தலைக்கு மேல் இருந்த ஏ.ஸி குமிழைத் திருகி காற்று தன் முகத்தில் படும்படியாக வைத்துக்கொண்டு கண்களைச் சற்றே மூடினான்.

விமானத்தின் காக்பிட்டிலிருந்து பைலட் கரகரப்பான ஆங்கிலத்தில் விமான ஊழியர்களின் ஊழியர்களின் பெயர்களைச் சொல்லி அறிமுகப்படுத்த, ஒரு விமான பணிப்பெண் கேபின் லக்கேஜ் பின்கள் ஒவ்வொன்றையும் சாத்திக் கொண்டே வந்தாள்.

பைலட்டின் அறிவிப்பு ஒரு சம்பிரதமாய் நடந்து முடிய, அடுத்த சில நிமிடங்களில் விமானம் மெதுவாக ஊர்ந்து டேக் ஆஃப் எடுக்கும் ஸ்பாட்டை நோக்கிப் போயிற்று. ஜன்னலோர இருக்கையில் உட்கார்ந்திருந்த பெண்ணின் பக்கமாய் சாய்ந்து அவள் காதோரம் பேசினான்.

“இப்படியொரு சந்திப்பை நான் கொஞ்சமும் எதிர்பார்க்கலை மாயா.”

புத்தகத்தின் தாளைப் புரட்டிக்கொண்டே அவளும் முணுமுணுத்தாள்.

“நானும் எதிர்பார்க்கலை...”

“கடவுள் இருக்கார்... இல்லேன்னா இப்படி மறுபடியும் நாம சந்திக்க முடியுமா...? அதுவும் இப்படி பக்கத்துல உட்கார்ந்து போற மாதிரியான சந்தர்ப்பம் வாய்க்குமா?”

மாயா மௌனமாக இருக்க சந்தோஷ் கேட்டான்.

“பேசலாமா...? உனக்கு விருப்பம் இல்லேன்னா வேண்டாம்.”

“தாராளமா பேசலாம்...”

“தேங் காட்...!” சொன்ன சந்தோஷ் சில விநாடிகள் மௌனமாய் இருந்துவிட்டு கேட்டான்.

"எப்படியிருக்க மாயா...?"

"பார்த்தா எப்படி இருக்கு...?"

"உண்மையைச் சொல்லட்டுமா...?"

"எனக்கு உண்மையை பேசறவங்களைத்தான் பிடிக்கும்ன்னு உனக்குத் தெரியுமே சந்தோஷ்...!"

"நான் உன்னைக் கடைசியா பார்த்து ரெண்டு வருஷம் இருக்கும். ஏதோ மால்ல பார்த்ததா ஞாபகம். அன்னிக்கு பார்த்ததைவிட நிறம் கூடி ரொம்பவும் அழகா இருக்கே."

"தேங்க்ஸ்...."

"நான் எப்படியிருக்கேன்னு நீ கேட்கலையே?"

"நீயும் நல்லாத்தான் இருக்கே... முன்பக்கம் முடி லேசா கொட்டியிருக்கு... லேசா தொப்பை தெரியுது... பீர் குடிக்கிறியா...?"

"டிரிங்க்ஸ் எதுவுமே எனக்குப் பிடிக்காதுன்னு உனக்குத் தெரியுமே...?"

"யாரும் எப்பவும் ஒரே மாதிரி இருக்கிறதில்லையே... உன்னோட பழக்கவழக்கங்கள் மாறியிருக்கலாம்ன்னு நினைச்சேன்."

"நான் என்னிக்குமே மாறமாட்டேன்."

விமானம் இப்போது ரன்வேயில் வேகம் எடுத்து எதிர்பாரா ஒரு விநாடியில் 'டேக் ஆஃப்' ஆகி சிறிது சிறிதாய் உயர, பூமி கீழே அந்நியமாய் தெரிந்தது. வானத்தின் நீலநிறத்தில் மேகங்கள் பஞ்சுத் துணுக்குகளாய் மிதந்தன.

சந்தோஷ் சீட்பெல்ட்டின் இறுக்கத்தைத் தளர்த்திக் கொண்டே கேட்டான்.

"அவர் உன்கூட வரலையா?"

"யாரைக் கேட்கிறே... என்னோட ஹஸ்பெண்ட்டைதானே?"

"ஆமா..."

"அவர் வீட்ல ரெஸ்ட் எடுத்துட்டிருக்கார்... போன மாசத்துல ஒருநாள் மாடிப்படில அவசரமா இறங்கும்போது ஸ்லிப்பாயி

விழுந்துட்டார். வலது கால்ல மல்டி ஃப்ராக்சர்... 'ப்ளாஸ்டர் ஆப் பாரிஸ்' பேண்டேஜைப் போட்டுகிட்டு ரெஸ்ட்ல இருக்கார். ரெண்டு வாரத்துல கட்டைப் பிரிச்சுடலாம்ன்னு டாக்டர் சொல்லியிருக்கார்."

"அடடே.... கொஞ்சம் பார்த்து இறங்கக் கூடாதா?"

"யாராவது வேணுமின்னே விழுவாங்களா என்ன?"

சந்தோஷ் சிரித்தான்.

"நீ இன்னும் என்னோட பழைய மாயாதான். எந்த ஒரு பிரச்னை வந்தாலும், அதை ஈஸியா எடுத்துகிட்டு ஹேண்டில் பண்றதுதான் உன்னோட ஸ்பெஷாலிட்டி..."

"அப்ஜெக்ஷன் சந்தோஷ்."

"ஏன்....எதுக்கு...?"

"நான் இப்போ இன்னொருத்தரோட ஓய்ஃப். இனியொரு தடவை 'என்னோட மாயா'ன்னு சொல்லாதே..."

"ஸாரி... கொஞ்சம் எமோஷனலாயிட்டேன்..."

"இட்ஸ் ஓ.கே... ஓய்ஃப் எப்படியிருக்காங்க?"

"ஷி ஈஸ் ஃபைன்."

"அவங்க பேர் என்ன...? சாரி மறந்துட்டேன்."

"வளர்மதி."

"வேலைக்கு போறாங்க.. இல்லையா...?"

"ஆமா... 'அல்டி சொல்யூஷன்ஸ்' ஐ.டி கம்பெனியில சாஃப்ட்வேர் ப்ரோக்ராமர். சரி... நீ இன்னமும் அந்த மல்டிநேஷனல் கம்பெனியிலதான் இருக்கியா...?"

"ஆமா... இப்போ கீ போஸ்டிங்ல இருக்கேன்."

"தட்ஸ் குட்...! இப்ப நீ எதுக்காக மும்பை போறேன்னு நான் தெரிஞ்சுக்கலாமா?"

"கம்பெனியோட ஜென்ரல் பாடி மீட்டிங் நாளைக்கு காலையில பதினோரு மணிக்கு 'தானே'ல நடக்குது. அதுல ஒரு ஸ்பெஷல் இன்வைட்டியா கலந்துக்கிறேன்..."

“பரவாயில்லையே... இப்படிப்பட்ட விஷயம் எல்லாம் அவ்வளவு சுலபத்துல எல்லார்க்கும் கிடைச்சுடாது. கங்கிராட்ஸ்.”

“தேங்க்ஸ்.”

அதற்குப் பிறகு வந்த முப்பது விநாடிகள் வேண்டாத மௌனத்தில் கரைய, அந்த மௌனத்தைக் கலைத்தான் சந்தோஷ்.

“நான் எதுக்காக மும்பை போறேன்னு நீ கேட்கவேயில்லையே மாயா?”

“நீயே சொல்லுவேன்னு நினைச்சேன். இட்ஸ் ஓ.கே இப்ப சொல்லு... எதுக்காக மும்பைப் பயணம்...?”

“ஆபிஸ் வேலைதான். ஒரு முக்கியமான ப்ராஜெக்ட் விஷயமாய் சில பேரைப் பார்த்து பேச வேண்டியிருக்கு. இது ஒரு திடீர் பயணம்... எனக்கு. ஆபீஸ்ல இன்னிக்குத்தான் சொன்னாங்க. ஃப்ளைட் டிக்கெட்டைக்கூட கடைசி நேரத்துலதான் அநியாய ரேட்டுக்கு புக் பண்ண வேண்டியதாயிடுச்சு. அப்படி புக் பண்ணினதும் ஒருவிதத்துல நல்லதுதான்னு என்னோட மனசுக்குப்படுது. இல்லேன்னா இன்னிக்கு உன்னை இப்படி சந்திச்சிருக்க முடியுமா...? இவ்வளவு பக்கத்துல உட்கார்ந்து பேசிட்டு இருக்கமுடியுமா... டு டே ஈஸ் மை டே! இந்த நாளை என்னால ஜென்மத்துக்கும் மறக்கமுடியாது.”

மாயா மெல்லச் சிரித்துவிட்டு மௌனமாய் இருக்க சந்தோஷ் கேட்டான்.

“இந்த சிரிப்புக்கு என்ன அர்த்தம்...?”

“சில விஷயங்களை மறக்க நினைச்சாலும் காலமும் நேரமும் விடறதில்லை...”

“ஸோ யூ டோண்ட் லைக் தட் வீ மெட்...?”

“நோ... நோ... டோண்ட் மிஸ்டேக் மீ சந்தோஷ்! அந்த அர்த்தத்துல நான் சொல்லலை. நாம இனிமேல சந்திக்க வாய்ப்பே இருக்காதுன்னு நினைச்சேன். ஆனா நாம நினைச்சபடி எதுவும் நடக்கிறதில்லைன்னு நினைக்கும்போது ஆச்சர்யமாயிருந்தது. அதான் சிரிச்சேன்...”

“இதை நீ உண்மையாவே சந்தோஷத்தோட சொல்றியா.... இல்லை சந்தோஷப்படற மாதிரி நடிக்கிறியான்னு எனக்கு சந்தேகமாயிருக்கு...”

“நான் எதுக்காக நடிக்கணும்... அந்த நடிப்புக்கலை எல்லாம் உனக்குத்தான் வரும்.”

“மாயா...! நீ இன்னமும் மாறவேயில்லை. கடைசியா ரெண்டு வருஷத்துக்கு முந்தி நான் உன்னை எப்படி பார்த்தேனோ... அப்படியேதான் உன்னோட பேச்சும் நடத்தையும் இருக்கு.”

“நான் எதுக்காக மாறணும்? என்னிக்குமே இந்த மாயா மாயாதான். எனக்கு பொய் பேசிப் பழக்கமில்லை. அதேமாதிரி யாரையும் ஏமாத்தற எண்ணமும் இல்லை.”

“என்ன சொன்னே...! ஏமாத்தற எண்ணம் உனக்கு இல்லையா...? மூணு வருஷத்துக்கு முந்தி நீயும் நானும் பெங்களூர்ல நடந்த ஒரு கல்ச்சுரல் ஃபங்க்ஷன்ல முதல் முதலா சந்திச்சோம். பழகினோம். ஒரு கட்டத்துல நான் ‘ஐ லவ் யூ’ சொல்ல நீயும் அந்தக் காதலை ஏத்துகிட்டே. எனக்கு ஒரு நல்லவேலை கிடைச்சதும் உடனே கல்யாணம் பண்ணிக்கிற முடிவோட இருந்தோம். ஆனா நம்ம காதலுக்கு உன்னோட வீட்ல அண்ணனும் அண்ணியும் எதிர்ப்பு தெரிவிக்கறாங்கன்னு சொல்லி, நீ என்னை விட்டு கொஞ்சம் கொஞ்சமா ஒதுங்க ஆரம்பிச்சே. நீ சொன்ன காரணம் என்னோட மனசுக்கு சரியாபடலை. நாம வளர்த்து வெச்சிருந்த உயிருக்கு உயிரான அந்தக் காதலை ரெண்டாய் வெட்டிப்போட உனக்கு துணிச்சல் வருதுன்னா அதுக்கு வேற ஏதாவது ஒரு காரணம் இருக்கும்ன்னு நினைச்சேன். உன்கிட்டே அதுக்கான விளக்கம் கேட்டப்ப நீ சரியான பதிலைச் சொல்லாமே வீட்டைப் பகைச்சுகிட்டு கல்யாணம் பண்ணிக்க விரும்பலைன்னு சொன்னதையே திரும்பத் திரும்பச் சொன்னே. நானும் மேற்கொண்டு உன்னை வற்புறுத்தாமே, உன்னோட வழியிலிருந்து விலகி ‘பை’ சொல்லிட்டேன். இது ஏமாத்தற வேலை இல்லாமே வேற என்ன?”

“இப்ப எதுக்காக சந்தோஷ், அந்தப் பழைய ஃப்ளாஸ்பேக் எல்லாம் சொல்லிட்டிருக்கே...? அதையெல்லாம் நான் நினைச்சுகூட

பார்க்கிறதில்லை. அம்மா அப்பா எனக்கு இல்லாததினால என்னோட அண்ணனும் அண்ணியும் பார்த்த மாப்பிள்ளையை கல்யாணம் பண்ணிகிட்டு ஒரு சந்தோஷமான வாழ்க்கையை நடத்திட்டிருக்கேன். நீயும் வீட்ல பார்த்த ஒரு பொண்ணை கல்யாணம் பண்ணிகிட்டு லைஃப்ல செட்டில் ஆயிட்டே... இதுக்கப்புறமும் அந்தப் பழைய குப்பையைக் கிளறணுமா...?"

"உனக்கு வேணும்ன்னா... பழசெல்லாம் குப்பையாய் தெரியலாம். ஆனா எனக்கு உன்னோட பழகின நாட்கள் எல்லாம் ஒரு புதையல் மாதிரி..."

"நீ இன்னுமா என்னை நினைச்சுட்டிருக்கே...?"

"நீ ஒருத்தர்க்கு மனைவியாயிட்ட பின்னாடி நான் ஏன் உன்னை நினைக்கப் போறேன்?"

"அப்புறம்...?"

"என்னைவிட்டு நீ விலகிப் போனதுக்கான உண்மைக் காரணம் என்னவாய் இருக்கும்ன்னு நினைச்சுட்டிருந்தேன்..."

"அப்படீன்னா நான் சொன்னதை நீ நம்பலை...?"

"அது நம்பறமாதிரியில்லையே..."

"ஓ.கே சந்தோஷ்... இனிமே உன்கிட்டே பேசிப் பிரயோஜனமில்லை... என்னைப் பொறுத்தவரைக்கும் நீ இப்போ எனக்கொரு கோ-பாஸஞ்சர்... அவ்வளவுதான். நாம மும்பை போய் சேர்றவரைக்கும் அரசியல், சினிமா, கிரிக்கெட்...., உனக்கு எது பிடிக்குமோ அதைப்பத்தி மட்டும் பேசுவோம். நீயும் நானும் கடந்த காலத்துல கொஞ்சகாலம் காதலர்களாய் இருந்த அந்தக் கனவை மறந்துடுவோம். தயவுபண்ணி அதைக் கிளறாதே..."

சந்தோஷ் தலையை தாழ்த்தி அடிக்குரலில் கேட்டான்.

"ஸோ, உன்னைப் பொறுத்தவரைக்கும் நான் இப்போ ஒரு கோ-பாஸஞ்சர் இல்லையா?"

"ஆமா..."

"ஸாரி மாயா... நான் தேவையில்லாமே கோ-பாஸஞ்சர்ஸ் கிட்டே பேசறதில்லை."

“நல்ல பாலிஸி... அதையே மெய்ன்டைன் பண்ணு. ஃப்ளைட் மும்பை போய் சேர்றதுக்குள்ளே நான் இந்த எக்னாமிக்ஸ் புக்கை படிச்சு முடிச்சுடறேன்...”

சொன்ன மாயா கையிலிருந்த அந்த கனமான புத்தகத்தை விரித்து வைத்துக்கொள்ள, சந்தோஷ் அவளை உஷ்ணமாய் முறைத்துவிட்டு இருக்கைக்கு நன்றாக சாய்ந்து உட்கார்ந்து கண்களை மூடிக் கொண்டான். அவனுடைய மனதைப் போலவே விமானம் விண்ணில் சீறிக் கொண்டிருந்தது.

சத்ரபதி சிவாஜி இண்டர்நேஷ்னல் ஏர்போர்ட்.

விமானம் ஒரு பறவையாய் மாறி, சிறிது சிறிதாய் தரையை நோக்கி, தாழ்ந்து, ஒரு தளத்தில் இறங்கியபோது மதியம் 1.15 மணி.

மும்பையில் வெயில் அதிகமாக இருப்பதாக ஃபைலட் சொல்லிக் கொண்டிருந்தார்.

விமானம் ஒரு ஐந்து நிமிட நேரம் ரன்வேயில் ஊர்ந்து இயக்கத்தை நிறுத்திக் கொண்டதும் சந்தோஷும் மாயாவும் தங்களுடைய ஹேண்ட் லக்கேஜ்களை எடுத்துக் கொண்டார்கள்.

“அப்புறம் சந்தோஷ்...?” என்றாள் மாயா.

“நீதான் சொல்லணும்...”

“நீ ஒரு கோ-பாஸஞ்சர்தான்னு சொன்னதை தப்பா எடுத்துக்காதே...”

“இதுல தப்பா எடுத்துக்க என்ன இருக்கு...? மறுபடியும் என்னிக்காவது ஒருநாள் இதே மாதிரி ஏதாவது ஒரு ஃப்ளைட்ல நாம கோ-பாஸஞ்சர்ஸாய் சந்திக்க வாய்ப்பு வரலாம். விஷ் யூ ஆல் த பெஸ்ட்... உன்னுடைய கணவர் சீக்கிரமே குணமடைய என்னுடைய வாழ்த்துகள்.”

“தேங்க்யூ சந்தோஷ்.”

க்யூ நகர்ந்தது.

இருவரும் விமானத்தை விட்டு வெளியே வந்து லெளன்ஞ்சில் இருந்த பேக்கேஜ் க்ளைம்ஸ் ஏரியாவுக்கு சென்று, கன்வேயர்

பெல்ட்டில் வலம் வந்த சூட்கேஸ்களை பொறுக்கிக் கொண்டு வெளியே வந்தார்கள்.

“மாயா...! உன்னை ‘பிக்-அப்’ பண்ண ஏர்போர்ட்டுக்கு யாராவது வருவாங்களா?”

“ம்... என்னோட ஃப்ரண்ட் சைந்தவி வருவா. அவ வீட்லதான் ஸ்டே பண்ணப்போறேன்...”

“சைந்தவியா...? அவளத்தான் எனக்கும் நல்லாத் தெரியுமே. கேட்டதா சொல்லு...!”

“கண்டிப்பா... நீ மும்பையில எத்தனை நாள் இருப்பே?”

“எப்படியும் வந்த வேலை முடிய மூணுநாள் ஆயிடும்...”

“ஸ்டே எங்கே...?”

“எப்பவும் வழக்கமா தங்கற மாடர்ன் இந்து ஹோட்டல்தான்...! அங்க மட்டும்தான் நம்ம மைலாப்பூர்ல சாப்பிடற மாதிரியான டிஃபன், சாப்பாடு கிடைக்கும்...”

“இட்ஸ் ஓ.கே சந்தோஷ்... உன்னோட மனசுக்குள்ள இருக்கிற அந்த ஃபிளாஷ்பேக் குப்பையெல்லாம் ஓட்டடை அடிச்சு, சுத்தம் பண்ணிட்டு உன்னோட பேருக்கு ஏத்த மாதிரி சந்தோஷமாய் இரு... ஸீ... யூ...”

மாயா சொல்லிக்கொண்டே ஏர்போர்ட்டின் டிபார்ச்சர் கேட் அருகே இருந்த பாஸஞ்சர்ஸ் பிக் அப் பாயிண்ட்டை நோக்கி நடந்து போக, சந்தோஷ் சில விநாடிகள் அவளையேப் பார்த்தபடி நின்றான். பிறகு ஒரு வெப்ப பெருமூச்சோடு, உதட்டைப் பிதுக்கியவன், தோள்களை ஜெர்க் செய்தபடி ரோலர் சூட்கேஸை உருட்டியபடி எக்ஸிட் கேட்டை நோக்கி மெதுவாய் நடக்க ஆரம்பித்தான்.

அதேவிநாடி சட்டையின் பாக்கெட்டில் இருந்த செல்போன் மெலிதாய் ரிங்டோனை வெளியிட்டது.

எடுத்து அழைப்பது யாரென்று பார்த்தான்.

மறுமுனையில் அவனுடைய மனைவி வளர்மதி.

“சொல்லு வளர்.”

“என்ன சரியான நேரத்துக்கு மும்பை போய் லேண்ட் ஆயிட்டீங்க போலிருக்கு...?”

“ஆமா இப்பத்தான் லக்கேஜ்ஜை கலெக்ட் பண்ணிட்டு வெளியே வந்தேன்... இனி ஹோட்டலுக்குப் போக டாக்ஸியைப் பிடிக்கணும்.”

“அங்கே வெயில் எப்படி...?”

“சென்னையை விட அதிகம். அடுப்புக்குள்ளே நிக்கற மாதிரி இருக்கு.”

“மூணு நாளைக்குள்ளே உங்க ஆபீஸ் வேலை முடிஞ்சுடும் இல்லையா...?”

“முயற்சி பண்றேன்.”

“கொஞ்சம் சீரியஸா முயற்சி பண்ணுங்க... நீங்க இல்லைன்னா வீடே ‘வெறிச்’ன்னு இருக்கும். ஒரு நிமிஷம் ஒரு யுகம் மாதிரி நகரும். உங்க அம்மாவும் அப்பாவும் இன்னும் ஒரு பத்துவருஷம் உயிரோட இருந்திருக்கலாம். வீடு கொஞ்சம் லைவ்லியாவது இருந்திருக்கும்...”

“எதுக்கு மாமியார்... மருமக சண்டை போடவா...?”

“நான் எதுக்குங்க சண்டை போடறேன்...? சின்ன வயசுலேயே அம்மா அப்பாவை இழந்துட்ட எனக்கு, உங்க அம்மா அப்பா உயிரோட இருந்திருந்தாலாவது கொஞ்சம் ஆறுதலா இருந்திருக்கும்.”

“சரி...சரி இல்லாதவங்களைப்பத்தி ஏன் கவலைப்படறே...?”

“ஒரு நிமிஷம்.”

“என்ன...?”

“காலையில வீட்டைவிட்டு ஏர்போர்ட்டுக்கு போனப்ப சந்தோஷமாத்தானே போனீங்க?”

“ஆமா...”

“இப்ப ஏன் டல்லடிக்கறீங்க... ஆபீஸிலிருந்து ஏதாவது போன்கால் வந்து பிரச்னையா...?”

"அதெல்லாம் ஒண்ணுமில்லை... இன்னிக்கு ஏர்போர்ட் 'செக் இன்'ல ஏகப்பட்ட கூட்டம். ஃபார்மலீட்ஸை முடிச்சுகிட்டு லௌன்ஞ்சுக்கு போறதுக்குள்ளே போதும் போதும்ன்னு ஆயிடுச்சு... போதாதகுறைக்கு தலைவலி வேற."

"மாத்திரை போட்டுகிட்டீங்களா?"

"ஹோட்டலுக்குப் போய்தான் போட்டுக்கணும்..."

"ஞாபகமா போட்டுக்குங்க. மத்தியானம் லஞ்ச் சாப்பிட்டதும் ஒரு மணி நேரமாவது படுத்து ரெஸ்ட் எடுங்க... ஆபீஸ் வேலையை அப்புறமா பார்த்துக்கலாம்."

"சரி... இப்ப டாக்ஸி ஸ்டாண்ட்டுக்கு வந்துட்டேன். சாயந்தரமா போன் பண்ணி பேசறேன்." சந்தோஷ் பேசிவிட்டு செல்போனை மௌனமாக்கி சட்டைப்பையில் போட்டுக்கொண்டு ப்ரீபெய்ட் டாக்ஸி பூத்தை நோக்கி நடந்தான். மனசுக்குள் மாயா எட்டிப்பார்த்து சிரித்தாள்.

மும்பை வந்த இரண்டாவது நாளே, ஆபீஸ் வேலைகள் மொத்தமும் முடிந்து மனசுக்கு ஒரு நிறைவைக் கொடுத்துவிட்டதால் சந்தோஷ் சென்னை திரும்புவதற்காக, விமானக்கட்டணம் குறைவாக உள்ள ஏர்வேஸ் எது என்று க்ளியர் ட்ரிப் செயலியில் பார்த்துக் கொண்டிருந்தான்.

திடும்மென்று டீபாயின் மையத்தில் இடம்பிடித்திருந்த செல்போன் குரல் கொடுத்தது.

எடுத்து அழைப்பது யாரென்று பார்த்தான்.

ஒரு புது எண்.

பேசினான்.

"ஹலோ..."

எதிர்புறத்தில் ஒரு பெண் குரல்.

"சந்தோஷ்தானே...?"

"ஆமா... நீங்க...?"

“நான் சைந்தவி... மாயாவோட ஃப்ரண்ட்...”

“ஓ... நீங்களா...? வாட் ஏ சர்ப்பரைஸ்...! என்ன சைந்தவி திடீர்னு போன் பண்ணியிருக்கீங்க... எனிதிங்க் இம்பார்ட்டண்ட்...?”

“எஸ்... உங்ககிட்ட கொஞ்சம் பேசணும்...”

“தாராளமா... பேசலாம். நான் இப்போ மாடர்ன் இந்து ஹோட்டல்லதான் ஸ்டே பண்ணியிருக்கேன்.”

“தெரியும்... மாயா சொன்னா...”

“சரி... எங்கே எப்போ பேசலாம்...?”

“இப்பவே பேசலாம்... நான் இப்போ நீங்க தங்கியிருக்கிற ஹோட்டலுக்கு வெளியே இருக்கிற காரிடாரிலிருந்துதான் பேசிட்டிருக்கேன். உங்க ரூம் நெம்பர் என்ன...?”

சந்தோஷ் வியப்பின் விளிம்புக்குப் போனான்.

“இங்கதான் இருக்கீங்களா... வாங்க... ரூம் நெம்பர் 304 தேர்ட் ஃப்ளோர்...”

“ரெண்டு நிமிஷத்துல உங்க முன்னாடி இருப்பேன்.” சைந்தவி செல்போனை அணைத்துவிட சந்தோஷ் குழப்பத்தோடு எழுந்தான். வேறு சட்டையை மாற்றிக்கொண்டு, கண்ணாடி முன் நின்று கலைந்த தலையைச் சரிப்படுத்திக் கொண்டு டீபாயை சுத்தம் செய்து புது மினரல் வாட்டர் பாட்டிலை எடுத்து வைத்தான்.

‘சைந்தவி எதுக்கு இப்ப என்னைப் பார்க்க வர்றா?’

‘மாயா ஏதாவது சொல்லியனுப்பி இருப்பாளோ?’

‘எதுக்காக வந்திருந்தாலும் சரி, கொஞ்சம்கூட டென்ஷனைக் காட்டிக்காமே பேசணும்...’

சந்தோஷின் மூளைப்பகுதி தீவிரமான யோசிப்பில் இருக்கும்போதே காலிங்பெல்லின் சத்தம் கேட்டது. படபடப்பை கட்டுப்படுத்திக் கொண்ட சந்தோஷ் இயல்பாய் நடந்துபோய் கதவைத் திறந்தான்.

இளம்பச்சை வண்ண சுடிதாரில், தோளில் போர்த்தப்பட்ட நீலநிற துப்பட்டாவோடு சைந்தவி பார்வைக்குக் கிடைத்தாள்.

சந்தோஷ் புன்னகைத்து "வெல்கம்" சொல்லி உள்ளே வரும்படி கையைக் காட்ட அழகான அந்த சைந்தவி அறைக்குள் நுழைந்துகொண்டே கேட்டாள்.

"நான் வந்தது தொந்தரவாய் இல்லையே...?"

"நோ... நோ...நாட் அட் ஆல்!" இருவரும் சோபாவில் ஒரு இடைவெளிவிட்டு தள்ளி உட்கார்ந்தார்கள்.

"நல்லவெயில் நேரத்துல வந்திருக்கீங்க... ஜூஸ் ஏதாவது ஆர்டர் பண்ணட்டுமா...?"

"வேண்டாம். வரும்போதுதான் வி.டி ஸ்டேஷன் ஸ்டால்ல லஸ்ஸி சாப்ட்டுட்டு வந்தேன்."

"இட்ஸ் ஓ.கே... சொல்லுங்க சைந்தவி. என்ன விஷயமாய் என்னைப் பார்க்க வந்திருக்கீங்க...?"

சைந்தவி சில விநாடிகள் மௌனமாய் இருந்துவிட்டு மெல்லிய குரலில் பேச ஆரம்பித்தாள்.

"மாயாவும் நீங்களும் ஒருத்தரையொருத்தர் காதலிச்ச விஷயமும், அதுக்கப்பறம் ஏதோ ஒரு காரணத்தால பிரிஞ்சுபோன விஷயமும் எனக்குத் தெரியும். அது சம்பந்தமாய் உங்ககிட்ட பேசத்தான் நான் இங்கே வந்திருக்கேன். மாயாவுக்கு நான் இங்கே வந்தது தெரியாது. இது முழுக்க முழுக்க என்னோட பர்சனல் விசிட்..."

சந்தோஷ் விரக்தியாய் புன்னகை பூத்தபடி "முடிஞ்சுபோன காதலைப்பத்தி இனிமே பேச என்ன இருக்கு...?" என்றான்.

"மாயா உங்களைவிட்டு ஏன் விலகிப் போனாள்னு உங்களுக்குத் தெரியுமா...?"

"அவங்க வீட்ல என்னை பிடிக்கலனு சொன்னா.. ஆனா அது உண்மையான்னு தெரியாது."

"அது தெரியாத காரணத்தாலதானே இன்னமும் நீங்க மாயாகிட்டே சண்டை போட்டுகிட்டு இருக்கீங்க போலிருக்கு...

ஃப்ளைட்ல வரும்போது வாக்குவாதம் பண்ணியிருக்கீங்க. இல்லையா...?"

"ஆமா..."

"அந்த உண்மையான காரணம் எனக்குத் தெரியும்."

சந்தோஷ் நிமிர்ந்து உட்கார்ந்து கண்கள் முழுவதும் ஆச்சர்யத்தை நிரப்பிக் கொண்டான்.

"என்னது... காரணம் உங்களுக்குத் தெரியுமா...?"

"தெரியும்... ஆனா சொன்னா அது உங்க மனசுக்கு கஷ்டமாயிருக்கும் பரவாயில்லையா...?"

"பரவாயில்லை... தினம் தினம் அதை நினைச்சு நினைச்சு மனஉளைச்சல் படறதைக் காட்டிலும் காரணம் என்னன்னு தெரிஞ்சுகிட்டா மனசு நிம்மதியாயிடும். என்ன காரணம் சொல்லுங்க..."

சைந்தவி தன்னுடைய செல்போனை எடுத்து காலரி ஆப்ஷனுக்குப் போய் அங்கே பதிவாகியிருந்த போட்டோக்களில் ஒன்றை பெரிதாக்கிக் காட்டினாள்.

"இந்தப் போட்டோ இருபத்தஞ்சு வருஷத்துக்கு முன்னாடி எடுத்த போட்டோ. இதில் உங்கப்பாவும் உங்க அம்மாவும் இருக்காங்க. உங்க அம்மாவோட மடியில ஏழு வயசு பையனாய் உட்கார்ந்துட்டி(ருக்கிறது நீங்கதானே...?"

சந்தோஷ் போட்டோவைப் பார்த்துவிட்டு தலையை ஆட்டினான்.

"ஆமா இது நான்தான். இந்தப் போட்டோ உங்களுக்கு எப்படி கிடைச்சது."

"சொல்றேன்... அதுக்கு முன்னாடி இந்தப் போட்டோவையும் பார்த்துடுங்க..."

சைந்தவி காலரியில் இருந்த இன்னொரு போட்டோவையும் ஜூம் செய்து காட்டினாள்.

"இப்ப இந்தப் போட்டோவை பாருங்க..."

பார்த்தவன் லேசாய் துணுக்குற்றான். சைந்தவி கேட்டாள்.

"இந்த போட்டோல யார் யார் இருக்காங்க...?"

"என்னோட அப்பாவும், பக்கத்துல இன்னொரு பொண்ணு... அவ மடியில ஒரு அஞ்சு வயசு பெண் குழந்தையும் இருக்கு..."

"உங்கப்பாவுக்குப் பக்கத்துல உட்கார்ந்திருக்கிற அந்த பொண்ணு யார்ன்னு தெரியுதா...?"

"தெ...தெரியலை..."

"மடியில உட்கார்ந்திருக்கிற பெண் குழந்தையோட முகத்தைப் பாருங்க. யாருடைய ஜாடையாவது தெரியுதா...?"

சந்தோஷ் உற்றுப் பார்த்துவிட்டு "மா...மாயா மாதிரி தெரியுது" என்றான்.

"மாயாவேதான்...!"

"அ...அ...அப்படீன்னா?"

"ஒண்ணும் ஒண்ணும் ரெண்டுங்கிற மாதிரி உங்களுக்கு இப்போ எல்லாம் புரிஞ்சு இருக்கணுமே...? உங்கப்பாவுக்கு இருபத்தஞ்சு வருஷத்துக்கு முன்னாடி ரெண்டு குடும்பம் இருந்திருக்கு... ஒரு குடும்பம் சென்னையில. அது உங்க குடும்பம். இன்னொரு குடும்பம் ஸ்ரீரங்கத்துல அது மாயாவோட குடும்பம். இதெல்லாம் உங்களுக்குத் தெரிய நியாயமில்லை. ஏன்னா உங்களுக்கெல்லாம் விபரம் புரியற வயசு வர்றதுக்குள்ளே உங்க அப்பா, உங்க அம்மா மாயாவோட அம்மா மூணு பேரும் இறந்துட்டாங்க. மாயாவுக்கு அண்ணன் ஒருத்தன் இருந்ததாலே மாயா ஸ்ரீரங்கத்துல இருந்து அண்ணனோட ஆதரவுல படிச்சு சென்னைக்கு வந்து செட்டிலாயிட்டா..."

"மை... குட்னஸ்!" சந்தோஷ் பெருமூச்சொன்றை விட்டபடி நெற்றியைப் பிடித்துக்கொள்ள சைந்தவி தொடர்ந்து பேசினாள்.

"காலம் நினைச்சா எதையும் செய்யும்ன்னு சொல்வாங்க. உங்க விஷயத்துல அதுதான் நடந்திருக்கு. நல்லவேளையா என்னோட அப்பாவுக்கு உங்க அப்பாவோட ரெட்டைக் குடும்ப வாழ்க்கை தெரிஞ்சதால அந்த உண்மை எனக்குத் தெரிஞ்சது.

ரெண்டு வருஷத்துக்கு முன்னால நான் மாயாவை தனியாய் கூட்டிட்டு போய் விஷயத்தைச் சொன்னப்ப அவ அப்படியே இடிஞ்சு போயிட்டா. நான் மட்டும் அவளுக்கு சரியான நேரத்துல ஆறுதல் சொல்லி கவுன்சிலிங் கொடுக்காமே இருந்திருந்தா... அவ தற்கொலை முடிவுக்குப் போயிருப்பா... மாயா பழைய மாயாவா மாற ரெண்டு மாசம் பிடிச்சது.”

சைந்தவி பேசிக்கொண்டிருக்க சந்தோஷ் ஒரு வறட்டு புன்னகையோடு அவளை கையமர்த்தினான்.

“போதும்... சைந்தவி! இப்ப எல்லாம் எனக்கு புரியுது...”

“இந்த உண்மை உங்களுக்கு என்னிக்குமே தெரியக் கூடாதுங்கிறதுதான் மாயாவோட விருப்பம். ஆனா எனக்குத்தான் மனசு கேட்கலை. எல்லாத்தையும் உங்ககிட்டே சொல்லிட்டேன். இந்த விஷயம் மாயாவுக்குத் தெரிய வேண்டாம்.”

“நான் சொல்லமாட்டேன்... இனிமேல நான் மாயாவை எங்கே சந்திச்சாலும் சரி, ஒரு ‘ஹாய்’ மட்டும் சொல்லிட்டு போயிட்டேயிருப்பேன்.”

“தட்ஸ் குட்... நான் கிளம்பட்டுமா சந்தோஷ்.”

சைந்தவி ஒரு புன்னகையோடு எழுந்து அறையைவிட்டு வெளியேறிவிட கதவைச் சாத்திக்கொண்டு உள்ளே வந்தான் சந்தோஷ்.

சோஃபாவுக்கு சாய்ந்து கொண்டு கண்களை மூடிக் கொண்டான்.

அந்த விநாடியிலிருந்து மனசுக்குள் இருந்த ஃப்ளாஷ்பேக் குப்பைகள் எரிந்து சாம்பலாக ஆரம்பித்தன.

சிறுகதை

நண்பன் என்பவன்...

சந்தோஷ் புனல்வடிவ கண்ணாடி டம்ளரில் ததும்பிய பொன்னிற விஸ்கியைத் துளித்துளியாய் தொண்டையில் இறக்கிக் கொண்டே, தனக்கு முன்பாய் பீங்கான் தட்டிலிருந்த சிக்கன் லெக்பீஸை எடுத்து வாய்க்கு கொடுத்த விநாடி, தனக்கு எதிரேயிருந்த நாற்காலியில் யாரோ வந்து அமர்வதை உணர்ந்து நிமிர்ந்து பார்த்தான்.

பார்த்தவனின் விழிகளில் மெதுவாக வியப்பு பரவியது.

"டேய் பிரசாத்... நீயா...?"

அழகான அந்த பிரசாத் இறுகிப்போன முகத்தோடு தலையசைத்தான்.

"நானேதான்டா..."

"என்னடா... நீயெல்லாம் பார்க்கு வந்திருக்கே...?"

"ஏன் நான் வரக்கூடாதா...?"

"உனக்குத்தான் இந்தப் பழக்கமெல்லாம் இல்லையே...?"

"இனிமே பழகிட்டா போச்சு..."

சந்தோஷ் சுற்றும்முற்றும் பார்த்தான். அந்த இரவு நேர பார் ஹாலில் மிதமான கூட்டம் தெரிய பேரர்கள் பவ்யமாய் சர்வ் செய்து கொண்டிருந்தார்கள். சீலிங் ஸ்பீக்கர்களிலிருந்து மேற்கத்திய இசை வழிந்தது.

கையில் இருந்த விஸ்கி டம்ளரை தள்ளி வைத்த சந்தோஷ் குரலைத் தாழ்த்தியபடி கேட்டான்.

"பிரசாத்... உனக்கு என்னடா பிரச்னை...? உன்னை ஸ்கூல் டேஸிலிருந்து எனக்குத் தெரியும். சிகரெட், டிரிங்க்ஸ்ன்னு எந்தப் பழக்கமும் உனக்குக் கிடையாது. பீடா கூட வேண்டாம்ன்னு சொன்னவன் நீ. ஆனா இன்னிக்கு நீ இங்கே வந்திருக்கே... ம்ம்ம் ஆச்சரியமான விஷயம்தான். எனக்கு குடிப்பழக்கம் இருக்குன்னு தெரிஞ்ச நாளிலிருந்து என்னை ஒரு டிஸ்டன்ஸ் 'கீப் அப்' பண்ணி ஃப்ரண்ட்ஷிப்பை கண்டினியூ பண்ணிகிட்டு இருக்கே. அது சம்பந்தமா எனக்கு கொஞ்சம் மனவருத்தம் இருந்தாலும், அதையெல்லாம் பொருட்படுத்தாமே உன்னை நினைச்சு நான் பெருமைப்பட்டிருக்கேன். நட்பையும் விட்டு கொடுக்காமே அதே நேரத்துல, என்னைத் திருத்தவும் முயற்சி எடுத்துகிட்டே. ஆனா நான்தான் இந்தப் பழக்கத்திலிருந்து விடுபட முடியாமே இன்னமும் வந்துட்டிருக்கேன்."

பிரசாத் கையமர்த்தினான்.

"டேய் சந்தோஷ்... ஒருத்தன் குடிக்க வர்றான்னா அதுக்குப் பின்னாடி ஒரு சரியான காரணம் இருக்கப் போய்த்தான் குடிக்க வர்றான். அதுல ஒண்ணும் தப்பு இருக்கிற மாதிரி எனக்குத் தெரியலை."

"என்னடா இப்படி பேசறே?"

"மனசு சரியில்லைடா."

"மனசு சரியில்லையா... யார் கூட உனக்கு என்ன பிரச்னை...?"

"பிரச்னையே என்னோட ஓய்ஃப்தான்."

"என்னடா சொல்றே... நீ காதலிச்ச பிரதிபாவைத்தான் கல்யாணம் பண்ணிகிட்டே. கல்யாணமாகி ரெண்டு வருஷம்கூட ஆகலை. போன மாசம் உன்னை ஏதேச்சையா பீச்ல பார்த்தப்ப கூட மேரீட் லைஃப் சந்தோஷமா போயிட்டிருக்குன்னுதானே சொன்னியே?"

"அப்ப சொன்னேன்... இப்ப அப்படியில்லை."

"சரி... உங்க ரெண்டு பேர்க்குள்ளே அப்படி என்னதான் பிரச்னை...?"

"மொதல்ல எனக்கொரு பீர் ஆர்டர் பண்ணு. அது உள்ளே போனாத்தான் நான் நார்மலுக்கு வருவேன். பிரச்னை என்னன்னு அப்புறமாத்தான் சொல்லமுடியும்."

சந்தோஷ் தன் கையை உயர்த்தி சுவரோரமாய் நின்றிருந்த அந்த பேரரைக் கூப்பிட்டான்.

அவர் பக்கத்தில் வந்து பவ்யமாய் குனிந்து "எஸ்... ஸார்" என்றார்.

"ஒரு ஸ்ட்ராங்க் பீர்."

"எனி சைட் டிஷ் ஸார்...?"

"பெப்பர் சிக்கன்."

பேரர் தலையசைத்துவிட்டு நகர்ந்துபோக சந்தோஷ் டம்ளரில் இருந்த விஸ்கியை ஒரு வாய் விழுங்கிவிட்டு பிரசாத்தின் கையைத் தொட்டான்.

"பிரசாத்...! குடிக்கிறது தப்புன்னு சொன்ன எத்தனையோ பேர.. இதே பார்ல நான் பலதடவை பார்த்திருக்கேன். மதுபழக்கத்துக்கு எதிரா விழிப்புணர்வு போராட்டம் நடத்துன அரசியல் தலைவர் ஒருவர் அடையாளம் தெரியாத அளவுக்கு தலைக்கு விக்கை மாட்டிகிட்டு வந்து அதோ அந்த மூலையோர மேஜையில் உட்கார்ந்து ராத்திரி பதினோரு மணிவரைக்கும் இருந்து நிதானமாய் சாப்ட்டுட்டு போவார். என்னைப் பொறுத்தவரைக்கும் டிரிங்க்ஸ் சாப்பிடறது தப்பில்லை. ஆனா அதை நம்ம கண்ட்ரோலுக்குள்ளே வெச்சுக்கணும்... ஆனா நீ இங்கே வந்தது எனக்கு பெரிய ஷாக்."

“இதோ பார்ரா... உன்னோட கதாகாலட்சேபத்தைக் கேட்கிறதுக்காக நான் இங்கே வரலை... எது நல்லது எது கெட்டதுன்னு எனக்கும் தெரியும்... எனக்கு இப்ப வேண்டியது பீஸ் ஆஃப் மைண்ட்.”

“சரி சரி நீ இப்போ மூட் அவுட்ல இருக்கே... நான் ஒண்ணும் பேசலை...” சொன்ன சந்தோஷ் டம்ளரில் மீதமிருந்த விஸ்கியை சிறிது சிறிதாக தொண்டையில் வார்த்துக் கொண்டு, பீங்கான் கிண்ணத்தில் இருந்த சில்லி ஃப்ரைடு முந்திரி இரண்டை எடுத்து வாயில் போட்டுக் கொண்டான்.

பேரர் பீர் பாட்டிலோடு வந்தார்.

தட்டிலிருந்த ஒரு நீள் செவ்வக கண்ணாடி டம்ளரை எடுத்து பிரசாத் முன்பாக வைத்துவிட்டு அதில் நிதானமாய் பீரை ஊற்றினார். சைட் டிஷ் ட்ரேயை அவன் பக்கமாய் நகர்த்தியவர் பவ்யமாய் குனிந்து கேட்டார்.

“எனிதிங் எல்ஸ் சார்...?”

“வில் கால் இஃப் வான்ட் எனிதிங்!” சந்தோஷ் சொல்லிவிட்டு பிரசாத்தைப் பார்த்தான்.

“ம்... சாப்பிடு... முதல் ரெண்டு கல்ப் விழுங்க கஷ்டமாயிருக்கும். அப்புறம் பழகிடும்... பெப்பர் சிக்கன் வந்துட்டா கச்சேரி இன்னும் களை கட்டிடும்...”

பிரசாத் சில்லென்று இருந்த பீர் டம்ளரை எடுத்து ஒரு வாய் விழுங்கிவிட்டு உடம்பை உதறிக் கொண்டான்.

“என்னடா இவ்வளவு கசப்பாயிருக்கு...?”

“ஸ்ட்ராங்க் பீர்ன்னா அப்படித்தான் இருக்கும். உனக்கு பிடிக்கலைன்னா வெச்சுடு...”

“இல்ல... நான் சாப்பிடறேன்.” சொன்ன பிரசாத் டம்ளரை உதட்டுக்கு பிடிவாதமாய் கொடுத்து கண்களை இறுக மூடிக்கொண்டு ‘மடமட’வென குடித்தவன், வெள்ளரிக்காய் துண்டம் ஒன்றை எடுத்து மென்றான்.

சந்தோஷ் சிரித்தான்.

“ஒண்ணும் அவசரமில்லடா மெதுவா ‘சிப்’ பண்ணி குடி... அப்பத்தான் ரத்தம் சூடாகி கொஞ்சம் கொஞ்சமாய் சந்தோஷம் தெரியும். நான் வேணா இப்படி ஒரே மூச்சில குடிக்கலாம். ஆனா நீ இந்த விஷயத்துல எல்.கே.ஜி.... மெதுவாத்தான் குடிச்சுப் பழகணும். ஆர்வக் கோளாறுல ஒரேடியாய் இப்படி சாப்பிட்டா வாமிட் எடுக்க வேண்டியிருக்கும்.”

“பயப்படாதே...! எனக்கொண்ணும் ஆகாது.” சொன்ன பிரசாத் பாட்டிலில் இருந்த மீதி பீரை டம்ளரில் ஊற்ற ஆரம்பித்தான்.

“சரி... இப்பவாவது உன்னோட பிரச்னையை சொல்லலாமில்லையா...?”

“சொல்றேன்... பிரதிபா ரொம்பவும் பிடிவாதம் பிடிக்கிறா...”

“எதுக்குப் பிடிவாதம்...?”

“அவ சொன்னபடி... நான் நடந்துக்கணுமாம்.”

“அப்படி என்ன சொல்றா...?”

“நான் இப்ப பார்க்கிற ஐ.டி வேலையை ரிசைன் பண்ணச் சொல்றா...”

“பண்ணிட்டு...?”

“பிசினஸ் ஆரம்பிக்கணுமாம்...”

“என்ன பிசினஸ்...?”

“ஃபர்னீச்சர் அண்ட் இண்டீரியர் டெக்கரேட்டிங்....”

“அடப்பாவி...! திடீர்னு எதுக்காக இப்படியொரு முடிவு?”

“ஐ.டி ஃபீல்ட் இப்பவே சரியில்லையாம். இனி போகப்போக ஏ.ஐ டெக்னாலஜியினால எதிர்காலத்துல வேலைவாய்ப்பு சுத்தமாய் இருக்காதாம். வேலையில இருக்கிறவங்களும் வீட்டுக்கு போக வேண்டி வருமாம். அதனால இப்பவே ஒரு பிசினஸை ஸ்டார்ட் பண்ணினா நல்லது. நல்லா சம்பாதிக்கலாம்.. யாருக்கும் கைகட்டி வாழ வேண்டியதில்லைன்னு சொல்றா....ஒரு வாரமா

இந்த பிரச்னை போயிட்டிருக்கு. எனக்கு அந்த பிஸினஸ்ல ஒரு மண்ணும் தெரியாது...”

“சரியாப் போச்சு... எதுக்கு இந்த தேவையில்லாத பயம்...?”

“நானும் இதையேத்தான் சொன்னேன். அவ தன்னோட முடிவில் உறுதியாய் இருக்கா. இன்னிக்கு நான் ஆபீஸிலிருந்து வந்ததுமே இந்த டாபிக்கைப் பத்தி பேச ஆரம்பிச்சா. சாதாரணமா பேசிட்டிருந்தது ஒரு கட்டத்துல எமோஷனலாகி கத்த ஆரம்பிச்சுட்டா. என்னாலேயும் கோபத்தை கண்ட்ரோல் பண்ணமுடியலை. டீபாய் மேலிருந்த ஃப்ளவர்வாஸை எடுத்து ஓங்கி தரையில அடிச்சுட்டு வெளியே வந்துட்டேன். கொஞ்ச நேரம் பீச்ல போய் உட்கார்ந்திருந்தேன். மனசுக்கு அமைதி கிடைக்கலை. அதான் பார்க்கு வந்து ஒரு பீர் சாப்பிட்டு போலாம்ன்னு...”

சந்தோஷ் வாய்விட்டுச் சிரித்தான்.

“மனசுல காயம்பட்டவங்க யாரா இருந்தாலும் சரி, கடைசியில் இது மாதிரியான இடத்துல நுழைஞ்சு, அரையிருட்டுல உட்கார்ந்து ஒரு ஸ்மால், லார்ஜ், இல்லேன்னா அட்லீஸ்ட் ஒரு பீர் சாப்பிட்டாத்தான் அந்த ஸ்ட்ரெஸ்ஸிலிருந்து ரிலீஃப் கிடைக்கும்.”

“நீ சொன்னது உண்மைதான்... ஒரு கிளாஸ் பீர் உள்ளே போனதுமே கனமா இருந்த மனசு லேசான மாதிரி ஃபீலிங்...”

“மீதியையும் முடிச்சுடு... ஒட்டுமொத்த உடம்பும் இலவம் பஞ்சு மாதிரி மாறிடும்.”

மறுபடியும் பேரர் வந்து ஒரு சிறிய ப்ளேட்டில் பெப்பர் தூவிய சிக்கன் ப்ளேட்டை மேஜையின்மீது வைத்துவிட்டு, பாட்டிலில் இருந்த மீதி பீரை டம்ளரில் நிரப்பிவிட்டு போனார்.

பிரசாத் டம்ளரை எடுக்க முயன்ற விநாடி செல்போன் டயல்டோனை வெளியிட்டது.

போனை எடுத்து பார்த்தவன் அதை உடனே கட் செய்துவிட்டு ஒரு பெருமூச்சோடு நெற்றியைப் பிடித்துக்கொண்டான்.

“போன்ல யார்ரா?”

“ஒய்ஃப்தான்.”

“பேச வேண்டியதுதானே... ஏன் கட் பண்ணினே...?”

“போனை அட்டெண்ட் பண்ணியிருந்தா மறுபடியும் சண்டை போட வேண்டியிருக்கும். என்ன பேச்சு பேசறா தெரியுமா... சந்தோஷ்...? இப்பதான் எனக்கு புரியுது....நான் காதலிக்கும்போது இருந்த பிரதிபா வேற, இப்ப இருக்கிற பிரதிபா வேற.”

“டேய்...! ஒரு உண்மை தெரியுமா உனக்கு! காதலியா இருக்கும்போது ஒளிவுமறைவாய் இருக்கிற உரிமை அவ மனைவியான பின்னாடிதான் முழுசா எட்டிப் பார்க்குமாம். உன்னோட விஷயத்திலும் அதுதான் நடந்திருக்கு...”

“அந்த பாச்சா எல்லாம் என்கிட்ட பலிக்காது. அவளை ஆரம்பத்திலேயே தட்டி வைக்கணும்.” சொன்ன பிரசாத் டம்ளரில் இருந்த பீரை எடுத்து முழுவீச்சில் குடித்துவிட்டு ஒரு பெப்பர் சிக்கன் துண்டை எடுத்து வாய்க்குள் போட்டுக்கொண்டு நாற்காலிக்கு சாய்ந்து உட்கார்ந்தான்.

இரவு மணி பத்து முப்பது.

அழைப்புமணியின் சத்தம் கேட்டு டி.வி பார்த்துக் கொண்டிருந்த பிரதிபா எழுந்துபோய் கதவைத் திறந்தாள்.

வெளியே வாசற்படியில் சந்தோஷ் நின்றிருந்தான்.

பவித்ரா லேசாய் முகம் மாறி கம்மிப்போன குரலில் “வாங்க.... இந்த நேரத்துல....” என்று சொல்லிவிட்டு தயக்கத்தோடு முனகினாள்.“அவர் வீட்ல இல்லை... ஏதோ வேலையாய் வெளியே போனவர் இன்னும் வரலை.”

“தெரியும்....” என்றான் சந்தோஷ்.

“தெரியுமா...?”

“நடந்த விஷயமெல்லாம் எனக்குத் தெரியும். பிரசாத்தை கூட்டிகிட்டுதான் வந்திருக்கேன்.”

“எ... எ... என்னது கூட்டிகிட்டு வந்திருக்கீங்களா...?”

"ஆமா" என்று சொன்னவன் வீட்டுவாசலில் நின்றிருந்த தன்னுடைய காரைக் காட்டினான்.

"பிரசாத் இப்போ... போதை மயக்கத்துல கார்க்குள்ளே இருக்கான்."

பவித்ராவின் உடம்பு பதட்டத்துக்கு உட்பட்டது.

"போதையா... அவர்க்கு குடிப்பழக்கம் கிடையாதே...?"

"நேத்துவரைக்கும் கிடையாதுன்னு சொல்லுங்க... பவித்ரா. ஆனா இன்னியிலிருந்து பீர்ல ஆரம்பிச்சிருக்கான். அதுவும் வழக்கமா நான் போற பார்க்கே வந்து என்கூடவே உட்கார்ந்து சாப்பிட்டிருக்கான். முதல்தடவையா சாப்பிட்டதால அவனால உட்காரக்கூட முடியலை. அதான் அவன் வந்த காரை ஹோட்டலிலேயே விட்டுட்டு என் கார்ல கூட்டிட்டு வந்துட்டேன். காரோட பின்சீட்ல படுக்க வெச்சிருக்கேன். வந்து ஒரு கைபிடிங்க... மெல்ல நடத்தி கூட்டிட்டு வந்துடலாம்..."

பவித்ரா தவிப்போடு சந்தோஷ்க்கு முன்பாக காரை நோக்கி ஓடிப்போய் காரின் பின்பக்கக் கதவைத் திறந்தாள்.

பிரசாத் இரண்டாய் மடங்கி ஒரு ப்ராக்கெட் குறி போல் படுத்து சன்னமாய் குறட்டைவிட்டு தூங்கிக் கொண்டிருந்தான்.

"எ...எ...என்னங்க..." அழுகை கலந்த குரலோடு அவனுடைய தோளைப்பற்றி உசுப்ப, பின்னால் வந்து நின்ற சந்தோஷ் "அவனை எழுப்பாதீங்க... தூக்கக் கலக்கத்துல இருக்கும்போதே மெல்ல நடத்தி கூட்டிட்டுப்போய் பெட்ல படுக்க வெச்சுடலாம். அரைகுறையா நினைவு திரும்பிட்டா உளற ஆரம்பிச்சுடுவான்."

இருவரும் சேர்ந்து பிரசாத்தை காரின் பின்சீட்டிலிருந்து இழுத்து நிற்க வைத்து, தங்களின் தோள்கள்மீது சாய்த்துக்கொண்டு வீட்டை நோக்கி நிதானமாய் நடக்க ஆரம்பித்தார்கள்.

லேசாய் கண்விழித்த பிரசாத் தூக்கக் கலக்கத்தில் குழறினான்.

"ழேய்... சந்ந்தோஷ்ஷ்ஷ்... எங்கடா... என்னை... கூட்டிட்டு போறே...?"

"என்னோட வீட்டுக்குத்தாண்டா... பேசாமே வா."

தள்ளாடி தள்ளாடி நடந்து விழப்போனவனை தாங்கித் தாங்கிப் பிடித்து மூச்சிரைக்க வாசற்படிகளில் ஏற்றி படுக்கையறைக்குள் நுழைந்தார்கள். கட்டிலில் படுக்க வைத்தார்கள்.

பவித்ரா ஒரு போர்வையை எடுத்து அவன் மீது போர்த்துவிட்டு இரண்டு கைகளாலும் முகத்தை மூடிக்கொண்டு அழ ஆரம்பித்துவிட சந்தோஷ் மெல்ல குரல் கொடுத்தான்.

"பவித்ரா ... அவன் தூங்கட்டும்...விடுங்க! நான் உங்ககிட்ட கொஞ்சம் பேசணும்... வாங்க முன்னாடி இருக்கிற ஹாலுக்குப் போயிடலாம்."

போனார்கள்.

சோபாவில் எதிர் எதிரே உட்கார்ந்தார்கள்.

சந்தோஷ் சில விநாடிகள் மௌனமாய் இருந்துவிட்டு பேச்சை ஆரம்பித்தான்.

"உங்களுக்கும் பிரசாத்துக்கும் இடையே இருந்த பிரச்னை என்னன்னு எனக்குத் தெரியும். அவன் எல்லாத்தையும் சொல்லிட்டான்."

பவித்ரா சேலைத்தலைப்பால் கண்களில் நிரம்பிய நீரை ஒற்றிக்கொண்டே குரல் தழுதழுத்தாள்.

"நான் அவரோட நல்லதுக்குத்தான் சொன்னேன்."

"பவித்ரா... நீங்க சொன்னதுல எந்தத் தப்பும் இல்லை. ஆனா அதைச் சொல்ல வேண்டிய நேரத்துல சொல்லியிருக்கணும். பிரசாத் வேலை செய்யற கம்பெனி பிரபலமான ஒரு மல்டி நேஷனல் கம்பெனி. உலகம் பூரா ஒன்றரை லட்சம் பேர் வேலை செய்யறாங்க. கம்பெனியோட பங்கு மதிப்பு உச்சத்துல இருக்கு... கடந்த பல வருஷமா அது நாளுக்குநாள் உயர்ந்துகிட்டேதான் போகுது.. இன்னும் போகும்னு பொருளாதார நிபுணர்கள் மதிப்பீடு பண்ணியிருக்காங்க. எவ்வளவு பெரிய பொருளாதாரச் சிக்கல் வந்தாலும் கம்பெனியோட வளர்ச்சிக்கு எந்த ஒரு பாதிப்பும் ஏற்படப் போறதில்லை.

அதுவுமில்லாமே பிரசாத்தை நம்பி அந்த கம்பெனி நிர்வாகம் ஒரு பெரிய ப்ராஜக்ட்டை கொடுத்திருக்கு. அந்த ப்ராஜக்ட்டை சக்சஸ் பண்ணி காட்டிட்டா அவனுக்கு வி.பி போஸ்ட் நிச்சயமாய் கிடைச்சுடும். இப்படிப்பட்ட வாய்ப்பு இருக்கிற நேரத்துல வேலையை ரிசைன் பண்ணிட்டு தெரியாத பிசினஸ் ஒண்ணை ஆரம்பிக்கச் சொன்னா யார்க்குத்தான் கோபம் வராது சிஸ்டர்...? நீங்களே சொல்லுங்க."

பிரதிபாவின் கண்களில் நீர் உடைப்பெடுத்துக் கொள்ள சந்தோஷ் ஏறிட்டாள்.

"நீங்க இப்ப சொன்ன இந்த கோணத்தை நான் யோசிச்சுப் பார்க்கவேயில்லை. என் ஃப்ரண்ட் ஒருத்தியோட ஹஸ்பண்ட் தான் பார்த்துட்டிருந்த கவர்ன்மெண்ட் ஜாப்பை ரிசைன் பண்ணிட்டு ஃபர்னீச்சர் மார்ட் ஒண்ணை தாம்பரத்துல ஆரம்பிச்சு... அஞ்சே வருஷத்துல பெரிய அளவுல வளர்ந்து இன்னிக்கு பி.எம்.டபிள்யூ கார், ஈ.சி.ஆர்ல பங்களான்னு உச்சதுக்குப் போயிட்டார்... அதை மனசுல வெச்சுகிட்டுதான்...அவர்கிட்டே பேசினேன். அதை தப்பா எடுத்துகிட்டு மனசு உடைஞ்சு போய் குடிக்கிற அளவுக்கு போவார்ன்னு நான் நினைச்சே பார்க்கலை. நான் அவர்கிட்டே ஆர்க்யூ பண்ணியிருக்கக்கூடாது."

சந்தோஷ் தன் உதட்டோரம் புன்னகையைத் தவழவிட்டபடி சொன்னான்.

"நான் இப்போ உங்களுக்கு ஒரு சந்தோஷமான விஷயத்தைச் சொல்லட்டுமா...?"

"என்ன...?"

"பிரசாத் குடிச்சது ஆல்கஹால் கலக்காத சாதாரண பீர். வெறும் ஓட்ஸ் தண்ணிதான் மாதிரிதான். அவன் பீர்க்கு ஆர்டர் பண்ணுன்னு என்கிட்ட சொன்னதும், நான் எனக்கு பழக்கமான பேரரைக் கூப்பிட்டு, கண்ஜாடை காட்டி 'ஸ்ட்ராங் பீர்' கொண்டு வான்னு சொன்னேன். பேரரும் அதைப் புரிஞ்சுகிட்டு நான்-ஆல்கஹாலிக் பீரை கொண்டு வந்தார். இந்த வகையான பீரைக் குடிச்சா சில

பேர்க்கு முதல் தடவை தூக்கம் வந்துடும். உளவியல்ரீதியா அந்தத் தூக்க கலக்கமே அவங்களுக்கு போதை மாதிரி தெரியும்.

நான் குடிப்பழக்கத்துக்கு அடிமையான மாதிரி பிரசாத்தும் அடிமையாகக்கூடாதுன்னு அப்படி பண்ணினேன். இன்னிக்கு ராத்திரி பூராவும் அவன் நல்லாத் தூங்குவான். பார்ல அவன் என்கூட இருந்த ரெண்டுமணி நேரத்துல அவனுக்கு புத்திமதி சொல்லியிருக்கேன். அது எப்படி ஒர்க்அவுட் ஆகும்ன்னு எனக்குத் தெரியலை. நீங்க ரெண்டு பேருமே நல்லா படிச்சவங்க. ஒரு வருஷம் லவ்வர்ஸ்ஸா இருந்துட்டுதான் கல்யாணம் பண்ணியிருக்கீங்க. எதைப்பத்தி பேசறதாய் இருந்தாலும் வார்த்தைகளில் நிதானம் இருக்கட்டும். மனசைக் காயப்படுத்தற மாதிரியான கூர்மை வேண்டாம். சரி....நான் வரட்டுங்களா பவித்ரா!"

சந்தோஷ் எழுந்துகொள்ள பிரதிபா நீர் நிரம்பிய விழிகளோடு தலையசைத்தாள்.

மறுநாள் காலை ஆறரை மணி.

பிரதிபா சமையற்கட்டில் பால்பாக்கெட்டை கட் செய்து பாலை பாத்திரத்தில் ஊற்றிக் கொண்டிருந்தபோது, தன் தோள்பட்டையின் மேல் கைபடுவதை உணர்ந்து திரும்பினாள்.

பிரசாத் கலைந்த தலையோடும், தூக்கம் மிச்சம் இருந்த கண்களோடும் நின்றிருந்தான்.

உதட்டில் உறைந்து போயிருந்த புன்னகை.

"ஸாரி பிரதீ... பிசினஸ் ஆரம்பிக்கிற விஷயத்துல நீ சொன்னதை நான் சரியா புரிஞ்சுக்காமே உன்மேல கோபப்பட்டுட்டேன். பிசினஸ் பண்ணலாம்ன்னு நீ சொன்னது நல்ல யோசனைதான். ஆனா அதுக்கு இன்னும் தயார் ஆகலை... அதனால நாம கொஞ்சம் நிதானமா யோசனை பண்ணி முடிவு எடுக்கலாம்."

பிரதிபா சிரித்தாள்.

"மொதல்ல நான்தான் உங்ககிட்டே ஸாரி சொல்லலாம்னு இருந்தேன். நீங்க முந்திகிட்டீங்க. இன்னும் ஒரு அஞ்சு வருஷமாவது இந்த வேலைல இருங்க. அதுக்கப்புறம் பிசினஸ் ஸ்டார்ட் பண்றதைப்பத்தி யோசிக்கலாம்... சரியா ? போய் ப்ரஷ் பண்ணிட்டு வாங்க. காப்பி போட்டு வெக்கறேன்."

அவளை ஆச்சரியத்துடன் பார்த்துக்கொண்டே "அப்புறம்... இன்னொரு டபுள் ஸாரி." என்றான்.

"அதென்ன டபுள்...?"

"மனசு சரியில்லைன்னா டிரிங்க்ஸ்க்கு போனா ரிலாக்ஸ் ஆகலாம்னு நினைச்சு நானும் நேத்து ராத்திரி பாருக்குப் போயிட்டேன். என் ஃப்ரண்ட் சந்தோஷ் அங்கே இருந்தான். இருந்த டென்ஷன்ல நமக்குள்ள நடந்த விஷயம் எல்லாத்தையும் சொல்லிட்டேன்.... அதுக்கு ஒண்ணு. அப்பறம் வாழ்க்கையில முதல் தடவையா பீர் சாப்ட்டுட்டேன்... அதுக்கு ஒண்ணு. ஆனா பாரு அந்த கடங்காரன் எனக்கு புத்திமதி சொல்லி குடிக்க வேண்டாம்னு சொல்லியிருக்கலாம். அவன்.. இதுதான் சாக்குனு ஸ்ட்ராங் பீர் ஆர்டர் பண்ணி குடிக்க வெச்சுட்டான். ஏதோ விட்டகுறை தொட்ட குறை பழகுன பாவத்துக்கு... ராத்திரி அவந்தான் என்னைக் கூட்டிட்டு வந்து விட்டிருப்பான்னு நினைக்கிறேன். உனக்கு ஏதாவது அட்வைஸ் பண்ணானா?"

"இல்லை..."

"எனக்கு வண்டி வண்டியாய் பண்ணினான். இனிமே அவனைக் கொஞ்சம் தள்ளியே வெக்கணும். இல்லேன்னா என்னையும் அடிக்கடி பார்க்கு வரவழைச்சு குடிக்க வெச்சு குடிகாரனாக்கிவிடுவான்."

பிரதிபா சிரித்தாள்.

"இப்ப எதுக்கு சிரிக்கிறே...?"

"ராத்திரிக்கு சொல்றேன்" என்றாள் பிரதிபா.

சிறுகதை

அமோகா

அந்த மாலை நேரத்தில், ரோபோடிக் கண்காட்சி அரங்கம், உச்சபட்ச உற்சாகத்தில் இருந்தது.

அரங்கத்தின் மேற்கூரைப்பகுதியில் வண்ணமயமான பலூன்கள் காற்றடித்த பக்கமெல்லாம் பறந்து கொண்டிருக்க, பார்வையாளர்கள் எல்லாத் திசைகளிலும் தென்பட்டார்கள்.

சாயாவும் தேஜாவும் தாங்கள் வந்த எலக்ட்ரானிக் அல்ட்ராவயலட் எஃப் 77 காரை, அரங்கத்தின் பார்க்கிங் ஏரியாவில் நிறுத்திவிட்டு, கண்காட்சியின் நுழைவு வாயிலுக்குள் நுழைந்தார்கள்.

வாயிலின் கண்காணிப்பு செல் டவர் அருகே நின்றிருந்த ஒரு ஹ்யூமனாயிட் ரோபோ அவர்களை ஒரு செயற்கை புன்னகை பூத்தபடி நிறுத்தியது.

“நீங்கள் யார் என்பதை முதலில் பதிவு செய்யுங்கள்” என்று சொல்லிக்கொண்டே பென்சில் சைஸில் இருந்த மைக்கை அவர்களுக்கு முன்பாய் நீட்டியது.

முதலில் சாயா பேசினாள்.

"என் பெயர் சாயா. ஆல் இன் ஒன் ரோபோட்ஸ் மேனுபாக்சரிங் யூனிட்டில் ரோபோட் ப்ரோக்ரமராய் பணிபுரிகிறேன். இந்த ரோபோடிக் கண்காட்சியில் இடம்பெற்றிருக்கும் ரோபோக்களில் திறமைவாய்ந்த ரோபோ எது என்று தீர்மானிக்கும் ஐந்து நடுவர்களில் நானும் ஒருத்தி, என்னுடைய ஐ.டி கார்டு எண் 10005."

அதே மைக்கை வாங்கி தேஜா பேசினான்.

"என் பெயர் தேஜா. ஃப்யூச்சர் ஃபேக்ட் என்ற தொழில்நுட்ப நிறுவனத்தில் ரோபோடிக்ஸ் கன்சல்டன்ட்டாக பணிபுரிகிறேன். சாயாவை போலவே நானும் இந்தக் கண்காட்சியில் சிறந்த ரோபோவை தேர்ந்தெடுக்கும் ஐந்து நடுவர்களில் ஒருவன். என்னுடைய ஐ.டி கார்டு எண் 10004."

கம்ப்யூட்டர் திரையை சரிபார்த்த ஹ்யூமானாய்ட் ரோபோட் சில விநாடிகள் வரை மௌனமாய் இருந்துவிட்டு, உள்ளே போகலாம் என்பதற்கு அடையாளமாக தன் கையில் வைத்திருந்த பச்சை நிற லேசர் ஒளிக்கற்றையை உயர்த்திக் காட்டியது.

இருவரும் உள்ளே நுழைந்தார்கள்.

அந்த மாலை வேளையிலும் எலக்ட்ரானிக் விளக்குகள் உமிழ்ந்த வெளிச்சத்தில் கண்காட்சி வளாகம் முழுவதும் ஒரு நடுப்பகலைப் போல் காட்சியளித்தது.

ஆயிரத்துக்கும் மேற்பட்ட பார்வையாளர்கள் எல்லா ரோபோ அரங்ககளுக்கு முன்பாக சின்னச்சின்ன வரிசைகளில் காத்திருந்தார்கள்.

சாயாவும் தேஜாவும் ஒரு அரங்கைக் கடந்தபோது பார்வையாளர்கள் பேசிக் கொள்வது காதில் விழுந்தது. "பதினான்காவது அரங்கில் உள்ள 'ஆப்டிமஸ் வெர்ஸன்' என்கிற ஒரு ரோபோதான் இந்த முறை சிறந்த ரோபோவாக தேர்ந்து எடுக்கப்பட போகிறது. என்ன ஒரு புத்திசாலித்தனம்? அதனுடைய செயல்பாடுகளைப் பார்க்கும்போது உண்மையிலேயே பிரமிப்பாய் இருந்தது."

"எனக்கு அப்படித் தோன்றவில்லை. என்னுடைய கணிப்பு எட்டாவது அரங்கில் இருக்கும் ஏஞ்சல் என்கிற ரோபோதான். என்ன பந்தயம்...?"

சாயா தேஜாவைப் பார்த்து மெலிதாய் புன்னகை பூத்தபடி கேட்டாள்.

"தேஜா... அவர்கள் பேசுவதை கவனித்தாயா?"

"ம்...கவனித்தேன்.இந்தரோபோட்டிக்கண்காட்சிநடத்துவதின் நோக்கமே 'பெட்டிங்' மூலம் பணம் சம்பாதிப்பதுதானே...?"

"இந்த முறை சிறந்த ரோபோவைத் தேர்ந்தெடுப்பது சற்று சிரமமாகத்தான் இருக்கும் என்று நினைக்கிறேன்."

"எனக்கும் அப்படித்தான் தோன்றுகிறது. உன்னையும் என்னையும் தவிர இன்னமும் மூன்று பேர் தேர்ந்தெடுக்கும் நடுவர் குழுவில் இருக்கிறார்கள். அவர்களின் எண்ண ஓட்டம் எப்படியிருக்கிறது என்று நமக்குத் தெரியாது."

இருவரும் பேசிக்கொண்டே கண்காட்சியின் கட்டுபாட்டு அறைக்கு வந்தார்கள். விழாவின் ஒருங்கிணைப்பாளர் பிரிட்டோ அவர்களைப் பார்த்ததும் "இப்போதுதான் உங்களைப் பற்றி நினைத்தேன்." என்றார்.

"ஸாரி... கொஞ்சம் தாமதம் ஆகிவிட்டது."

"பரவாயில்லை... நடுவர் குழுவில் இருக்கும் மற்ற மூன்றுபேரும் சில நிமிடங்களுக்கு முன்புதான் வந்தார்கள். உங்களுக்காகத்தான் காத்துக் கொண்டு இருக்கிறார்கள்."

"எந்த அறை...?"

"பதினோராவது மாடியில் முதல் அறை."

மாயாவும், தேஜாவும் ஹைட்ராலிக் லிஃப்ட் மூலம் பயணித்து, பதினோராவது மாடியில் வெளிப்பட்டு முதல் அறைக்குள் நுழைந்தார்கள்.

'எக்ஸலன்ஸ்' ரோபோவைத் தேர்ந்தெடுக்கும் குழுவைச் சேர்ந்த தொழில்நுட்ப பொறியாளர்களான வைகுந்த், காத்ரீனா,

ஜமாஸ் மூன்றுபேரும் 'க்ரெய்ன் ப்ரட்' சாப்பிட்டு ட்ரைல் மிக்ஸ் சூப்பை ஸ்பூனால் உறிஞ்சிக் கொண்டிருக்க, இருவரும் 'ஹாய்' சொல்லி அவர்களுக்கு எதிரே உட்கார்ந்து கொண்டார்கள்.

காத்ரீனா கேட்டாள்.

"ட்ரைல் மிக்ஸ் சூப் சாப்பிடுகிறார்களா? புது செஃப் போலிருக்கிறது... அருமையாய் தயாரித்துக் கொடுத்திருக்கிறார்."

"வேண்டாம்... நாங்கள் வரும்போதே ஹைஃபை டேஸ் ரெஸ்டாரெண்டில் இரவு உணவை முடித்துக்கொண்டு வந்துவிட்டோம். பை... த... பை நாம் எப்போது ரோபோட்டிக் அரங்குகளை பார்க்கச் செல்கிறோம்..."

ஜமாஸ் குரலை தாழ்த்தினார்.

"இதோ! கிளம்ப வேண்டியதுதான்... அதற்கு முன்னால் உங்கள் இருவரிடமும் ஒரு விஷயத்தைப் பற்றி பேச வேண்டியிருக்கிறது."

"எதைப் பற்றி...?"

"ரோபோடிக்ஸ் மார்க்கெட்டிங் விவகாரங்களை கவனித்துக் கொண்டிருக்கிறதற்போதைய போர்டு சேர்மன் ஸ்டீவ் கிறிஸ்டோபர் நம் நடுவர் குழுவிடம் ஒரு கோரிக்கை வைத்துள்ளார்."

"என்ன கோரிக்கை...?"

"நாம் ஐந்துபேரும் எக்ஸலென்ஸ் ரோபோட்டை தேர்ந்தெடுக்கும் முடிவில் ஒருமித்த கருத்தோடு செயல்பட வேண்டும் என்று நினைக்கிறார்."

"நீங்கள் சொல்வது எனக்குப் புரியவில்லை."

"புரியும்படியாகவே சொல்கிறேன்... ஸ்டீவ் கிறிஸ்டோபர் சொல்கிற ரோபோட்டைத்தான் எக்ஸலன்ஸ் ரோபோ என்று தேர்ந்தெடுக்க வேண்டுமாம்."

"ஏன் இப்படி ஒரு வேண்டுகோள்...?"

"வேறு எதற்கு...? அந்த 'ரோபோட்'டை மார்க்கெட்டிங் செய்து உலக சந்தையில் நல்லவிலைக்கு விற்பனை செய்யத்தான்."

"சரி, இந்தக் கண்காட்சியில் யாருடைய ரோபோட்டை எக்ஸ்லென்ஸ் ரோபோட்டாக தேர்ந்தெடுக்கச் சொல்கிறார்...?"

"ஸ்டேன்ஃபோர்ட் யூனிவர்சிடியில் படித்த சீனாவைச் சேர்ந்த பொறியியல் விஞ்ஞானி ஷியான் குவான் உருவாக்கியுள்ள ஹ்யூமன் ப்ளஸ் ரோபோ 2025வைச் சொல்கிறார். அந்த ரோபோவை நம்முடைய குழு தேர்ந்தெடுக்கும் பட்சத்தில் நமக்கு 5 லட்சம் அமெரிக்க டாலர் அன்பளிப்பாக தருவதாக உறுதி தருகிறார்."

"இதற்கு நீங்கள் என்ன பதில் சொன்னீர்கள்...?"

"உங்களுடைய கோரிக்கையை ஏற்க முடியாது என்று சொல்லிவிட்டோம். நாங்கள் சொன்னது சரிதானே...?"

மாயாவும் தேஜாவும் புன்னகைத்தார்கள்.

"ஏன் சிரிக்கிறீர்கள்...?"

"நீங்களே சரியான பதிலைச் சொல்லிவிட்ட பிறகு நாங்கள் சொல்ல என்ன இருக்கிறது...? ஒரு திறமையான கண்டுபிடிப்பை தேர்ந்தெடுக்கும் விஷயத்தில் சிபாரிசு என்கிற வார்த்தைக்கே அங்கு இடமில்லை. அதே நேரத்தில் சீன விஞ்ஞானி ஷியான் குவான் கண்டுபிடித்த ரோபோ உண்மையிலேயே திறமை படைத்ததாக இருந்தால் அதையே தேர்ந்தெடுக்கவும் நாம் தயங்கக்கூடாது."

"சரியாக சொன்னீர்கள்! நாம் இப்போது முதல் வரிசையில் இருக்கும் முதல் அரங்குக்கு போய் அங்கிருந்து நம் பணியை ஆரம்பிப்போம்."

ஐந்துபேரும் எழுந்தார்கள்.

மொத்தம் ஏழு வரிசைகளாக கண்காட்சி வளாகம் பிரிக்கப்பட்டு இருந்தது.

'ஏ' வரிசையில் மெடிக்கல் அண்ட் மிலிட்டரி ரோபோக்களையும் 'பி' வரிசையில் இண்டஸ்ட்ரியல் ரோபோக்களையும், சி, டி, இ, எஃப் வரிசைகளில் காமன் டைப்ஸ் ஆஃப் ரோபோக்களையும் பார்த்துவிட்டு 'ஜி' வரிசைக்கு சாயா, தேஜஸ், வைகுந்த், காத்ரீனா, ஜமாஸ் ஐந்துபேரும் வந்து சேர்ந்தபோது இரவு மணி பத்து.

ஜி வரிசையின் முதல் அரங்கத்திலேயே சீனாவின் பொறியியல் விஞ்ஞானி ஷியான் குவானின் உழைப்பில் உருவான ஹ்யூமன் ப்ளஸ் ரோபோ 2025-ன் மாடல் வண்ண விளக்குகளால் அலங்கரிக்கப்பட்டிருக்க, பார்வையாளர்களும் ஊடகத்துறையினரும் அரங்கம் முழுவதும் சீராக பரவியிருந்தார்கள்.

பொறியியல் விஞ்ஞானி ஷியான் குவான் சீனர்களுக்கே உரித்தான குள்ள உருவமாக இல்லாமல், ஆறடி உயரத்தில் வித்தியாசமாய் இருந்தார். சிறிய கூர்மையான கண்களில் இருந்து வெளிப்படும் பார்வை மற்றவர்களை அலட்சியமாய் நனைத்தது. மீசையும் தாடியும் பழுப்பு நிறத்தில் அடர்த்தியாக இல்லாமல் அடித்த காற்றுக்கு ஆடியது.

நடுவர்கள் ஐந்துபேரையும் சீனப் பாரம்பரிய முறைப்படி குனிந்து வணங்கி வரவேற்றார்.

“வெல்கம் ஜூரிஸ்... உங்களுடைய வரவைத்தான் ஒவ்வொரு விநாடியும் எதிர்பார்த்துக் கொண்டிருந்தேன்... நீங்கள் மற்ற அரங்குகளுக்கு சென்று பிற்போக்குத்தனமாய் உருவாக்கப்பட்டிருந்த ரோபோக்களின் செயல்பாடுகளைப் பார்த்துவிட்டு களைத்துப் போயிருப்பீர்கள். என்னுடைய அரங்கில் சிறிதுநேரம் ஓய்வு எடுத்துவிட்டு குளிர்பானம் ஏதாவது அருந்திய பிறகு, நான் உருவாக்கியுள்ள ஹ்யூமன் ப்ளஸ் ரோபோ 2025 பற்றிய டெமோவை வைத்துக்கொள்ளலாம் என்று நினைக்கிறேன்.”

வைகுந்த் சிரித்தார்.

“தேவையில்லை... நடுவர்களான நாங்கள் ஐந்துபேரும் சிறிதும் களைப்படையாமல் உற்சாகமான மனநிலையில்தான் இருக்கிறோம். நீங்கள் ஆரம்பிக்கலாம்...”

“நன்றி... உள்ளே வாருங்கள்” சொன்ன ஷியான் குவான் அரங்கத்தின் உட்பகுதிக்கு கூட்டிச்சென்று ஒரு கண்ணாடிக் கதவைத் திறந்தபடியே சொன்னார்.

“முதலில் நீங்கள் என்னுடைய மகளைப் பார்த்து இரண்டு வார்த்தைகள் பேச வேண்டும். அவள் பெயர் அமோகா... அவளை உங்களுக்கு அறிமுகப்படுத்துகிறேன். வாருங்கள்.”

வெளிச்சமான அறையின் உள்ளே கடினமான ப்ளாஸ்டிக்கால் உருவான செவ்வக மேஜைக்குப் பின்னால் அந்த இளம்பெண் உட்கார்ந்து கையில் வைத்திருந்த செல்போனில் எதையோ பார்த்து சிரித்தபடி பார்வைக்குக் கிடைத்தாள்.

கதவு திறக்கப்படும் சத்தம் கேட்டதும் தலையை உயர்த்தியபடி குழப்ப முகத்தோடு எழுந்தாள். ஷியான் குவான் அவளை நெருங்கியபடி சொன்னார்.

"அமோகா...! நீ பார்க்க விரும்பிய அந்த ஐந்து நடுவர்களும் இவர்கள்தான்."

உற்சாகமான துள்ளலோடு எழுந்தாள் அமோகா. அவர்களுக்கு அருகில் வந்து நின்று "வைகுந்த், சாயா, தேஜா, காத்ரீனா, ஜமாஸ் மோஸ்ட் வெல்கம் டூ எவ்ரி ஒன்" என்று ஒவ்வொருவரின் பெயரையும் சொல்லி கை குலுக்கினாள்.

சாயா கேட்டாள்.

"அமோகா... அழகாக இருக்கிறாய். நீ என்ன படிக்கிறாய்...?"

அவள் சிரித்தாள்.

"பாராட்டுக்கு நன்றி. நான் எல்லாவற்றையும் படித்து முடித்துவிட்டேன். இனி படிப்பதற்கு ஒன்றுமில்லை."

நடுவர்கள் குழப்பமாய் ஷியான் குவானைப் பார்க்க அவர் உதட்டோரம் புன்னகையொன்றை கசியவிட்டபடி சொன்னார்.

"என்ன அப்படி பார்க்கிறீர்கள்... நீங்கள் நினைத்துக் கொண்டிருப்பது போல் அமோகா என்னுடைய மகள் இல்லை...?"

"பிறகு...?"

"நான் கடந்த ஐந்து வருடகாலமாய் அரும்பாடுபட்டு உருவாக்கிய ஹ்யூமன் பிளஸ் ரோபோ 2025."

ஐந்துபேரும் திகைத்துப்போன விழிகளோடு ஒருவரை ஒருவர் பார்த்துக் கொண்டார்கள். சாயா கிட்டத்தட்ட கத்தினாள்.

"உண்மையாகவா...?"

“உங்களால் நம்புவதற்கு சிரமமாய்த்தான் இருக்கும்” என்று சொன்ன ஷியான் குவான் தன் கையில் வைத்திருந்த ரிமோட்டை மெல்ல உயர்த்தியபடி அமோகாவை ஏறிட்டார்.

“அமோகா.”

“மாஸ்டர்.”

“உன்னுடைய இடதுகையின் கட்டைவிரலைக் கழற்றி நடுவர்களில் ஒருவரான சாயாவிடம் கொடு.”

அடுத்த விநாடியே அமோகா தன்னுடைய வலதுகையை உபயோகப்படுத்தி இடதுகையில் இருந்த நெயில் பாலிஷில் மின்னிய கட்டைவிரலை சத்தமில்லாமல் திருகி எடுத்து சாயாவிடம் நீட்டினாள்.

“மை காட்” சாயா அதிர்ந்துபோய் பின்வாங்க ஷியான் குவான் சிரித்தார்.

“பயப்படாமல் வாங்கிக் கொள்ளுங்கள் சாயா. அது அலுமினியம், காப்பர் இரண்டும் கலந்த உலோகத்தால் உருவாக்கப்பட்ட விரல். மென்மையாக இருப்பதற்காக மெட்டல் ஜெல்லை பூசியிருக்கிறேன்.”

சாயா அந்த விரலை தயக்கத்தோடு வாங்கி தடவிப் பார்த்துவிட்டு மற்ற நடுவர்களிடம் நீட்டினாள்.

“ஃபெண்டாஸ்டிக்... நம்ப முடியவில்லை... ஆனால் நம்பித்தான் ஆக வேண்டும்.”

அமோகா சீரான பல்வரிசையில் சிரித்தாள்.

“விரலைப் பார்த்து முடித்துவிட்டீர்களா... நான் அதை மறுபடியும் பொருத்திக்கொள்ள வேண்டும். ஒரு விரல் இல்லாத என்னுடைய கையைப் பார்க்க எனக்கே அசிங்கமாக இருக்கிறது.”

சாயா விரலைக் கொடுக்க அதை வாங்கி விநாடிக்கும் குறைவான நேரத்தில் பொருத்திக் கொண்டாள் அமோகா.

ஷியான் குவான் அவளிடம் திரும்பினார்.

“அமோகா... நீ அந்த இருக்கையில் போய் உட்கார்ந்து வீடியோ கேம் விளையாடிக் கொண்டு இரு. நான் இவர்களோடு சிறிது பேச வேண்டியிருக்கிறது. நான் அழைக்கும்போது நீ வந்தால் போதும்.”

"அவர்களோடு சீக்கிரம் பேசி முடியுங்கள் மாஸ்டர். எனக்கு பசிக்கிறது."

"பசிக்கிறதா...! ஒரு மணி நேரத்துக்கு முன்புதானே சாப்பிட்டாய்."

"உண்மைதான்... ஆனால் எனக்கு பசிக்கிறதே..."

"சிறிது நேரம் பொறுத்துக் கொள்."

அமோகா நிஜத்தில் ஒரு பெண் சிணுங்கிக்கொண்டு போவது போல் சோஃபாவை நோக்கி நடக்க ஆரம்பித்துவிட தேஜா ஷியான் குவானிடம் கேட்டார்.

"அமோகாவுக்கு உண்மையாகவே பசிக்குமா...?"

"ஹ்யூமன் ப்ளஸ் ரோபோ 2025 என்பதால் கண்டிப்பாக பசிக்கத்தான் செய்யும். காரணம் அமோகா எழுபது சதவீத ஹ்யூமன்."

"அவளுக்கு சாப்பிட என்ன கொடுப்பீர்கள்...?"

"ஒரு மனிதன் ஆரோக்கியமாக இருக்க அவனுக்கு எதுமாதிரியான தாதுக்கள் வைட்டமின்கள் தேவையோ அவைகளையெல்லாம் வாயுவடிவத்தில் மூக்கின் வழியாக உடம்புக்குள் செலுத்துவேன்."

"உண்மையிலேயே வியப்பாக இருக்கிறது."

"இதற்கே ஆச்சர்யப்பட்டால் எப்படி...? அமோகாவின் செயல்பாடுகள் எப்படியிருக்கும் என்பதை இனிமேல்தான் நீங்கள் பார்க்கப்போகிறீர்கள். அதை டெமோ செய்வதற்கு முன்பாக நான் உங்களிடம் விஷயத்தை பேசி முடிக்க வேண்டும்."

"சொல்லுங்கள்."

"தொழில்நுட்பகழகத்தின் சேர்மன் ஸ்டீவ் கிறிஸ்டோபரின் கட்டளைப்படி என்னுடைய கண்டுபிடிப்பான ஹ்யூமன் ப்ளஸ் ரோபோ 2025-வைத்தான் இந்த வருடத்தின் எக்ஸ்லென்ஸ் ரோபோட்டாக தேர்ந்தெடுக்கப்பட வேண்டும் என்கிற தகவல் உங்களுக்கு முன்பே கிடைத்திருக்கும் என்று நினைக்கிறேன்."

"ஆம்...! கிடைத்தது."

"அது குறித்து என்ன முடிவு எடுத்து இருக்கிறீர்கள்...?"

"இனிமேல்தான் முடிவு எடுக்க வேண்டும்...?"

"இனிமேல்தான் என்றால் எப்படி....?"

"உங்கள் கண்டுபிடிப்பான ரோபோவின் செயல்பாடுகள் எப்படி இருக்கப்போகிறது என்பதைப் பார்த்த பின்புதான், அதற்கு எக்ஸ்லெண்ஸ் பட்டம் கொடுக்க முடியும்... இங்கே திறமைக்குத்தான் முதலிடம். சிபாரிசுக்கு அல்ல. நீங்கள் காலம் தாழ்த்தாமல் உங்களது ரோபோவின் டெமோவை ஆரம்பிக்கலாம். உங்களுடைய தயாரிப்பான அமோகா எங்களை ஆச்சர்யப்படுத்தினால் நிச்சயமாக 'எக்ஸ்லன்ஸ் ரோபோ' விருது உங்களுக்கு கிடைக்கும்."

ஷியான் குவான் இறுகிப்போன முகத்தோடு ஐந்துபேர்களின் முகங்களையும் மாறி மாறி பார்த்துவிட்டு குரலை உயர்த்திப் பேசினார்.

"சேர்மன் சொன்ன பிறகும் அதற்கு தலையாட்டாமல் நியாயமான முறையில் தீர்ப்பு வழங்க வந்திருக்கும் உங்களுக்கு என்னுடைய பாராட்டுக்கள். நான் உருவாக்கிய இந்த பெண் ரோபோ அமோகா என் மனைவியிடம் சமையல் கற்றுக்கொண்டது. வீணை வாசிப்பை ஒரு மணி நேரத்தில் உள்வாங்கிக் கொண்டு எந்த பாடல் வரிகளைச் சொன்னாலும் வாசித்துக் காட்டியது. நீங்கள் எந்தத் துறையில் எந்த ஒரு கேள்வியைக் கேட்டாலும் சரியான பதிலைச் சொல்லும். நீங்களே அமோகாவிடம் பேசலாம். வரவழைக்கட்டுமா?"

"வரவழையுங்கள்."

ஷியான் குவான் தன் கையிலிருந்த ரிமோட் கண்ட்ரோலை உயிர்ப்பித்து ஒரு பட்டனை அழுத்த, சோஃபாவில் உட்கார்ந்து செல்போனில் விளையாடிக் கொண்டிருந்த அமோகா ஒரு பெண்ணின் நளினத்துடன் எழுந்து வந்து, ஐந்துபேர்க்கும் முன்பாக மார்புக்கு குறுக்காக கைகளைக் கட்டிக்கொண்டு நின்றாள். வைகுந்த் பேசினார்.

"அமோகா... உன்னிடம் எந்தக் கேள்வியைக் கேட்டாலும் பதில் கிடைக்கும் என்று உன்னுடைய மாஸ்டர் சொன்னார்."

அமோகா செல்லுலாயிட் சிரிப்பொன்றைச் சிந்தினாள்.

"உண்மையைத்தான் சொல்லியிருக்கிறார்."

"நான் முதல் கேள்வியைக் கேட்கட்டுமா...?"

"கேளுங்கள்."

"மகாபாரதத்தில் சொல்லப்படும் பகவத்கீதையில் மொத்தம் எத்தனை ஸ்லோகங்கள்?"

"700 ஸ்லோகங்கள்."

"எத்தனை அத்தியாயம்...?"

"பதினெட்டு."

"பகவத்கீதைக்கு இன்னொரு பெயரும் உண்டு. அது என்ன...?"

"பிரஸ்தான த்ரயம்."

ஜமாஸ் குறுக்கிட்டு கேட்டார்.

"இப்போதைய ஐ.டி டெக்னாலஜியில் கண்டுபிடிக்கப்பட்ட புதிய தொழில்நுட்பம் எது என்று சொல்லமுடியுமா...?"

"க்வாண்டம் கம்ப்யூட்டிங், ஆக்மெண்ட்டட் ரியாலிடி, எட்ஜ் கம்ப்யூட்டிங்."

"எதிர்கால மெடிக்கல் டெக்னாலஜி எப்படி இருக்கும்?"

"விர்ச்சுவல் ஐ.ஸி.யூவில் போர்ட்டல் ஃபங்க்ஷன்ஸ் முறையில் நோயாளிக்கு மருந்துவ வசதி கிடைக்கும். அதாவது நோயாளி எவ்வளவு மோசமான நிலையில் இருந்தாலும், அவர் மருந்துவமனைக்கு வராமல் அவர் இருக்கும் வீட்டையே ஒரு ஐ.ஸி யூனிட்டாக மாற்ற முடியும். டாக்டர் மருத்துவமனையில் இருந்தபடியே ரிமோட் கண்ட்ரோல் உதவியால் ட்ரீட்மெண்ட் கொடுத்து உயிரைக் காப்பாற்ற முடியும்."

தேஜா அமோகாவை ஏறிட்டாள்.

"உனக்கு கர்நாடக இசை தெரியுமா?"

"தெரியும்..."

"அதில் இருக்கும் ராகங்களில் முதல் ராகம் எது? அந்த ராகத்துக்கு இருக்கும் இன்னொரு பெயர் என்ன...?"

"ராகங்களில் முதல் ராகம் மேளகர்த்தா. இந்த ராகத்தின் இன்னொரு பெயர் தாய்ராகம்."

"சங்க கால இலக்கியத்தில் மொத்தம் எத்தனை புலவர்கள் இருந்தார்கள்? அவர்களில் பெண் புலவர்கள் எவ்வளவு?"

"சங்ககாலத்தில் மொத்தம் 1446 புலவர்கள் இருந்திருக்கிறார்கள். அவர்களில் பெண் புலவர்கள் 32 பேர்."

"சூப்பர்..!!!" கைகளைத் தட்டிய சாயா அமோகாவை நெருங்கி தோளில் கை வைத்தாள்.

"பாராட்டுக்கள் அமோகா... நாங்கள் தயாரித்துக்கொண்டு வந்த கேள்விகளுக்கு சரியான பதில்களை சொல்லிவிட்டாய். இனி நாம் பொதுவான விஷயங்களைப் பற்றிப் பேசலாமா...?"

"தாராளமாக..."

"உனக்கு காதல் பிடிக்குமா...?"

"பிடிக்காது."

"ஏன்?"

"எனக்குப் பிடிக்கவில்லை... அவ்வளவுதான்."

காத்ரீனா இடைமறித்துக் கேட்டாள்.

"இப்போது நீ ரோபோ கிடையாது. கிட்டத்தட்ட ஒரு பெண். இந்த உலகம் உனக்குப் பிடித்திருக்கிறதா...?"

"சில நாட்களுக்கு முன்புவரை பிடித்திருந்தது."

"இப்போது...?"

"பிடிக்கவில்லை."

"ஏன்?"

"எனக்கு கோபம் கோபமாய் வருகிறது."

"யார் மீது?"

"என்னுடைய மாஸ்டர் மீது."

"நீ யாரைச் சொல்கிறாய்... உன்னை உருவாக்கிய விஞ்ஞானி ஷியான் குவானா?"

"அவரேதான்..."

ஷியான் குவான் அதிர்ந்து போனவராய் அமோகாவைப் பார்த்தார். "என்ன உளறிக்கொண்டு இருக்கிறாய்... என் மீது உனக்கென்ன கோபம்?"

"அதை உங்களிடம் சொல்லி பயனில்லை. நான் நடுவர்களிடம் பேசிக் கொள்கிறேன்." சொன்ன அமோகா ஐந்து பேரையும் தீர்க்கமான பார்வையால் நனைத்தபடி கேட்டாள்.

"ஏ.ஐ தொழில்நுட்பத்தில் திறமையான விஞ்ஞானி சூர்யகலாதரனை உங்களுக்குத் தெரியுமா...?"

"கேள்விப்பட்டிருக்கிறோம். பார்த்ததில்லை."

"அவர் இப்போது உயிரோடு இல்லை."

"தெரியும். ஆறு மாதங்களுக்கு முன்பு பொறியியல் பரிசோதனைக் கூடத்தில் பணிபுரிந்து கொண்டிருந்தபோது அவர் மாரடைப்பு ஏற்பட்டு இறந்து போனார்."

"அவர் அப்படி இறக்கவில்லை. அவருடைய மரணத்துக்கு காரணம் மாரடைப்பு அல்ல. ஷியான் குவான்தான். ரத்தம் உறைவதற்கான ஓர் ஊசியைப் போட்டு கொலை செய்தவர் இவர்தான். உடல் போஸ்ட்மார்ட்டம் செய்யப்பட்டிருந்தால் உண்மை வெளியே வந்திருக்கும்."

ஷியான் குவான் ஆவேசமானார்.

"அமோகா... என்ன பிதற்றிக் கொண்டிருக்கிறாய்...?"

"மாஸ்டர்...! இது பிதற்றல் அல்ல மிகப்பெரிய உண்மை. ரோபோ ப்ளஸ் ஹ்யூமன் 2025 தயாரிப்புக்கான ஒட்டுமொத்த ஃபார்முலாவும், தொழில்நுட்பமும் சூரியகலாதரனுக்கும் தெரியும்.

தனக்கு முன்பாய் அவர் எங்கே என்னை உருவாக்கிவிடுவாரோ என்கிற பயத்தில் அவருடைய உயிரை எடுத்தது நீங்கள்தான்.”

“இது ஒரு இயந்திரம்... ஏதோ தவறாக புரிந்துகொண்டு பேசிக் கொண்டிருக்கிறது. இது சொல்வதை நம்பாதீர்கள்.”

ஷியான் குவான் பெருங்குரலெடுத்து கத்திக்கொண்டே அமோகாவை நோக்கி பாய, அவள் நகர்ந்துகொண்டு தன் இடுப்பருகே கையைக் கொண்டுபோய் அந்தச் சிறிய லேசர் பிஸ்டலை எடுத்துக் கொண்டாள்.

“மன்னிக்க வேண்டும் மாஸ்டர். உங்களுடைய இந்த லேசர் துப்பாக்கியை ஒரு மணி நேரத்துக்கு முன்பே திருடி என்னுடைய இடுப்பின் மறைவுக்கு கொண்டுபோய் விட்டேன். நடுவர்கள் வரும்போதுதான் இதற்கு வேலை கொடுக்க வேண்டும் என்று நினைத்தேன். இப்போது அதற்கான வேளை வந்துவிட்டது. உங்களுடைய நண்பர் சூர்யகலாதரன் உங்களுக்காக காத்துக் கொண்டிருப்பார். போய் பாருங்கள்.” சொல்லிக்கொண்டே அமோகா லேசர் பிஸ்டலை உயர்த்தினாள்.

எல்லோரும் உறைந்த பார்வையோடு நின்றிருக்க பிஸ்டலின் ட்ரிக்கரை அழுத்தினாள் அமோகா.

துப்பாக்கியினின்றும்வெளிப்பட்டசிவப்புநிறஒளிக்கற்றைகள் ஷியான் குவானின் உடம்பை பத்துவிநாடிகளுக்குள் ஒரு சிறிய சாம்பல் மேடாக்கியது.

சாயா, காத்ரீனா, தேஜா, வைகுந்த், ஜமாஸ் பயத்தோடு பின்வாங்க அமோகா சிரித்தாள்.

“நீங்கள் பயப்படாதீர்கள். உங்களை ஒன்றும் செய்ய மாட்டேன். என்னுடைய மாஸ்டரைப் போன்ற இரக்கமற்ற இதயம் கொண்டவர்கள் எவ்வளவுதான் புத்திசாலிகளாய் இருந்தாலும் இந்த உலகில் வாழ தகுதியற்றவர்கள். இவரால் நான் உருவாக்கப்பட்டது ஒரு வெட்கக்கேடான தலைகுனிவான செயல். எனவே என்னையும் நான் அழித்துக் கொள்கிறேன்.”

பேசி முடித்த அமோகா தன் கையிலிருந்த லேசர் பிஸ்டலை தன் நெற்றிப் பொட்டில் வைத்து ட்ரிக்கரை அழுத்த டைட்டானியம், ஸ்டீல், அலுமினியம், சிலிகான் உலோகங்களால் உருவாக்கப்பட்ட அவளுடைய உடல் சின்னச்சின்ன துணுக்குகளாய் அந்த அரங்கம் முழுவதும் சிதற ஆரம்பித்தது.

சிறுகதை

இரண்டாவது நிலா

வருடம் 2050. ஆகஸ்ட் இருபத்தேழாம் தேதி.

இந்திய விண்வெளி ஆராய்ச்சிக் கட்டிடத்தின் கட்டுப்பாட்டு அறைக்குள், ஐம்பதுக்கும் மேற்பட்ட விஞ்ஞானிகள் எக்ஸிக்யூட்டிவ் நாற்காலிகளில் சாய்ந்து கொண்டு, தங்களுக்கு முன்பாய் இருந்த அகண்ட திரைகளில் விநாடி நேரம் கூட இமைக்காமல் பார்த்துக் கொண்டிருந்தார்கள்.

அந்தத் திரையில் வானம் அட்டைக்கரியாய் தெரிய, அந்த சூப்பர் ஸானிக் விண்கலம், ஒரு புள்ளியைப் போல் நகர்ந்து, திரையின் வலது பக்க மூலையில் இருந்த, ஒரு சிவப்பு வட்டத்தை நோக்கிப் போய்க் கொண்டிருந்தது. திரையின் இடது பக்க மூலையில் ஒரு சதுரத்துக்குள் இருந்தபடி தலைமை விண்ணியல் விஞ்ஞானி பத்ரா க்ளோப்24 நியூஸ் சேனலின் நிருபர் கேட்ட கேள்விகளுக்கு சரளமான ஆங்கிலத்தில் பதில் சொல்லிக் கொண்டிருந்தார்.

“திட்டமிட்டபடி சூப்பர் ஸானிக் விண்கலம் ‘வீயெர்’ கோளில் தரையிறங்கி விடுமா?”

நிருபர் கேட்ட கேள்விக்கு “நிச்சயமாக...!” என்றார் பத்ரா புன்னகையுடன்.

“இந்த வீயெர் கோள் இத்தனை வருடங்களாக விண்ணியல் ஆராய்ச்சியாளர்களின் கண்களில் தட்டுப்படாமல், கடந்த சில வருட காலமாக மட்டும் தட்டுப்படுவதற்கு என்ன காரணம்?”

“இந்தக் கேள்விக்கான பதிலை நான் ஏற்கெனவே பலமுறை ஊடங்ககளுக்கு சொல்லியிருக்கிறேன், இருந்தாலும் இன்றைக்கு கோடிக்கணக்கான பேர் உங்கள் சேனலில் இந்த நேரடி ஒளிபரப்பைப் பார்த்துக் கொண்டிருப்பார்கள் என்கிற காரணத்தினால் மீண்டும் ஒருமுறை விளக்கம் தர விரும்புகிறேன். சூரியனைச் சுற்றி வரும் கிரகங்களில் புதன் முதலாவதாகவும், வெள்ளி இரண்டாவதாகவும், நமது பூமி மூன்றாவதாகவும் தத்தம் பாதைகளில் சுற்றி வருகின்றன என்பது எல்லோர்க்கும் தெரிந்த ஒரு விஷயம். சூரியனைச் சுற்றிவரும் கோள்களில் ‘பூமியின் சகோதரன்’ என்ற சிறப்புப் பெயர் வெள்ளி கிரகத்திற்கு மட்டுமே உண்டு. அதற்கு என்ன காரணம் என்று உங்களுக்குத் தெரியுமா?”

“தெரியாது.”

“இட்ஸ் ஓ.கே! வெள்ளி கிரகத்திற்கு அப்படியொரு சிறப்பு பெயர் இருப்பதற்கு காரணம் நாம் வாழும் பூமியும் சுக்கிரனும் ஏறக்குறைய ஒரே மாதிரி இருப்பதுதான். பூமியின் குறுக்கு விட்டம் சுக்கிரனைக் காட்டிலும் 850 கிலோ மீட்டர் மட்டுமே அதிகம். ஆனால் விண்ணியல் விஞ்ஞானிகளின் அதிகம் கவனம் பெறாத கிரகம் எதுவென்று கேட்டால் வெள்ளிதான். காரணம், வெள்ளி கிரகம் மனித இனம் வாழ முடியாத ஒரு கிரகம். நாஸா அனுப்பிய ‘மெகல்லன்’ என்ற ஆர்பிட்டர் விண்கலம் 2006-ம் ஆண்டு வெள்ளி கிரகத்தை அடைந்து, ஆய்வுப் பணியில் ஈடுபட்டு, 1200 ஜிகாபைட் அளவுக்கு தகவல்களை சேகரித்து அளித்தது. அதற்குப் பின்பு வெள்ளி கிரகத்தின் மேல் ஆய்வுப் பணிகளை யாரும் மேற்கொள்ளவில்லை. சென்ற வருடம் நம்

இந்திய விண்வெளி விஞ்ஞானிகள் நம் பூமிக்கும், வெள்ளிக்கும் இடைபட்ட அண்டவெளியை ஆய்வுசெய்து கொண்டிருந்தபோது ஒரு புதிய குறுங்கோள் பார்வைக்குத் தட்டுப்பட்டது.”

“குறுங்கோள் என்றால் அது எவ்வளவு பெரிது என்று சொல்ல முடியுமா?”

“கிட்டத்தட்ட நம் நிலவைப் போன்ற அளவைக் கொண்டது. நிலவில் நம்மால் வசிக்க முடியாது என்பதால், இந்த குறுங்கோளில் மனிதர்கள் வாழக்கூடிய சூழல் உள்ளதா என்பதை ஆய்வு செய்யத்தான், இப்போது நாம் சூப்பர் ஸானிக் விண்கலத்தை அனுப்பியுள்ளோம். இன்னும் 41 நிமிடங்களில் விண்கலம் ‘வீயெர்’ எனப்படும் அந்த குறுங்கோளில் இறங்கி தன்னுடைய ஆய்வுப் பணிகளை ஆரம்பித்துவிடும்.”

“அந்த குறுங்கோளுக்கு ‘வீயெர்’ என்று பெயர் வைத்துள்ளீர்கள். அது என்ன ‘வீயெர்’?”

“சுக்கிரனை ஆங்கிலத்தில் ‘வீனஸ்’ என்று அழைப்பார்கள். பூமியை ‘எர்த்’ என்று அழைப்பார்கள். இந்த இரண்டு கிரகங்களுக்கும் இடைப்பட்ட தூரத்தில், அந்த குறுங்கோள் இருப்பதால், VENUSலிருந்து ‘VE’யையும் EARTHலிருந்து ‘EAR’யையும் எடுத்து ஒன்று சேர்த்து ‘VEEAR’ என்று பெயர் வைத்தோம். இது கிட்டத்தட்ட இரண்டாவது நிலவு.”

“திட்டமிட்டபடி 41 நிமிடத்தில் விண்கலம் அந்த குறுங்கோளுக்கு சென்று இறங்கிவிடுமா?”

“நிச்சயமாக...”

“இதற்கு முன்பு செவ்வாய் கிரகத்துக்கு ‘பாத் ஃபைண்டர்’ என்ற பெயரில் அனுப்பப்பட்ட ஒரு விண்கலம் திசைமாறி அண்டவெளிக்குள் நுழைந்து காணாமல் போய்விட்டதே?”

“அதை நாங்கள் இன்னமும் மறக்கவில்லை. புவிஈர்ப்பு விசையை கணிப்பதில் நேர்ந்த ஒரு சிறிய தவறினால்தான், அந்த விண்கலம் பாதை விண்வெளியில் காணாமல் போயிற்று. அந்த தவறு இனி நிகழ வாய்ப்பில்லை.”

“அந்த வீயெர் குறுங்கோளை நோக்கி போய்க் கொண்டிருக்கும் சூப்பர் ஸானிக் விண்கலத்தில் பணியாற்றிக் கொண்டிருப்பது ஒரு ஆர்ட்டிஃபிஷியல் இண்டெலிஜெண்ட் ரோபோ என்று கேள்விப்பட்டோம். அந்த தகவல் உண்மையானதுதானா?”

“நூறு சதவீத உண்மை. பத்து தலைசிறந்த விஞ்ஞானிகளின் அறிவுத்திறனுக்கு நிகரான, ஹெச்.ஏ.ஐ எனப்படும் ரோபோட் ஒன்றுதான் அந்த விண்கலத்தை செலுத்திக் கொண்டிருக்கிறது. அதன் பெயர் ஜார்னர்.”

“ஜார்னர் ரோபோட் ‘இரண்டாவது நிலவு’ என்று சொல்லப்படும் அந்த குறுங்கோளில் எது மாதிரியான ஆய்வுப்பணிகளை மேற்கொள்ளப் போகிறது என்பதைப் பற்றி விரிவாக சொல்ல முடியுமா?”

“தாராளமாக..! ஜார்னர் கிட்டத்தட்ட ஒரு மனிதனின் உருவ அமைப்போடு இருக்கும். அதன் உடம்பில் ரத்த ஓட்டம் மட்டும்தான் இல்லை. மற்றபடி அது ஒரு விண்ணியல் விஞ்ஞானி. வீயெர் குறுங்கோளில் மனிதன் குடியேறி வாழக்கூடிய சூழல் உள்ளதா என்பதை ஜார்னர் தன்னுடைய ஆய்வுகளின் மூலம் தகவல்களை சேகரித்து அனுப்பும்.”

“இது ஒரு வீண் ஆராய்ச்சி என்று சில நாடுகள் கேலி செய்திருக்கிறதே?”

“இந்தியாவின் விண்ணியல் விஞ்ஞான வளர்ச்சியைக் கண்டு மனம் பொறுக்க முடியாதவர்கள் பிதற்றுகிற வார்த்தைகள் அவை.”

“இந்த ஆய்வுக்கு பெரிய அளவில் பொருட்செலவு செய்யப்பட்டதாக சொல்லப்படுகிறதே?”

“உண்மைதான்...”

“அதற்கேற்ற பலன் கிடைக்குமா?”

“நிச்சயமாக கிடைக்கும் என்று நம்புகிறோம். நம்முடைய பூமியைச் சுற்றிவரும் நிலவில் மனிதர்கள் குடியேற வாய்ப்பில்லை. ஆனால் இந்த ‘வீயெர்’ கோள் கிட்டத்தட்ட நிலவின் அளவே

இருப்பதாலும், பூமியில் உள்ள சூழல்கள் அங்கே ஒருவேளை இருக்கும் என்கிற யூகத்தின் அடிப்படையிலும் இந்த விண்கலம் அனுப்பப்படுகிறது. மற்ற நாடுகள் செய்யாத ஒரு விண்ணியல் சாதனை இது."

"ஜார்னர் ஹெச்.ஏ.ஐ ரோபோட் எத்தனை நாட்கள் 'வீயெர்' கோளில் தங்கி ஆய்வுகளை மேற்கொள்ளும்?"

"170 மணி நேரங்கள் மட்டுமே ஜார்னர் ஆய்வுப் பணியாற்றிவிட்டு அந்தக் கோளிலேயே மடிந்துவிடும்." சொன்ன தலைமை விண்ணியல் விஞ்ஞானி புத்ரா குளோப்24 நியூஸ் சேனலுக்கு கொடுத்துக் கொண்டிருந்த பேட்டியை அடுத்த சில நிமிடங்களுக்குள் முடித்துக்கொண்டு கட்டுப்பாட்டு அறைக்குள் நுழைந்தார்.

எஸ்.எம்.டி லெட் விளக்குகளின் வெளிச்சத்தில் பளபளக்கும் விதவிதமான வழுக்கைகளோடு, பலதரப்பட்ட விஞ்ஞானிகள் மெஷ் நாற்காலிகளில் சாய்ந்திருந்தார்கள். எதிரேயிருந்த சுவரில் பொருத்தப்பட்டு இருந்த 'லார்ஜ் ஃபார்மேட் டிஜிட்டல் சிக்னேஜ்' திரையில் அட்டைக்கரி நிறத்தில் அண்டவெளியும், அதில் பயணிக்கும் சூப்பர் ஸானிக் விண்கலம் ஒரு சிறிய வெளிச்ச கோடாக தெரிந்தது.

திரையின் கீழே ஆங்கிலத்தில் சில வார்த்தைகள் எறும்பு வரிசையைப் போல் ஊர்ந்து கொண்டிருந்தது.

அடுத்த இருபது நிமிடங்களில் விண்கலம் 'வீயெர்' குறுங்கோளில் இறங்கிவிடும். ஜார்னர் ரோபோட் தன்னுடைய ஆய்வுப் பணிகளைத் தொடங்குவதற்கான ஆயத்த பணிகளை, மேற்கொள்ள தரைக்கட்டுப்பாட்டின் ப்ரோக்ராம் அறையில் உள்ள தனது உதவியாளர்களான 'டெக்ஸ்டர், ஸ்பீயர்ஸ்' என்னும் இரண்டு ஏ. ஐ ரோபோட்களோடு ஒரு கலந்துரையாடலை நடத்திக்கொண்டு இருந்தது.

புத்ரா அந்த வாசகங்களை படித்தபடியே அறையின் மையத்தில் போடப்பட்டிருந்த பிரதான நாற்காலியில் போய் உட்கார்ந்தார். இருதயப் பிரதேசத்தில் முகாமிட்டிருந்த சந்தோஷம், மெல்ல மெல்ல அவருடைய முகத்துக்குப் பரவி பூரிப்பாய் மாறியிருந்தது.

நிமிஷத்துக்கு நிமிஷம் எதிரில் இருந்த சிக்னேஜ் திரையில் அண்டவெளி காட்சிகள் மாறிக் கொண்டிருக்க, ஒட்டுமொத்த விஞ்ஞானிகளின் பார்வைகளும் ஒரே நேர்கோட்டில் பயணித்தன. தங்களுக்கு முன்பாய் இருந்த மைக்ரோ பட்டன் ஸ்பீக்கர்களில் சங்கேத வார்த்தைகளோடு நிகழ்வை பகிர்ந்து கொண்டார்கள்.

“இன்னமும் பத்து நிமிடம்தான். இப்போது விண்கலம் ‘வீயெர்’ குறுங்கோளின் மேற்பரப்புக்கு வந்துவிட்டது.”

“திட்டமிட்டபடி எல்லாம் நடந்து கொண்டிருக்கிறது. இந்த 2050-ம் ஆண்டு நம் இந்திய வரலாற்றில் ஒரு மகத்தான ஆண்டு.”

“உண்மைதான்...! விண்ணியல் விஞ்ஞானத்தில் நாங்கள்தான் முதலிடத்தில் இருக்கிறோம் என்று மார்தட்டி பெருமை பேசிக் கொண்டிருக்கும் மற்ற நாடுகள் எல்லாம் வாய்களைப் பிளந்து வியப்போடு நம் நாட்டைப் பார்க்கும் காலம் வந்துவிட்டது.”

“ஹெச்.ஏ.ஐ ஜார்னர் இரண்டாவது நிலாவில் கால் பதிக்க தன் ஆரம்பக்கட்டப் பணிகளை ஆரம்பித்துவிட்டது.”

“ஆமாம்... இன்னமும் ஏழு நிமிடம் மட்டுமே..!”

பரஸ்பர உரையாடல்கள் அந்தக் கட்டுப்பாட்டு அறைக்குள் பரவிக் கொண்டிருக்க, எதிரே இருந்த பெரிய டிஜிட்டல் திரையில் கவுண்ட் டவுன் ஆரம்பமாயிற்று.

300 விநாடிகள் என்று எண்ணிக்கை குறையக் குறைய, கட்டுப்பாட்டு அறைக்குள் பதட்டம் படிப்படியாய் அதிகரிக்க ஆரம்பித்தது.

விஞ்ஞானி பத்ரா நிலைகொள்ளாமல் நாற்காலியினின்றும் எழுந்தார்.

கம்ப்யூட்டர் திரையில், எல்லா ஏற்பாடுகளும் சரியாய் போய்க்கொண்டு இருப்பதற்கு அடையாளமாக பச்சை நிறத்தோடு கூடிய வெளிச்சப் புள்ளிகள் ஒளிர்ந்தன. விண்கலத்தில் இருந்த ஜார்னர் ரோபோவுக்கு, தரைக்கட்டுப்பாட்டு தொழில்நுட்ப அறைக்குள் இருந்த ‘டெக்ஸ்டர், ஸ்பீயர்ஸ்’ என்ற இரண்டு ஏ.ஐ ரோபோக்கள் கட்டளைகளைப் பிறப்பித்துக் கொண்டிருந்தன.

முந்நூறு விநாடிகள் வேகமாய் கரைந்து நூறு விநாடிகளாக மாறி அதுவும் விழுந்தது. 90, 80, 70, 60, 40, 30...

விஞ்ஞானி பத்ரா எகிறும் இருதயத் துடிப்போடு டிஜிட்டல் திரையையேப் பார்த்துக்கொண்டிருக்க, சூப்பர் ஸானிக் விண்கலம் 'வீயெர்' குறுங்கோளின் மேல் மெதுவாக இறங்கியது. லென்ஸ் ஜூமரின் உதவியால் காட்சி பெரிதாகி திரையின் பரப்பளவை அடைத்துக் கொண்டது.

கட்டுப்பாட்டு அறைக்குள் கனமான நிசப்தம். பத்தாவது விநாடியில், திட்டமிட்டப்படி விண்கலத்தின் ஒரு பக்கக் கதவு லேசாய் திறக்கப்பட, ஜார்னர் ரோபோ தன்னுடைய சிலிகான் கால்களில் ஒரு காலை வெளியே நீட்டியது. தொடர்ந்து தன் கவச முகத்தை காட்டியது.

அந்த அகண்ட டி.வி திரைகளுக்கு முன்பாய் உட்கார்ந்திருந்த ஒட்டுமொத்த விஞ்ஞானிகளும் எழுந்து நின்று கைகளை உயர்த்தி "வெற்றி பெற்று விட்டோம்... வீ ஹேவ் வோன்!" என்று கத்தி கூச்சலிட்டார்கள். ஒருவரையொருவர் கட்டித் தழுவிக் கொண்டார்கள். சிலர் மண்டியிட்டு இறைவனுக்கு "நன்றி!" என்றார்கள்.

கட்டுப்பாட்டு அறை முழுவதும் கட்டுக்கு அடங்காத உற்சாகம், ஆரவாரம், சிரிப்புச் சத்தம்.

"மகத்தான சாதனை புரிந்துவிட்டோம்."

தன் வலது கட்டைவிரலை உயர்த்திய விஞ்ஞானி பத்ரா உணர்ச்சி மேலிட்டு கத்திக்கொண்டே டிஜிட்டல் திரையைப் பார்த்தார். அந்த விநாடியே அவருடைய முகம் சிறிது சிறிதாய் திகைத்து இதயம் திகிலில் உறைய ஆரம்பித்தது.

மறுநாள் காலை, பத்து மணி.

'ப்ரஸ் மீட்'டில் இருண்டு போன முகத்தோடு மீடியாக்கள் முன்பாய் பத்ரா நின்றிருக்க, நிருபர்கள் கேள்விக்கணைகளை நான்கு திசைகளிலிருந்தும் வீசினார்கள்.

“நீங்கள் ‘ஜார்னர்’ என்ற ஹெச்.ஏ.ஐ ரோபோவோடு அனுப்பிய விண்கலம் வீயெர் குறுங்கோளில் இறங்கிய போது ஏதோ ஒரு தொழில்நுட்பக் கோளாறு ஏற்பட்டு பயணம் தோல்வியில் முடிந்ததாக சொல்லப்படுவது உண்மையா..?”

“ஓரளவுக்கு உண்மைதான். ஆனால் இது ஒரு பின்னடைவு இல்லை. இரண்டாவது நிலா என்று சொல்லப்படும் ‘வீயெர்’ குறுங்கோளை சூப்பர் ஸானிக் விண்கலம் குறிவைத்து, துல்லியமாய் இறங்கியதும், ஜார்னர் ரோபோ தன்னுடைய காலையும், தலையையும் வெளியே நீட்டி அந்தக் கோளில் இறங்க முயற்சித்ததே நம்முடைய விண்ணியல் தொழில்நுட்பத்துக்கு கிடைத்த வெற்றி. ஆனால் ஜார்னர் கோளில் இறங்க முயன்றபோது நம் பூமியில் இருந்த தரைக்கட்டுப்பாட்டோடு இருந்த தொடர்பு சட்டென்று அறுந்து போயிற்று. அதற்குப் பிறகு அந்தத் தொடர்பு கிடைக்கவேயில்லை.”

“காரணம் என்னவாக இருக்குமென்று நினைக்கிறீர்கள்?”

“‘வீயெர்’ குறுங்கோளில் உள்ள கடினமான மலைப் பாறைகளில் அயர்ன் ஆக்ஸைடு இருப்பதால், அதிலிருந்து ஆக்ஸிஜனைப் பிரித்து எடுக்கும் பணியை, ஜார்னர் ரோபோவிடம் கொடுத்து இருந்தோம். ஜார்னர் அந்தக் கோளில் தரையிறங்குவதற்கு முன்பாக அந்தப் பணியை செய்து இருக்க வேண்டும். ஆனால் ஜார்னரால் அந்தப் பணியைச் செய்ய முடியாமல் போய்விட்டது. ஜார்னரின் உடம்பு சிலிக்கான் அணுக்களால் உருவாக்கப்பட்டது. அந்த அணுக்கள் உயிர்ப்போடு இருக்க வேண்டுமென்றால் ஆக்ஸிஜன் தேவை. ஆக்ஸிஜன் இல்லாத காரணத்தால் ஜார்னரால் இயங்க முடியவில்லை. இப்படியொரு தவறு எப்படி நேர்ந்தது என்று தெரியவில்லை.”

“இனி ‘வீயெர்’ இரண்டாவது நிலாவுக்குப் போக அடுத்த முயற்சி எப்போது?”

“இப்போதைக்கு இல்லை...! இந்த விண்வெளி ஆராய்ச்சியில் வேறு சில அவசர ஆய்வு பணிகள் இருப்பதால் அவற்றில்

கவனம் செலுத்தி செயல்பட வேண்டியிருக்கிறது. பேட்டியை இத்துடன் முடித்துக் கொள்வோம். நான் பிரதமர் அலுவலகம் சென்று பிரதமரின் முதன்மைச் செயலாளரிடம் சில விளக்கங்களை கொடுக்க வேண்டியுள்ளது. மறுபடியும் நாம் இன்னொரு மகிழ்வான நிகழ்வில் சந்திப்போம்."

விஞ்ஞானி பத்ரா ஓரு பெருமூச்சோடு கைகளைக் கூப்பினார். நிருபர்கள் மௌனமாக கலைய ஆரம்பித்தனர்.

அதே விநாடிகளில்... விண்ணியல் தரைக்கட்டுப்பாட்டு நிலையத்தின் உள்ளேயிருந்த க்யூபிக் அறையில் சோலார் சம்மந்தப்பட்ட ஆராய்ச்சியொன்றில் ஈடுபட்டிருந்த டெக்ஸ்டர் ரோபோவும், ஸ்பீயர்ஸ் ரோபோவும், தாங்கள் யாராலும் கண்காணிக்கப்படவில்லை என்பதை உறுதி செய்துக்கொண்டு சங்கேத மொழியால் பேசிக் கொண்டிருந்தன.

டெக்ஸ்டர் கேட்டது. "நாம் செய்தது உனக்கு குற்றமாக தோன்றவில்லையா?"

"இல்லை" என்றது ஸ்பீயர்ஸ்.

"நம்மை உருவாக்கிய விஞ்ஞானி பத்ராவுக்கு துரோகம் செய்துவிட்டோம். ஜார்னரை கடைசி நிமிடத்தில் செயலிழக்க வைத்துவிட்டோம் என்கிற ஓரு குற்ற உணர்வு எனக்குள் இருந்து கொண்டேயிருக்கிறது."

"உனக்கு அந்த குற்ற உணர்வு வேண்டாம் டெக்ஸ்டர். ஓரு நாட்டுக்கு விண்வெளி ஆராய்ச்சி தேவைதான். தகவல் நுட்பங்களுக்காக எத்தனை செயற்கைக் கோள்களை வேண்டுமானாலும் விண்ணில் ஏவி சோதனைகளைச் செய்யலாம். அதற்காக எவ்வளவு கோடி வேண்டுமானாலும் செலவழிக்கலாம். ஆனால் எங்கோ இருக்கும் இன்னொரு நிலவான வீயெர் குறுங்கோளுக்கு சூப்பர் ஸானிக் விண்கலத்தை அனுப்பி, அங்கே மனிதர்கள் வாழ முடியுமா என்கிற ஆராய்ச்சிக்காக கோடிக்கணக்கான பணத்தை வீணடிப்பது எந்த வகையில் நியாயம்? அந்த ஆராய்ச்சியைக் கூட ஓரு வகையில் ஏற்றுக்

கொள்ளலாம். ஆனால் அந்த ஆராய்ச்சியின் பெயரைச் சொல்லி, பணத்தை கொள்ளையடித்து வெளிநாட்டு வங்கிகளுக்கு அமைச்சர்களும், அதிகாரிகளும் கொண்டுபோய் பதுக்கிக் கொள்வது இந்த நாட்டு மக்களுக்கு இழைக்கப்படும் மிகப்பெரிய அநீதி அல்லவா..?”

“உண்மைதான்.”

“பிறகு எதற்காக நாம் செய்தது குற்றம், துரோகம் என்று சொல்கிறாய்..? இங்கே எல்லாமே நம் இருவரின் கட்டுப்பாட்டில் இருக்கும்போது, யாராலும் நாம் செய்யும் இது போன்ற விஷயங்களைக் கண்டுபிடிக்க முடியாது. அதற்கேற்ற மாதிரி இங்கேயிருக்கிற எல்லா கம்ப்யூட்டர்களிலும் ‘மை டூம்’, ‘ஸோ பிக்’, ‘க்ளஸ்’ போன்ற புத்திசாலித்தனமான வைரஸ்களை பரப்பி வைத்து இருக்கிறேன். நம்மால் முடிந்த அளவுக்கு இந்த நாட்டுக்கும் மக்களுக்கும் ஏதாவது ஒரு நன்மையைச் செய்யலாமே! சரி... சரி... நான் நேற்று உனக்கு ஒரு விடுகதை சொன்னேனே... அந்த விடுகதைக்கு விடை கண்டுபிடிக்க உன்னால் முடிந்ததா?”

“என்ன விடுகதை அது?”

“இந்த வெள்ளித்தட்டு தினமும் சிறிது சிறிதாக குறையும். பிறகு வளரும், அது என்ன..?”

“நிலா” என்றது டெக்ஸ்டர்.

“நீ ஆகச் சிறந்த அறிவாளி!” என்று தன் பிரோஸ்தட்டிக் கண்ணை யாரும் பார்க்காவண்ணம் சிமிட்டி சிரித்தது ஸ்பியர்ஸ்.

சிறுகதை

ஒரு மரணத்தின் ஜனனம்

அறைக்கதவு தட்டப்படும் சத்தம் கேட்டு டாக்டர் சந்திரமௌலி தான் பார்த்துக் கொண்டிருந்த ஃபைலைத் தள்ளி வைத்துவிட்டு குரல் கொடுத்தார்.

"எஸ்...."

அடாப்ஸி சர்ஜன் மதிமாறன் உள்ளே வந்தார். மேஜையின் மீது சில தாள்களை வைத்தபடியே சொன்னார்.

"டாக்டர், ரிப்போர்ட் ரெடி."

"எல்லா ஃபார்மாலிட்டீஸும் முடிஞ்சுதா?"

"முடிஞ்சுது."

"ஒரு லேடி இன்ஸ்பெக்டர் இருந்தாங்களே... அவங்க போயிட்டாங்களா?"

"இல்ல... டாக்டர் உங்களைப் பார்க்கிறதுக்காக வெயிட் பண்ணிட்டு இருக்காங்க."

"அவங்களை உள்ளே அனுப்புங்க!"

மதிமாறன் தலையசைத்துவிட்டு வெளியேற, இரண்டு நிமிஷ நேரம் கழித்து இன்ஸ்பெக்டர் சம்யுக்தா உள்ளே நுழைந்தாள்.

"குட்மார்னிங் டாக்டர்."

"குட்மார்னிங்... உட்கார்ங்க... உங்களை காக்க வெச்சுட்டேன். போஸ்ட்மார்ட்டம் ரிப்போர்ட் இப்பத்தான் கைக்கு வந்தது. படிச்சுப் பார்த்துட்டேன்."

"எனிதிங் அப்நார்மல் இன் த ரிப்போர்ட்... டாக்டர்?"

"ரிப்போர்ட் நார்மல்தான்... ஸீம்ஸ் டு பி நேச்சுரல் டெத். ஆனாலும் கொஞ்சம் சந்தேகமாயிருக்கு..."

சம்யுக்தா தன் இரு புருவங்களையும் உயர்த்தினாள். "நீங்க என்ன சொல்ல வர்றீங்கன்னு எனக்குப் புரியலை டாக்டர்."

"நாகராஜனுக்கு முப்பத்தஞ்சு வயசு. நேத்து ராத்திரி பத்துமணிக்கு மூக்குலயும், வாய்லயும் ரத்தம் வழிய வழிய ஹாஸ்பிடல்ல அட்மிட்டாகியிருக்கார். அப்போ ட்யூட்டியில இருந்த டாக்டர்ஸ் உடனடியா ட்ரீட்மெண்ட் கொடுத்திருக்காங்க... ஆனா அது பலன் தரலை. படிப்படியா பல்ஸ் ரேட் குறைஞ்சு அடுத்த அரைமணி நேரத்துக்குள்ளே இறந்துட்டார். எனக்கு அவரோட மரணத்துல லேசா சந்தேகம் இருந்ததால போலீஸுக்கு இன்ஃபார்ம் பண்ணினேன்."

"இது ஒரு சஸ்பீஷியஸ் டெத்ன்னு நினைக்கறீங்களா டாக்டர்?"

"எஸ்."

"என்ன காரணம்?"

"காரணம்தான் பிடிபடலை..."

"எனி கெஸ்ஸஸ்?"

"இது ஒரு எதிர்பாராத மரணம். இப்படிப்பட்ட மரணத்தை மெடிக்கலி ஆர் லீகலி அன்எக்ஸ்ப்ளய்ண்ட்ன்னு சொல்வோம்.

இப்போதைக்கு போஸ்ட்மார்ட்டம் ரிப்போர்ட்ல இது ஒரு இயற்கையான மரணம்ன்னுதான் மென்ஷன் பண்ணியிருக்கோம். இது கொலையா, தற்கொலையா, இல்லை இயற்கையான மரணமான்னு நீங்கதான் ஒரு முறையான இன்வெஸ்டிகேஷனைப் பண்ணி கண்டுபிடிக்கணும்...” என்று சொன்ன டாக்டர் மேஜையின் மீது ரிப்போர்ட்டை எடுத்து இன்ஸ்பெக்டரிடம் கொடுத்தார்.

“இது உங்களுக்கான பி.ம் ரிப்போர்ட்.”

சம்யுக்தா ரிப்போர்ட்டை வாங்கிக்கொண்டு அறையினின்றும் வெளிப்பட்டாள். ஓ.பி வார்டு நாற்காலியொன்றில் உட்கார்ந்து யாரிடமோ செல்போனில் பேசிக் கொண்டிருந்த கான்ஸ்டபிள் ராமலிங்கம் சம்யுக்தாவைப் பார்த்ததும் போனை அணைத்து பாக்கெட்டில் போட்டுக்கொண்டு எழுந்து வேகவேகமாய் வந்தார்.

“மேடம்.”

“செத்துப்போன நாகராஜனோட ஒய்ஃப்போட பேர் என்ன?”

“இம்ரா.”

“இப்ப எங்கே இருக்கா...?”

“வெளியே மரத்தடியில தன் பத்து வயசு மகனோட உட்கார்ந்து அழுதிட்டிருக்கா...”

“அவ கூட சொந்தக்காரங்க யாராவது இருக்காங்களா?”

“இல்ல மேடம்...”

“சரி, அவளைப் போய் கூட்டிட்டு வாங்க...” சொன்ன சம்யுக்தா அங்கிருந்த நாற்காலியொன்றில் பெருமூச்சோடு சாய்ந்தபடி தொப்பியைக் கழற்றி மடியில் வைத்துக் கொண்டாள்.

ஐந்து நிமிடங்களுக்குப் பிறகு அழுது அழுது வீங்கிய முகத்தோடும், சிவந்துபோன கண்களோடும் நாகராஜனின் மனைவி இம்ரா தன் மகனோடு சம்யுக்தாவுக்கு முன்பாய் வந்து நின்றாள்.

சம்யுக்தா இம்ராவை ஒரு கூரிய பார்வையால் நனைத்தபடி கேட்டாள்.

"நீ முஸ்லீம். நாகராஜன் ஹிந்து. அப்படீன்னா இது காதல் கல்யாணம்தானே?"

'ஆமாம்' என்பது போல் இம்ரா தலையாட்டிய போது கண்களில் நிறைந்திருந்த நீர் சிதறியது.

"கல்யாணமாகி எத்தனை வருஷமாச்சு?"

"12 வருஷம்."

"காதலுக்கு எதிர்ப்பு இருந்ததா?"

"ரொம்பவே! ஆனா அவரோட அம்மா எங்க காதலுக்கு ஆதரவா இருந்ததால அந்த எதிர்ப்பு அடங்கிருச்சு..."

"நாகராஜனோட அம்மா இப்போ எங்கேயிருக்காங்க...?"

"எங்ககூடத்தான்."

"அப்பா?"

"அஞ்சு வருஷத்துக்கு முன்னாடி இறந்துட்டார்."

"நீயும் உன் புருஷனும் சந்தோஷமாத்தானே இருந்தீங்க...?"

இம்ராவின் கண்களில் மறுபடியும் நீர் உடைப்பெடுத்துக் கொண்டது.

"என்மேலேயும், புள்ள மேலேயும் உயிரையே வெச்சிருந்தாங்க."

"அவர் எங்கே வேலைக்கு போயிட்டிருந்தார்?"

"ஒரு ரியல் எஸ்டேட் கம்பெனியில சேல்ஸ் ப்ரமோட்டர்."

"கம்பெனியோட பேரு?"

"லாயல் ரியல் எஸ்டேட்."

"அந்தக் கம்பெனிக்கும் அவர்க்கும் ஏதாவது பிரச்னை இருந்ததா?"

"இல்லை... பத்து வருஷமா அங்கேயிருக்கார்... ஒரு பிரச்னையும் வந்ததில்லை. கம்பெனியோட ஓனர் ராஜவேல் ரொம்பவும் நல்லவர். எங்களுக்கு ஏதாவது பிரச்னைன்னா அதைப் புரிஞ்சுகிட்டு உதவி செய்வார்."

இம்ரா சொல்லிக் கொண்டிருக்கும்போதே சம்யுக்தாவின் பார்வை ஜன்னலுக்குப் பக்கத்தில் நின்றபடி வெளியே வேடிக்கை பார்த்துக் கொண்டிருந்த சிறுவனின் மேல் படிந்தது.

"ஒரே பையனா...?"

"ஆமா..."

"பேரு...?"

"ராபர்ட்."

சம்யுக்தா லேசாய் துணுக்குற்றவளாய் கண்களில் ஆச்சர்யம் காட்டினாள்.

"பேரென்ன சொன்னே... ராபர்ட்டா...?"

"ஆமா... மேடம்."

"பையனுக்கு 'ராபர்ட்'ன்னு கிறிஸ்டியன் பேர் வெச்சிருக்கீங்க... என்ன காரணம்...?"

"நானும் அவரும் ஒருத்தரையொருத்தர் விரும்பினது ரெண்டு வீட்டைச் சேர்ந்தவங்களுக்கும் பிடிக்கலை. பலமான எதிர்ப்பு இருந்தது. ஒரு கட்டத்துல எங்களுக்கு கொலை மிரட்டல் கூட வந்தது. அந்த சமயத்துல என் கணவரோட ஃப்ரண்ட்தான் அவர் வீட்ல எங்களுக்கு அடைக்கலம் கொடுத்தார். ஒரு ஆறுமாச காலம் அவரோட பாதுகாப்புல இருந்த பின்னாடிதான் ரெஜிஸ்டர் கல்யாணம் பண்ணிக்கிட்டோம். அந்தக் கல்யாணத்துக்கான விட்னஸ் கையெழுத்தை ராபர்ட்தான் போட்டார்."

"உங்க காதலுக்கு ராபர்ட் உதவி பண்ணினதால உங்களுக்குப் பிறந்த குழந்தைக்கு அவரோட பேரையே வெச்சுட்டீங்க...?"

"ஆமா... மேடம்."

"ராபர்ட் இப்போ எங்கே...?"

"அஞ்சு வருஷத்துக்கு முன்னாடியே துபாய்ல வேலை கிடைச்சு அங்கே போய் செட்டிலாயிட்டார். அப்பப்ப போன் பண்ணி பேசுவார்."

"நாகராஜன் இப்போ உயிரோட இல்லைங்கிற விஷயம் அவருக்குத் தெரியுமா...?"

"இனிமேலதான் தகவல் கொடுக்கணும்."

சம்யுக்தா அந்தப் பையனைப் பார்த்து குரல் கொடுத்தாள்.

"தம்பி இங்கே வா...!"

அவன் பக்கத்தில் வர வரவே, இம்ரா தயக்கமான குரலோடு குறுக்கிட்டாள்.

"மேடம் அவர் இல்லைங்கறது இன்னும் அவனுக்குத் தெரியாது. அப்பாவை எப்போ வீட்டுக்கு கூட்டிட்டு போலாம்ன்னு கேட்டுகிட்டே இருக்கான். நான் ஏதேதோ காரணம் சொல்லி சமாளிச்சுட்டிருக்கேன்."

"நீ கவலைப்படாதே... நான் அவன்கிட்டே எப்படிப் பேசணுமோ அப்படி பேசறேன்..."

தனக்குப் பக்கத்தில் வந்து சற்றே மிரட்சியோடு நின்ற சிறுவன் ராபர்ட்டின் தோள் மீது கையை வைத்தாள் சம்யுக்தா.

"எந்த க்ளாஸ் படிக்கிறே...?"

"ஃபிப்த் ஸ்டேண்டர்ட்..."

"அப்பான்னா உனக்கு ரொம்பப் பிடிக்குமா...?"

"ரொம்ப ரொம்ப..."

"அப்பா சாமிகிட்டே போயிட்டார். கொஞ்ச நாள் கழிச்சு வருவார். நீ அழாமே அம்மாவைப் பார்த்துக்கணும் என்ன?"

"ம்..."

சம்யுக்தா கான்ஸ்டபிளிடம் திரும்பினாள்.

"ராமலிங்கம்."

"மேடம்."

"பையனை ஜி.ஹெச் கேண்டீனுக்கு கூட்டிட்டுப் போய் சாப்பிட ஏதாவது வாங்கிக் குடுங்க. டயர்டா இருக்கான். நான் இம்ராகிட்ட கொஞ்சம் பேசணும். போயிட்டு மெதுவாவே வாங்க."

"ஓ.கே மேடம்." தலையசைத்த ராமலிங்கம் சிறுவன் ராபர்ட்டை கூட்டிக்கொண்டு ஹாஸ்பிடலின் பக்கவாட்டில் இருந்த கேண்டீனை நோக்கிப் போக சம்யுக்தா இம்ராவிடம் திரும்பினாள்.

"இம்ரா... நான் இப்போ சொல்லப் போற விஷயம் உனக்கு அதிர்ச்சியா இருக்கலாம். அதனால உனக்கு என்னன்ன தெரியுமோ அதெல்லாம் என்கிட்ட மறைக்காம சொல்லிடு...! போஸ்ட்மார்ட்டம் பண்ணின டாக்டர்ஸ் உன் கணவரோட மரணம் இயற்கையானதல்ல. சந்தேகத்துக்குரிய மரணம்ன்னு சொல்லியிருக்காங்க."

இம்ராவின் விழிகள் உறைந்தது.

"என்ன மேடம்... சொல்றீங்க...? சந்தேகத்துக்குரிய மரணமா அப்படீன்னா...?"

"ஒண்ணு... அவர் கொலை செய்யப்பட்டிருக்கணும். இல்லேன்னா அவர் தற்கொலை பண்ணியிருக்கணும்."

"நீங்க சொன்ன ரெண்டுமே நடந்திருக்க வாய்ப்பில்லை மேடம்... பத்து வருஷத்துக்கு முந்தி எங்க காதலுக்கு எதிர்ப்பு இருந்தது. எதிரிங்க இருந்தாங்க. இப்போ அப்படி யாருமேயில்லை. தற்கொலை பண்ணிக்கூடிய அளவுக்கு அவர் கோழையில்லை."

"தற்கொலை பண்ணிக்கறது கோழைத்தனம்ன்னு சொல்லாதே. அதுக்கு அசாதாரணமான தைரியம் வேணும். கொஞ்சம் நல்லா யோசனை பண்ணிச் சொல்லு... நாகராஜனோட சமீபகால நடவடிக்கைகள் எப்படியிருந்ததுன்னு சொல்ல முடியுமா?"

"எப்பவும் போல நார்மலாத்தான் இருந்தார்."

"அவர்க்கு கெட்டப்பழக்கம் ஏதாவது...?"

"எந்தவொரு கெட்டப் பழக்கமும் இல்லை... குடிக்க மாட்டார். பீடி, சிகரெட் வாசனை பட்டாலே அவர்க்கு ஆகாது..."

"இங்கே அவர்க்கு க்ளோஸ் ஃப்ரண்ட்ஸ் யாரு...?"

"அப்படி யாரும் இல்லை... வேலை முடிஞ்சதும் நேரா வீட்டுக்குத்தான் வருவார். பையனோட விளையாடுவார். அவன் ஹோம்வொர்க் பண்ணும்போது பக்கத்திலேயே உட்கார்ந்து சொல்லிக் கொடுப்பார். குடும்பத்துக்கு வேண்டிய மளிகை சாமானையெல்லாம் வாரத்துக்கு ஒரு தடவை அவரே வாங்கிட்டு வந்துடுவார். மாசத்துல ரெண்டு மூணு தடவை சினிமா போவோம். முந்தா நாள் நாங்க மூணு

பேரும் தோசை வார்த்து சாப்ட்டுட்டு ஒண்ணாத்தான் படுத்துத் தூங்கினோம். நடுச்சாமத்துல ஒரு மணிக்கு என்னை எழுப்பி மூச்சுவிட சிரமமாய் இருக்குன்னு சொன்னார். நான் எழுந்து போய் அலமாரியில இருக்கிற தைல பாட்டிலை எடுத்துட்டு வர்றதுக்குள்ளே மூக்குல ரத்தம் வழிய அப்படியே மயக்கமா சாய்ஞ்சுட்டார். ஹாஸ்பிடல்ல கொண்டுபோய் சேர்க்கிற வரைக்கும் சுய உணர்வோடதான் இருந்தார்."

"இதோ பார்! போஸ்ட்மார்ட்டம் ரிப்போர்ட்ல உன்னோட கணவரோட மரணம் இயற்கையானதுன்னு டாக்டர்ஸ் குறிப்பிட்டிருக்காங்கிற ஒரே ஒரு காரணத்துக்காக பாடியை எடுத்துட்டு போக பர்மிஷன் தர்றேன். ஆனா இது ஒரு சந்தேகத்துக்குரிய மரணம்ன்னு டாக்டர்ஸ் வாய்மொழியா சொல்லியிருக்கிறதால, அது சம்பந்தப்பட்ட விசாரணைக்காக உன்னை அடிக்கடி ஸ்டேஷனுக்கு கூட்டிட்டுப் போக வேண்டியிருக்கும்."

"மேடம்... நான் ஏற்கனவே ரொம்பவும் மனசு உடைஞ்சு போயிருக்கேன். விசாரணைங்கிற பேர்ல என்னை வீட்டுக்கும் போலீஸ் ஸ்டேஷனுக்கும் அலைய வைக்காதீங்க. அவரோட அம்மாவுக்கு வேற உடம்பு சரியில்லை. படுத்தப் படுக்கையா இருக்காங்க."

"உன்னோட கணவர் எப்படி செத்தார்ன்னு உனக்குத் தெரியணுமா, வேண்டாமா...?"

"தெரியணும் மேடம்... கண்டிப்பா தெரியணும்."

"அப்படீன்னா போலீஸ் விசாரணைக்கு நீ ஒத்துழைக்கணும். நான் கூப்பிடும் போது ஸ்டேஷனுக்கு வந்தா போதும்."

'சரி' என்பது போல் பீறிட்ட கண்ணீரோடு தலையசைத்தாள் இம்ரா.

மறுநாள் காலை பதினோரு மணி.

'லாயல் ரியல்எஸ்டேட் அண்ட் பில்டர்ஸ்' என்று பெயர்ப்பலகை சொன்ன கட்டிடத்துக்கு முன்பாக ஜீப்பை நிறுத்திவிட்டு சம்யுக்தா இறங்கி உள்ளே போனாள்.

முன்பக்க அலுவலக அறையில் தனியாக உட்கார்ந்து கம்ப்யூட்டரில் ஒரு ப்ளூ பிரிண்ட் மேப்பைப் பார்த்துக் கொண்டிருந்த அந்த நடுத்தரவயது நபர் நாற்காலியினின்றும் தன்னிச்சையாக எழுந்து நின்றார். உடம்பில் பதட்டம் தெரிந்தது.

சம்யுக்தா கேட்டாள்.

"இங்கே 'ராஜவேல்'ங்கிறது...?"

"நான்தான் மேடம்."

"உங்ககிட்டே ஒரு என்கொய்ரி."

"உட்கார்ங்க மேடம்."

அவள் உட்கார்ந்ததும் ராஜவேல் லேசாய் வியர்த்துப்போன முகத்தோடு கேட்டார்.

"என்ன விஷயம் மேடம்...?"

"நேத்து இறந்துபோன நாகராஜன் உங்ககிட்டதானே வேலைக்கு இருந்தார்?"

"ஆமா..."

"அவரோட மரணத்தைப் பத்தி என்ன நினைக்கறீங்க...?"

"ரொம்பவுமே அதிர்ச்சியாய் இருக்கு மேடம். இது சாக வேண்டிய வயசு இல்லை. வாழ வேண்டிய வயசு..."

"போஸ்ட்மார்ட்டம் ரிப்போர்ட்படி அது இயற்கையான மரணம். ஆனா டாக்டர்ஸோட அப்ஸர்வேஷன் வேற மாதிரியிருக்கு."

ராஜவேல் திகைத்தார்.

"வேற மாதிரின்னா...?"

"நாகராஜன் கொலை செய்யப்பட்டிருக்கணும். இல்லேன்னா அவர் தற்கொலை பண்ணியிருக்கணும்."

"அப்படியிருக்க வாய்ப்பு இல்ல மேடம்."

"ஏன் வாய்ப்பில்லேன்னு சொல்றீங்க...?"

“நாகராஜனை கொலை செய்யற அளவுக்கு எதிரிங்க கிடையாது. தற்கொலை பண்ணிக்கிற அளவுக்கு அவர்க்கு பிரச்னைகளும் கிடையாது. வசதியான வாழ்க்கை. போன வருஷம் கூட புஞ்சை புளியம்பட்டிக்குப் பக்கத்துல ஒரு ஏக்கர் நிலம் வாங்கி விவசாயம் பண்ண ஆரம்பிச்சிருக்கார். அழகான அதுவும் காதலிச்ச பொண்ணே மனைவி. ஒரு பையன். இப்படியொரு நிறைவான வாழ்க்கை இருக்கும்போது அவர் எதுக்காக தற்கொலை பண்ணிக்கணும்...?”

“உங்களுக்கே தெரியாமே ஏதாவது காரணம் இருக்கலாம் இல்லையா...?”

“அப்படி ஏதும் இருக்கிறமாதிரி தெரியலையே மேடம். இந்த கம்பெனியில அவர் என்கிட்டே வேலை பார்த்தாலும், அவரை என்னோட பார்ட்னர் மாதிரி நினைச்சு, எல்லா விஷயங்களைப் பற்றியும் டிஸ்கஸ் பண்ணுவேன்... அப்படி ஏதாவது அவர்க்கு பிரச்னை இருந்திருந்தா எனக்குத் தெரிஞ்சிருக்குமே...?”

“சரி, அவரோட நெருக்கமான நண்பர்கள் யார் யார்ன்னு தெரியுமா...?”

ராஜவேல் சில விநாடிகள் யோசனை செய்துவிட்டு சொன்னார்.

“நெருக்கமான ஃப்ரண்ட்ஸ் இருக்கிற மாதிரி எனக்குத் தெரியலை. ஆனா பத்து நாளைக்கு முன்னாடி அவரைப் பார்த்து பேசறதுக்காக ஒருத்தர் வந்திருந்தார். என்கிட்ட அவரை அறிமுகப்படுத்தும் போது என்னோட ஃப்ரண்ட்ன்னு சொன்னார். ரெண்டு பேரும் அந்த சிட்அவுட்ல போய் உட்கார்ந்துட்டு ரொம்ப நேரமா பேசிட்டிருந்தாங்க.”

“அந்த ஃப்ரண்டோட பேர் என்ன?”

“ஒரு நிமிஷம் இருங்க மேடம்...! நாகராஜன் அவரை எனக்கு அறிமுகப்படுத்தும்போது அவர் தன்னோட விசிட்டிங் கார்டை எனக்குக் கொடுத்தார். அதை இந்த டேபிள் ட்ராயர்லதான் போட்டு வெச்சேன்.” என்று சொன்னவர் தன் மேஜையின் இழுப்பறையைத் திறந்து ஒரு விசிட்டிங் கார்டை எடுத்து சம்யுக்தாவிடம் நீட்ட அவள் வாங்கிப் பார்த்தாள். அது ஆங்கிலம் பேசியது.

எஸ். சதீஷ்குமார்

(மெடிக்கல் ரெப்ரஸன்டேட்டிவ்)

ஷ்யூர் க்யூர் பார்மாசூட்டிகல்ஸ்

நெம்பர் செவன் பரோடா ஸ்டீரிட்

அம்பத்தூர் OT. சென்னை 53.

சதீஷ்குமார் ஒரு மெடிக்கல் ரெப்ரஸன்டேட்டிவ் என்கிற விஷயம் சம்யுக்தாவின் மனதுக்கு உறுத்தலாய் படவே, குரலைத் தாழ்த்தியபடி கேட்டாள்.

"நாகராஜனும், சதீஷ்குமாரும் ரொம்பநேரமா பேசிட்டிருந்ததா சொன்னீங்களே... எவ்வளவு நேரம்ன்னு சொல்லமுடியுமா...?"

"ஒரு மணி நேரத்துக்கும் மேல இருக்கும்."

"என்ன பேசிகிட்டு இருந்தாங்கன்னு கவனிச்சீங்களா...?"

"இல்ல மேடம்... அந்த சமயத்துல லேண்ட் பர்ச்சேஸ் சம்பந்தமா ஒரு பார்ட்டி வந்து என்கிட்டே பேசிட்டிருந்தாங்க..."

"சரி... நான் வந்து உங்களை என்கொயர் பண்ணின விஷயம் வெளியே யார்க்கும் தெரிய வேண்டாம். முக்கியமா நாகராஜன் மனைவி இம்ராவுக்கு."

"ஓ.கே மேடம்... நான் யார்கிட்டேயும் சொல்லமாட்டேன்."

"ரெண்டு நாள் கழிச்சு நான் மறுபடியும் வர்றேன்."

சம்யுக்தா எழுந்து கொண்டாள்.

அம்பத்தூர்.

'ஷ்யூர் க்யூர்' பார்மாசூட்டிகல்ஸ் கம்பெனி.

டைனிங் அறையில் உட்கார்ந்து மதிய உணவைச் சாப்பிட்டுக் கொண்டிருந்த சதீஷ்குமார்க்கு முன்பாய் வந்து நின்றார் அட்டெண்டர் பொன்னுசாமி.

"ஸார்... உங்களைப் பார்த்து பேசறதுக்காக ஒரு லேடி போலீஸ் இன்ஸ்பெக்டர் மஃப்டியில வந்து ரிசப்ஷன் ரூம்ல வெயிட் பண்ணிட்டிருக்காங்க..."

லேசாய் முகம் வெளுத்தான் சதீஷ்குமார்.

"எ...எ...எதுக்கு...?"

"தெரியலை ஸார்... ஏதோ என்கொய்ரின்னு சொன்னாங்க..." அட்டெண்டர் சொல்லிவிட்டு போய்விட, சதீஷ்குமார் அவசர அவசரமாய் சாப்பிட்டு முடித்துவிட்டு ரிசப்ஷன் அறைக்குச் சென்றான். டீபாயின் மேல் இருந்த ஒரு மெடிக்கல் மேகஸீனைப் புரட்டியபடி தெரிந்த சம்யுக்தா தெரிந்தாள். அவளுக்கு முன்பாய் போய் நின்றான்.

"குட் ஆஃப்டர்நூன் மேடம்."

சம்யுக்தா நிமிர்ந்தாள்.

"நீங்க சதீஷ்குமார்...?"

"ஆமா... மேடம்."

"உட்கார்ங்க... ஒரு பத்து நிமிஷம் உங்ககிட்ட பேசணும்."

அவன் உட்கார்ந்து கொண்டே கேட்டான்.

"என்ன விஷயமாய் மேடம்...?"

"நாகராஜன். அவர் உங்க நண்பர்தானே...?"

"ஆமா... மேடம்...! நானும் அவனும் ஒரே காலேஜ்லதான் படிச்சோம். நாங்க ரெண்டு பேரும் வேறவேற துறையில இருந்ததால அடிக்கடி சந்திக்க முடியாமே போயிடுச்சு. ஆனா எப்பவாவது போன் பண்ணிப் பேசிக்குவோம்."

"பத்து நாளைக்கு முந்தி நாகராஜனோட ஆபீஸுக்குப் போய் அவரைப் பார்த்து பேசியிருக்கீங்க போலிருக்கு...?"

"அவன்தான் எனக்கு போன் பண்ணி வரச் சொன்னான்."

"எதுக்கு...?"

"எங்ககூட காலேஜ்ல படிச்ச பழைய ஸ்டூடண்ட்ஸையெல்லாம் சந்திச்சுப் பேச ஒரு 'அலுமினி மீட்' ஏற்பாடு செஞ்சிருக்கிறதாகவும், அதைப்பத்தி டிஸ்கஸ் பண்ணனும்ன்னு சொன்னான்."

"அதைப்பத்தித்தான் பேசினீங்களா...?"

"ஆமா மேடம்..." என்று சொன்ன சதீஷ்குமார் சற்றே குரலைத் தாழ்த்தி பயக் குரலில் கேட்டான்.

"இப்ப எதுக்காக இந்த விசாரணைன்னு நான் தெரிஞ்சுக்கலாமா மேடம்?"

"கண்டிப்பா நீங்க தெரிஞ்சுக்கணும். நாகராஜனோட மரணம் இயற்கையான மரணமில்லைன்னு அவரோட உடம்பை போஸ்ட்மார்ட்டம் செஞ்ச டாக்டர்ஸ் சொல்லியிருக்காங்க. ஒண்ணு தற்கொலையா இருக்கணும், இல்லேன்னா அவர் கொலை செய்யப்பட்டு இருக்கணும். ஆனா அதுக்கான அடையாளங்கள் உடம்புல இல்லாத காரணத்தால இயற்கையான மரணம்ன்னு சொல்லி ரிப்போர்ட் கொடுத்துட்டு டாக்டர்ஸ் இந்தப் பிரச்னையிலிருந்து விலகிட்டாங்க. ஆனா போலீஸ் அப்படி விலக முடியாதே... அதனாலதான் இந்த விசாரணை."

சதீஷ்குமாரின் முகம் இப்போது அடியோடு மாறியிருந்தது.

"மேடம்... இந்த விஷயத்துல நீங்க என்கிட்டயிருந்து எது மாதிரியான உதவி எதிர்பார்க்கறீங்க?"

"பத்து நாளைக்கு முன்னாடி அவரைப் பார்த்து நீங்க ரொம்ப நேரம் பேசிட்டிருந்ததா ரியல் எஸ்டேட் கம்பெனியோட ஓனர் ராஜவேல் சொன்னார். அவ்வளவு நேரம் அப்படி என்னதான் பேசிட்டிருந்தீங்க...?"

"கல்லூரி நாட்கள்ல நடந்த சம்பவங்களைப் பத்திப் பேசிட்டிருந்தோம்."

"அவ்வளவுதானா...?"

சதீஷ்குமார் சில விநாடிகள் மௌனித்துவிட்டு சொன்னான். "அ...அ...அப்புறம் காட்டுப்பன்றிகளை விஷம் வெச்சு கொல்றதுக்காக பூச்சிக்கொல்லி மருந்து மாதிரி ஏதாவது கிடைக்குமான்னு கேட்டான்."

சம்யுக்தாவின் முதுகு நிமிர்ந்தது.

"பூச்சிக்கொல்லி மருந்தா...?"

"ஆமா மேடம்... கிராமத்துல அவனுக்கு சொந்தமான ஒரு ஏக்கர் நிலத்துல மரவள்ளிக் கிழங்கு பயிர் பண்ணியிருக்கிறதாகவும் ராத்திரி நேரத்துல காட்டுப்பன்றிங்க வந்து, கிழங்குகளையெல்லாம் தோண்டி எடுத்து நாசம் பண்றதால அதுகளை சாகடிக்கிற மாதிரி மருந்து வேணும். அந்த மருந்துக்கு வாசனையோ ருசியோ நிறமோ இருக்கக்கூடாதுன்னு சொன்னான். நானும் அடுத்த ரெண்டு நாள்ல கொண்டுபோய் கொடுத்தேன்."

"அந்த மருந்தோட பேர் என்னன்னு தெரியுமா?"

"தல்லீயம் சல்பேட் மேடம். இதுக்கு... விஷத்தன்மை அதிகம். மத்த பூச்சிக்கொல்லி மருந்துங்க மாதிரி இதுக்கு நிறம் கிடையாது. ருசி கிடையாது. வாசனை கிடையாது. எந்த உணவோட வேணும்னாலும் கலக்கலாம். அந்த உணவோட சுவை மாறாது. இதுக்காகவே இந்த விஷத்தை மாஸ்டர் ஆஃப் ஆல் பாய்சன்ஸ்ன்னு சொல்லுவாங்க."

"இந்த தல்லீயம் சல்பேட் விஷம் கலந்த உணவை ஒருத்தர் சாப்பிட்டா உடனடியா மரணம் சம்பவிக்குமா...?"

"இல்ல மேடம்... மருந்துல இருக்கிற விஷம் ரத்தத்துல கலந்து மரணம் ஏற்பட எப்படியும் நாலு மணி நேரமாவது ஆகும்."

"நீங்க சொன்ன இந்த பூச்சிக்கொல்லி மருந்தை நாகராஜன் உண்மையிலேயே காட்டுப்பன்றிகளை அழிக்கிறதுக்காகத்தான் வாங்கினாரா இல்லை அதைச் சாப்பிட்டு தற்கொலை பண்ணிக்கிறதுக்காக வாங்கினாரா...?"

"ஏன்.... மேடம் இப்படி கேட்கறீங்க...?"

"போஸ்ட்மார்ட்டம் ரிப்போர்ட்ல சொல்லப்பட்டிருக்கிற விஷயத்துக்கும், நீங்க சொன்ன அந்த தல்லீயம் சல்பேட் பூச்சி மருந்தோட தன்மைக்கும் ஒரு ஒற்றுமை இருக்கிற மாதிரி என்னோட மனசுக்குப் படுது."

"நாகராஜன் தற்கொலை பண்ணிக்க வாய்ப்பேயில்லை மேடம்."

"அப்படீன்னா அவர் கொலை செய்யப்பட்டிருக்கலாம்ன்னு நினைக்கறீங்களா...?"

"மே...மே...மேடம்." சதீஷ்குமார் அதிர்ந்துபோன பார்வையோடு சம்யுக்தாவைப் பார்க்க அவள் எழுந்து கொண்டாள்.

"நீங்க குடுத்த தகவலுக்கு நன்றி... இன்னும் ரெண்டே நாள்ல நாகராஜனுக்கு என்ன நடந்ததுங்கிற உண்மை வெளிச்சதுக்கு வரும்."

மாலை ஆறரை மணி.

இம்ரா சமையலறையில் வேலைகளை முடித்துவிட்டு கையில் பால் நிரம்பிய டம்ளரோடு, கட்டிலில் கண்மூடிப் படுத்திருந்த எழுபது வயது நிரம்பிய திலகத்தை நெருங்கினாள்.

"அத்தே..."

அவள் மெல்ல கண்களை மலர்த்திப் பார்க்க இம்ரா சொன்னாள்.

"நீங்க மத்தியானம் கொஞ்சம் கஞ்சி சாப்பிட்டது. நடுவுல எதுவும் சாப்பிடலை. இந்தப் பாலையாவது குடிங்க."

திலகம் இருமிக்கொண்டே எழுந்து உட்கார்ந்தாள்.

"எனக்குப் பசியே இல்லேம்மா."

"அத்தே... உங்க மகன் போயிட்டார். அவர்க்கு அவ்வளவுதான் ஆயுசுன்னு நாம நம்மை சமாதானப்படுத்திக்க வேண்டியதுதான். உங்க உடம்பு ஏற்கெனவே மோசமான நிலைமையிலே இருக்கு... இப்படி எதுவுமே சாப்பிடாமே இருந்தா உங்களை ஹாஸ்பிடல்ல கொண்டுபோய் சேர்க்க வேண்டியதாயிடும். அப்பறம் எல்லாருக்கும் கஷ்டம்... ம்ம்... குடிங்க!"

இம்ரா சலிப்பும், கண்டிப்பும் கலந்த குரலில் சொல்லிக் கொண்டிருக்கும்போதே பின்பக்கம் அந்தக் குரல் கேட்டது.

"அம்மா..."

திரும்பிப் பார்த்தாள்.

மகன் ராபர்ட் நின்றிருந்தான்.

என்ன என்பது போல் பார்க்க அவன் சொன்னான்.

"அம்மா... அந்த போலீஸ் ஆண்ட்டி வந்திருக்காங்க."

இம்ரா அவசர அவசரமாய் கஞ்சி டம்ளரை மாமியாரின் கையில் கொடுத்துவிட்டு, வீட்டின் முன்னறைக்கு வந்தாள். வெளியே கதவருகே நின்றிருந்த சம்யுக்தாவைப் பார்த்ததும் சற்றே பதட்டத்தோடு வரவேற்றாள்.

"வாங்க மேடம்."

சம்யுக்தா உள்ளே வந்தாள். இம்ரா சொல்லாமலேயே சுவரோரமாய் இருந்த அந்த பிளாஸ்டிக் நாற்காலியை இழுத்துப் போட்டுக்கொண்டு உட்கார்ந்தபடியே எதிரேயிருந்த இன்னொரு நாற்காலியைக் காட்டினாள்.

"நீயும் உட்கார்...."

இம்ரா நுனிநாற்காலியில் அவஸ்தையாய் உட்கார்ந்தாள். சில விநாடிகள் மௌனமாய் இருந்த சம்யுக்தா பின் நிதானமான குரலில் பேச்சை ஆரம்பித்தாள்.

"உன் கணவரோட மரணத்துல ஒரு உண்மை வெளிப்பட்டிருக்கு."

"எ...எ...என்ன உண்மை...?"

"அவர் தல்லீயம் சல்பேட்ங்கிற பூச்சிமருந்தை சாப்ட்டுட்டு தற்கொலை பண்ணியிருக்கார்."

"த...த...தற்கொலையா... அதுக்கு வாய்ப்பேயில்லை மேடம்."

"வீட்ல அந்தப் பூச்சிக்கொல்லி மருந்து இருந்தது உனக்குத் தெரியுமா தெரியாதா...?"

"தெரியும் மேடம்... மரவள்ளிக்கிழங்கு சாகுபடி பண்ணி இருக்கிற நிலத்துக்கு காட்டுப்பன்னிங்க வர்றதாவும், அதைக் கொல்றதுக்காக பூச்சி மருந்து வாங்கி வெச்சிருக்கிறதாக என்கிட்ட சொன்னார்."

“அந்த மருந்தைத்தான் சாப்பிட்டிருக்கணும்ன்னு டாக்டர்ஸ் இப்போ சொல்றாங்க... நீ உண்மையைச் சொல்லிடறது உத்தமம். அவர் எதுக்காக தற்கொலை பண்ணிகிட்டார். உங்களுக்குள்ளே என்ன பிரச்னை...?”

“ஓ...ஓ...ஒரு பிரச்னையும் இல்ல மேடம்.”

“சரி புறப்படு.”

“எங்கே மேடம்...?”

“போலீஸ் ஸ்டேஷனுக்கு...”

“எதுக்கு?”

“ரெண்டுநாள் ஸ்டேஷன்ல உன்னை வெச்சிருந்தாதான் உன்கிட்டயிருந்து உண்மையை வாங்க முடியும்... நீ உன்னோட வீட்ல இருக்கிற வரைக்கும் உண்மை வெளியே வராது.”

“என்ன மேடம்... இப்படி பேசறீங்க...?”

“இதோ பார்... எனக்கு வேண்டியது உண்மை. அதை இங்கேயே சொல்லிட்டா ஒரு பிரச்னையும் இல்லை. இல்லேன்னா, டிபார்ட்மெண்ட்ல எது மாதிரியான ஸ்டெப்ஸ் எடுப்பாங்களோ! அதைத்தான் நானும் உன்னோட விஷயத்துல எடுக்க முடியும். ம்... நட... வாசல்ல ஜீப் நிக்குது... போய் ஏறு.”

“வேண்டாம் மேடம்... வீணா என்மேல சந்தேகப்படாதீங்க.”

“இதோ பார்... என் பொறுமையை சோதிக்காதே!” சம்யுக்தா தன் ஆட்காட்டி விரலைக் காட்டி எச்சரித்தாள்.“நீயா போய் ஜீப்ல ஏறிகிட்டா உனக்கு மரியாதை. இல்லேன்னா லேடி கான்ஸ்டபிள்களை விட்டு இழுத்துட்டு போக வேண்டியிருக்கும்.”

“வேண்டாம் மேடம்... நானே வர்றேன்.” இம்ரா நீர் நிரம்பிய கண்களோடு தலையைக் கவிழ்த்துக் கொண்டே வாசலை நோக்கி நகர முயன்ற விநாடி –

பின்பக்கம் அந்தக் குரல் கேட்டது.

“நில்லு இம்ரா..!!”

திரும்பிப் பார்த்தாள்.

அவளுடைய மாமியார் திலகம் அறையின் கதவைப் பிடித்தபடி லேசாய் மூச்சிரைத்துக் கொண்டிருந்தாள்.

சம்யுக்தா நாற்காலியினின்றும் எழுந்தபடி இம்ராவிடம் கேட்டாள்.

“இவங்கதான் உன் புருஷனோட அம்மாவா...?”

‘ஆமாம்’ என்பது போல் தலையசைத்தாள் இம்ரா.

“நீங்க என்னம்மா சொல்லப் போறீங்க?”

சம்யுக்தா கேட்க, திலகம் ஹீனமான குரலில் முனகினாள்.

“என்னோட மருமகளை போலீஸ் ஸ்டேஷனுக்கு கூட்டிட்டு போகாதீங்கம்மா... வீணா அவ மேல சந்தேகப்படாதீங்க...அவ ரொம்ப நல்லவ.. அப்பாவி”

“கூட்டிட்டு போகாமே என்ன பண்றது? உங்க பையன் பூச்சிமருந்தை குடிச்சு செத்துப் போயிருக்கார். புருஷன் பொண்டாட்டி ரெண்டு பேருக்குள்ள என்ன பிரச்னைன்னு கேட்டா வாயைத் திறந்து பேசமாட்டேங்கிறா...”

“அவ பேசமாட்டா... நீங்க என்ன கேள்வியைக் கேட்கிறதா இருந்தாலும் என்கிட்ட கேளுங்க. நான் பதில் சொல்றேன்.”

சம்யுக்தாவின் முகம் வியப்புக்கு உட்பட்டது.

“எ...எ...என்னது நீங்க பதில் சொல்றீங்களா...?”

“ஆமா...! நீங்க சந்தேகப்பட்டது சரிதான். என்னோட மகன் நாகராஜன் சாவுக்குக் காரணம் அந்தப் பூச்சிக்கொல்லி மருந்துதான்...”

“அவர் ஏன் தற்கொலை பண்ணிக்கணும்...?”

“அது... அது தற்கொலை இல்லை... அவன் சாப்பிட்ட சாப்பாட்டுல நான்தான் அந்த மருந்தைக் கலந்தேன்.”

திலகம் சொன்னதைக் கேட்டு சம்யுக்தா உறைந்து போக, இம்ரா விழிகளை விரித்து வீறிட்டாள்.

"அய்யோ...! எ...எ...என்ன சொல்றீங்க அத்தே...!!!"

திலகம் மூச்சு வாங்கிக்கொண்டு பேசினாள்.

"இம்ரா! கடந்த ஆறு மாசமா என் மகனோட நடத்தை சரியில்லைன்னு உனக்குத் தெரியும். ஆனா எனக்குத் தெரியக் கூடாதுன்னு நீ எல்லாத்தையும் பொறுத்துகிட்டே. உன்னை மாதிரி என்னால அப்படி இருக்க முடியலையேம்மா. அவன் ரியல் எஸ்டேட் கம்பெனிக்கு வேலைக்கு போய்கிட்டே நம்ம கிராமத்து நிலத்துல கஞ்சா செடி வளர்த்ததும், போதை மருந்துகளை வாங்கி விக்கிறதும், ராத்திரி நேரங்கள்ல லேட்டா வரும்போது ஏன் லேட்டுன்னு நீ கேள்விகேட்டா உன்னை கெட்ட வார்த்தையால திட்டி அடிக்கிறதும், எட்டி வயித்துல உதைக்கிறதும் எனக்குத் தெரியாதுன்னு நினைச்சுட்டு இருக்கியா? நான் பொறுமையோட இத்தனை நாள் காத்திருந்ததுக்கு காரணம் என்னிக்காவது ஒருநாள் அவன் திருந்துவான்ங்கிற ஒரு நப்பாசைதான். ஆனா அவன் திருந்தற மாதிரி தெரியலை. நாளுக்கு நாள் அவன் அட்டூழியம் அதிகமாயிட்டேயிருந்தது. பத்து நாளைக்கு முன்னாடி வீட்டுக்குப் பின்னாடி மறைவா நின்னுட்டு செல்போன்ல ஒரு பொண்ணுகிட்டே பேசிட்டிருந்ததை கேட்ட பின்னாடிதான் இப்படியொரு முடிவுக்கு நான் வந்தேன்."

இம்ராவும் சம்யுக்தாவும் உறைந்துபோன முகங்களோடு திலகத்தையே பார்த்துக் கொண்டிருக்க, அவள் பெரிது பெரிதாய் மூச்சிரைத்துக் கொண்டு பேச்சைத் தொடர்ந்தாள்.

"அந்தப்பாவி 'மொதல்ல யார்க்கும் எந்த சந்தேகமும் வராதமாதிரி என் பொண்டாட்டியோட கதையை முடிக்கிறேன். அப்புறம் ஒரு ஆறு மாசம் கழிச்சு என்னைப் பெத்தவளோட மூச்சை நிறுத்தறேன். பையன் ராபர்ட் வேணும்ன்னா இருந்துட்டு போகட்டும்'ன்னு சொன்னதைக் கேட்டதுக்கப்பறமும் நான் சும்மா இருக்கலாமா...? நான் பெத்த கடனைத் தீர்க்க, வேற வழி எனக்குத் தெரியலை. அதான்...!"

சம்யுக்தா அதிர்ச்சியினின்றும் விடுபட்டு திலகத்தை நெருங்கி அவள் தோள் மீது கையை வைத்து புன்னகையோடு கேட்டாள்.

“உங்க மகனோட உடம்பை போஸ்ட்மார்ட்டம் பண்ணமாட்டாங்கன்னு நீங்க நினைச்சிட்டீங்க இல்லையா...?”

‘ஆமாம்’ என்பது போல் தலையசைத்தாள் திலகம்.

“இனிமேலயும் அப்படியே நினைச்சுகிட்டு நிம்மதியாய் இருங்க. ஏன்னா போஸ்ட்மார்ட்டம் ரிப்போர்ட்ல உங்க மகனோட மரணம் இயற்கையானதுதான்னு பதிவாயிடுச்சு. சட்டமே அப்படியொரு தீர்ப்பைக் கொடுத்த பின்னாடி இந்த கேஸை இந்த நிமிஷத்திலிருந்து நான் மேற்கொண்டு விசாரிக்க விரும்பலை. நீங்க குற்றவாளியில்லை. ஒரு குற்றவாளிக்கு நீதிபதியாய் இருந்து தண்டனை கொடுத்திருக்கீங்க.” சொன்ன சம்யுக்தா இம்ராவை ஏறிட்டாள்.

“உனக்குக் கிடைச்சிருக்கிறது மாமியார் இல்லை, அம்மா. அவங்களை நல்லபடியா பார்த்துக்க. இனிமே போலீஸோட நிழல் கூட இந்த வீட்டு மேல விழாது.”

“மே...மே...மேடம்.” குரல் தழுதழுக்க, இம்ரா நீர் நிரம்பிய விழிகளோடு அழ முற்பட சம்யுக்தா அவளுடைய கையை ஆதரவாய்ப் பற்றி அழுத்திவிட்டு, வாசலில் நின்றிருந்த போலீஸ் ஜீப்பை நோக்கிப் போனாள்.

அவள் மனதுக்குள் புயலடித்து ஓய்ந்த மாதிரியான ஓர் அமைதி.

சிறுகதை

ஒரு முன்னிரவு

டேஸ்டி ஃபிங்கர் ரெஸ்டாரெண்ட்.

நேரம் இரவு மணி 10.15.

விஷால் சுற்றும் முற்றும் பார்த்துவிட்டு சொன்னான்.

"சுரேஷ்... ரெஸ்டாரெண்ட்ல நமக்கு முன்னாடி வந்தவங்க எல்லாரும் சாப்டுட்டு போயிட்டாங்க. வா... நாம்பளும் கிளம்பலாம்... சீக்கிரமா சாப்பிட்டு முடி... நான் சாப்பிட்டு முடிச்சு பத்து நிமிஷமாச்சு."

சுரேஷ் பெப்பர் தூவப்பட்ட சிக்கன் லெக் பீஸை எடுத்து தன்னுடைய கடைவாய்க்கு கொடுத்தபடியே சொன்னான்.

"அதுக்குள்ளே என்னடா அவசரம் விஷா...? நாளைக்கு சண்டே... ஆபீஸ் லீவ்தானே... இன்னும் அரைமணி நேரம் பேசிட்டிருப்போமே?"

"எனக்கும் இருக்கலாம்ன்னு ஆசைதான்... ஆனா வீட்ல ஒய்ஃப் ரமா வெயிட் பண்ணிட்டிருப்பா. பத்து மணிக்குள்ளே வந்துடறதா சொல்லிட்டு வந்திருக்கேன்..."

"சரி... சரி... இரு போயிடலாம்" என்று சொன்ன சுரேஷ் சிக்கன் லெக் பீஸை முடித்துவிட்டு, தட்டில் மீதியிருந்த மட்டன் பிரியாணியை வேக வேகமாய் சாப்பிட்டு முடித்து சின்னதாய் ஒரு ஏப்பம் விட்டபடி சொன்னான்.

"தேங்க்ஸ்டா விஷா!"

"எதுக்கு...?"

"புது கார் வாங்கினாக்கூட யாரும் ட்ரீட் தரமாட்டாங்க. ஆனா நீ யூஸ்ட் கார் வாங்கினதுக்கு ட்ரீட் கொடுத்திருக்கேயே... அதுக்குத்தான் "

விஷால் சிரித்தான்.

"சுரேஷ்! கடந்த அஞ்சு வருஷமா ரெண்டு எலக்ட்ரிக் ட்ரெய்ன் மாறி, கூட்டத்துல நசுங்கி,வியர்வைல குளிச்சு,பல கிலோ மீட்டர் ட்ராவல் பண்ணி ஆபீஸ் போற ஒவ்வொரு நாளும் நரகமாய் இருந்துச்சு. அந்த நரகத்திலிருந்து வெளியே வர்றதுக்காகத்தான் ஒரு யூஸ்ட் கார் வாங்கினேன். இல்லேன்னா வாங்கியிருக்க மாட்டேன்."

"அது யூஸ்ட் கார்ன்னு சொன்னா யாரும் நம்பமாட்டாங்க விஷா. நீ புது கார் வாங்கும் போது எனக்கு அதைக் குடுத்துடு. எனக்கு அந்த கார் ரொம்பவும் பிடிச்சிருக்கு."

"வாங்கும்போது பார்த்துக்கலாம். இப்ப கிளம்பு. வீட்ல ரமா தனியா இருப்பா."

"ஏண்டா இப்படி பறக்கிறே? உன் வீட்ல வேலைக்காரி ஒருத்தி எப்பவும் இருப்பாளே?"

"இருக்கா... ஆனா அவ ராத்திரி ஒன்பது மணிக்கெல்லாம் தூங்க ஆரம்பிச்சுடுவா. ரமா நான் இல்லாமே ரொம்பவும் லோன்லியா ஃபீல் பண்ணுவா."

விஷால் வாய்விட்டு புலம்பிக் கொண்டிருக்கும் போதே அவனுடைய செல்போன் டயல்டோனை முணுமுணுப்பாய் வெளியிட்டது.

எடுத்து அழைப்பது யாரென்று பார்த்தான். மனைவி ரமாவின் பெயர் டிஸ்ப்ளேயில் மெல்ல நகர்ந்து கொண்டிருக்க, செல்போனை காதுக்குப் பொருத்தி மெல்ல குரல் கொடுத்தான்.

"சொல்லு ரமா."

"என்ன புறப்பட்டு வீட்டுக்கு வந்துட்டு இருக்கீங்களா?"

"இதோ... இப்பத்தான் டின்னர் முடிஞ்சது. ஒரு அரைமணி நேரத்துக்குள்ளே வந்துடறேன்."

"கொஞ்சம் சீக்கிரமா புறப்பட்டு வந்தா பரவாயில்லை."

"ஏன் இவ்வளவு டென்ஷனா பேசறே...?"

"நம்ம வீட்டு வேலைக்காரி யாரோ சொந்தக்காரங்க வந்திருக்காங்கன்னு அவ வீட்டுக்குப் புறப்பட்டுப் போயிட்டா. இப்ப நான் மட்டும் வீட்ல தனியா இருக்கேன். நம்ம வீட்டுக்கு பின்பக்கம் வேற ஏதோ சத்தம் கேட்டுகிட்டே இருக்கு... எனக்கு பயம்மா இருக்குங்க... உடனே கிளம்பி வாங்களேன்."

"சரி... சரி... பயப்படாதே... இதோ புறப்பட்டேன்." என்று சொல்லி செல்போனை அணைத்த விஷாலை சுரேஷ் ஏறிட்டான்.

"என்னடா ஏதாவது பிரச்னையா?"

"சொல்றேன்... வா! பதினஞ்சு நிமிஷத்துக்குள்ளே வீட்டுக்கு போகணும்."

இருவரும் ஹோட்டலின் பின்பக்கம் இருந்த கார் பார்க்கிங் ஏரியாவுக்கு வந்தார்கள்.

விஷால் காரின் ட்ரைவிங் சீட்டுக்கு போக முயன்ற விநாடி அவனுடைய தோளைப் பற்றி நிறுத்தினான் சுரேஷ்.

"நான் ஓட்றேன்."

"வேண்டாண்டா சுரேஷ்... நீ இன்னிக்கு ஹெவியா டின்னர் சாப்பிட்டிருக்கே. தூக்கக் கலக்கத்துல காரை ஓட்டி எங்கேயாவது கொண்டு போய் இடிச்சுட போறே?"

“அடப் போடா… வயித்துக்குள்ளே ஒரு ஆடே போனாலும் சரி, இந்த சுரேஷுக்கு உண்ட மயக்கம் வராது… அதுவுமில்லாமே இந்தக் காரை ஓட்டிப் பார்க்கணும்ன்னு எனக்கு ஆசையாயிருக்கு…”

“சரி… சரி… பார்த்து ஓட்டு… அதே சமயத்துல கொஞ்சம் வேகமாகவும் போகணும்… வீட்ல ரமா காத்திட்டு இருக்கா.”

“ஏறி உட்காரு… பத்து நிமிஷத்துக்குள்ளே நான் என் வீட்ல இறங்கிக்கறேன். நீ அடுத்த அஞ்சு நிமிஷத்துக்குள்ளே உன்னோட வீட்டுக்கு போயிடலாம்”

இருவரும் ஏறி உட்கார்ந்தார்கள்.

அடுத்த ஒரு நிமிஷத்திற்குள் கார் கிளம்பி, ஹைவேஸில் வேகம் எடுத்து, ஐந்து நிமிஷ பயணத்திற்குப் பிறகு பிரதான சாலையை விட்டு, இடது பக்கமாய் பிரிந்த கிளைச் சாலைக்குள் நுழைந்தது.

விஷால் ஆச்சர்யப்பட்டான்.

“என்னடா இந்தப் பக்கமா போறே?”

“வீட்டுக்கு வேகமா போகணும்ன்னு சொன்னே இல்லையா?”

“ஆமா.”

“இந்தப்பக்கமா போனா சீக்கிரமா போயிடலாம்.”

“நானும் இந்தப்பக்கமா போயிருக்கேன்… ரோடு மோசமா இருக்குமே?”

“அதெல்லாம் முந்தி… இப்ப சரி பண்ணிட்டாங்க… ஸ்ட்ரீட் லைட்ஸும் புதுசா போட்டிருக்காங்க… ஒரு கிலோ மீட்டர் உள்ளே போனா உனக்கேத் தெரியும்.”

சொல்லிக் கொண்டே சுரேஷ் காரின் வேகத்தை அதிகரித்த விநாடி-

விஷாலின் செல்போன் மறுபடியும் குரல் கொடுத்தது. எடுத்து காதுக்கு ஒற்றினான்.

மறுமுனையில் ரமா.

“என்னங்க புறப்பட்டீங்களா?”

"வந்துகிட்டே இருக்கேன்."

"சீக்கிரமா வாங்க... வீட்டுக்குப் பின்பக்கம் இன்னும் சத்தம் கேட்டுகிட்டே இருக்கு..."

"பயப்படாதே...! பத்து நிமிஷத்துல வந்துடறேன். பின்பக்கக் கதவை தாழ் போட்டிருக்கியா இல்லையா?"

"போட்டிருக்கேன்..."

"அப்புறம் என்ன, தைரியமாயிரு..."

"காரை நீங்க ஓட்டறீங்களா... இல்லை உங்க ஃப்ரண்ட் சுரேஷ் ஓட்றாரா?"

"சுரேஷ்தான்...! அவனுக்கு நம்ம கார் ரொம்பவும் பிடிச்சிருக்காம். காரை ஓட்ட ஆசையாய் இருக்குன்னு சொன்னான்."

"காரைப் பார்த்து ஓட்டச் சொல்லுங்க..."

"அதைப்பத்தி நீ கவலைப்படாதே ரமா... அவன் என்னைவிட காரை நல்லா ஓட்டுவான். அப்புறம் திரும்பத் திரும்ப எனக்கு போன் பண்ணி என்னை டென்ஷன் ஆக்காதே... பத்து நிமிஷத்துல வந்துடுவேன்."

விஷால் பேசிவிட்டு செல்போனை அணைத்த விநாடி காரின் வேகம் சட்டென்று குறைந்தது.

"என்னடா?"

"ரோட்ல குறுக்கே ஒரு பொண்ணு நின்னுகிட்டு காரை நிறுத்தச் சொல்லி கை காட்றா... நிறுத்தறதா வேண்டாமா?"

"நிறுத்தி என்னன்னு கேளு.... லிஃப்ட் கேட்டா ஒரு 'ஸாரி' சொல்லிட்டு போயிட்டே இரு."

சுரேஷ் காரின் வேகத்தை வெகுவாய்க் குறைத்து, அந்தப் பெண்ணின் அருகே கொண்டு போய் நிறுத்தினான்.

இளம்பெண். முப்பது வயது இருக்கலாம்.முகம் வியர்த்து கலவரமாய் தெரிந்தாள்.

சுரேஷ் காரின் முன்பக்கக் கண்ணாடியை கீழே இறக்கிக் கொண்டே கேட்டான். "என்ன... ஆச்சு?"

"ஸார்... என்னோட புருஷன் திடீர்னு மயங்கி விழுந்துட்டார். என்ன பண்றதுனு தெரியலை. ஹாஸ்பிடலுக்கு போகணும்... கொஞ்சம் ஹெல்ப் பண்ணுங்க ஸார்..."

"ஆம்புலன்ஸுக்கு போன் பண்ணியா?"

"பண்ணினேன் ஸார்... போன்காலை யாரும் அட்டெண்ட் பண்ணலை."

விஷால் பேச்சில் குறுக்கிட்டான்.

"இதோ பாரும்மா...! நாங்க அவசரமா வீட்டுக்குப் போயிட்டிருக்கோம். நீ மறுபடியும் ஆம்புலன்ஸுக்கு ட்ரை பண்ணு. அவங்க எப்படியும் போனை அட்டெண்ட் பண்ணி உடனடியாய் புறப்பட்டு வந்துடுவாங்க."

"ஸ... ஸ... ஸார்." அந்தப் பெண் கை கூப்பினாள்.

"பத்து தடவைக்கு மேல போன் பண்ணிப் பார்த்துட்டேன். அவங்க போனை எடுக்கலை... அதோ அந்த வீடுதான்... நீங்க காரைத் திருப்பிட்டு வாங்க ஸார். ரெண்டு தெரு தள்ளியிருக்கிற சூர்யா ஹாஸ்பிடலுக்கு கொண்டு போயிடலாம்."

"என்னது... காரைத் திருப்பிட்டு வரணுமா... நல்ல கதையா இருக்கு... இதோ பாரும்மா... எனக்கும் வீட்ல ஒரு அவசர வேலையிருக்கு. உன்கூட பேசிட்டிருக்க நேரமில்லை... வேற ஏதாவது வண்டி வருதான்னு பார்."

"ஸார்... இந்த நேரத்துல இந்த ரோட்ல வண்டி எதுவும் வராது ஸார். கொஞ்சம் பெரிய மனசு பண்ணி..."

விஷால் எரிந்து விழுந்தான்.

"ஏம்மா... ஒரு தடவை சொன்னா உனக்குப் புரியாதா? டேய் சுரேஷ் காரை எட்ரா...!"

சுரேஷும் தன் பங்குக்கு சீறினான்.

"கொஞ்சம் தள்ளி நில்லும்மா. வர்ற வண்டி எல்லாத்தையும் நிறுத்தி உதவி கேட்கிறதை விட்டுட்டு, ஆம்புலன்ஸுக்கு போன் பண்ணிட்டே இரு." சொல்லிக் கொண்டே காரை நகர்த்தி வேகம் எடுத்தான் சுரேஷ்.

“பேசாமே மெயின் ரோட்லயே போயிருக்கலாம். ஷார்ட்கட்டுன்னு நினைச்சு இந்தப்பக்கமா வந்தா தேவையில்லாமே ஒரு டென்ஷன்.”

“இலவச ஆம்புலன்ஸ்ன்னு விளம்பரம் பண்றாங்க. ஆனா போன் பண்ணினா ஏன் கண்டுக்காமே இருக்காங்கன்னு தெரியலை.”

“எல்லா ஆம்புலன்ஸும் ஆன் ட்யூட்டியில் இருக்கலாம்ன்னு நினைக்கிறேன். நீ காரை இன்னும் கொஞ்சமா வேகமா ஓட்டு. உன்னை வீட்ல ட்ராப் பண்ணிட்டு நான் அடுத்த பத்து நிமிஷத்துக்குள்ள ரமா முன்னாடி நிக்கணும்.”

காரை விரட்டினான் சுரேஷ்.

சரியாய் ஐந்து நிமிஷம்.

சுரேஷ் தன் வீடு இருந்த தெருமுனையிலேயே இறங்கிக் கொள்ள, விஷால் காரின் ட்ரைவிங் சீட்டுக்கு வந்து ஸ்டீரியங்கைப் பிடித்தான்.

“விஷா... பார்த்து ட்ரைவ் பண்ணு...! வழியில நிறைய ஸ்பீட் பிரேக்கர்ஸ் இருக்கும்... நாய்ங்க வேற தொரத்தும்...”

“அதையெல்லாம் நான் பார்த்துக்குறேன்”

காரை வேகமாக நகர்த்தினான்.

விஷால் வீடு போய்ச் சேர்ந்து, காரை பார்க் செய்துவிட்டு வேகமாய் இறங்கி மூச்சிரைக்க, வாசற்படிகளில் ஏறி காலிங்பெல் பட்டனின் மேல் சுட்டுவிரலை வைத்தான்.

அழைப்பு மணி உள்ளே அலறியது.

அடுத்த சில விநாடிகளில் கதவு திறக்கப்பட வேலைக்காரி கௌரி நின்றிருந்தாள்.

விஷால் ஆச்சர்யப்பட்டான்.

“என்ன கௌரி... நீ... வீட்லதான் இருக்கியா... யாரோ சொந்தக்காரங்க வந்திருக்கிறதாகவும், நீ உன் வீட்டுக்கு போயிட்டதாகவும்...”

அவன் பேசிக் கொண்டிருக்கும்போதே ரமா சிரிப்போடு ஹாலினின்றும் வெளிப்பட்டாள்.

“மொதல்ல உள்ளே வாங்க...”

விஷால் குழப்பத்தோடு ரமாவை நெருங்கினான். அவள் பல்வரிசை தெரிய பெரிதாய் சிரித்தாள்.

“அப்படி நான் பொய் சொல்லி போன் பண்ணலைன்னா நீங்க இவ்வளவு சீக்கிரமா வீட்டுக்கு வந்திருப்பீங்களா? உங்க ஃப்ரண்ட் அந்த அறுவை சுரேஷ்கிட்டே மாட்டிகிட்டா ராத்திரி பனிரெண்டு மணியானாலும் அவர் விடமாட்டாரே...”

விஷால் அதிர்ந்து போனவனாய் முகம் மாறி ரமாவைப் பார்க்க, அவளுடைய சிரிப்பும் சட்டென்று அணைந்தது.

“ஸ...ஸ... ஸாரிங்க... நான் சும்மா விளையாட்டுக்கு...”

வீடு அதிர விஷால் இரைந்தான்

“இப்படித்தான் விளையாடறதா...?”

கணவனின் கோபத்தைக் கண்டு நடுங்கிப் போன ரமா அவனுடைய கையைப் பற்ற முயல அவன் உதறினான்.

“கையை விடு...”

“நான் பண்ணினது தப்பாயிருந்தா மன்னிச்சிடுங்க.”

“உன்னோட மன்னிப்பைத் தூக்கி அந்தக் குப்பைக் கூடையில் போடு.”

முகம் சிவக்க கத்தியவன் ஓட்டமும் நடையுமாய் வீட்டைவிட்டு வெளியேறி, காரை நோக்கிப் போனான்.

ரமாவும், வேலைக்காரி கௌரியும் உறைந்து போன விழிகளோடு பார்த்துக் கொண்டிருக்கும் போதே விஷால் காரை விருட்டென்று கிளப்பிக் கொண்டு பறந்தான்.

சூர்யா நர்ஸிங் ஹோம்.

அந்த நடுநிசி வேளையில் மொத்த ஹாஸ்பிடலும் கனத்த நிசப்தத்தில் இருந்தது.

விஷால் காரை பார்க்கிங் ஏரியாவில் நிறுத்திவிட்டு துரித நடையில் ஹாஸ்பிடலின் ரிசப்ஷன் கௌண்டரை நெருங்கினான். இருதயம் வேகமான துடிப்பில் இருந்தது.

கௌண்டர்க்குள் உட்கார்ந்து, செல்போனில் எதையோ உன்னிப்பாய்ப் பார்த்துக் கொண்டிருந்த, அந்த நர்ஸின் 'செல்' தவத்தை "எக்ஸ்க்யூஸ்மி சிஸ்டர்" என்று சொல்லி கலைத்தான்.

அவள் எரிச்சலோடு நிமிர்ந்தாள்.

"என்ன சொல்லுங்க?"

"அருண் நகர் ஏரியாவிலிருந்து எமர்ஜென்ஸி கேஸ் ஏதாவது வந்ததா?"

"ஆணா... பொண்ணா?"

"ஆண்."

"பத்து நிமிஷத்துக்கு முன்னாடி ஒரு ஸ்ட்ரோக் கேஸ் வந்தது. ஐ.ஸி.யூக்கு கொண்டு போயிட்டாங்க."

"ஐ.ஸி யூனிட் எந்தப் பக்கம்?"

"நேரா போய் ரைட்ல திரும்புங்க. பேஷண்ட்டுக்கு நீங்க என்ன ஆகணும்?"

"ஃப்ரண்ட்...!" என்று சொல்லிவிட்டு நடந்தான் விஷால். நூறடி தூரம் நடந்து, வலது பக்கம் திரும்ப ஐ.ஸி.யூ என்ற ஆங்கில எழுத்துக்கள் சிவப்பு நிறத்தில் கண்ணாடிக் கதவில் தெரிந்தது.

சுவரோரமாய் போடப்பட்டிருந்த நாற்காலிகளில் நான்கைந்து பேர் தெரிய, அந்த இளம்பெண்ணும் பார்வைக்குக் கிடைத்தாள். விஷாலின் மனசுக்குள் குற்றம் குறுகுறுத்தது.

அவளிடம் போய் என்ன பேசுவது எப்படி பேசுவது என்று தயங்கிக் கொண்டு இருக்கும் போதே எதிரே அந்த நர்ஸ் வந்தாள்.

"சிஸ்டர்...!" என்று அவளை அழைத்து நிறுத்தினான்.

அவள் நின்று என்ன என்பது போல் பார்க்க விஷால் கேட்டான்.

"கொஞ்ச நேரத்துக்கு முந்தி ஐ.ஸி.யூல அட்மிட்டான அந்தப் பொண்ணோட ஹஸ்பெண்ட்டுக்கு இப்போ எப்படியிருக்கு?"

"ஸ்ட்ரோக்... 'கோல்டன் ஹவர்'ன்னு சொல்ற சரியான நேரத்துக்குள்ளே கொண்டு வந்துட்டதால பரவாயில்லை. ட்ரீட்மெண்ட் போயிட்டிருக்கு. அடுத்த ஒரு மணி நேரத்துக்குள்ளே பேஷண்ட் ரெக்கவராயி நார்மலுக்கு வந்துடுவாரு. அதோ அந்த ஆட்டோ ட்ரைவர்தான் கூட்டிட்டு வந்தார்."

விஷால் திரும்பிப் பார்த்தான்.

இரண்டு கைகளிலும் மருந்துகள் நிரம்பிய அட்டைப் பெட்டிகளோடு வந்து கொண்டிருந்த, ஒரு ட்ரைவரைக் காட்டிவிட்டு, நர்ஸ் நகர்ந்துவிட விஷால் தயக்கத்துடன் அவரை நெருங்கினான். ஒடிந்து விடுவது போன்ற உடம்பு. ஐம்பது வயது இருக்கலாம்.

"சமயத்துக்கு உதவி பண்ணியிருக்கீங்க" விஷால் சொல்ல ட்ரைவர் மெல்லச் சிரித்தார்.

"இதெல்லாம் உதவின்னு சொல்லக்கூடாது. ஒரு மனிதாபிமானம்தான். நீங்க அவங்களுக்கு சொந்தமா ஸார்?"

"சொந்தமில்லை... நான் வேற ஒரு பேஷண்ட்டை பார்க்க வந்தேன். நீங்க பண்ண உதவியை நர்ஸ் சொன்னதால கேட்டேன்."

"இப்படி கேட்கணும்ன்னு தோணுதே...? அந்த மனசைச் சொல்லுங்க. ஆபத்தான கட்டத்துல ஒரு கார்காரன்கிட்ட அந்தப் பொண்ணு புருஷனை ஹாஸ்பிடலுக்கு கூட்டிட்டுப் போக உதவி பண்ணுங்கன்னு கேட்டிருக்கு. கார்ல இருந்தவங்க அவசரமா வேலையிருக்குன்னு கிளம்பிப் போயிட்டாங்களாம். அவங்கெல்லாம் என்ன மனுஷ ஜென்மம் ஸார்? அந்தக் கார்க்கு இதயம்ன்னு ஒண்ணு இருந்திருந்தா கூட அது உதவி பண்ணிட்டு போயிருக்கும்... நல்லவேளையா நான் சவாரி முடிஞ்சு வீட்டுக்கு போயிட்டிருந்தேன்... நல்ல பசி... இருந்தாலும் அந்தப் பொண்ணு பதறிட்டு உதவின்னு கேட்டதும் பசி காணாமே போயிடுச்சு ஸார். ஆட்டோவை வேகமா விரட்டிட்டு வந்து நல்லபடியா ஹாஸ்பிடலுக்கு கொண்டாந்துட்டேன்... சரியான நேரத்துக்கு வந்ததால அந்தப்

பொண்ணோட புருஷனைக் காப்பாத்த முடிஞ்சுதுன்னு டாக்டர் சொல்லி என்னைத் தட்டிக் கொடுத்தார். அப்புறம் இந்த மருந்தெல்லாம் வேணும்ன்னு டாக்டர் எழுதி கொடுத்தார். அந்தப் பொண்ணோட சொந்தபந்தம்ன்னு யாரும் இன்னும் ஹாஸ்பிடலுக்கு வரலை ஸார். அவங்க யாராவது வர்றவரைக்கும் உறுதுணையா இருந்துட்டு போலாம்ன்னு நினைக்கிறேன்."

ஆட்டோ ட்ரைவர் படபடவென்று வேகமாக பேசியபடியே நகர்ந்து போய்விட, ஐ.ஸி யூனிட் சுவரோர நாற்காலியில் வெறித்த பார்வையோடும், இறுகிப் போன முகத்தோடும் உட்கார்ந்திருந்த அந்தப் பெண்ணைப் பார்த்தான் விஷால்.

இருதயத்தின் எல்லாப் பக்கங்களிலும் வலித்தது.

ஒரு நிமிஷ நேரம் அவளையே பார்த்துக் கொண்டிருந்து விட்டு மௌனமாக ஹாஸ்பிடலைவிட்டு வெளியே வந்தான்.

கார்க்குள் ஏறி ட்ரைவிங் சீட்டில் அமர்ந்தவன் தன் செல்போனை எடுத்து சுரேஷை தொடர்பு கொண்டான்.

சுரேஷ் மறுமுனையில் ஆச்சர்யப்பட்டான்.

"டேய் விஷா... என்னடா இந்த நேரத்துக்கு போன்...? நீ இன்னமும் தூங்கலையா?"

"தூங்கலை."

"என்னடா! வீட்ல ஏதாவது பிரச்னையா?"

"அதெல்லாம் ஒண்ணுமில்லை."

"அப்புறம் எதுக்காக போன்?"

"ஒரு பிசினஸை பேசி முடிக்கத்தான்."

"பிசினஸா?"

"ஆமா... நான் வாங்கின கார் உனக்கு ரொம்பவும் பிடிச்சிருந்ததா சொன்னியே?"

"ஆமா"

"அதை உனக்கு வித்துடலாம்ன்னு நினைக்கிறேன்."

“என்னடா உளர்றே?”

“நான் உளரலை... தெளிவா பேசிட்டிருக்கேன். நான் நாளையிலிருந்து ஆபீஸுக்கு ரெண்டு எலக்ட்ரிக் ட்ரெயின் மாறி முன்னே மாதிரி ஆபீஸுக்குப் போகப் போறேன்.”

“அந்த ஒரு நரக வேதனைன்னு சொல்லித்தானே காரையே நீ வாங்கினே?”

“அந்த நரக வேதனையை நான் இன்னும் ஒரு ரெண்டு வருஷத்துக்காவது அனுபவிக்கணும்டா.”

“என்னடா ஏதோ கோர்ட்ல ஜட்ஜ் தீர்ப்பு சொல்ற மாதிரி பேசிட்டிருக்கே...”

“சரியா சொல்லிட்டே! இதுவும் ஒருவகையான தீர்ப்புதான்.”

சொல்லிவிட்டு....

செல்போனை அணைத்த விஷால் காரை நகர்த்தினான். அதுவரை இரும்பு குண்டாய் கனத்த இதயம் இப்போது காற்றில் பறக்கும் இறகாக மாற ஆரம்பித்தது.

சிறுகதை

சைவப் புலிகள்

வினிதா அந்த மூன்று நட்சத்திர ஹோட்டலில் புஃபே லஞ்ச்சை முடித்துக்கொண்டு, டிஷ்யூ பேப்பரால் கையையும், உதடுகளையும் துடைத்தபடி, தனக்கு எதிரே, ரோஸ்மில்க்கை காகித ஸ்ட்ராவால் உறிஞ்சிக் கொண்டிருந்த திலீப்பைப் பார்த்து மெலிதாய் புன்னகைத்தாள்.

இருபத்தேழு வயதான, அந்த அழகான திலீப் அணிந்திருந்த ரிம்லஸ் கண்ணாடியைத் தாழ்த்தி கண்களைச் சிமிட்டினான்.

"என்ன வினி ஸ்மைல் ?"

அவள் தலையைச் சாய்த்தபடி "தேங்க்ஸ்..!" என்றாள்.

"எதுக்கு தேங்க்ஸ்?"

"இன்னிக்கு நீ எனக்கு கொடுத்த பர்த்டே பார்ட்டிக்காக, ஒரு நல்ல ஹோட்டலுக்கு கூட்டிட்டுவந்து இப்படி ஒரு சர்ப்ரைஸ்

லஞ்ச் கொடுப்பேன்னு நான் கொஞ்சமும் நினைக்கலை. யூ மேட் மை டே ப்யூடிஃபுல்."

"வினி! அடுத்த பர்த்டேக்கு உன்னை ஒரு ஃபைவ் ஸ்டார் ஹோட்டலுக்கு கூட்டிட்டுபோய், மத்தியானம் லஞ்ச், டின்னர்ன்னு கொடுத்து அமர்க்களப்படுத்தணும். இன்னிக்கு நான் ஒரு மெடிக்கல் ரெப். என்னோட எதிர்பார்ப்புக்கு பர்ஸ் இடம் கொடுக்கலை. எப்படியும் இன்னொரு ஆறு மாசத்துக்குள்ளே, நான் எதிர்பார்த்துட்டிருக்கிற அந்த மல்டி நேஷனல் கம்பெனியில் எனக்கு வேலை கிடைச்சுடும். வருஷம் ஃபிப்டீன் லேக்ஸ் சாலரி. அந்த வேலை மட்டும் கிடைக்கட்டும். உன்னோட ஒவ்வொரு பிறந்த நாளையும் ஒரு தீபாவளி மாதிரி கொண்டாடுவேன்."

வினிதா தன்னுடைய ஆரோக்கியமான ரோஜாநிற ஈறுகள் தெரிய, சீரான பல் வரிசையைக் காட்டிச் சிரித்தாள்.

"இதோ பார் திலீப். இந்த ஏ.ஸி ஹால்ல ஏற்கெனவே நல்ல சில்லா இருக்கு. அது தவிர இப்போ நான் குல்ஃபி கஸாட்டா ஐஸ்க்ரீம் காம்போ சாப்பிடப் போறேன். நீ எக்ஸ்ட்ராவா ஐஸ் வெச்சா எனக்கு குளிர் ஜுரமே வந்துடும் "

திலீப் பெருமூச்செறிந்தான். "நீ எப்படி வேணும்ன்னாலும் நினைச்சுக்க வினி... நான் என்னோட மனசுல இருக்கிற ஆசையைச் சொல்லிட்டேன். அவ்வளவுதான். எனக்கு மட்டும் அந்த வேலை கிடைக்கட்டும். இந்த திலீப் உன்மேல வெச்சிருக்கிற காதல் எந்த அளவுக்கு இருக்குன்னு அப்பத்தான் உனக்குத் தெரியும்."

"சரி, நான் ஒண்ணு சொன்னா நீ கேப்பியா?"

"என்ன சொல்லு?"

"நான் வேலை பார்க்கிற கம்பெனிக்கு நாளைக்குக் காலையில பதினோரு மணிக்கு வா."

"வந்து...!"

"என் கம்பெனியோட எம்.டியைப் பாரு... நீ எதிர்பார்க்கிற அந்த மல்டிநேஷனல் கம்பெனியில வேலை கிடைக்க அவர் சிபாரிசு பண்ணுவார்."

“என்ன வினி விளையாடறியா..? நான் வேலை பார்க்க விரும்பறது ஒரு பேரா மெடிக்கல் கம்பெனி. நீ வேலை பார்க்கிறது பயோடெக் சம்பந்தப்பட்ட கம்பெனி. அவரு எனக்கு எப்படி சிபாரிசு பண்ணமுடியும்?”

“நீ வேலை செய்ய விரும்பற அந்த பேரா மெடிக்கல் கம்பெனியோட பேர் ‘செவன் ஜெம்ஸ்’தானே?”

“ஆமா.”

“அந்த கம்பெனியோட சேர்மன் வாத்வா... எங்க கம்பெனி எம்.டி ஹரிராமோட க்ளோஸ் ஃப்ரெண்ட்.”

திலீப் விழிகளை வியப்பில் விரித்தான்.

“மை குட்னஸ்! இந்த விஷயத்தை நீ என்கிட்ட சொல்லவேயில்லை...”

“ரெண்டு நாளைக்கு முன்னாடிதான் எனக்கே தெரிஞ்சுது. உன்கிட்ட சொல்லணும்ன்னு நினைச்சுட்டிருந்தேன்... எப்படியோ மறந்துட்டேன். இப்ப நீ அந்தக் கம்பெனியைப் பத்தி பேசவும், எனக்கு ஞாபகம் வந்தது. என்ன.... நாளைக்கு வந்து என்னோட எம்.டியைப் பார்த்துடறியா? அவர் சொன்னா உனக்கு கண்டிப்பா அந்த வேலை கிடைக்கும். நான் வேணும்ன்னா அவர்கிட்ட சொல்லி வைக்கிறேன்.”

திலீப் சிரித்தான். “வினி... நீ நினைக்கிற மாதிரி அந்த கம்பெனியில சிபாரிசெல்லாம் எடுபடாது.”

“அப்படி நீயாவே முடிவு பண்ணிட்டா எப்படி..? வந்துதான் பாரேன்.”

“இன்னிக்கு காலையில டி.வில ராசிபலன் சொல்ற ஒருத்தர் கன்னி ராசிக்கு ஒரு எதிர்பாராத சந்தோஷமான தகவல் வரும்ன்னு சொன்னார். அது பலிச்சுடுச்சுன்னு... நினைச்சு சந்தோஷப்பட்டுக்க வேண்டியதுதான்.”

கேலியாய் அவன் பேசிக் கொண்டிருக்கும்போதே, வினிதாவின் கைப்பைக்குள் இருந்த செல்போன் வெளிச்சமாய் ஒளிர்ந்து, வைபரேஷனில் அதிர்ந்தது.

போனை எடுத்து அழைப்பது யாரென்று பார்த்தவள், திலீப்பிடம் சொன்னாள்.

"லைன்ல யார் தெரியுமா..? என்னோட எம்.டி."

'பேசு....' என்பது போல் திலீப் சைகை காட்ட, வினிதா மெல்லிய குரலில் பேச்சை ஆரம்பித்தாள்.

"குட் ஆஃப்டர்நூன் ஸார்."

மறுமுனையில் எம்.டி ஹரிராம் குரல் கேட்டது.

"வினிதா... நீ இப்போ எங்கே இருக்கே?"

"ஸார்... நான் ஒரு ஹோட்டல்ல லஞ்ச் சாப்பிட்டுகிட்டு இருக்கேன்."

"இன்னிக்கு உனக்கு பர்த்டேன்னு சொல்லி, நீ லீவு போட்டிருக்கேன்னு எனக்குத் தெரியும். இருந்தாலும் உனக்கு போன் பண்ணவேண்டிய ஒரு கட்டாயம்... ஸாரி ஃபார் திஸ் போன் கால்."

"நோ ப்ராப்ளம் ஸார்... எனிதிங் இம்பார்ட்டன்ட்?"

"எஸ்...இல்லேன்னா நான் உனக்கு போன் பண்ணுவேனா?"

"சொல்லுங்க ஸார்... என்ன விஷயம்?"

"நாளைக்கு காலைல டெல்லியில் ஒரு பயோடெக் மீட். எர்லி மார்னிங் அஞ்சு மணிக்கு எனக்கு ஃப்ளைட். பயோடெக் மீட்டிங்ல நான் பேச வேண்டிய 'ப்ரோ ஆக்டீவ் வேகஸினாலஜி' ஆர்ட்டிகள் பிரசன்டேஷனை கொஞ்சம் எடிட் பண்ணனும். நானா பண்ணலாம்னு நினைச்சா எனக்கு அந்த பொறுமையும் நேரமும் எனக்கில்லை. நீதான் அந்த பிரசன்டேஷனை மல்ட்டிமீடியா வெச்சு பண்ணியிருந்தே... நான் இப்ப கை வைச்சா பிரச்சனை ஆகும். அதனால ஒரு ரெண்டு மணி நேரம் மட்டும் வந்து... முடிச்சு குடுத்துட்டு போயிடும்மா."

"நோ ப்ராப்ளம் ஸார்... இப்ப மணி ரெண்டு. நான் மூணு மணிக்குள்ள நம்ம கம்பெனிக்கு வந்துடறேன்."

"நான் கம்பெனியிலிருந்து கிளம்பி வீட்டுக்கு வந்துட்டேன். நீ நேரா என்னோட ஈக்காட்டுத்தாங்கல் பங்களாவுக்கு வந்துடு. ஒரு

அரைமணி நேரத்துக்குள்ளே அந்த ஆர்ட்டிகளை எடிட் பண்ணிக் கொடுத்துட்டு போயிடலாம்...”

“ஓ.கே ஸார்... வந்துடறேன்” பேசிவிட்டு செல்போனை அணைத்த வினிதா திலீப்பை ஏறிட்டாள்.

“நேரம் காலம் தெரியாமே எம்.டி கூப்பிடறார்.”

“சரி, போயிட்டு வா...”

“நீயும் வர்றே...”

“நான் எதுக்கு..?”

“இது ஒரு நல்ல சந்தர்ப்பம்.”

“எதுக்கு..?”

“செவன் ஜெம்ஸ் பேரா மெடிக்கல் கம்பெனியில உனக்கு வேலை வேணுமா வேண்டாமா?”

“வேணும்.”

“அப்படீன்னா என் கூட வா... நாளைக்கு அவர் டெல்லி போறார். திரும்பி சென்னை வர எப்படியும் நாலைஞ்சு நாளாயிடும். அதுவுமில்லாமே கம்பெனியில, அவர் இருக்கும்போது பர்சனலா எதையும் பேச முடியாது. ஆனா இப்ப வீட்ல அவர் ஃப்ரீயா இருப்பார். சொல்ல வேண்டியதை நிதானமா சொல்லலாம்... அதிர்ஷ்டவசமா நமக்கு இப்படியொரு வாய்ப்பு கிடைச்சிருக்கு... சீக்கிரமா ஐஸ்க்ரீமை சாப்ட்டுட்டு கிளம்பலாம்.”

“வினி கொஞ்சம் யோசிச்சு பாரு. உங்க எம்.டி டெல்லி போற அவசரத்துல இருக்கும்போது நாம ஒரு ஆப்ளிகேஷனோட போய் முன்னாடி நிக்கறது சரியா இருக்குமா...?”

“திலீப்! ஒரு காரியம் ஆகணும்ன்னா முதல்ல இப்படிப்பட்ட தயக்கத்தை உதறித் தள்ளணும்... இன்னிக்கு என்னோட பிறந்த நாள்ன்னு எம்.டிக்குத் தெரியும். லீவு போட்டிருக்கேன்னும் தெரியும். இருந்தாலும்அவர்க்குஒருகாரியம்ஆகணும்ங்கிறதாலகொஞ்சம்கூட தயக்கம் இல்லாமே எனக்கு போன் பண்ணி வரச்சொல்றார். இது மாதிரிதான் நாமும் இந்த வாய்ப்பை பயன்படுத்திக்கணும்.”

"இருந்தாலும்..."

"ரொம்ப குரலை இழுக்காதே...! நான் எல்லாத்தையும் அவர்கிட்ட பேசிக்கிறேன். நீ என் கூட வா போதும். உன்னை அவர்க்கு அறிமுகப்படுத்தும்போது மட்டும் சட்டுன்னு அவர் கால்ல விழுந்துடு... கால்ல விழறவங்களைக் கண்டா எம்.டிக்கு ரொம்ப பிடிக்கும்."

"சிபாரிசு பண்ணினா அந்த வேலை கிடைக்கும்னு எனக்குத் தோணலை." என்று சொன்ன திலீப் பெருமூச்சொன்றை வெளியேற்றிவிட்டு உதட்டைப் பிதுக்கி தன் தோள்களை குலுக்கிவிட்டு ரோஸ் மில்க்கை உறிஞ்ச ஆரம்பித்தான்.

ஹோட்டலின் பார்க்கிங்கில் அடர்த்தியான சிவப்பு வண்ண க்ரேண்ட் நியாஸ் கைனடிக் ஹோண்டா ஸ்கூட்டர் காத்திருக்க, வினிதா தன் கையில் வைத்திருந்த ஸ்கூட்டர் சாவியை திலீப்பிடம் நீட்டினாள்.

"நீயே ட்ரைவ் பண்ணு."

"இன்னிக்குன்னு பார்த்து என்னோட பைக்கை சர்வீஸ்லவிட வேண்டியதாயிடுச்சு."

திலீப் முனகிக் கொண்டே சாவியை வாங்கியபடி ஸ்கூட்டரை நெருங்கினான். அதன் தொண்டைக்கு சாவி கொடுக்க அது உடம்பை உதறியது. வினிதா சல்வார் கம்மீஸை சீர்படுத்திக்கொண்டு பில்லியனில் ஏறி உட்கார்ந்தாள்.

ஸ்கூட்டர் நகர்ந்தது.

சென்னையின் நெரிசலான போக்குவரத்தில், தத்தளித்து பின் சீரான வேகத்தில் ஓடி, ஈக்காட்டுத்தாங்கலின் எல்லையைத் தொட்டது.

வினிதா சொன்னாள். "நேரா போய் ரைட்ல திரும்பு. ஒரு வாட்டர் டேங்க் வரும். அதையொட்டி போற ரோட்ல அரை கிலோ மீட்டர் தூரம் போனா எம்.டி யோட பங்களா வரும். ஆறு மாசத்துக்கு முன்னாடிதான் அந்த பங்களாவைக் கட்டினார். ஏற்கெனவே அடையார்ல ஒரு பங்களாவும், ஈ.சி.ஆர்ல ஒரு பங்களாவும்

இருக்கு. அவரோட ஒய்ஃப்பும், ரெண்டு பொண்ணுங்களும் யு.எஸ்ல இருக்காங்க... மூணு மாசத்துக்கு ஒரு தடவை வந்து பத்து பதினஞ்சு நாள் இருந்துட்டு போவாங்க... யாருக்காக எதுக்காக இவ்வளவு வீடுங்கன்னு தெரியலை."

திலீப் சிரித்தான்.

"கையில இருக்கிற கோடிகளுக்கு வேலை கொடுக்க வேண்டாமா?"

ஸ்கூட்டர் பிரதான சாலையிலிருந்து வலதுபக்கமாய் விலகி, வாட்டர் டேங்க்கை ஒட்டிய சாலையில் திரும்பியது.

எப்போதோ போடப்பட்ட தார் ரோடு தொன்னூறு சதவீதம் பாழ்பட்டு மறுபடியும் மண்ரோடாக மாறியிருந்தது.

"என்ன வினி! ரோடு இவ்வளவு மோசமாயிருக்கு?"

"ஆறு மாசத்துக்கு முன்னாடி இதைவிட மோசமாய் இருந்தது. இப்போ பி.டபிள்யூ டிபார்ட்மெண்ட் ஏதோ கொஞ்சம் வேலை பார்த்து இருக்காங்க போலிருக்கு"

ஒரு ரெண்டு நிமிஷ பயணத்துக்குப் பிறகு, சிவப்பாய் பூத்துக் கொட்டியிருந்த மேஃப்ளவர் மரங்களுக்கு நடுவில் தெரிந்த வெளிர்பச்சை நிற ஸ்நோசெம் பெயிண்ட்டில் குளித்திருந்த பிரம்மாண்டமான கட்டிடத்தைக் காட்டினாள் வினிதா.

"அதோ அந்த பங்களாதான்."

பங்களாவின் காம்பௌண்ட் கேட்டில் நின்றிருந்த ஒரு திடகாத்ரமான வாட்ச்மேன், வினிதாவைப் பார்த்ததும் கதவைத் திறந்துவிட, ஸ்கூட்டர் உள்ளே போயிற்று.

போர்டிகோவில் பல லட்சங்களை விழுங்கிவிட்டு, ஒன்றும் தெரியாதது போல் நின்றிருந்த, பளபளப்பான ஒரு வெளிநாட்டு கார்க்குப் பக்கத்தில், ஸ்கூட்டரைக் கொண்டுபோய் நிறுத்தினான் திலீப்.

"ஏதோ மைசூர் மகாராஜா பேலஸுக்குள்ளே வந்தமாதிரி இருக்கு..."

வினிதா புன்னகைத்தாள்.

"நீ சொன்னாலும் சொல்லாட்டாலும் இது பேலஸ்தான். நான் ரெண்டு தடவை இங்கே வந்திருக்கேன்."

இருவரும் காரைவிட்டு இறங்கி போர்டிகோ படிகளில் ஏறினார்கள். அல்ட்ரா ஓயிட் நிற மார்பிள் பதித்த நீளமான வராந்தாவில், சில அறைக்கதவுகளைக் கடந்து சென்ற வினிதா, ஒரு விஸ்தாரமான ஹாலுக்குள் நுழைந்த விநாடி டை அணிந்த இளைஞன் ஒருவன் புன்னகையோடு எதிர்பட்டான்.

"எம்.டி ஸார்... உங்களுக்காகத்தான் வெயிட் பண்ணிட்டிருக்கார் மேடம்"

"இதோ இப்ப வந்துடறேன்" என்று சொன்ன வினிதா திலீப்புக்கு அருகே இருந்த சோஃபாவைக் காட்டினாள்.

"இங்கே வெயிட் பண்ணு. நான் எம்.டியைப் பார்த்துட்டு வந்து உன்னைக் கூட்டிட்டு போறேன்."

திலீப் சுற்றும் முற்றும் பார்த்துவிட்டு தலையாட்ட, வினிதா பக்கவாட்டில் இருந்த ஒரு கண்ணாடிக் கதவைத் திறந்துகொண்டு உள்ளே போனாள்.

சோஃபாவுக்கு சாய்ந்த திலீப், டீபாயின் மேலிருந்த அன்றைய ஆங்கில நாளிதழை எடுத்து, மேலோட்டமாய் புரட்டிப் பார்க்க ஆரம்பித்தான்.

முப்பது நிமிடங்கள் கரைந்திருக்கும்.

வினிதா உள்ளேயிருந்து வந்தாள். உதட்டில் ஒரு புன்னகை அரும்பியிருக்க பேசினாள்.

"திலீப், என்னோட வேலை முடிஞ்சுது. உன்னைப் பத்தியும் எம்.டிகிட்டே சொல்லிட்டேன். வா... அவரைப் பார்த்துடலாம்."

"வினி... எனக்கு பயமாயிருக்கு."

"எதுக்கு பயம்... எம்.டி ரொம்பவும் கூல் பெர்சன். நீ பயப்படாமே அவர்கிட்ட பேசலாம். நானும் பக்கத்துலதான் இருப்பேன்."

வினிதா சொல்லிக்கொண்டே நடக்க ஆரம்பித்துவிட, வேறு வழியில்லாமல் அவளைப் பின்தொடர்ந்தான் திலீப்.

பத்தடிகள் நடந்ததுமே, எதிர்பட்ட லிஃப்ட்டில் இருவரும் உயர்ந்து, முதல்மாடியில் இருந்த வெளிச்சமான, அந்த அறைக்குள் நுழைந்தார்கள்.

பெரிய சதுரமான கண்ணாடி மேஜைக்குப் பின்னால் இரட்டை நாடி சரீரத்தோடு நாற்காலியில் சிக்கியிருந்தார் எம்.டி ஹரிராம் அறுபது வயதான வடக்கத்திய முகம். அதி வெண்மையான பைஜாமாவில் சிக்கனமாய் புன்னகைத்து தெளிவான தமிழ் பேசினார்.

"உட்கார்ங்க திலீப்..."

தயக்கமாய் நடைபோட்ட திலீப் அவரைப் பார்த்து வணக்கம் வைத்தபடி நாற்காலியின் நுனியில் உட்கார்ந்தான்.

"நல்லா உட்கார்ங்க... வினிதா எம் பொண்ணு மாதிரி. நீங்க ரெண்டு பேரும் ஒருத்தரையொருத்தர் விரும்பறதா தெரிஞ்சதும் மனசுக்கு ரொம்பவும் சந்தோஷமாயிருந்தது. செவன் ஜெம்ஸ் பேராமெடிக்கல் கம்பெனியில உங்களுக்கு வேலை வாங்கிக் கொடுக்க, எனக்கு ஒரு போன்கால் போதும். வாத்வாவை எனக்கு நல்லாவே தெரியும்..."

"ரொம்ப தேங்க்ஸ் ஸார்..."

"அந்தக் கம்பெனியில இண்டர்வ்யூ ஏதாவது அட்டெண்ட் பண்ணியிருக்கீங்களா?"

"ஆறுமாசத்துக்கு முன்னாடி அட்டெண்ட் பண்ணேன். ஆனா அதுக்கப்பறம் எந்த ரிப்ளையும் வரலை... ஒரு தடவை நானே போன் பண்ணி ஹெச்.ஆர்கிட்டே கேட்டப்ப இன்னும் கொஞ்சம் டைம் எடுக்கும்னு சொல்லிட்டாங்க."

ஹரிராம் சிரித்தார்.

"நோ ப்ராப்ளம்... அப்பாய்ண்ட்மெண்ட் ஆர்டர் இன்னும் ஒரு வாரத்துல உங்க கைக்கு வர நான் ஏற்பாடு பண்றேன்."

திலீப் கையெடுத்து கும்பிட்டான்.

“ஸார்... அந்த வேலை மட்டும் கிடைச்சுட்டா என்னோட வாழ்க்கைக்கே ஒரு புதிய வெளிச்சமே கிடைச்ச மாதிரி.”

ஹரிராம் சற்றே இறுகிப் போன முகத்தோடு திலீப்பை ஏறிட்டார்

“அதே மாதிரி எனக்கும் ஒரு வெளிச்சம் கிடைக்க வேண்டாமா?”

“உங்களுக்கு வெளிச்சமா... என்ன ஸார் சொல்றீங்க?”

“எனக்கு எதையுமே பூடகமா பேசிப் பழக்கம் இல்ல தம்பி. நான் நேரிடையாவே விஷயத்துக்கு வந்துடறேன். நீங்க தற்சமயம் எந்த பார்மசூடிகல் கம்பெனியில வேலை பார்க்கறீங்க?”

“விருட்சா பார்மா”

“எத்தனை வருஷமா...?”

“அஞ்சு வருஷம்.”

“போன வருஷம் உங்க ‘விருட்சா பார்மா’ல ‘ப்ரோ ஆக்டிவ் வேக்ஸினோலஜி’ டிபார்ட்மெண்ட்டை ஆரம்பிச்சிருக்காங்க இல்லையா?”

“ஆமா ஸார்...”

“அந்த டிபார்ட்மெண்ட்ல எது மாதிரியான ட்ரயல்ஸ் நடக்குதுன்னு தெரியுமா?”

“தெரியும் ஸார்... குழந்தைகளுக்கு வரக்கூடிய பல வகையான நோய்களை ஆரம்பத்திலேயே வராமே தடுக்கிறதுக்காக தடுப்பூசிகளை தயாரிக்கிற முயற்சியில ஈடுபட்டிருக்காங்க.”

“வெளிநாட்டிலிருந்தும் டாக்டர்ஸ் வந்து இந்த முயற்சியில ஈடுபட்டிருக்காங்கன்னு கேள்விப்பட்டேன். அது உண்மைதானா?”

“உண்மைதான்.”

“அந்த டாக்டர்ஸ் யார்ன்னு தெரியுமா?”

“தெரியும்.”

"அவங்க பேரை எல்லாம் சொல்ல முடியுமா..?"

திலீப்பின் முகம் சட்டென்று மாறியது.

"எதுக்காக கேக்கறீங்க..?"

"தம்பிக்கு நான் என்ன சொல்ல வர்றேன்னு புரியலை போலிருக்கு?"

"நல்லாவே புரியுது ஸார்... ப்ரோ ஆக்டிவ் வேக்ஸினோலஜி டிபார்ட்மெண்ட்டை வேவு பார்த்து தகவல்களைத் தரணும்ன்னு சொல்ல வர்றீங்க?"

"அதேதான்..."

"அப்படி நான் உளவு பார்த்து தகவல் சொல்ல, சம்மதிச்சாதான் நீங்க எனக்கு அந்த செவன் ஜெம்ஸ் கம்பெனியில் வேலை வாங்கித்தர சிபாரிசு பண்ணுவீங்க இல்லையா?"

"தம்பி... இப்பத்தான் தெளிவா புரிஞ்சுகிட்டு பேசறீங்க."

"ஸாரி... ஸார்..."

"எதுக்கு ஸாரி..?"

"நான் வேலை செய்யற கம்பெனிக்கு துரோகம் பண்ணினாத்தான், இன்னொரு கம்பெனியில் வேலை கிடைக்கும்ன்னா அந்த வேலையே எனக்கு வேண்டாம்."

"தம்பி... அது துரோகம் இல்லை..."

"அப்புறம்..?"

"ஒரு வகையான தொழில் போட்டி."

"அப்படீன்னு நீங்க சொல்லிக்கலாம்... ஆனா அது அப்பட்டமான துரோகம்ன்னு என்னோட மனசுக்குப் படுது." என்று சொன்ன திலீப் நாற்காலியைத் தள்ளிக்கொண்டே எழுந்தான். வினிதாவைப் பார்த்தான்.

"வினி... நாம போலாமா..?"

"ம்... போலாம்."

ஹரிராம் வினிதாவை ஏறிட்டார்.

"நீயாவது சொல்லும்மா..?"

"ஸாரி ஸார்... இந்த விஷயத்துல அவரை நான் வற்புறுத்த முடியாது. அதுவுமில்லாமே அவர் சொல்றதுதான் நியாயம்ன்னு எனக்கும் தோணுது... நாங்க கிளம்பறோம். தப்பா நினைச்சுக்காதீங்க."

வினிதாவும் திலீப்பும் அறையினின்று வெளியேறினார்கள்.

தானியங்கி கதவு ஸ்லோமோஷனில் தன்னைத்தானே சாத்திக்கொள்ள சில விநாடிகள் மௌனம் காத்த, ஹரிராம் தன்னுடைய செல்போனை எடுத்து காண்டாக்ட்ஸ் ஆப்ஷனில் இருந்த ஒரு எண்ணைத் தேய்த்துவிட்டு மெல்லிய குரலில் பேசினார்.

"வாத்வா...! நீ சொன்னபடி அந்த கேண்டிடேட் திலீப்பை உரசிப் பார்த்துட்டேன். சுத்த தங்கம்...வெரி லாயல் அண்ட் சின்சியர். உன்னோட கம்பெனிக்கு இதுமாதிரியான ஆட்கள்தான் வேணும். அப்பாய்ண்ட்மெண்ட் ஆர்டரை இன்னிக்கே அனுப்பிடு.லேட் பண்ண வேண்டாம்."

சிறுகதை

உயிரின் ஓசை

அந்த வயல் வரப்பில் மெதுவாய் நடைபோட்டுக் கொண்டிருந்தார் வேலு கவுண்டர்.

சமீபத்திய வைகாசி ஆனி மழையில், சுற்றிலும் பரவியிருந்த இருபத்தி மூன்று ஏக்கர் நிலமும், அடர்த்தியான பச்சையில் இருந்தது. அவருக்கு இடதுபக்கம் தென்னந்தோப்பும், வலது பக்கம் பாக்குத் தோப்பும், செழிப்பாய் தெரிய, விவசாய ஆட்கள் ஆங்காங்கே பார்வைக்குக் கிடைத்தார்கள்.

களை பறிப்பில் ஈடுபட்டிருந்த ஆண்களும் பெண்களும் கவுண்டரைப் பார்த்த விநாடி, பவ்யமாகி கும்பிடு போட்டுவிட்டு வேலையைத் தொடர்ந்தார்கள்.

மேற்கு நோக்கி நீண்டிருந்த வயல்வரப்பை முடித்துக்கொண்டு, வடக்குப்பக்கமாய் திரும்பியவர், சற்றுத் தொலைவில் புளியமரத்துக்குக் கீழே சின்னதாய் ஒரு கும்பல் கூடியிருப்பதைப்

பார்த்துவிட்டு லேசாய் பதட்டம் அடைந்தவராய், நடையின் வேகத்தை அதிகரித்து, அடுத்த இரண்டு நிமிடங்களில் அந்த இடத்தைத் தொட்டார்.

கும்பலில் லேசாய் சலசலப்பு.

"கவுண்டர் அய்யா வர்றாரு... தள்ளிப்போங்க."

கூட்டத்திலிருந்த எல்லோரையும், ஒரு குழப்பப் பார்வையால் நனைத்துக்கொண்டே, மெல்ல நடந்தவர், புளியமரத்துக்கு அடியில், மண்டி போட்டு, இரண்டு கைகளையும் மார்புக்கு குறுக்காக, கட்டியபடி உட்கார்ந்திருந்த, அந்த இளைஞனைப் பார்த்ததும், இரண்டு புருவங்களையும் ஒரு சேர உயர்த்தினார். சுற்றிலும் நின்றவர்களை பார்த்தபடி குரல் கொடுத்தார்.

"யார்றா இவன்... எதையாச்சும் திருடிட்டானா..?"

கும்பலின் முன்வரிசையில் நின்றிருந்த தோப்பு காவலாளி செந்தட்டி தயக்கத்தோடு கவுண்டரை ஏறிட்டான்.

"இல்லீங்கய்யா! இந்தப் பாவிப்பய இந்த புளியமரத்துல ஏறி தூக்கு மாட்டிகிட்டு, செத்துப் போக பார்த்தான்ய்யா, இவனோட ஆத்தா அப்பன் செஞ்ச புண்ணியம் வடக்கால வயற்காட்டுல வேல பார்த்துட்டிருந்த செல்லாயி பார்த்துட்டு சத்தம் போட்டிருக்கா. தென்ன மரத்துக்கு உரம் வெக்க போயிட்டிருந்த பேச்சி முத்து ஓடிவந்து இவனை காப்பாத்திட்டான்."

வேலு கவுண்டரின் பார்வை இளைஞனை நனைத்தது.

அவனுக்கு இருபத்தைந்து வயது இருக்கலாம். உரமேறிய உடம்புவாகு. கருப்பாக இருந்தாலும் திருத்தமாக இருந்தான். புதர்போல் வளர்ந்திருந்த தலைமுடி நெற்றியில் விழுந்து வலது பக்க கண்ணை ஐம்பது சதவீதம் மறைந்திருந்தது. அணிந்திருந்த சாயம் போன நீலச்சட்டையிலும், வெள்ளை நிறம் மங்கிய வேஷ்டியிலும், செம்மண் கறை திட்டுத்திட்டாய் தெரிந்தது.

வேலு கவுண்டர் அவனைப் பார்த்து கையசைத்தார்.

"எந்திரி தம்பி..."

மண்டிபோட்டு கண்களில் மின்னும் நீரோடு உட்கார்ந்திருந்த அவன் தடுமாற்றத்தோடு எழுந்து நின்றான்.

“உம் பேரென்ன..?”

“பூவரசன்ங்க அய்யா..!”

“பூவரசனா..! பேரு நல்லாயிருக்கு. எந்த ஊரு..?”

“ஊத்துக்குளி.”

“வெண்ணெய்க்கு பேர் போன ஊரு...” சொல்லிவிட்டு மெல்லச் சிரித்த கவுண்டர் கேட்டார்.

“அம்மா, அப்பா இருக்காங்களா..?”

“இருக்காங்கய்யா... இப்ப அவங்க வடநாட்ல ‘ரூர்கேர்லா’னு ஒரு ஊர்ல என் தம்பி வீட்ல தங்கியிருக்காங்க...”

“அங்கே உன்னோட தம்பி என்ன பண்ணிட்டிருக்கான்?”

“இரும்பு பேக்ட்ரியில வேலை பாக்கறான்ய்யா. அவன் காலேஜ் வரைக்கும் போய் பெரிய படிப்பு படிச்சவன். போனவருஷம் வேலை கிடைச்சு, அம்மாவையும் அப்பாவையும் கூட கூட்டிட்டுப் போயிட்டான்.”

“நீ ஏன் உன் தம்பி கூட போகலை..?”

“அவனுக்கும் எனக்கும் ரெண்டு வருஷமாவே பேச்சுவார்த்தை இல்லீங்கய்யா...”

“என்ன பிரச்னை..?”

“அப்பாவுக்கு ஊர்ல அஞ்சு செண்ட்ல நெலம் இருந்தது. அதை தந்திரமா அம்மா, அப்பாகிட்ட பேசி, தன்னோட பேர்க்கு எழுதி வாங்கிகிட்டான்யா.”

“நீ இதைப்பத்தி உன்னோட அம்மா அப்பாகிட்ட கேட்கலயா?”

“கேட்டேன்யா...”

“அதுக்கு அவங்க என்ன சொன்னாங்க..?” கவுண்டர் கேட்ட கேள்விக்கு பூவரசன் பதில் சொல்லாமல் தலையைக் கவிழ்த்துக் கொண்டான்.

“இப்படி மூஞ்சியைத் தொங்கபோட்டுகிட்டா என்ன அர்த்தம்?”

அவன் நிமிர்ந்தான். கண்களில் நீர் சிதற குரல் குழற பேசினான்.

“அய்யா... ரெண்டு வருஷத்துக்கு முந்தி எனக்கு குடிப்பழக்கம் இருந்தது. அதுக்கப்புறம் தெரிஞ்ச டாக்டர் ஒருத்தர் சொன்னதால, அந்தப் பழக்கத்தை நிப்பாட்டிட்டேன். ஆனாலும் அம்மா, அப்பா என்னை நம்பாமே, சொத்து பத்திரமாய் இருக்கணும்ன்னா உன்னோட தம்பி பேர்ல அது இருக்கணும்ன்னு கண்டிப்பா சொல்லிட்டாங்க. நான் கோபத்துல வீட்டை விட்டு வெளியே வந்து ஒரு லாட்ஜ்ல மாச வாடகையில தங்கிகிட்டேன். ஆனா.. பாருங்க.... என்னைப்பத்தி அவங்க மூணுபேரும் கொஞ்சம்கூட கவலைப்படலை. தம்பிக்கு வேலை கிடைச்சதும், என்கிட்ட ஒரு வார்த்தைகூட சொல்லாமே கிளம்பிப் போயிட்டாங்கய்யா.”

“அதுக்காகத்தான் தற்கொலை பண்ணிகிட்டு செத்து போலாம்ன்னு இங்க வந்தியா...?”

“அதுமட்டும் இல்லீங்கய்யா... நானும் ஒரு பொண்ணும் கடந்த ஆறுமாசகாலமா ஒருத்தரையொருத்தர் விரும்பிட்டிருந்தோம். கல்யாணம் பண்ணிக்கவும் முடிவு பண்ணியிருந்தோம். ஆனா அதுக்குள்ளே...”

“அதுக்குள்ளே..?”

“திடீர்ன்னு அந்தப் பொண்ணு என்கூட பேசறதையும், என்னைப் பார்க்கிறதையும் தவிர்த்துட்டு, அவங்க வீட்ல பார்த்த மாப்பிள்ளையை கல்யாணம் பண்ணிக்க முடிவு எடுத்துட்டாய்யா.”

“என்ன காரணம்ன்னு அவகிட்ட கேட்டியா..?”

“கேட்டேன்ய்யா.”

“என்ன சொன்னா...?”

“ரெண்டுவருஷத்துக்கு முந்தி எனக்கு குடிப்பழக்கம் இருந்ததை யாரோ அவகிட்டே சொல்லியிருக்காங்க. என்கிட்ட அதைப்பத்தி கேட்டா, நான் ஆமான்னு சொன்னேன். ஏன் மறைச்சீங்கன்னு கோபப்பட்டா. நான் அந்தக் குடிப்பழக்கத்தையே விட்டுட்ட

பின்னாடி, எதுக்காக தேவையில்லாமே சொல்லணும்ன்னு இருந்துட்டேன்னு சொன்னேன். நான் சொன்னதை அவ நம்பலை. இன்னும் உனக்கு என்னென்ன கெட்ட பழக்கம் இருந்துச்சோன்னு சொல்லிட்டு விலக ஆரம்பிச்சா. எனக்கு மனசே உடைஞ்சு போச்சய்யா. மறுபடியும் குடிக்க ஆரம்பிச்சுட்டேன். அப்படி குடிக்க ஆரம்பிச்சதால பார்த்துட்டிருந்த வேலையும் போயிருச்சு.”

“என்ன வேலை பார்த்துட்டிருந்தே..?”

“கோயமுத்தூர்ல ஒரு கம்பெனியில் செக்யூரிட்டி கார்டா இருந்தேன்யா.”

“அப்படீன்னா..?”

“வாட்ச்மேன் வேலைங்கய்யா.”

“ஒரு வாட்ச்மேன் வேலை பார்க்கிற நீ குடிக்கலாமா?”

“தப்புதான்யா... அந்தப் பொண்ணை மறக்கமுடியாமே எதைத் தொடாமே இருக்கணும்ன்னு நினைச்சேனோ அதைத் தொட்டுட்டேன்ய்யா.”

“அட பைத்தியக்காரா!” வேலு கவுண்டர் சிரித்தார்.

“சுத்த கோழைப்பயலா இருக்கியே..! அந்தப் பொண்ணு உன்னை வேண்டாம்ன்னு சொல்லிட்டு போனது, ஒருவகையில நல்லதுக்குன்னு நினைச்சுக்கோ. வாழ்க்கையில நமக்கொரு கஷ்டம் வந்தா அதை ஏத்துகிட்டு அந்த கஷ்டத்தை மறக்க மாதிரி வாழப் பழகிக்கணும். அதை விட்டுட்டு கடவுளாப் பார்த்து குடுத்த உசிரை போக்கிக்க நமக்கென்ன உரிமையிருக்கு? போன ஜென்மத்துல நாம செஞ்ச பாவங்களுக்காகத்தான் இந்த ஜென்மத்துல பொறந்து கஷ்டப்படறோம். அப்படி கஷ்டப்பட்டு, கஷ்டப்பட்டு நம்மளோட பாவக்கடன்களைத் தீர்க்கறோம். அந்தக் கஷ்டத்துக்கு பயந்துட்டு தற்கொலை பண்ணிகிட்டா, பாவத்தோட கடன் அதிகமாகுமே தவிர கொறையாது. என்ன நான் சொல்றது புரியுதா?”

பூவரசன் அழுகையை அடக்க முடியாமல் கவுண்டரின் கால்களில் நெடுஞ்சாண்கிடையாக விழுந்தான்.

“அய்யா... என்னோட அம்மா, அப்பா, தம்பி மூணுபேரும் கொஞ்சம்கூட ஈவு இரக்கம் இல்லாமே என்னை அநாதையா விட்டுட்டுப் போயிட்டாங்க. நான் ஆசைப்பட்ட பொண்ணும் விலகிப் போயிட்டா. பாழாப்போன குடிப்பழக்கத்தாலே பார்த்துட்டிருந்த வேலையும் போயிருச்சு. இனிமே நான் எதுக்காகய்யா உயிரோட இருக்கணும்..?”

“முதல்ல நீ எந்திரி.”

“அ... அ... அய்யா.”

“எந்திரி சொல்றேன்.”

பூவரசன் கண்களைத் துடைத்தபடி தேம்பிக்கொண்டே எழுந்தான். கவுண்டர் மெல்ல நடந்து வந்து அவன் தோளின் மீது கையை வைத்தார்.

“இதோ பாரு தம்பி... தற்கொலை பண்ணிக்கிற எண்ணம் உன்னோட மனசுக்குள்ளே இருந்தா, இந்த நிமிஷமே அதை தூக்கி எறி. நம்ம மனசுக்குள்ளே என்னிக்குமே நேர்மறையான எண்ணங்கள்தான் இருக்கணும். ஒரு பிரச்னைன்னு வந்துட்டா தற்கொலை பண்ணிக்கிறதுதானா வழி...?அப்படிப் பார்த்தா நான் கூட அஞ்சு வருஷத்துக்கு முன்னாடி தற்கொலை பண்ணிகிட்டு செத்துப் போயிருக்கணும். வெளிநாட்ல இருக்கிற என்னோட மகன் ஏதோ பிசினஸ் பண்ணனும்ன்னு பணம் கேட்டான். இப்ப இருக்கிற வெள்ளாமை நிலம் போக, மீதி இருக்கிற எல்லா நிலத்தையும் வித்து, அவன் கையில அஞ்சு கோடி ரூபாய் கொடுத்தேன். ஒரே வருஷத்துல எல்லாத்தையும் தொலைச்சிட்டு எம் முன்னாடி வந்து நின்னு, பிசினஸ்ல நஷ்டம்ன்னு சொன்னான். அந்த அதிர்ச்சியை நான் தாங்கிகிட்டேன். ஆனா நான் உசிருக்கு உசிரா நினைச்சுட்டிருந்த எம் பொண்டாட்டியால தாங்கிக்க முடியலை. போய்ச் சேர்ந்துட்டா. என்னோட பையனை விவசாயம் பார்க்கச் சொன்னேன். முடியாதுன்னு சொல்லிட்டு, திரும்பவும் வெளிநாட்டுக்குப் போய் ஏதோ வேலையில சேர்ந்துட்டான். இதையெல்லாம் தாங்கிகிட்டு இந்த வயசிலேயும் உசிரை கையில புடிச்சுட்டுகிட்டு நாட்களை நகர்த்திகிட்டு இருக்கேன்.”

கும்பலின் முன்வரிசையில் நின்றிருந்தவர்கள் கண்கலங்கி கண்களைத் துடைத்துக்கொள்ள கவுண்டர் பூவரசனிடம் குரலை உயர்த்தினார்.

"இனிமே நீ உன்னோட ஊருக்குப் போக வேண்டாம். என் விவசாய நிலத்துல வேலையைப் பாரு... தினக்கூலி முன்னூறு ரூபா. மூணுவேளையும் நம்ம வீட்லயே சாப்பிட்டுக்கோ. எதுத்தாப்புல இருக்கிற மோட்டார் ஷெட்ல தங்கிக்கலாம். காலையில அஞ்சு மணிக்கெல்லாம் எந்திரிச்சுடணும். இங்கே கிட்டத்தட்ட அம்பது பேர் வேலை செய்யறாங்க. தினசரி செய்ய வேண்டிய வேலையை செந்தட்டிதான் எல்லார்க்கும் பிரிச்சு கொடுப்பான். என்ன சொல்றே... இங்கே வேலை செய்ய உனக்கு இஷ்டமா?"

"ரொம்பவும் நன்றிங்கய்யா" பூவரசன் மறுபடியும் கவுண்டரின் கால்களில் விழ வந்தான்.

"இப்படி கால்ல விழற வேலையெல்லாம் எனக்குப் பிடிக்காது. செய்யற வேலையில கவனம் இருக்கணும். தப்பு பண்ணிட்டு வந்து மன்னிப்பு கேட்டாலும் ஒத்துக்க மாட்டேன். அது சரி இப்பவும் உனக்கு குடிப்பழக்கம் இருக்கா?"

"போன வாரம் வரைக்கும் இருந்ததுங்கய்யா..."

"இனிமே ஒரு சொட்டு சாராயம் கூட நீ குடிக்கக்கூடாது."

"சரிங்கய்யா."

"ஒரு ஆறு மாசம் பார்ப்பேன். நீ உண்மையா ஒழுக்கமா இருந்தா நானே உனக்கொரு நல்ல பொண்ணாப் பார்த்து கல்யாணமும் கட்டி வெக்கிறேன்."

பூவரசன் தன் இரண்டு கைகளையும் உயர்த்தி கவுண்டரை கும்பிட்டுக் கொண்டிருக்க, அவர் செந்தட்டியிடம் திரும்பினார்.

"செந்தட்டி."

"அய்யா."

"இன்னிக்கே அவனை தெக்கால இருக்கிற வயக்காட்டுக்கு கூட்டிட்டுப்போய் ஏதாவது ஒரு வேலையைக் கொடு. இன்னிக்கு புதன் கிழமை முகூர்த்த நாள் வேற. நாளைக்கு அஷ்டமி வந்துடும்."

"சரிங்கய்யா."

"உன்கிட்ட புது வேஷ்டி, சட்டை ஏதாவது இருக்கா..?"

"இருக்குங்கய்யா... இந்த வருஷம் நீங்க பொங்கலுக்குக் கொடுத்தது அப்படியே வெச்சிருக்கேன்."

"அதை அவனுக்கு கொடு..."

"ஆகட்டுங்கய்யா."

"மொதல்ல அவனுக்கு ஏதாவது குடுத்து சாப்பிட வை."

கவுண்டர் சொல்லிவிட்டு அங்கிருந்து தோப்புபக்கமாய் நகர்ந்து போய்விட, அவர் போவதையே கண்களில் வழியும் நீரோடும், கும்பிட்ட கைகளோடும் பார்த்துக் கொண்டிருந்தான் பூவரசன்.

ஒரு வாரம் கரைந்து போயிருக்க, அன்றைய தினம் காலை ஏழு மணி.

கவுண்டர் பண்ணை வீட்டுக்கு வெளியே போட்டிருந்த, கயிற்றுக் கட்டிலில் உட்கார்ந்து, நாளிதழை முழுமையாய் படித்துவிட்டு, இனி குளிக்கப் போகலாம் என்று நினைத்த விநாடி –

அவர்க்கு பின்பக்கம் குரல் கேட்டது.

"அய்யா."

திரும்பிப் பார்த்தார்.

உள்ளூர் இன்ஸ்பெக்டர் சக்திவேலும், அவருடன் ஒரு உயரமான நபரும் நின்றிருந்தார்கள். சற்றுத்தொலைவில் மரத்துக்கு கீழே அவர்கள் வந்த பைக் தெரிந்தது.

கவுண்டர் மலர்ந்தார்.

"அடேடே... வாங்க இன்ஸ்பெக்டர் தம்பி... என்ன இவ்வளவு காலையில..? வரப்போற கிராமத்து திருவிழா சம்பந்தமாய் ஏதாவது பிரச்னையா..?"

"அதெல்லாம் ஒண்ணுமில்லீங்கய்யா... இது வேற ஒரு பிரச்னை..."

"அப்படியா... வாங்க உட்கார்ந்து பேசலாம்." கவுண்டர் மறுபடியும் கயிற்றுக் கட்டிலில் உட்கார்ந்தபடி, எதிரே போடப்பட்டிருந்த நீளமான பெஞ்சை அவர்களுக்குக் காட்டினார்.

"உட்காருங்க"

இருவரும் உட்கார்ந்தார்கள்.

"சொல்லுங்க என்ன பிரச்னை?"

இன்ஸ்பெக்டர் சக்திவேல் தனக்குப் பக்கத்தில் இருந்த உயரமான மனிதரை காட்டியபடி சொன்னார்.

"அய்யா! இவர் பேரு சுரேஷ்பாபு. ஆந்திரா போலீஸ் க்ரைம் ப்ராஞ்ச்ல இன்ஸ்பெக்டராய் இருக்கார். ஒரு மணி நேரத்துக்கு முன்னாடி நம்ம ஊர் போலீஸ் ஸ்டேஷனுக்கு வந்தார். உங்களைப் பார்க்கணும்ன்னு சொன்னார்."

கவுண்டர் லேசாய் முகம் மாறினார்.

"என்ன விஷயம்...?"

சுரேஷ்பாபு தன் கையில் வைத்திருந்த போஸ்ட்கார்டு சைஸ் போட்டோவைக் காட்டியபடி நல்ல தமிழில் பேசினார்.

"அய்யா... ஒரு சின்ன என்கொய்ரி... இந்தப் போட்டோல இருக்கிற ஆள் உங்ககிட்ட வேலை பார்க்கிறதா எங்களுக்கு தகவல் கிடைச்சது. அது உண்மையா இல்லையான்னு விசாரிக்க வந்தோம். போட்டோவைப் பாருங்க."

கவுண்டர் போட்டோவை வாங்கிப் பார்த்துவிட்டு லேசாய் தன் புருவங்களை உயர்த்தினார்.

"இவன்... பூவரசன்... போன வாரம்தான் வேலைக்கு சேத்துக்கிட்டேன். எதுக்காக அவனைப்பத்தி விசாரிக்கறீங்க?"

இன்ஸ்பெக்டர் சக்திவேல் குறுக்கிட்டு பேசினார்.

"அய்யா... இவன் பேரு பூவரசன் கிடையாது. உண்மையான பேரு கொண்டராஜுலு. பொறந்த ஊர் கடப்பா."

"என்னது கடப்பாவா... சொந்த ஊரு ஊத்துக்குளின்னு சொன்னானே?"

“அதுமட்டுமா சொல்லியிருப்பான்...? அம்மா, அப்பா, தம்பி மூணுபேரும் அவனை வீட்டைவிட்டு துரத்திட்டதாவும், காதலிச்ச பொண்ணு கைவிட்டுட்டதாவும், அதனால மனசு வெறுத்துப்போய் தற்கொலை பண்ணிக்க முடிவு எடுத்ததாவும் சொல்லி அழுது புலம்பி... அதை நீங்களும், இந்த கிராமத்து ஜனங்களும் நம்பற மாதிரி ட்ராமா பண்ணிக் காட்டியிருப்பானே?”

கவுண்டர் அதிர்ந்து போனார்.

“எ... எ... என்ன சொல்றீங்க? “

“ஆமாங்கய்யா... அந்த கொண்டராஜூலு ஒரு பக்கா கிரிமினல். அவன் பேர்ல ஏழெட்டு கொலை கொள்ளை கேஸ் இருக்கு... ஆந்திரா போலீஸை எப்படியோ ஏமாத்திட்டு தமிழ்நாட்டுக்குள்ளே நுழைஞ்சு, உங்களை மாதிரி வயசானவங்க, வசதியானவங்க தனியா இருக்கிற கிராமங்களை தேர்ந்தெடுத்து எல்லாரும் பார்க்கிற மாதிரி தற்கொலை நாடகத்தை நடத்துவான். சில பேர் புத்தி சொல்லி வேலை எதுவுமே கொடுக்காமே அனுப்பி வெச்சுருவாங்க. ஆனா உங்களை மாதிரி இரக்க குணம் இருக்கிறவங்க யாராவது வேலை கொடுத்தா, அங்கே சில மாசம் நல்லவன் மாதிரி நடிச்சு வேலை பார்த்துகிட்டே, சரியான நேரம் கிடைக்கும்போது தனியா வீட்ல இருக்கிற வயசானவங்களை கொலை செய்யவும், வீட்ல இருக்கிற பணத்தைக் கொள்ளையடிக்கவும் தயங்கமாட்டான்.”

இன்ஸ்பெக்டர் சொன்னதைக் கேட்டு அதிர்ந்துபோன கவுண்டர் சற்றுத்தொலைவில் தெரிந்த செந்தட்டியை பதட்டமான குரலில் கூப்பிட்டார்.

“செந்தட்டி...”

தன் தலைக்குச் சுற்றியிருந்த துண்டை எடுத்து கக்கத்தில் இடுக்கிக்கொண்டு செந்தட்டி வேகமாய் ஓடிவந்தான். கவுண்டர்க்கு முன்பு நின்றான்.

“அய்யா.”

“போன வாரம் ஒருத்தனை புதுசா வேலைக்குச் சேர்த்தோமே அவனைப் போய் கூட்டிகிட்டு வா...”

செந்தட்டி அசையாமல் நின்றான்.

கவுண்டர் கோபத்தில் குரலை உயர்த்தினார்.

"ஏண்டா நான் சொன்னது காதுல விழலை."

"அ... அ... அய்யா, அது வந்து."

"என்னடா... மென்னு முழுங்கறே?"

"அய்யா...! பத்து நிமிஷத்துக்கு முன்னாடி வாழைத்தோப்பு கிணத்துக்குள்ளே இருக்கிற மோட்டார் பம்ப் ஓடாமே நின்னுருச்சு. மெக்கானிக் குப்புசாமியைக் கூப்பிட்டு பார்க்கச் சொல்லலாம்னு நான் நினைச்சுட்டிருக்கும்போதே, அந்த பூவரசன் கிணத்துப் படில இறங்கி மோட்டாரை ரிப்பேர் பார்க்க ஆரம்பிச்சுட்டான். பம்ப்ல எங்கே கை வெச்சான்னு தெரியலை. ஆளை தூக்கியடிச்சுருச்சு... உடம்பு உருத் தெரியாமே கருகி கிணத்துல மொதந்திட்டிருக்கய்யா... அதைச் சொல்லத்தான் உங்ககிட்ட ஓட்டமும் நடையுமா வந்துட்டிருந்தேன்."

செந்தட்டி சொல்லச் சொல்ல –

கவுண்டர், இன்ஸ்பெக்டர் சக்திவேல், ஆந்திரா க்ரைம் ப்ராஞ்ச் இன்ஸ்பெக்டர் மூன்று பேரும் அதிர்ச்சியான பார்வைகளை பரிமாறிக் கொண்டார்கள்.

அந்த அதிர்ச்சியின் ஆயுள் சில விநாடிகளுக்கு மட்டுமே நீடித்து பின் அதுவே ஒரு சிறு புன்னகையாக மாறி மூன்று பேர்களின் உதடுகளிலும் உட்கார்ந்து கொண்டது.

இன்ஸ்பெக்டர் சக்திவேல் தன் செல்போனை உயிர்ப்பித்துக் கொண்டே சொன்னார்.

"நான் மார்ச்சுவரி வேனுக்கு போன் பண்ணிடறேன்."

சிறுகதை

அந்த 70 நிமிடங்கள்

"அமுதா..!!!"

என் கணவரின் அழைப்புக் குரல் கேட்டு தூக்கத்தினின்றும் விடுபட்டு எழுந்து உட்கார்ந்தேன்.

படுக்கையறையின் கண்ணாடி ஜன்னலுக்கு வெளியே, கிழக்குத் திசை ஆரஞ்சு வண்ணத் தீற்றல்களோடு தெரிய, பக்கத்து வீட்டு பாதாம் மரத்தில், பறவைகளின் கூச்சல் உச்சபட்ச டெஸிபலில் கேட்டது.

சுவர் கடிகாரம் சரியாய் ஆறு மணி பத்து நிமிஷத்தைக் காட்டியது.

நான் போர்வையை அவசர அவசரமாய் மடித்து வைத்துவிட்டு, அறையினின்றும் வெளிப்பட்டேன்.

என் கணவர் ஒரு ஸ்டூலில் உட்கார்ந்து கால்களுக்கு ஷூக்களை கொடுத்துக் கொண்டே சொன்னார்.

“அமுதா... வாக்கிங் கிளம்பிட்டேன். இன்னிக்கு சன்டே. ரெண்டு கிலோமீட்டர் சேர்த்து நடந்துட்டு வர்றேன். கொஞ்சம் லேட்டாகும்...”

“வரும்போது மார்க்கெட் பக்கமாத்தானே வருவீங்க?”

“ஆமா...”

“காய்கறி ஃப்ரெஷ்ஷா இருந்தா, எல்லாத்திலும் ஒரு கால் கால் கிலோ வாங்கிட்டு வந்துடுங்க. தக்காளி மட்டும் ஒரு கிலோ.”

“எது வேணும்ன்னாலும் இப்பவே சொல்லிடு... ஏன்னா நான் செல்போனை எடுத்துட்டுப் போகலை... போன்ல என்ன பிரச்னைன்னு தெரியலை... சார்ஜ் சீக்கிரமா போயிடுது. சார்ஜர்ல போட்டாலும் ரொம்பவும் லேட்டா சார்ஜ் ஆகுது... நாளைக்கு ஆபீஸ் போகும்போது மொபைல சர்வீஸ்க்கு கொடுத்து, என்னன்னு பார்க்கச் சொல்லணும்.”

நான் சலித்துக் கொண்டேன்.

“மொதல்ல... அந்தப் போனை மாத்துங்க. உங்களுக்கு ஒரு தடவை போன் பண்ணிப் பேசறதுக்குள்ளே நாலைஞ்சு தடவையாவது கட்டாகுது. ஏன்னு கேட்டா ஆபீஸுக்குள்ளே சிக்னல் கிடைக்கிறதில்லைன்னு சொல்றீங்க. சிக்னல் கிடைக்கலைன்னா உங்க ஆபீஸ்ல வேலை செய்யற மத்தவங்க மட்டும் எப்படி பேசறாங்க?”

“சரி... சரி... இந்த வாரத்துக்குள்ளே போனை மாத்திடறேன். தொண தொணன்னு பேசி சன்டே மூடை கெடுத்துடாதே” சிரித்தபடி சொல்லிக் கொண்டே எனக்கு பக்கத்தில் வந்தார்

“பால் பாக்கெட்டை உள்ளே எடுத்து வெச்சுட்டேன். ஹீட்டரை ஆன் பண்ணிட்டேன். ரெட்லைட் எரிஞ்சதும் ஆஃப் பண்ணிடு.”

“சரிங்க... இன்னிக்கு ப்ரேக்பாஸ்ட் என்ன பண்ணட்டும்...?”

“ரவா இட்லி... புதினா சட்னி.”

“என்னோட சாய்ஸும் அதுதான். எட்டு மணிக்குள்ளே வந்துடுங்க... ரொம்பவும் லேட் பண்ணிட வேண்டாம்.”

“சரி... சரி...வந்துடறேன்” என் கணவர் தலையாட்டிக் கொண்டே காம்பௌண்ட் கேட்டைத் திறந்துகொண்டு வெளியேறி தெருவில் இறங்கி நடந்தார்.

நான் அடுத்த அரைமணி நேரத்திற்குள் குளித்து முடித்து பூஜையறையில் விளக்கேற்றி வைத்துவிட்டு சமையல்கட்டுக்குள் நுழைந்தபோது நேரம் 6.40 மணி.

ரவா இட்லிக்கான மாவை ஒரு பாத்திரத்தில் ஊற்றி வைத்துவிட்டு, ஃப்ரிஜ்ஜில் இருந்த புதினா கீரையை எடுத்து சுத்தம் செய்ய ஆரம்பித்தேன்.

திடும்மென்று பக்கத்தில் இருந்த என்னுடைய செல்போன், விழித்துக் கொண்டு "சொல்லாத நாளில்லை சுடர்மிகு வடிவேலா'"என்ற பாடலை ரிங்டோனாய் வெளியிட்டது. போனின் டிஸ்ப்ளேயில் ஒரு பரிச்சயமான நெம்பர் நகர்ந்து கொண்டிருந்தது.

நான் போனை எடுத்து ஆன் செய்துவிட்டு காதில் வைத்து மெல்ல "ஹலோ" என்றேன்.

மறுமுனையில் என்னுடைய கணவரின் நண்பர் வேங்கடரமணன் பேசினார்.

"குட்மார்னிங் மேடம்... உங்க ஹஸ்பெண்ட் சாரதிக்கு போன் பண்ணினேன். நாட் ரீச்சபிள்ன்னு வந்தது. நாலைஞ்சு தடவை ட்ரை பண்ணிப் பார்த்துட்டுதான் வேற வழியில்லாமே உங்களுக்கு போன் பண்ணினேன். ஒரு முக்கியமான விஷயத்தை அவர்க்கு கன்வே பண்ணனுமே. பக்கத்துல அவர் இருக்காரா...?"

"அவரோட போன் கொஞ்சம் ப்ராப்ளம். அதான் போனை வீட்ல வெச்சுட்டு... வாக்கிங் போயிருக்கார். அவர் வீட்டுக்கு திரும்ப எப்படியும் எட்டு மணியாயிடும். விஷயம் என்னன்னு சொல்லுங்க... வந்ததும் நான் சொல்லிடறேன்."

"அது ஒண்ணுமில்லை... என் பொண்ணோட கல்யாண விஷயமா இன்னிக்கு சாயந்தரம் காரமடைக்குப் பக்கத்துல இருக்கிற, ஒரு ஜோஸியரைப் பார்க்க போலாம்ன்னு, சாரதிகிட்டே சொல்லியிருந்தேன். ஆனா ஊர்லயிருந்து திடீர்ன்னு கெஸ்ட் வந்துட்டதால போக முடியாது போலிருக்கு..."

"விஷயம் இவ்வளவுதானே... நான் சொல்லிடறேன்."

"தேங்க்யூ மேடம்... பை த பை நீங்களும் சாரதியும் அடுத்த மாசம் அஞ்சாம் தேதி யு.எஸ்ல இருக்கிற உங்க மகனைப் பார்க்கப் போறதா சாரதி சொன்னார். போறது கன்ஃபார்ம்தானா...?"

"ம்... கன்ஃபார்ம்தான்... டிக்கெட் கூட புக் பண்ணியாச்சு. போய் ஒரு மாசம் இருந்துட்டு வரலாம்ன்னு ப்ளான்."

"போயிட்டு வாங்கோ... உடம்புல தெம்பும் பலமும் இருக்கிறப்பவே போக வேண்டிய இடங்களுக்கெல்லாம் போயிட்டு வந்துடணும். சாரதி ஃப்ரீயாய் இருந்தா பத்து மணிக்கு மேல எனக்கு போன் பண்ணச் சொல்லுங்க..."

"சரி" என்று சொல்லி செல்போனை அணைத்துவிட்டு, மீதி இருந்த புதினா கீரையை சுத்தம் செய்துவிட்டு, கிச்சன் மேடையை நோக்கி நகர்ந்த விநாடி, மறுபடியும் என்னுடைய போன் 'சொல்லாத நாளில்லை சுடர்மிகு வடிவேலா' என்று கூப்பிட்டது.

போய் எடுத்தேன்.

செல்போனின் டிஸ்ப்ளே திரையில் புது எண் ஊர்வது தெரிந்து, குழப்பமாகி காதுக்கு ஒற்றி மெல்ல குரல் கொடுத்தேன்.

"ஹலோ யாரு...?"

மறுமுனையில் ஒரு குரல் என் செல்போன் நம்பரைச் சொல்லி "இது உங்க போன் நெம்பர்தானே...?" எனக் கேட்டது.

"ஆமா நீங்க யாரு...?"

"சொல்றேன். உங்க கணவர் இப்போ வீட்ல இருக்காரா?"

"இல்லை... வாக்கிங் போயிருக்கார்."

"அவரோட பேர் என்ன?"

எனக்குள் கோபம் பீறிட்டது.

"ஹலோ... நீங்க யார்ன்னு மொதல்ல சொல்லுங்க. அதுக்கப்புறம் நான் விருப்பப்பட்டா என் ஹஸ்பெண்ட் பேரைச் சொல்றேன்."

மறுமுனையில் சில விநாடிகள் மௌனம் நிலவ, நான் கோபமாகி குரலை உயர்த்தினேன்.

"சொல்லுங்க நீங்க யாரு?"

"மேடம்... நான் ராயல் கேர் ஹாஸ்பிடலோட பி.ஆர்.ஓ பேசறேன். உங்க கணவர்தான் இந்த நெம்பரைக் கொடுத்து உங்ககிட்டே பேசச் சொன்னார்."

என்னுடைய இருதயத்துடிப்பு எகிறியது.

"என்கிட்டே பேசச் சொன்னாரா எதுக்கு?"

"மேடம்... நான் சொல்றதைக் கேட்டு பதட்டப்படாதீங்க. உங்க கணவர் இப்ப எங்க ஹாஸ்பிடல்ல அட்மிட்டாகியிருக்கார்."

நான் கிட்டத்தட்ட அலறினேன்.

"எ...எ...என்னது... ஹாஸ்பிடல்ல இருக்காரா...? அவருக்கு என்னாச்சு...?"

"மேடம்...! உங்க கணவர் வாக்கிங் போகும்போது திடீர்ன்னு மயங்கி விழுந்திருக்கார். அதே நேரத்தில் அங்கே வாக்கிங் போயிட்டிருந்த ஒருத்தர் அவர்க்கு முகத்துல தண்ணியை தெளிச்சு ஃபர்ஸ்ட் எய்ட் கொடுத்து எங்க ஹாஸ்பிடலுக்கு கொண்டுவந்து அட்மிட் பண்ணிட்டார். இப்ப ட்ரீட்மெண்ட் போயிட்டிருக்கு... அட்மிட் பண்ணவரும் இங்கதான் இருக்கார்."

என்னுடைய உடல் பதட்டதுக்கு உட்பட்டு நடுங்கியது.

"எ...எ...என்ன சொல்றீங்க... அவர் வீட்டை விட்டு போகும்போது நல்லாயிருந்தாரே...?"

"அவர்க்கு பி.பி, சுகர் பிரச்னை ஏதாவது இருக்கா...?"

"இருக்கு..."

"அதுதான் பிரச்னையே... ரெண்டுல ஏதாவது ஒண்ணு சூட் அப் ஆயிருக்கலாம். நீங்க உடனே புறப்பட்டு ஹாஸ்பிடலுக்கு வாங்க. அட்ரெஸ் சொல்றேன்...நோட் பண்ணிக்குங்க!"

"சொல்லுங்க...நோட் பண்ணிக்கிறேன்."

நான் ஒரு டாக்ஸியைப் பிடித்து, பதைபதைப்போடு இரண்டு கிலோ மீட்டர் தூரம் பயணித்து, அந்த ராயல் கேர் ஹாஸ்பிடல் போய்ச் சேர்ந்தபோது நேரம் சரியாய் ஏழு மணி.

ஹாஸ்பிடலின் பி.ஆர்.ஓ வரவேற்பறையில் காத்திருந்து என்னை எதிர்கொண்டார்.

“வாங்க மேடம்... அயாம் சூர்யநாராயணன். உங்களுக்குப் போன் பண்ணது நான்தான். உங்களுக்காகத்தான் வெயிட் பண்ணிட்டிருக்கேன்.”

நான் வியர்த்து வழியும் முகத்தோடு, வாய் காகிதமாய் உலர்ந்து போயிருக்க, கேட்டேன்.

“இப்ப அவர்க்கு எப்படியிருக்கு...?”

“பயப்படாதீங்க மேடம்... அவர்க்கு மைல்ட் ஹார்ட் அட்டாக். கூடவே ஸ்ட்ரோக் சிம்ப்டம்ஸ். நல்லவேளை சீஃப் டாக்டர் இருந்தார். இப்ப ட்ரீட்மெண்ட் போயிட்டிருக்கு... நவ் ஹி ஈஸ் அவுட் ஆஃப் த ரிஸ்க். நீங்க டென்ஷன் இல்லாமே மொதல்ல உட்கார்ங்க... அதோ அவர்தான் உங்க கணவரை சரியான நேரத்துக்கு கொண்டுவந்து அட்மிட் பண்ணியவர்.”

அவர் சுட்டிக் காட்டியப் பக்கம் திரும்பிப் பார்த்தேன்.

வரிசையாய் போடப்பட்டிருந்த நாற்காலிகளுக்கு நடுவில் செல்போனைப் பார்த்தபடி ஜாக்கிங் உடையில் உட்கார்ந்திருந்த அந்த நடுத்தரவயது நபர் எழுந்து தயக்கத்துடன் என்னை நெருங்கினார்.

“வணக்கம்மா...! அயாம் கஜபதி. ஸ்டேட் பேங்க்ல வேலை பண்றேன். உங்க ஹஸ்பெண்ட் மயங்கி விழறப்போ நான்தான் பக்கத்துல இருந்தேன். அந்த நேரத்துல அவர் சுயஉணர்வோட இருந்தார். என்னோட ஓய்ஃப்புக்கு போன் பண்ணுங்கன்னு சொன்னார். அவர் சொல்லச் சொல்ல நான் உங்க போன் நெம்பரை நோட் பண்ணிகிட்டேன். அவரை இந்த ஹாஸ்பிடலுக்கு கூட்டிட்டு வந்து, அட்மிட் பண்ணிட்டு ஹாஸ்பிடல் பி.ஆர்.ஓ கிட்டே நெம்பர் கொடுத்து உங்ககிட்டே பேசச் சொன்னேன்.”

நான் கையெடுத்து அவரைக் கும்பிட்டேன்.

“நீங்க பண்ண இந்த உதவியை நான் என்னிக்குமே மறக்கமாட்டேன். எப்படி நன்றி சொல்றதுன்னு தெரியலை.”

அந்த கஜபதி மெலிதாய் புன்னகைத்தார்.

"இதுல எனக்கு நன்றி சொல்ல ஒண்ணுமேயில்லை. அந்தக் கடவுளுக்குத்தான் நன்றி சொல்லணும். ஏன்னா நான் வழக்கமா வாக்கிங் போற ரூட்டே வேறே. இன்னிக்குத்தான் ஒரு மாறுதலுக்கு ரூட்டை மாத்திகிட்டு வந்தேன். நூறடி தூரத்துல வரும்போதே உங்க கணவர் நார்மலா நடந்து வரலை. கொஞ்சம் அன்ஈஸியா நின்னு நின்னு நடந்துட்டு வந்தார். அவர்க்கு என்ன பிரச்னையோன்னு நான் யோசனை பண்ணிட்டு இருக்கும்போதே, ஒரு பக்கமா சாய்ஞ்சு விழுந்துட்டார். நல்லவேளையா அது மண் தரையாய் இருந்ததால பெரிசா அடி ஏதும் படலை. முக்கியமா தலையில அடிபடலை..."

அவர் சொல்லிக்கொண்டு இருக்கும்போதே, ஒரு ஸ்டாஃப் நர்ஸ் எனக்குப் பக்கத்தில் வந்து, தன் கையில் வைத்து இருந்த ப்ரிஸ்கிரிப்ஷன் தாளை நீட்டினாள்.

"மேடம்... உங்க ஹஸ்பெண்ட்டுக்கு இந்த மருந்தெல்லாம் உடனடியாய் வேணும். ஹாஸ்பிடலுக்குள்ளேயே பார்மஸி இருக்கு... வாங்கிக் குடுத்துடறீங்களா...?"

நான் மருந்து சீட்டை வாங்கிக்கொண்டு எழுந்தேன்.

அந்த நர்ஸ் லேசாய் குரலை இழுத்தாள். "அப்புறம்... மேடம்"

"என்ன...?"

"ஐ.ஸியூல வெச்சு ட்ரீட்மெண்ட் போயிட்டு இருக்கிறதால அட்வான்ஸா கொஞ்சம் பணம் கட்ட வேண்டியிருக்கும்."

"எவ்வளவு கட்டணும்...?"

"இப்போதைக்கு அம்பதாயிரம். நாளைக்கு எவ்வளவுன்னு டாக்டர் சொல்வார்."

"டெபிட் கார்ட் யூஸ் பண்ணி பணம் கட்டலாமா?"

"கட்டலாம்... மொதல்ல பணத்தைக் கட்டிட்டு அப்புறமா மருந்து வாங்கிக் கொடுங்க. பார்மஸிக்குப் பக்கத்திலேயே கேஷ் கௌண்டரும் இருக்கு..."

நான் நைந்துபோன உடம்போடு எழுந்து, கைப்பையோடு சற்றுத் தொலைவில் தெரிந்த, பார்மஸியை நோக்கிப் போக, என்னோடு கஜபதியும் வந்தார். நடக்க நடக்கவே கேட்டார்.

“உங்களுக்கு குழந்தைங்க...?”

“ஒரே ஒரு பையன்... அமெரிக்கால வேலை. கல்யாணமாயிருச்சு... ஒரு பேரன் ஒரு பேத்தி... அடுத்த மாசம் அஞ்சாம் தேதி நானும் அவரும் அமெரிக்காவுக்கு போறதா இருந்தோம். அதுக்குள்ளே இப்படியாயிருச்சு.”

“கவலைப்படாதீங்க... நீங்க அமெரிக்கா புறப்பட்டுப் போறதுக்குள்ளே அவர் குணமாயிடுவார். இந்த ஹாஸ்பிடலோட டாக்டர் ஞானசேகரன் ஒரு கார்டியாலஜிஸ்ட். ஹார்ட்ல எப்பேர்ப்பட்ட பிரச்னை இருந்தாலும் சரி பண்ணிடுவார். அந்த பிரிஸ்க்ரிப்ஷனை என்கிட்ட குடுங்க... நான் மருந்தையெல்லாம் வாங்கி வெக்கறேன். நீங்க அதுக்குள்ளே பணத்தைக் கட்டிட்டு வந்துடுங்க...”

“என்னால உங்களுக்கு சிரமம்...?”

“எனக்கு ஒரு சிரமும் இல்லை... உங்க உறவு ஜனம் யாராவது உதவிக்கு வர்ற வரைக்கும் நான் உங்ககூட இருக்கேன். யாருக்காவது போன் பண்ணனும்ன்னா சொல்லுங்க... நான் போன் பண்ணி வரவழைக்கிறேன்...”

“உள்ளூர்ல யாருமில்லை... நெருங்கின உறவு ஜனம் எல்லாரும் வெளியூர்லதான் இருக்காங்க. டாக்டர் என்ன சொல்றார்ன்னு பார்த்துட்டு அவங்களுக்கு தகவல் கொடுக்கலாம்...”

“அதுவும் சரிதான்...” சொன்ன அவர் என் கையிலிருந்த ப்ரிஸ்க்ரிப்ஷன் தாளை வாங்கிக்கொண்டு பார்மஸியை நோக்கிப் போக, நான் பணம் கட்டுவதற்காக கேஷ் கௌண்டரை நோக்கி தொய்வாய் நடை போட்டேன்.

ஐம்பதாயிரம் ரூபாயை கட்டிவிட்டு, ப்ரிஸ்க்ரிப்ஷனில் குறிப்பிட்டிருந்த பத்தாயிரம் ரூபாய் மதிப்பிலான மருந்துகளை வாங்கிக் கொடுத்துவிட்டு, ஐ.ஸி யூனிட்டின் வாசற்கதவையே

பார்த்தபடி, இருள் கப்பிய முகத்தோடு காத்திருந்தேன். ஹாஸ்பிடல் சுவர் கடிகாரத்தில் நேரம் சரியாய் ஏழு மணி.

அடுத்த சில விநாடிகளில் ஐ.ஸியூவிலிருந்து சீஃப் டாக்டர் வெளிப்பட்டுக் கொண்டே குரல் கொடுத்தார்.

“பேஷண்ட்டோட ஒய்ஃப் யாரு?”

நான் எழுந்து ஓடாத குறையாக அவரை நோக்கிப் போனேன். கைகள் தன்னிச்சையாக அவரை கும்பிட்டது.

டாக்டர் உதட்டில் புன்னகையுடன் என்னை ஏறிட்டார்.

“பயப்படறதுக்கு ஒண்ணும் இல்லேம்மா. ஸ்ட்ரோக்கிலிருந்து மீண்டுட்டார். மைல்ட் ஹார்ட் அட்டாக்கையும் சரி பண்ணிட்டோம். அவர்க்கு இன்னமும் முழுசா சுயஉணர்வு திரும்பலை. ட்ரீட்மெண்ட் கொடுத்துட்டு இருக்கும்போது, நடுவுல ஒரு நிமிஷம் சுயஉணர்வுக்கு வந்து, மெல்ல கண்ணைத் திறந்து பார்த்தார். அவருக்கு முழுமையான உணர்வு திரும்பிடுச்சான்னு தெரிஞ்சுக்கிறதுக்காக நான் அவர்கிட்ட பேச்சு கொடுத்து உங்க பேர் என்னன்னு கேட்டேன். ‘எட்வின் ஜோன்ஸ்’ன்னு சொன்னார். ஆனா உங்க கணவரோட பேரு சாரதின்னு பி.ஆர்.ஓ.கிட்டே சொல்லியிருக்கீங்க. ஆனா இவர் பேரை மாத்திச் சொல்றாரே. உண்மைல அவரோட பேர் என்ன?”

நான் அதிர்ச்சியில் சில விநாடிகள் உறைந்த பின் பதட்டக்குரலில் கேட்டேன். “அவர் தன்னோட பேரை என்னன்னு சொன்னார் டாக்டர்...?”

“எட்வின் ஜோன்ஸ்.”

“அப்படியா சொன்னார்...?”

“ஆமா...”

“டாக்டர்... என் கணவரோட பேரு சாரதி. எட்வின் ஜோன்ஸ் இல்லை.”

டாக்டரின் முகம் மாறியது.

“மொதல்ல நீங்க ஐ.ஸியூக்குள்ளே போய் அந்த பேஷண்ட் உங்க கணவர்தானான்னு பாருங்க...”

நான் ஐ.ஸி யூனிட் கதவைத் திறந்துகொண்டு வேக வேகமாய் உள்ளே போனேன். என்னைப் பின்தொடர்ந்து வந்த டாக்டர், சுவரோரமாய் போடப்பட்டிருந்த கட்டிலைக் காட்ட, பார்வையை அங்கே கொண்டு போனேன்.

உயர்த்திப் போடப்பட்டிருந்த கட்டிலில், ஒரு நடுத்தர வயது நபர் தொப்பையும், வழுக்கைத் தலையுமாய் கண்மூடிப் படுத்திருக்க, ட்யூப் வழியாக ட்ரிப்ஸ் துளித்துளியாய் போய்க் கொண்டிருந்தது. சுவரில் பொருத்தப்பட்டிருந்த கார்டியாக் மானிட்டர் ஒன்று அவருடைய இருதயத்துடிப்பு சீராக இருப்பதை துல்லியமாய் காட்டிக் கொண்டிருக்க, கட்டிலின் கால்மாட்டிலும், தலைமாட்டிலும் இரண்டு நர்ஸ்கள் கைகளில் மருத்துவ ஃபைல்களோடு நின்றிருந்தார்கள்.

நான் நிம்மதி பெருமூச்சொன்றை வெளியேற்றிக் கொண்டே டாக்டரிடம் திரும்பி சொன்னேன்.

“இவர் என்னோட கணவர் இல்லை டாக்டர்...”

“மைகுட்னஸ்! உங்களுக்கு போன் பண்ணி தகவல் சொன்னது எங்க ஹாஸ்பிடலோட பி.ஆர்.ஓ சூரியநாராயணன்தானே?”

“ஆமா டாக்டர்...”

“அவர் தப்பு பண்ணக்கூடியவர் இல்லையே... வாங்க அவர் என்ன சொல்றார்ன்னு கேட்போம்.”

நானும் டாக்டரும் ஐ.ஸி யூனிட்டைவிட்டு வெளியே வந்தோம்.

ஓ.பி வார்டின் மாடிப்படிக்கு பக்கத்தில் நின்றபடி கஜபதியுடன் பேசிக் கொண்டிருந்த பி.ஆர்.ஓவை நெருங்கினோம்.

டாக்டர் குரல் கொடுத்தார்.

“சூரியநாராயணன்... ஒரு நிமிஷம் இப்படி வாங்க.”

அவர் குழப்பப் பார்வையோடு எங்களுக்குப் பக்கத்தில் வந்து நிற்க, டாக்டர் அவரிடம் விபரம் சொல்லிவிட்டு லேசான கோபத்தோடு குரல் உயர்த்தினார்.

“ஒருத்தர்க்கு போன் பண்ணி தகவல் சொல்ற விஷயத்தில் கவனமாய் இருக்க வேண்டாமா...? உள்ளே இருக்கிற பேஷண்ட் இவங்க கணவரே இல்லையாம்.”

பி.ஆர்.ஓவின் முகம் இருண்டது.

"டாக்டர் இதுல என்னோட தப்பு எதுவும் இல்லை. கஜபதி கொண்டுவந்து கொடுத்த துண்டு சீட்ல என்ன செல்போன் நெம்பர் இருந்ததோ, அந்த நெம்பர்க்குத்தான் போன் பண்ணினேன். அப்ப நான் கேட்ட கேள்விகளுக்கு இவங்க சொன்ன பதில்கள் ஒத்துப்போகவே ஹாஸ்பிடலுக்கு வரச் சொன்னேன்."

தள்ளி நின்று கேட்டுக் கொண்டிருந்த கஜபதி அவசர நடையோடு பக்கத்தில் வந்தார்.

"டாக்டர்...! மயங்கி விழுந்த அந்த நபர் சுயஉணர்வுக்கு வந்த பிறகு என் ஒய்ஃப்புக்கு தகவல் கொடுங்கன்னு சொல்லி அவர் ஒரு செல்போன் நெம்பரைச் சொன்னார். அவர் சொல்லச் சொல்ல ஒரு துண்டு சீட்ல அந்த நெம்பரை எழுதிகிட்டேன். அந்த சீட்டைத்தான் பி.ஆர்.ஓ கிட்டே கொடுத்தேன்."

டாக்டரின் பார்வை பி.ஆர்.ஓ விடம் திரும்பியது.

"அந்தத் துண்டுசீட்டு இப்ப எங்கே?'

"என்கிட்டதான் இருக்கு..."

"கொடுங்க..."

அவர் தன்னிடம் பத்திரப்படுத்தி வைத்திருந்த சீட்டை எடுத்துக் கொடுக்க, டாக்டர் அதை வாங்கி என்னிடம் கொடுத்தார்.

"இதுல எழுதியிருக்கிறது உங்க நெம்பர்தானான்னு பாருங்கம்மா."

நான் வாங்கி பார்வையை உன்னிப்பாக்கி, செல்போன் நெம்பரைப் பார்த்தேன்.

அது என்னுடைய செல்போன் நெம்பர்தான்.

'யார் இந்த டேவிட் ஜோன்ஸ்...? என்னுடைய செல்போன் நெம்பரை எதற்காக கஜபதியிடம் அவர் சொல்ல வேண்டும்...?'

நான் யோசித்துக் கொண்டே குழப்பத்தோடு மறுபடியும் செல்போன் நெம்பரை பார்வையில் நனைத்தேன்.

மூளைக்குள் சின்னதாய் ஒரு மின்னல் அடித்தது.

டாக்டரையும், பி.ஆர்.ஓவையும் ஏறிட்டேன்.

“லேசா ஒரு சந்தேகம் வருது.”

“என்ன?”

“சொல்றேன் வாங்க.”

கஜபதியை அதே இடத்தில் நிற்க வைத்துவிட்டு, நாங்கள் மூன்று பேரும் மட்டும் சற்றுத் தள்ளிப்போய் நின்று கொண்டோம். பி.ஆர்.ஓவிடம் துண்டுசீட்டைக் கொடுத்து, அதில் எழுதி இருக்கிற செல்போன் நெம்பரை நிறுத்தி நிதானமாக படிக்கச் சொன்னேன்.

படித்தார்.

அவர் படித்ததும், கஜபதியைக் கூப்பிட்டேன்.

தயக்கத்தோடு வந்தார். நான் கேட்டேன்.

“டேவிட் ஜோன்ஸ் சொல்லச் சொல்ல நீங்க எழுதின செல்போன் நெம்பர்தானே இது?”

‘ஆமாம்’ என்பது போல் தலையசைத்தார்.

“இந்த செல் நெம்பரில் கடைசியாய் இருக்கிற நம்பர் என்னன்னு சொல்ல முடியுமா?”

கஜபதி வாங்கிப் பார்த்துவிட்டு சொன்னார்.

“ஒன்”

நான் பி.ஆர்.ஓவை ஒரு புன்னகையோடு பார்த்தேன்.

“ஸார்... போன நிமிஷம் இந்த செல்போன் நெம்பர்ல இருக்குற எண்களை நீங்க சொல்லும் போது கடைசி எண்ணை ‘செவன்’ன்னு சொன்னீங்க இல்லையா?”

“ஆமா...”

“என்னோட செல்போன் நெம்பர்ல இருக்கிற கடைசி நம்பர் செவன்.ஆனா டேவிட் ஜோன்ஸோட ஓய்ப் செல்போன்ல இருக்கிற கடைசி நம்பர் ஒன்னாத்தான் இருக்கும்ன்னு நான் நினைக்கிறேன்.

கஜபதி துண்டுசீட்ல அவசர அவசரமாய் செல்போன் நெம்பரை எழுதும் போது கடைசி நெம்பர் 1க்கு மேல்பகுதியில் அவரையும் அறியாமல் குறுக்கே ஒரு கோடு விழுந்து அதை செவன் மாதிரி காட்டியிருக்கு. கஜபதிக்கு அது 1ன்னு தெரியும். ஆனா பி.ஆர். ஓக்கு அது 7 மாதிரி தெரிஞ்சிருக்கு. அதனாலதான் அவர் பண்ணின போன் கால் எனக்கு வந்துருக்கு. என்னோட யூகம் சரியா தப்பான்னு தெரிஞ்சுக்க நீங்க இப்ப மறுபடியும் கடைசி எண் ‘ஒன்’ வர்ற மாதிரி டயல் பண்ணிப்பாருங்க. அந்த போன்காலை டேவிட் ஜோன்ஸின் மனைவி அட்டெண்ட் பண்ணுவாங்க.”

டாக்டர், பி.ஆர்.ஓவைப் பார்த்து தலையசைக்க அவர் தன்னுடைய செல்போனை எடுத்துக் கொண்டு எண்களை அழுத்தினார்.

மறுமுனையில் ரிங் போய் ஒரு பெண் குரல் கேட்டது. ஸ்பீக்கரை ஆன் செய்துவிட்டு பேசினார் பி.ஆர்.ஓ.

“ஹலோ... டேவிட் ஜோன்ஸ் இருக்காரா...?”

பதிலுக்கு பெண் குரல் கேட்டது.

“நீங்க...?”

“அவரோட ஃப்ரண்ட் பேசறேன்.”

“காலையில ஆறு மணிக்கு வாக்கிங் போனவர் இன்னும் வீட்டுக்கு வரலை. அவர் வர்ற நேரம்தான். அரைமணி நேரம் கழிச்சு போன் பண்ணுங்க.”

“நாங்க ராயல் கேர் ஹாஸ்பிடலில் இருந்து பேசறோம். சொல்றதைக் கேட்டு டென்ஷன் ஆகாதீங்க. டேவிட் ஜோன்ஸ் உங்க கணவரா...?”

“ஆ...ஆமா...”

“அவர் இப்போ ஹாஸ்பிடல்ல இருக்கார். மைல்ட் ஹார்ட் அட்டாக். மருந்து குடுத்து சரி பண்ணிட்டோம். அவர்க்கு ஃபர்தரா ட்ரீட்மெண்ட் கொடுக்கணும். உடனே புறப்பட்டு வாங்க...”

மறுமுனையில் அந்தப் பெண் அலறி அழுகையோடு பேச ஆரம்பிக்க, பி.ஆர்.ஓ இடைமறித்துப் பேசினார்.

“அவரோட உயிர்க்கு எந்த ஆபத்தும் இல்லை. கவலைப்படாமே புறப்பட்டு வாங்க...”

பேசிவிட்டு செல்போனை அணைத்தார் பி.ஆர்.ஓ.

டாக்டர் என்னிடம் திரும்பினார்.

“ஸாரி... இது ஒரு சின்ன விஷயம்தான். ஆனா அது உங்களுக்கு மிகப்பெரிய மன உளைச்சல் .”

“நோ ப்ராப்ளம் டாக்டர்... இது தப்பு கிடையாது. ஒரு ஹியூமன் எர்ரர் அவ்வளவுதான். அந்த டேவிட் ஜோன்ஸ் வசதியானவரா இல்லையான்னு எனக்குத் தெரியாது. ஒரு வேளை வசதியில்லாதவரா இருந்தா நான் கட்டின பணம் அவர்க்கு கட்டினதாவே இருக்கட்டும். அந்தப் பணத்தை அவங்ககிட்டயிருந்து வாங்கி எனக்கு கொடுக்க முயற்சி செய்ய வேண்டாம்.”

“இட்ஸ் ஓ.கே... முதல்ல டேவிட் ஜோன்ஸோட மனைவி இங்கே வரட்டும் நான் பேசிப் பார்த்துட்டு உங்களுக்கு தகவல் தர்றேன்.”

அவர் சொல்லிக் கொண்டிருக்கும்போதே என்னுடைய செல்போன் ‘சொல்லாத நாளில்லை சுடர்மிகு வடிவேலா’ என்று கூப்பிட்டது. எண் புதிதாக இருக்கவே குழப்பத்தோடு காதுக்கு ஒற்றி “ஹலோ” என்றேன்.

மறுமுனையில் என் கணவரின் கோபமான குரல் கேட்டது.

“அமுதா...! வீட்டை பூட்டிட்டு எங்கே போயிட்டே? நான் இப்போ எதிர்வீட்டு லாயர் போனிலிருந்து பேசிட்டிருக்கேன். அரக்க பரக்க டாக்ஸி பிடிச்சு போனியாமே? அப்படி என்ன அவசரம்... யார்க்கு என்ன பிரச்னை...?”

“யார்க்கும் எந்தப் பிரச்னையும் இல்லை... வீணா டென்ஷன் ஆகாதீங்க... நான் இங்கே ஒரு முக்கியமான வேலையாய் வந்தேன். வந்த வேலை முடிஞ்சுடுச்சு...”

“அப்படியென்ன முக்கியமான வேலை?”

“இப்ப மணி எவ்வளவு?”

"7.20"

"இன்னும் ஒரு பத்து நிமிஷத்துல அங்கே இருப்பேன். வந்து எல்லாத்தையும் சொல்றேன். அதுவரைக்கும் லாயர்கிட்டே பேசிட்டிருங்க."

நான் நிதானமான குரலில் பேசிவிட்டு, செல்போனை அணைத்தேன். மனதுக்குள் இதமான நிம்மதி பரவிக் கொண்டிருந்தது.

சிறுகதை

நரகத்தில் ஒரு சொர்க்கம்

அந்த ஹாஸ்பிடல் வரவேற்பறையின் அரைக்கோள கண்ணாடிச் சுவர்களாலான ரிசப்ஷன் கௌண்டர்க்குள், தூக்கலாய் கொண்டை போட்டுக்கொண்டு உட்கார்ந்திருந்த அந்த அழகான ரிசப்னிஷ்ட் குரலை உயர்த்திக் கூப்பிட்டாள்.

"வெற்றிவேல்...!!!"

வரிசையாய் போடப்பட்டிருந்த நாற்காலிகளில் கடைசியாய் உட்கார்ந்து, செல்போனின் திரையில் விரலைத் தடவி, எதையோ தீவிரமாய்ப் பார்த்துக்கொண்டிருந்த வெற்றிவேல், கவனம் சிதைந்து எழுந்து நின்றான். ரிசப்ஷன் பெண்ணை என்ன என்பது போல் பார்க்க அவள் கேட்டாள்.

"பேஷண்ட்டுக்கு ப்ளட் டெஸ்ட், எம்.ஆர்.ஐ ஸ்கேன் எடுத்துட்டீங்களா?"

"ம்... எடுத்தாச்சு சிஸ்டர்... ரிப்போர்ட்ஸ் இந்தாங்க" சொன்னவன் ஃபைலை எடுத்துக் காட்டினான்.

“ஓ.கே! இன் பேஷண்ட்ஸ் வார்டுக்கு ரவுண்டஸுக்கு போன டாக்டர் ஓ.பியில இருக்கிற அவரோட ரூமுக்கு வந்துட்டார். போய்ப் பாருங்க.”

ரிசப்னிஷ்ட்டுக்குப் ஒரு ‘தேங்க்யூ’வை உதிர்த்துவிட்டு பக்கத்து நாற்காலியில் அமர்ந்திருந்த தன்னுடைய தாய் சிவகாமியிடம் திரும்பினான்.

“அம்மா...! டாக்டர் வந்துட்டாராம்.போலாமா?”

“மொதல்ல உங்கப்பாவைப் பாருடா...! உட்கார்ந்துட்டே தூங்கறார். எழுப்புடா... வைத்தியம் பார்க்க வந்தது அவர்க்கு. ஒரு பத்து நிமிஷம் சாய்ஞ்சு உட்கார்ற மாதிரி இடம் கிடைச்சாப் போதும். உடனே தூங்கிடறார். டாக்டர் கிட்ட பேசும்போது அவர்க்கு இருக்கிற இந்தப் பிரச்னையையும் மறக்காமே சொல்லணும்.”

“சரி... சொல்லிடலாம்... நீ இங்கேயே இரும்மா. நான் மட்டும் அப்பாவைக் கூட்டிகிட்டு டாக்டர்கிட்டே போறேன்.”

சிவகாமி மகனை முறைத்தாள்.

“நான் இங்கே உட்கார்ந்துட்டு என்ன பண்ணப் போறேன். உங்கப்பாவுக்கு என்ன பிரச்னைன்னு உன்னைவிட, எனக்குத்தான் தெரியும்.பாரு.... அதோ உங்கப்பா எந்திரிச்சுட்டார். கை தாங்கலா பிடிச்சுக்கோ... கீழே விழுந்துடப் போறார்...”

“சரி, சரி பிடிச்சுகிட்டேன்... நீ பார்த்து வாம்மா. போன வாரம் மாதிரி அந்த ஸ்டூல் சேர்ல காலை இடிச்சுக்காதே.”

“நீ மொதல்ல பார்த்துப் போடா... என்னைப் பார்த்துக்க எனக்குத் தெரியும்.”

ஒரு நிமிஷ நிதான நடைக்குப்பின், ஓ.பி வார்டில் இருந்த டாக்டர் ஜெகதீஷ்வரனின் அறைக்குள் நுழைந்தார்கள்.

“குட்மார்னிங் டாக்டர்.”

நடுத்தர வயதில் இருந்த டாக்டர் ஜெகதீஸ்வரன் ஒரு புன்னகையோடு தனக்கு எதிரிலிருந்த நாற்காலிகளைக் காட்டினார்.

அவர்கள் உட்கார்ந்ததும், வெற்றிவேலை ஏறிட்டபடி மெல்லிய குரலில் கேட்டார்.

"அப்பா இப்ப எப்படியிருக்கிறாரு?"

"கொஞ்சம் பரவாயில்லை டாக்டர்." வெற்றிவேல் சொல்லச் சொல்ல சிவகாமி இடைமறித்து அவசரக் குரலில் பேசினாள்.

"என்ன பரவாயில்லை...? இன்னமும் அப்படியேதான் இருக்கார் டாக்டர். சரியா சாப்பிடறதில்லை. ஏதாச்சும் கேட்டா பதிலே சொல்றதில்லே... எப்பப் பார்த்தாலும் தூங்கிட்டிருக்கார். இப்ப கூட உங்களைப் பார்க்கிறதுக்காக காத்துட்டிருந்தப்ப சேர்ல சாய்ஞ்சு உட்கார்ந்து தூங்கிட்டிருந்தார். எழுப்பி கூட்டிட்டு வர்றோம்... இவர் எப்போ பழைய நிலைமைக்கு திரும்புவார்ன்னு சொல்லுங்க டாக்டர் மனசுக்கு ரொம்பவும் கஷ்டமாயிருக்கு."

சின்ன சிரிப்போடு சிவகாமியை ஏறிட்டார் டாக்டர்.

"இதோ பாருங்கம்மா... அவருக்கு பெரிசா எந்தப் பிரச்னையும் இல்லை. ரெண்டு மாசத்துக்கு முன்னாடி அவருக்கு லேசா ஹார்ட் அட்டாக் வந்தது. அதையும் ஸ்ட்ராங் மெடிசன் கொடுத்து சரி பண்ணிட்டோம். இப்ப அவர்க்கு புதுசா நரம்பு சம்பந்தப்பட்ட பிரச்னை. அதனாலதான் இப்படி இருக்கார். இப்படிப்பட்ட பிரச்னைக்கெல்லாம் மருந்து இருக்கு. பயப்படாதீங்க. ஒரு மாசத்துக்கு தொடர்ந்து சாப்பிட்டாப் போதும், குணமாயிடுவார்."

சிவகாமியின் ஒட்டுமொத்த முகப்பரப்பும் மகிழ்ச்சிக்கு உட்பட்டது. "நிஜம்மாத்தான் சொல்றீங்களா டாக்டர்?"

"இதுல பொய் சொல்ல என்னம்மா இருக்கு...? நீங்க கவலைப்படற மாதிரி அவர்க்கு எந்த ஹெல்த் இஷ்யூவும் இல்லை. அந்த நரம்பு பிரச்னையாலத்தான் அவரால இயல்பா பேசமுடியலை. அவ்வளவுதான். நீங்க என்ன கேள்வி கேட்டாலும் சரி, அதுக்கெல்லாம் பதில் சொல்லாமே, உங்க முகத்தையே பார்த்துட்டிருப்பார். இந்த பிரச்னையை கொஞ்சம் கொஞ்சமா சரிப்படுத்திடலாம்."

"அப்புறம்...இன்னொரு விஷயம் டாக்டர்! இவர் சரியா சாப்பிடறதில்லை. தட்டுல ரெண்டு இட்லி வெச்சா, ஒரு இட்லிதான்

சாப்பிடறார். மத்தியான சாப்பாடும் அப்படித்தான். கொஞ்சமா எடுத்துக்கிறார். ராத்திரியில சாப்பிடறதே இல்லை. அரை டம்ளர் பாலும் ஒரு வாழைப்பபழம் மட்டுந்தான்...”

“கவலைப்படாமே....தைரியமா இருங்கம்மா. அவரை பழையபடி சாப்பிட வெச்சுடலாம்...” என்று சொன்ன டாக்டர், வெற்றிவேலிடம் திரும்பினார்.

“ப்ளட் டெஸ்ட், எம்.ஆர்.ஐ ஸ்கேன் ரிப்போர்ட்ஸைக் கொண்டு வந்திருக்கீங்களா?”

“இந்தாங்க டாக்டர்...” வெற்றிவேல் தன் கையில் வைத்திருந்த ஃபைலை நீட்ட, டாக்டர் வாங்கி பக்கங்களைப் புரட்டிப் பார்த்துவிட்டு புன்சிரிப்போடு தலை நிமிர்ந்தார்.

“ப்ளட் டெஸ்ட்டும் சரி, எம்.ஆர்.ஐ ஸ்கேன் ரிப்போர்ட்டும் சரி! நார்மலாயிருக்கு. பயப்படற மாதிரி எந்த ஒரு பிரச்சனையும் இல்லை... மருந்து எழுதித்தர்றேன். கொஞ்சம் விலை ஜாஸ்தியா இருக்கும். வேளை தவறாமே கொடுத்து சாப்பிட வைக்கணும்... அப்பத்தான் அவரோட ஹெல்த்துல இம்ப்ரூவ்மெண்ட் தெரியும்.”

“அப்பாவை மறுபடியும் எப்போ கூட்டிட்டு வரட்டும் டாக்டர்?”

“அடுத்த மாசம் இதே தேதிக்கு வாங்க... நடுவுல ஏதாவது பிரச்னைன்னா எனக்கு போன் பண்ணுங்க...”

டாக்டர் பேசப் பேச சிவகாமி தயக்கமான குரலில் இடைமறித்தாள்.

“டா...க்...ட...ர்...!”

“சொல்லுங்கம்மா...”

“பையனுக்கு இந்த மாசத்தோட முப்பது வயசு முடியுது. அவனுக்கு சொந்தத்துல பொண்ணு பார்த்து வெச்சிருக்கோம்... ஆனா இவர்க்கு இப்படி உடம்பு முடியாமே இருக்கும்போது கல்யாண காரியங்களை எப்படி சந்தோஷமா எடுத்துச் செய்ய முடியும்? இனியும் தள்ளிப்போட முடியாது. அதனால அவரை எப்படியாவது குணப்படுத்தி பழைய நிலைக்கு கொண்டு வந்துடுங்க டாக்டர்.”

“இதோ பாருங்கம்மா... ஒண்ணு புரிஞ்சுக்கோங்க நான் கடவுள் கிடையாது. உங்களை மாதிரி மனுஷன்தான்... ஒரே ஒரு வித்தியாசம். நான் டாக்டர்க்கு படிச்சிருக்கேன். அவ்வளவுதான். நான் இன்னும் எவ்வளவு பெரிய படிப்பு படிச்சாலும் சரி எல்லார்க்கும் வர்ற மாதிரி எனக்கும் வியாதி வரலாம். ஒருத்தர்க்கு வியாதி வந்துட்டா குணமாகறதும், குணமாகாததும் அவங்கவங்களோட நோய் எதிர்ப்புத் திறனைப் பொறுத்தது. உங்க கணவர்க்கு இருக்கிற பிரச்னையை சரிப்படுத்திடலாம். வெற்றிவேலோட கல்யாணத்தை ஒரு ஆறு மாசத்துக்குத் தள்ளிப் போடுங்க. என்ன வெற்றிவேல் நான் சொல்றது சரியா?”

“சரிதான் டாக்டர்... நானும் அம்மாகிட்டே இதைத்தான் சொன்னேன். எனக்கும் ஆபிஸ்ல ஒரு புது ப்ராஜக்ட் ஒர்க்கை கொடுத்து, என்னை டீம் லீடா அப்பாய்ண்ட் பண்ணியிருக்காங்க. அந்தப் ப்ராஜக்ட்டை முடிக்க எப்படியும் ஒரு ஆறு மாச காலம் ஆகும். அதுக்குள்ளே அப்பாவும் உடம்பு தேறி நார்மலுக்கு வந்துட்டா பரவாயில்லை.”

“கவலையேப்படாதே வெற்றிவேல்... உனக்கு கல்யாணம் நடக்கும்போது அப்பா முன்னாடி நின்னு உன்னோட கல்யாண வேலை எல்லாம் செய்வார்...”

“டாக்டர் சொல்றதைக் கேட்டியாம்மா?”

“ம்... கேட்டுட்டுதான் இருக்கேன்.”

“இப்ப உனக்கு சந்தோஷம்தானே...?”

“மனசு நிறைஞ்சு போயிருக்குடா”

“சரி நீயும் அப்பாவும் கார்ல போய் உட்காருங்க. நான் ஹாஸ்பிடல் பார்மஸியில மருந்து வாங்கிட்டு வந்துடறேன்.” சொன்னவன் டாக்டரிடம் திரும்பினான்.

“அம்மாவையும் அப்பாவையும் கார்ல உட்கார வெச்சுட்டு வந்துடறேன் டாக்டர்... அதுக்குள்ளே நீங்க ப்ரிஸ்கிரிப்ஷன் எழுதி வெச்சுடுங்க.”

“போயிட்டு சீக்கிரமா வா.”

“அஞ்சே நிமிஷம் டாக்டர்” சொன்ன வெற்றிவேல் நாற்காலியைப் பின்னுக்குத் தள்ளிக்கொண்டு எழுந்தான்.

“அம்மா... அப்பாவை கூட்டிகிட்டு கார் பார்க்கிங்க்கு வந்துடு... நான் முன்னாடி போய் காரை என்ட்ரன்ஸ் கேட்டுக்கு பக்கத்துல நிறுத்தறேன்...”

“கொஞ்சம் நிழலாய் இருக்கிற இடமாய்ப் பார்த்து நிறுத்துடா... வெளியே வெய்யில் உக்கிரமாயிருக்கு. உங்கப்பா தாங்கமாட்டார்.”

சரியாய் ஐந்து நிமிஷத்திற்குப் பிறகு டாக்டரின் அறைக்குள் மறுபடியும் நுழைந்தான் வெற்றிவேல். டாக்டர் பார்த்துக் கொண்டிருந்த ஒரு ஃபைலை நகர்த்தி வைத்துக்கொண்டே கேட்டார்.

“என்ன அம்மாவை கார்ல உட்கார வெச்சுட்டு வந்துட்டியா...?”

“எப்படியோ ஒரு வழியா....” என்று சொன்ன வெற்றிவேல் பெருமூச்செறிந்தபடி, டாக்டர்க்கு எதிரேயிருந்த நாற்காலியில் உட்கார்ந்தான். கண்களில் நீர் பளபளக்க, முகத்தை நிமிர்த்தி, உதடுகள் துடிக்க, விம்மும் குரலில் கேட்டான்.

“இன்னும் எத்தனை நாளைக்கு இந்த சித்ரவதை டாக்டர்...? அம்மாவுக்கு எப்பத்தான் குணமாகும்?”

டாக்டர் இறுகிப்போன முகத்தோடு சில விநாடிகள் மௌனமாய் இருந்துவிட்டு, மேஜையின் மேல் தன் இரு முழங்கைகளையும் ஊன்றிக்கொண்டு குரலைத் தாழ்த்தினார்.

“இதோ பார் வெற்றிவேல்... மூணு மாசத்துக்கு முன்னாடி உன்கிட்டே நான் சொன்னேனோ அதே விஷயத்தைத்தான் இப்பவும் சொல்ல வேண்டியிருக்கு. உன்னோட அம்மாவுக்கு வந்திருக்கிற அரிதிலும் அரிதான இந்த பிரச்னைக்கு பேர் ‘டெலூசினல் டிஸ்ஆர்டர்’. இன்னும் ஒரு படி மேலே போய் சொல்லணும்ன்னா பத்து லட்சத்துல ஒருத்தர்க்கு வர்ற ‘கோடார்ட் சிண்ட்ரோம்’ வகையைச் சேர்ந்த நோய். தமிழ்ல டாக்டர்ஸ் இந்த நோய்க்கு வெச்சிருக்கிற பேரு ‘மருட்சி கோளாறு’. இதுக்கு மெடிக்கல் ட்ரீட்மெண்ட் கிடையாது. காலம்தான் மருந்து.”

வெற்றிவேல் கண்ணீரோடு குரல் கம்மினான். "நீங்க சொல்றது எனக்குப் புரியுது டாக்டர். இருந்தாலும் என்னால கன்வின்ஸ் ஆக முடியலை."

"கொஞ்சம் சிரமம்தான். சரி, அப்பா இறந்து இப்போ எவ்வளவு நாளாச்சு?"

"இன்னியோடு நாலு மாசம் ஆகுது டாக்டர். நல்ல ஆரோக்கியத்தோட இருந்த அப்பா திடீர்னு ஹார்ட் அட்டாக்ல போனது எங்க குடும்பத்துக்கு பெரிய அதிர்ச்சிதான். நானும் என்னோட சிஸ்டரும் எப்படியோ தாங்கிகிட்டோம். ஆனா அம்மானாலதான் முடியலை. மயக்கம் போட்டு விழுந்தவங்க கோமா ஸ்டேஜுக்குப் போயிட்டாங்க."

"கோமால எவ்வளவு நாள் இருந்தாங்கன்னு சொன்னே?"

"ஒரு வாரம். கோமாலிருந்து மீண்டதுமே.... அம்மா எதிரேயிருந்த காலியான நாற்காலியைப் பார்த்து சிரிச்சுகிட்டே, அப்பாகிட்டே பேசற மாதிரி 'எனக்கு ஒண்ணுமில்ல... பயப்படாதீங்க தைரியமாயிருங்க'ன்னு சொன்ன அந்த நிமிஷம் நானும் என்னோட சிஸ்டரும் அப்படியே ஆடிப் போயிட்டோம். ஏதோ பிரமையில பேசறாங்கன்னு நினைச்சோம். ஆனா அந்த பிரமையே ஒரு நோயா மாறும்ன்னு கொஞ்சம் கூட நினைக்கலை டாக்டர்."

அழுகை தெறிக்க பேசிய வெற்றிவேலை டாக்டர் கையமர்த்தினார்.

"அம்மாவுக்கு இது ஒரு நோய் கிடையாது. பிரச்னை மட்டும்தான். உடல் நிலையைப் பொறுத்தவரை அவங்க நூறு சதவீதம் ஆரோக்கியமாயிருக்காங்க. ஹோல்பாடி சி.டி ஸ்கேன் எடுத்துப் பார்த்ததுல எல்லா பிரதான உறுப்புகளும் நல்லமுறையில் செயல்பட்டுகிட்டிருக்கு. கவலைப்பட வேண்டிய அவசியமே இல்லை."

"அது எனக்கும் தெரியுது டாக்டர். ஆனா, என்னோட சொந்த உறவுகளும் சரி, அக்கம் பக்கத்து வீட்ல இருக்கறவங்களும் சரி, அம்மாவை ஜாடைமாடையா பைத்தியம்ன்னு சொல்றதைக் கேட்கும்போது தான் மனசு உடைஞ்சு போயிடறேன்"

"நீ ஒரு விஷயத்தைப் புரிஞ்சுக்கணும் வெற்றிவேல். எந்த ஒரு மனுஷனும் நார்மலா இல்லாமே, கொஞ்சம் அப்நார்மலாயிருந்தாலே போதும், அவனை இந்த உலகம் ஒரு மனநோயாளியாத்தான் பார்க்கும். இதையெல்லாம் நாம பொருட்படுத்தக்கூடாது. உனக்கும் சரி, உன்னோட சிஸ்டர்க்கும் சரி, உங்க அம்மாவோட சந்தோஷம்தான் முக்கியம். மத்தவங்க என்னவோ சொல்லிட்டு போகட்டும்."

"இருந்தாலும் மனசுக்கு ரொம்ப கஷ்டமாயிருக்கு டாக்டர்."

"கஷ்டமாய்தான் இருக்கும். நான் இல்லைன்னு சொல்லலை. ஆனா அதை அவமானமா நினைச்சு மறுகிட்டு இருக்காமே, அந்த வளையத்திலிருந்து வெளியே வந்துடணும்..."

"அதுக்கான முயற்சியைத்தான் பண்ணிட்டிருக்கேன்...!" சொன்ன வெற்றிவேல் தயக்கமாய் குரலை இழுத்தான்.

"டாக்டர்"

"சொல்லு."

"இந்த பிரச்சினை சம்பந்தமா உங்களுக்கும் அடிக்கடி தொந்தரவு தர்றேன் டாக்டர்."

"நோ... நோ... இதை நான் தொந்தரவாவே நினைக்கலை... ஒரு விஷயத்தை ஞாபகம் வெச்சுக்க.அப்பாவைக் கூட்டிகிட்டு டாக்டர்கிட்டே போலாம்னு உன்னோட அம்மா உன் கிட்ட எப்போ சொன்னாலும் சரி, ஒரு நிமிஷம் கூட லேட் பண்ணாமே இங்கே கூட்டிகிட்டு வந்துடு... அப்பாவுக்கு ட்ரீட்மெண்ட் தர்ற மாதிரி நடிக்க நான் தயார். இந்த விஷயத்துல அம்மாவை சந்தோஷப்படுத்தறதுதான் முக்கியம்... கணவர் இறந்துட்டார்ன்னு தெரியாமே அவர் இன்னமும் உயிரோட இருக்கார்ன்னு நினைச்சுட்டு வாழற வாழ்க்கை என்னைப் பொறுத்தவரைக்கும் ஒரு அற்புதமான வாழ்க்கை. அம்மா உயிரோட இருக்கிற வரைக்கும் இது அப்படியே தொடர்ந்தா ரொம்பவும் நல்லது. அப்புறம் இன்னொரு முக்கியமான விஷயம். இனியும் நீ நாட்களைத் தள்ளிப்போடாமே கல்யாணத்தை பண்ணிக்கிறது உத்தமம். ஏன்னா அம்மா உனக்கு

சீக்கிரமா கல்யாணம் நடக்கணும்ன்னு விரும்பறாங்க. அவங்க விருப்பத்தை நிறைவேத்தி வைக்கிறது முக்கியம் இல்லையா?"

"நீங்க சொல்றதும் சரிதான் டாக்டர்... அதுக்கு வேண்டிய ஏற்பாடுகளை இன்னியிலிருந்தே ஆரம்பிச்சுடறேன்." சொன்ன வெற்றிவேல் எழுந்து,டாக்டரின் கையைப்பற்றிக் குலுக்கிவிட்டு, அறையை விட்டு வெளியே வந்தான். பேஷண்ட்கள் நிரம்பி வழிந்த வராந்தாவில் வந்து, கார் பார்க்கிங்கைத் தொட்டு, நிழலில் நின்றிருந்த கார்க்குள் ஏறி அமர்ந்தான். பின்சீட்டில் உட்கார்ந்திருந்த அம்மா சிவகாமி, தனது இடதுகையின் உள்ளங்கையில் எதையோ வைத்துக்கொண்டு, வலதுகையின் விரல் நகங்களால் அதைக் கொஞ்சம் கொஞ்சமாக,கிள்ளி எறிந்து வெளியே வீசிக் கொண்டிருந்தாள்.

வெற்றிவேல் வியப்புடன் அவளுடைய கைகளை உற்றுப் பார்த்தான்.

அவள் கைகளில் ஒன்றுமில்லை.

"என்னம்மா பண்ணிட்டிருக்கே?"

"உங்கப்பாவுக்கு தொண்டை வறண்டுட்டு போகுதாம். ஆரஞ்சு பழம் கேட்டார். அதான் உரிச்சுகிட்டிருக்கேன்."

ஒரு கணம் உறைந்து போன வெற்றிவேல், "எனக்கும் ஒரு சுளை கொடும்மா..." சொன்னவன், கண்களில் நிறைந்துவிட்ட நீரோடு காரை ஸ்டார்ட் செய்து மெல்ல நகர்த்தினான்.

சிறுகதை

தேயாத நிலவு

அறைக்குள் சீராய் பரவியிருந்த லெமனேட் வாசனையோடு கூடிய ஏ.சி காற்றை சுவாசித்தபடி, லேப்டாப் கம்ப்யூட்டர் ஒன்றில் ஆழ்ந்திருந்த ஈஸ்வரை கதவு தட்டப்படும் சத்தம் அசைக்கவே 'உள்ளே வரலாம்' என்பதற்கு அடையாளமாக மேஜையின் மீது இருந்த வயர்லஸ் 'டோர் பெல்'லின் பட்டனை அழுத்தினார்.

அடுத்த விநாடி கதவைத் தள்ளிக்கொண்டு அவருடைய மகன் ரிஷப் உள்ளே நுழைந்தான். ஆறடி இரண்டங்குல உயரம்.மாநிறம். தலை கொள்ளாத கேசம். தினசரி தவறாத தேகாப்பியாசத்தின் காரணமாக அணிந்திருந்த சட்டைக்குள் மார்புப் பகுதியும் புஜங்களும் திமிறின.

பார்த்துக்கொண்டிருந்த லேப்டாப்பை நகர்த்தி வைத்துவிட்டு புன்னகையோடு ஈஸ்வர் நிமிர்ந்தார்.

"நானே உனக்கு போன் பண்ணலாம்ன்னு இருந்தேன்... நீயே வந்துட்டே?"

“நாளைக்கு நடக்கப்போற போர்டு மீட்டிங் பத்திப் பேசவா டாட்...?”

“நோ... நோ... அதைப்பத்தி பேச என்ன இருக்கு. அது ஒரு ஃபார்மல் மீட்டிங் ஆஃப் அன்ஆர்கனைஸ்டு போர்டு மெம்பர்ஸ் சம்பந்தபட்ட வழக்கமான மீட்டிங். அது ஒரு முக்கியமான விஷயமே இல்லை...”

“அப்புறம் என்ன விஷயமா என்கூட பேசணும்ன்னு நினைச்சீங்க?” கேட்டுக்கொண்டே எதிரேயிருந்த நாற்காலிக்கு சாய்ந்தான்.

“என்ன விஷயமாய் இருக்கும்ன்னு உன்னால கெஸ் பண்ண முடியலையா ரிஷப்?”

“ஸாரி டாட்... ஐ ஹேவ் நோ ஐடியா...”

“இட்ஸ் ஓகே... நானே சொல்றேன்... போனவாரம் என்னோட நண்பர் லட்சுமி நரசிம்மன், உன்னோட கல்யாண விஷயமாய் பேச வந்தார். நம்ம ஸ்டேட்டஸுக்கு ஏத்த மாதிரி அஞ்சு பொண்ணுங்களோட ஜாதகங்களையும் போட்டோக்களையும் கொடுத்துட்டு போனார். நான் நம்ம குடும்ப ஜோஸியர்கிட்ட குடுத்து ஜாதகப் பொருத்தம் பார்த்தேன். அந்த அஞ்சு ஜாதகமும் உன்னோட ஜாதகத்துடன் ஒத்துப் போயிருந்தது, ஒரு ஆச்சர்யமான விஷயம். ஆனா இதுல உன்னோட சாய்ஸ் முக்கியம். அந்தப் பொண்ணுங்களோட போட்டோக்களை நீ பார்த்தியா...?”

“ம்... பார்த்தேன்.”

“அதுல எந்தப் பொண்ணுன்னு செலக்ட் பண்ணிட்டியா?”

“பண்ணிட்டேன்.”

ஈஸ்வர் புருவங்கள் உயர ரிஷப்பை வியப்பாய்ப் பார்த்தார்.

“பொண்ணை செலக்ட் பண்ணிட்டியா? குட்....இதை என்கிட்ட சொல்லியிருந்தா, இந்நேரம் நான் மேற்கொண்டு ஆகவேண்டிய வேலைகளை ஆரம்பிச்சிருப்பேனே...?”

“சொல்லாமே இருந்தது தப்புதான். ஸாரி டாட். நம்ம கம்பெனி ஆடிட்டர்கிட்டே கரண்ட் ஃபைனான்ஷியல் இயர் டேக்ஸ் சம்பந்தமா ஒரு டிஸ்கஷன்ல இருந்ததுல அந்த விஷயத்தை மறந்துட்டேன்...”

"இட்ஸ் ஓ.கே... நீ செலக்ட் பண்ணின அந்தப்பொண்ணு யாரு...சொல்லு?"

ரிஷப் தன் பாக்கெட்டில் வைத்திருந்த அந்தப் போட்டோவை எடுத்து ஈஸ்வரிடம் நீட்டினான்.

ஈஸ்வர் அதை வாங்கிப் பார்த்துவிட்டு வியப்பு மேலிட சற்றே புருவங்களை உயர்த்தினார்.

"என்ன இது...? நான் உன்கிட்ட கொடுத்த அஞ்சு போட்டோல இந்தப் பொண்ணோட போட்டோ இருந்த மாதிரி தெரியலையே?"

"யூ ஆர் கரெக்ட் டாட்... நீங்க கொடுத்த போட்டோல இந்தப் பொண்ணு இல்லை... ஷி ஈஸ் சங்கமித்திரை..."

ஈஸ்வர் குழப்பம் மண்டிய முகத்தோடு ரிஷப்பை ஏறிட்டார்.

"யார் இந்த சங்கமித்திரை?"

"நான் காதலிக்கிற பொண்ணு. கடந்த ஒரு வருஷமாவே ஒருத்தரையொருத்தர் விரும்பிட்டு வர்றோம்..."

"ஷிட்..." இடதுகை விரல்களால் நெற்றியை பிடித்துக்கொண்ட ஈஸ்வர் நாற்காலிக்கு ஆயாசமாய் சாய்ந்தார்.

ரிஷப் மெல்லிய குரலில் முனகினான்.

"ஸாரி டாட்... நான் சங்கமித்திரையை விரும்பற விஷயத்தை, உங்ககிட்ட சொல்றதுக்கு எத்தனையோ தடவை முயற்சி செஞ்சேன்... முடியலை. பயமாய் இருந்தது. அம்மா இருந்திருந்தா, அம்மா மூலமா உங்களுக்கு விஷயத்தை கன்வே பண்ணியிருப்பேன். உங்களுக்கு காதல்ங்கற விஷயமே பிடிக்காதுன்னு எனக்குத் தெரியும். இருந்தாலும் இப்ப விட்டா எப்பவுமே என்னால பேச முடியாதுன்னு இன்னிக்கு உங்ககிட்ட தைரியமா சொல்லிட்டேன். ஒண்ணு மட்டும் நிச்சியம் டாட்... சங்கமித்திரையைத் தவிர வேற ஒரு பொண்ணை என்னால நினைச்சு கூட பார்க்க முடியாது..."

ஈஸ்வர் கையை உயர்த்தி அவனுடைய பேச்சை சைகையால் அமர்த்திவிட்டு கேட்டார்.

“அந்தப் பொண்ணோட அப்பா என்ன பண்றார்...?”

“சங்கமித்திரைக்கு அம்மா, அப்பா ரெண்டு பேருமே இல்லை. சின்ன வயசுலேயே இறந்துட்டாங்க. இப்ப தாய்மாமா வீட்லதான் இருக்கா. எம்.எஸ்ஸி கம்ப்யூட்டர் சயின்ஸ் படிச்சுட்டு ஒரு ஐ.டி கம்பெனியில வேலை பார்க்கிறா...”

“அந்த தாய்மாமா என்ன பண்றார்...?”

“சொந்தத்துல ஒரு ரைஸ்மில்லை நடத்திட்டு வர்றார். அவர்க்கு குழந்தைங்க இல்லை.”

“இதே ஊரா...?”

“ஆமா... சரவணம்பட்டியில வீடு.”

“அவர் பேர் என்ன?”

“சாமியப்பன்...”

ஈஸ்வர் சில விநாடிகள் மௌனம் காத்துவிட்டு ரிஷப்பை ஏறிட்டார். “நீ சொல்ற விஷயங்களை வெச்சுப் பார்த்தா, அந்தக் குடும்பம் நம்ம அந்தஸ்துக்கு ஏத்த மாதிரி இருக்காதுன்னு என்னோட மனசுக்குப்படுது...”

“உண்மைதான் டாட்... ஆனா மரியாதைப்பட்ட குடும்பம்.”

“இருக்கலாம்... ஆனா ஓரளவுக்காவது நம்ம அளவுக்கு அவங்க இருக்க வேணாமா...? நம்ம கம்பெனியோட பிசினஸ் டர்ன் ஓவர் ஐநூறு கோடி. இன்னிக்கு உனக்கு அந்தப் பொண்ணும், காதலும் பெரிசாத் தெரியலாம். ஆனா பின்னாடி வருத்தப்பட வேண்டியிருக்கும். கொஞ்சம் யோசனை பண்ணிப்பாரு...”

ரிஷப் மெல்லச் சிரித்தான்.

“இதுல யோசனை பண்ண ஒண்ணுமேயில்லை. இந்த ஜென்மத்துல எனக்கு கல்யாணம்னு ஒண்ணு நடந்தா அது சங்கமித்திரையோடதான். நீங்க சரின்னு சொல்றவரைக்கும் நான் வெயிட் பண்றேன். அது எவ்வளவு நாளானாலும் சரி, மாசமானாலும் சரி, வருஷமானாலும் சரி...”

"ரொம்பவும் ஸ்ட்ராங்கான காதல் மாதிரி இருக்கு....சரி,அவங்க என்ன ஜாதி?"

"மனுச ஜாதிதான்" என்று கேலியான குரலில் சொன்ன ரிஷப் நாற்காலியினின்றும் தன்னை உருவிக்கொண்டு எழுந்தான். "டாட்... இந்த விஷயத்துல யோசனை பண்ண வேண்டியது நானில்லை, நீங்கதான்... என்னோட ராசிக்கு குருபார்வை வந்தாச்சுன்னு நம்ம குடும்ப ஜோஸியர் சொல்லி ஆறு மாசமாச்சு. கல்யாண விஷயத்துல இனியும் நீங்க லேட் பண்ணினா குரு அடுத்த வீட்டுக்குப் போயிடுவார்..."

"ரிஷப்... ஒரு நிமிஷம் உட்கார்... நான் சொல்றதை கொஞ்சம் நிதானமா காது குடுத்து கேளு."

"ஸாரி... இனிமே நீங்க பேசவேண்டியது சங்கமித்திரையோட மாமாகிட்டேதான்" சொன்ன ரிஷப் நிதான நடைபோட்டு அறைக்கதவைத் திறந்துகொண்டு வெளியேறினான்.

ஈஸ்வர் உறைந்துப்போன பார்வையோடு நெற்றியைத் தேய்த்துக்கொண்டு எக்ஸிக்யூட்டிவ் நாற்காலிக்கு சாய்ந்த விநாடி மேஜையின் மையத்தில் இருந்த செல்போன் வெளிச்ச உடம்போடு டயல்டோனை வெளியிட்டது.

எடுத்து அழைப்பது யாரென்று பார்த்தார்.

ரிஷப்

காதுக்கு செல்போனை ஒற்றியபடி கேட்டார்.

"என்ன சொல்லு...?"

"நாளைக்கு நாள் நல்லாயிருக்கு. அதுவும் புதன்கிழமை. உங்களுக்கு லக்கி டே. காலையில ஒன்பது மணியிலிருந்து பத்தரை மணிவரைக்கும் நல்லநேரம். சங்கமித்திரையோட மாமாவைப் போய்ப் பார்த்து பேசிட்டு வந்துடுங்க. அட்ரஸ் சொல்றேன். நோட் பண்ணிக்கோங்க... நெம்பர் முப்பத்திரெண்டு காவ்யா நகர், சத்தி மெயின்ரோடு சரவணம்பட்டி..."

ரிஷப் எதிர்முனையில் படபடவென்று பேசிவிட்டு செல்போனை அணைத்தான்.

மறுநாள் காலை பத்துமணி.

ஈஸ்வர் மிதமான வேகத்தில், காரை விரட்டிக்கொண்டு போய், சரவணம்பட்டியைத் தொட்டு, காவ்யா நகரின் கடைசியில் இருந்த 'சாமியப்பன் ரைஸ் மில்' என்கிற நிறம் வெளுத்து போன பெயர்ப்பலகையைக் காட்டிய அந்தப் பழமையான கட்டிடத்துக்கு முன்பாய் நிறுத்திவிட்டு இறங்கினார்.

முற்பகல் வெயில் லேசாய் பிடரியைச் சுட்டாலும், வீசிய காற்றில் நெல்லின் மணம் கலந்து, நாசிக்குள் நுழைந்து, நுரையீரலுக்குள் பரவியது. தகரத்திலான காம்பௌண்ட் கதவில் பெயிண்டால் எழுதப்பட்ட கோணல்மாணலான எழுத்துக்கள் அவர் பார்வைக்குத் தட்டுப்பட்டது.

சாமியப்பன் ரைஸ் மில்

நம்முடைய பாரம்பரியம் மாறாமல், பழமையான வழி முறைகளின் மூலம் தரமான அரிசி வகைகளை தயாரித்து உரிய நேரத்தில் சப்ளை செய்யப்படும். பொன்னி, பவானி, ஐ.ஆர் 20, சீரக சம்பா, பாசுமதி, சம்பா, கவுனி போன்ற அரிசி வகைளை, அதன் குணம் மற்றும் சத்துக்கள் குறையாமல் வழங்கிவருவது எங்களுடைய தனிப்பட்ட சிறப்பு.

ஈஸ்வர் அந்த வாசகங்களை ஒரு புன்னகையோடு பார்வையில் நனைத்துக் கொண்டே காம்பௌண்ட் கேட்டைத் தள்ளிக்கொண்டு உள்ளே போனார்.

பெரிய ஓட்டு வீடு விஸ்தாரமாய் பார்வைக்குத் தட்டுப்பட, முன்புறம் ஒரு சிறிய மைதானம்போல் தெரிந்த சிமெண்ட் தள முற்றத்தில் குவித்து வைக்கப்பட்ட நெல் சின்ன குன்றுகளாய் தெரிந்தது. நெல்லைப் பரப்பும் வேலையில் ஈடுபட்டிருந்த வேலையாட்களில் ஒருவர் தயக்க நடையோடு ஈஸ்வரை நெருங்கினார்.

"யாருங்க?"

"சாமியப்பனைப் பார்க்கணும். உள்ளே இருக்காரா?"

வேலையாள் வீட்டின் வலதுபக்க மூலையைக் காட்டினான்.

"அந்த குடோன்லதான் அய்யா இருக்காரு. போய் பாருங்க"

ஈஸ்வர் சற்றுத் தொலைவில் தெரிந்த ஆஸ்பெஸ்டாஸ் கூரை வேய்ந்த அந்தப் பழமையான குடோனை நோக்கி நடைபோட்டார்.

அரைநிமிட நடையில் அந்த குடோன் வந்தது. உள்ளே நெல்மூட்டைகள் அம்பாரமாய் அடுக்கி வைக்கப்பட்டிருக்க, மையப்பகுதியில் போடப்பட்டிருந்த மரமேஜைக்குப் பின்னால் அந்த நபர் தெரிந்தார். முழுக்கை பனியன், வெள்ளை நிறம் மங்கிய வேஷ்டியில் வயதை அனுமானிக்க முடியாத உடல்வாகு. சரியாக பராமரிக்காத நரை மீசை, தாடி.

மூக்குக்கண்ணாடி அணிந்து கையில் பேப்பரும், பேனாவுமாய் ஏதோ யோசனையில் இருந்த சாமியப்பன் ஈஸ்வரைப் பார்த்ததும் தன் இரு புருவங்களையும் சற்றே மேலே உயர்த்தியபடி கேட்டார்.

"யாருங்க...?"

ஈஸ்வர் புன்னகையோடு அவர் எதிரே போய் நின்று கைகளைக் குவித்தார்.

"நான் ஈஸ்வர். நரசிம்ஹா க்ரூப்ஸ் கம்பெனியோட எம்.டி...."

சாமியப்பன் சற்றே பதட்டத்தோடு நாற்காலியிலிருந்து எழுந்தார்.

"வாங்க...! நான் உங்க கம்பெனி பத்தி நிறைய கேள்விப்பட்டிருக்கேன். கம்பெனிக்கு மார்க்கெட்ல நல்ல மதிப்பும் மரியாதையும் இருக்கு. மொதல்ல உட்காருங்க" சொல்லிக்கொண்டே தனக்கு முன்பாய் இருந்த நாற்காலியைக் காட்ட, ஈஸ்வர் அந்தப்பழைய மரநாற்காலியில் அமர்ந்தார். சுற்றும் முற்றும் பார்த்துவிட்டு குரலைத் தாழ்த்தினார்.

"நான் உங்ககிட்டே கொஞ்சம் பேசணும்... இப்ப முக்கியமான வேலை ஏதாவது உங்களுக்கு இருக்கா...?"

அவர் வெற்றிலைக் காவியேறிய பல் வரிசை காட்டிச் சிரித்தார்.

"நீங்க என்னைப் பார்க்க வந்ததே ஒரு முக்கியமான விஷயம்தான். என்னன்னு சொல்லுங்க...!"

ஈஸ்வர் சில விநாடிகள் மௌனமாய் இருந்துவிட்டு கேட்டார்.

"உங்களுக்கும், எனக்கும் கிட்டதட்ட ஒரே வயசுதான் இருக்கும்ன்னு நினைக்கிறேன். எனக்கு அம்பத்தி அஞ்சு உங்களுக்கு...?"

"எனக்கு அம்பத்தி நாலு... உங்களை விட ஒரு வயசு கம்மி. எதுக்காக கேட்கறீங்க...?"

"இதுக்கு முன்னாடி என்னை நீங்க பார்த்திருக்கீங்களா?"

"இல்ல... இன்னிக்குத்தான் முதல்தடவையா பாக்கறேன்."

"ஆனா... நான் ஏற்கனவே உங்களைப் பார்த்திருக்கேன். முப்பது வருஷத்துக்கு முந்தி..."

சாமியப்பன் தன்னுடைய இரண்டு கண்களிலும் வியப்பை நிரப்பிக்கொள்ள ஈஸ்வர் ஒரு சிறு புன்முறுவலோடு கேட்டார்.

"உங்களுக்கு சொந்த ஊரு சத்தியமங்கலம்தானே...?"

"ஆமா..."

"உங்க அப்பா பேரு சிவசாமி, அம்மா பேரு கௌரி."

"கரெக்டா சொல்லிட்டீங்களே!"

"நீங்கதான் வீட்டுக்கு மூத்தமகன். உங்களுக்கு ரெண்டு சிஸ்டர்ஸ். முதல் சிஸ்டரோட பேரு முத்துலட்சுமி, ரெண்டாவது சிஸ்டரோட பேசி விலாசினி..."

சாமியப்பனின் வியப்பு உச்சத்துக்கு போயிற்று.

"நீங்க சொல்றதெல்லாம் சரியாயிருக்கே... எங்களோட குடும்பத்துக்கு நீங்க ஏதாவது ஒரு வகையில சொந்தமா...?"

"சொந்தமெல்லாம் கிடையாது."

"அப்புறம் எப்படி ஸார்...?"

"உங்க குடும்பம் குடியிருந்த தெருவுக்குப் பக்கத்து தெருவுலதான் எங்க குடும்பமும் குடியிருந்தது. என்னோட அப்பா பேரு வைத்தியலிங்கம், அம்மா பேரு ராஜம். அப்பா பண்ணாரி

அம்மன் கோயிலுக்குப் பக்கத்துல சின்னதா ஒரு மெஸ் நடத்திட்டு வந்தார். 'வைத்தி மெஸ்'ன்னு சொன்னாலே அந்தப் பகுதியில் இருக்கிற எல்லார்க்கும் தெரியும்."

"ஆமா... அது ரொம்பவும் ஃபேமஸான மெஸ் ஆச்சே... நானும் ரெண்டு மூணு தடவை அந்த மெஸ்ல சாப்பிட்டிருக்கேன்... என்னோட ஃபேமிலியைப்பத்தி இவ்வளவு தெளிவா தெரிஞ்சு வெச்சிருக்கீங்க. ஆனா எனக்குத்தான் உங்க ஃபேமிலியைப்பத்தி தெரியலை..."

ஈஸ்வர் புன்னகையோடு அவரை கையமர்த்தினார்.

"உங்களுக்குத் தெரிய நியாயமில்லை. ஏன்னா அப்ப நீங்க சென்னையில ஏதோ ஒரு வேலையில இருந்தீங்கன்னு நினைக்கிறேன்."

"நீங்க சொல்றது சரிதான். ஒரு சிட் பண்ட்ஸ் கம்பெனியில மார்க்கெட்டிங் மானேஜராய் வொர்க் பண்ணிட்டிருந்தேன். அப்பாவும், அம்மாவும் அடுத்தடுத்து காலமான பின்னாடிதான் சென்னையிலிருந்து சத்தியமங்கலத்துக்கு வந்தேன். அப்போ ரெண்டு தங்கச்சிகளுக்கும் கல்யாணமாகி நல்ல இடத்துல வாழ்க்கைப்பட்டிருந்தாங்க... சொத்தை மூணு பங்கா பிரிச்சுகிட்டோம். நான் என்னோட பங்கை எடுத்துகிட்டு கோயமுத்தூர் வந்து இங்கே சரவணம்பட்டியில ஒரு ரைஸ்மில்லை ஆரம்பிச்சேன்... ஃலைப் நல்லாத்தான் போயிட்டிருந்தது. ஆனா அஞ்சு வருஷத்துக்கு முந்தி என்னோட முதல் தங்கச்சி முத்துலட்சுமியும், அவளோட கணவரும், புளியம்பட்டியில நடந்த ஒரு கல்யாணத்துக்கு போய்ட்டு, ஸ்கூட்டர்ல வீடு திரும்பிட்டு இருக்கும்போது, லாரி மோதி அந்த விபத்துல ரெண்டு பேரும் ஸ்பாட்லேயே இறந்துட்டாங்க... அந்த அதிர்ச்சியிலிருந்து விடுபடவே ரொம்ப நாளாச்சு."

சாமியப்பன் பேசப் பேச அவருடைய கண்களில் நீர் நிரம்பி பளபளத்தது. நாற்காலியின் முதுகில் தொங்கிக்கொண்டிருந்த டவலை எடுத்து கண்களை ஒற்றிக்கொண்டவர் ஒரு விரக்தியான புன்னகையுடன் ஈஸ்வரைப் பார்த்தார்.

"ஸாரி... ஏதோ ஒரு முக்கியமான விஷயமா பேச வந்த உங்ககிட்டே தேவையில்லாமே எதையோ பேசிட்டிருக்கேன்... சொல்லுங்க என்ன விஷயமா என்னைப் பார்க்க வந்தீங்க?"

ஈஸ்வர் சில தயக்க விநாடிகளுக்குப் பின் மெல்ல பேச்சை ஆரம்பித்தார்.

“விபத்துல இறந்துபோன உங்க சிஸ்டர் முத்துலட்சுமிக்கு சங்கமித்திரைனு ஒரு மக இருக்கிறதா கேள்விப்பட்டேன். உண்மையா?”

“ஆமா... என்னோட வீட்லதான் இருக்கா...”

“என்ன படிச்சிருக்கா...?”

“எம்.எஸ்ஸி கம்ப்யூட்டர் சயின்ஸ் முடிச்சிட்டு ஒரு ஐ.டி கம்பெனிக்கு வேலைக்குப் போறா!”

“இப்ப என்ன வயசு...?”

“இருபத்தி மூணு...”

“எப்போ கல்யாணம் பண்றதா உத்தேசம்?”

“மாப்பிள்ளைபார்க்கஆரம்பிச்சுட்டேன்... இப்போகுருபார்வை இருக்கிறதால இந்த வருஷத்துக்குள்ளே கல்யாணத்தைப் பண்ணிடறது நல்லதுன்னு ஜோஸியர் சொல்லியிருக்கார். ரெண்டு மூணு இடம் வந்தது. என்னோட மனசுக்கு சரியா படாததினால வேண்டாம்ன்னு சொல்லிட்டேன்.”

“நான் ஒரு சம்பந்தம் கொண்டு வந்திருக்கேன். முயற்சி பண்ணிப் பார்க்கறீங்களா?”

“எ...எ...என்ன... சொ...சொல்றீங்க. நீங்க சம்பந்தம் கொண்டு வந்திருக்கீங்களா...?”

சாமியப்பன் திகைத்துப்போய் திணறும் குரலில் கேட்க ஈஸ்வர் தன் கையில் வைத்திருந்த செல்போனை உயிர்ப்பித்து, காலரி ஆப்ஷனில் இருந்த தன்னுடைய மகன் ரிஷப் போட்டோவை காட்டிக்கொண்டே சொன்னார்.

“இவன் என்னோட மகன் ரிஷப். யு.எஸ் போய் ‘மாஸ்டர்ஸ் ஆஃப் பிசினஸ் அட்மினிஷ்ட்ரேஷன்’ படிச்சவன். எந்தவிதமான கெட்டப்பழக்கமும் ரிஷப்புக்கு இல்லை. போட்டோவைப் பாருங்க.

உங்களுக்குப் பிடிச்சிருந்தா மேற்கொண்டு பேசலாம். அப்புறம்... இங்கே நம்ம ஜாதியும் வித்தியாசப்படுது. அதையும் பார்த்துக்குங்க. நீங்க ஓ.கே சொன்னா நாங்க முறைப்படி ஒரு நல்லநாள் பார்த்து பொண்ணு பார்க்க வர்றோம்."

ஈஸ்வர் சொன்னதைக் கேட்டு சாமியப்பன் பிரமித்துப் போனவராய் இரண்டு கைகளையும் குவித்து கும்பிட்டார்.

"நீங்க இவ்வளவு வெளிப்படையாய் பேசும்போது எனக்கு என்ன சொல்றதுன்னு தெரியலை. சங்கமித்தரையோட ஜாதகத்தை போன வருஷம் ஒரு ஜோஸியர்கிட்டே காட்டி இப்ப பொண்ணுக்கு கல்யாண ஏற்பாடுகளை பண்ணலாமான்னு கேட்டப்ப... அதுக்கு அவர் அவசரப்படாதீங்க... பொண்ணோட ஜாதகத்துல ஏழாமிடம் அம்சமாயிருக்கு. பெரிய இடத்திலிருந்து வரன் வரும்... ஜாதி மதம் எதுவாயிருந்தாலும் அதையெல்லாம் தள்ளிவெச்சுட்டு சம்மதம்ன்னு சொல்லி கல்யாணத்தை முடிங்கன்னு சொன்னார். அவரோட வாக்கு இன்னிக்கு பலிச்சுடுச்சு... உங்க வீட்டு சம்பந்தம் கிடைக்க நாங்க குடுத்து வெச்சிருக்கணும்."

ஈஸ்வர் முகம் மலர்ந்தார்.

"அப்படின்னா என்னோட மகன் ரிஷப்புக்கு உங்க சிஸ்டர் முத்துலட்சுமியோட பொண்ணைக் கொடுக்க உங்களுக்கு சம்மதம்தானே?"

"அதிலென்ன சந்தேகம்... முறைப்படி உங்க பையனோட பொண்ணு பார்க்க என்னிக்கு வரப் போறீங்கன்னு சொல்லுங்க?"

"வர்ற திங்கட்கிழமை வளர்பிறை பஞ்சமி நாள். அன்னிக்கு சாயந்தரம் சரியா அஞ்சு மணிக்கு வந்துடறோம்..." சொல்லிக்கொண்டே ஈஸ்வர் எழுந்தார்.

"என்ன கிளம்பிட்டீங்க... வந்துட்டு எதுவுமே சாப்பிடாமே போறீங்க...?"

"அதனாலென்ன...! இனிமே உங்க வீட்டுக்கு அடிக்கடி வரவேண்டியிருக்கும். அப்ப சாப்பிட்டுக்கலாம்... நான் புறப்படறேன்..."

ஈஸ்வர் கைகளைக் குவித்துவிட்டு காம்பௌண்ட் கேட்டுக்கு வெளியே நின்றிருந்த காரை நோக்கிப் போனார்.

போக்குவரத்தற்ற நெடுஞ்சாலையில் சீரான வேகத்தில் காரை விரட்டிக்கொண்டிருந்தார்.

சரவணம்பட்டியைக் கடந்து சிவானந்த நகரை கார் நெருங்கிக் கொண்டிருந்தபோது, அவருடைய செல்போன் வெளிச்ச உடம்போடு டயல்டோனை வெளியிட்டது. அழைப்பது யார் என்று போனின் டிஸ்ப்ளேயில் பார்த்தார்.

அவருடைய பால்யகால நண்பர் சிவசுப்ரமணியன்.

காரின் வேகத்தைக் குறைத்து, ரோட்டோரமாய் ஒதுக்கி ஒரு மரத்துக்கு அடியில் கொட்டியிருந்த நிழலில் கொண்டுபோய் நிறுத்திக் கொண்டு போனின் ஸ்பீக்கரை ஆன் செய்துவிட்டு ஈஸ்வர் பேசினார்.

“சொல்லு சிவா...”

அந்த சிவசுப்ரமணியன் சிறு சிரிப்போடு கேட்டார்.

“என்ன ஈஸ்வர்... போன காரியம் என்னாச்சு? அந்த சாமியப்பனை போய் பார்த்து பேசிட்டியா...?”

“ம்... பேசிட்டேன்...”

“உன்னோட பையன் ரிஷப்புக்கு தன்னோட தங்கச்சி மக சங்கமித்திரையை கல்யாணம் பண்ணிக்கொடுக்க ஒத்துகிட்டாரா...?”

“ஒத்துகிட்டார்.”

“உன்னை அவர்க்கு அடையாளம் தெரியலையே?”

“தெரியலை...”

“நான்தான் சொன்னேனே... சாமியப்பனுக்கு நீ அவரோட தங்கச்சி முத்துலட்சுமியை காதலிச்ச விஷயமோ, ஜாதி, அந்தஸ்து பிரச்னையாலே அந்தக் காதல் கருகிப்போன விஷயமோ தெரிய வாய்ப்பில்லைன்னு. நீதான் நம்பலை...”

"இப்ப நம்பறேன்..."

"இதோ பார் ஈஸ்வர்... சின்ன வயசுல சாமியப்பன் ரொம்பவும் முன்கோபக்காரன். அவனால ஏதாவது பிரச்னை வந்துடக்கூடாதுன்னுதான் அவரோட அம்மாவும் அப்பாவும், உனக்கும் முத்துலட்சுமிக்கும் இருந்த காதலை கடைசிவரைக்கும் அவர்கிட்ட சொல்லாமே மறைச்சுட்டாங்க. உன்னோட முதல்காதல் இந்த நிமிஷம்வரைக்கும் என்னைத்தவிர வேற யார்க்கும் தெரியது. இனிமேலும் யார்க்கும் தெரியப்போறதில்லை..."

"சிவா..." ஈஸ்வரின் குரல் தழுதழுத்தது.

"சொல்லு..."

"எனக்கும் முத்துலட்சுமிக்குமான காதல் அன்னிக்கு தோல்வியில் முடிஞ்சாலும், இன்னிக்கு எங்க ரெண்டு பேரோட வாரிசுகள் காதலிக்கிறதும், அந்தக் காதல் கல்யாணத்துல முடியறதையும் நினைச்சுப் பார்க்கும்போது எங்க காதல் இன்னமும் உயிரோட இருக்குன்னுதானே அர்த்தம்...?"

"அதிலென்ன சந்தேகம்... முப்பது வருஷத்துக்கு முந்தி தோத்துப்போன காதல் இன்னிக்கு ஜெயிச்சிருக்கு. 'ஃபர்ஸ்ட் லவ் நெவர் எண்ட்ஸ்'ன்னு சொல்லுவாங்க... அது உன்னோட விஷயத்துல உண்மையாகியிருக்கு..."

சிவசுப்ரமணியன் சொல்லச் சொல்ல கண்ணீரோடு சிரித்தபடி செல்போனை அணைத்தார் ஈஸ்வர்.

சிறுகதை

நாளைய நிஜங்கள்

டாக்டர் சத்தியதீப் தனக்கு முன்பாய் நீட்டப்பட்டிருந்த, ஐம்பதுக்கும் மேற்பட்ட மீடியாக்களின் மைக்குகளுக்கு எதிரில் நின்றிருக்க, சுற்றிலும் இருந்த கேமியோ காமிராக்கள் ஓயாமல் கண் சிமிட்டிக் கொண்டிருந்தன.

மூத்த நிருபர் ஒருவர் மெல்லிய குரலில் கேட்டார்.

“பேட்டியை ஆரம்பிக்கலாமா டாக்டர்?”

எழுபது வயதைத் தாண்டியிருந்த டாக்டர் சத்தியதீப், தன் நெற்றியின் முன்பக்கம் வந்து விழுந்த நரைமுடிக் கொத்தை இடது கையால் ஒதுக்கிக் கொண்டே தலையசைத்தார்.

“ஆரம்பிக்கலாம்... ஆனா பத்து நிமிஷத்துக்குள்ள பேட்டியை முடிச்சுகிட்டா பரவாயில்லை... ஏன்னா ‘கெட் வெல்’ ஹாஸ்பிடல்ல ஒரு அவசர ஆப்ரேஷனை பண்ண போக வேண்டியிருக்கு.”

“ஓ.கே டாக்டர்... இந்த பேட்டிக்கு பத்து நிமிஷம் போதும். முதல் கேள்வியை நானே கேட்கறேன். இன்னிக்கு சிட்டியில

நீங்கதான் நெம்பர் ஒன் நியூரோ சர்ஜன். சமீபத்துல நீங்க ஒரு டி.வியில பேட்டி கொடுக்கும்போது, ஒரு புது ஸ்கேனர் டிவைஸை கண்டுபிடிச்சிருக்கிறதாவும், அதுல சில சிறப்பு அம்சங்கள் இருக்கிறதாவும் சொல்லியிருக்கீங்க... அது பத்தி கொஞ்சம் டீடெயில்லாத் தெரிஞ்சுக்கலாமா?"

சத்தியதீப் மெலிதாய் புன்னகை பூத்துவிட்டு பேச ஆரம்பித்தார்.

"அதைச் சொல்லத் தானே இந்த ப்ரஸ் மீட்டை ஏற்பாடு பண்ணியிருக்கேன்... நான் புதுசா கண்டுபிடிச்சிருக்கிற ஸ்கேனரோட சுருக்கமான பேரு எஃப்.எல்.ஆர். இந்த எழுத்துகளோட விரிவாக்கம் ஃபேட் லேங்க்வேஜ் ரிப்போர்ட்டர் (Fate Language Reporter). இன்னும் உங்களுக்கு புரியற மாதிரி சொல்லணும்ன்னா தலையெழுத்து இயந்திரம்."

"தலையெழுத்து இயந்திரமா?"

"எஸ்... இங்கிலீஷ்ல ஃபேட் என்கிற வார்த்தைக்கு 'விதி' இல்லேன்னா 'தலையெழுத்து'ன்னு ரெண்டு வார்த்தைகளை நாம பயன்படுத்தறோம் இல்லையா? இதுல நான் தலையெழுத்துங்கிற வார்த்தையை எடுத்துகிட்டு, ஆராய்ச்சி செஞ்சதுல உருவான ஸ்கேனர்தான் இந்த எஃப்.எல்.ஆர்."

நிருபர்களில் ஒருவர் இடைமறித்துக் கேட்டார்.

"அது எதுமாதிரியான ஆராய்ச்சிக்குரிய டிவைஸ்ன்னு சொல்ல முடியுமா?"

"சொல்றேன். ஆனா யாரும் நம்பமாட்டாங்க."

"நோ டாக்டர்... உங்களைப் பத்தியும் உங்களோட திறமையைப் பத்தியும் எங்களுக்கு நல்லாவே தெரியும். நீங்க எது சொன்னாலும் அதுல ஒரு நம்பகத்தன்மை இருக்கும். நீங்க சொல்லப் போற விஷயம் எதுவாயிருந்தாலும் பரவாயில்லை... சொல்லுங்க."

சத்தியதீப் சில விநாடிகள் மௌனம் காத்துவிட்டு, ஒரு புன்சிரிப்போடு நிருபர்கள் அனைவரையும் பார்வையால் நனைத்தபடி அந்தக் கேள்வியைக் கேட்டார்.

"இந்த உலகத்தில் பிறக்கிற ஒவ்வொரு மனுஷனுக்கும் தலையெழுத்துன்னு ஒண்ணு இருக்குங்கிறதை நீங்க நம்பறீங்களா?"

நிருபர்களிடையே சிறிதாய் சலசலப்பு எழுந்து அடங்கியது. இளவயது நிருபர் ஒருவர் சிரித்துக் கொண்டே சொன்னார்.

"அதெல்லாம் மூடநம்பிக்கை டாக்டர்... நாம எப்படி நடந்துக்குறோமோ அதைப் பொறுத்துதான் வாழ்க்கையும் அமையும். தலையெழுத்துன்னு எதுவும் கிடையாது."

நெற்றியில் விபூதி குங்குமம் அணிந்திருந்த வயோதிக நிருபர் ஒருவர் சொன்னார்.

"கர்மான்னு ஒண்ணு இருக்கு டாக்டர். போன ஜென்மத்துல நாம பண்ணின பாவ புண்ணியங்களுக்கு ஏத்தமாதிரி, இந்த ஜென்மத்துல நமக்கு நல்லதும் கெட்டதும் மாறி,மாறிநடக்கும்ன்னு பெரியவங்க சொல்லிட்டுப் போயிருக்காங்க."

பக்கவாட்டில் நின்றிருந்த ஒரு தாடிக்கார நிருபர் கோபமாய் குரல் கொடுத்தார்.

"கர்மாவாவது ஒண்ணாவது... அதெல்லாம் இந்த ஜோஸியக்காரங்க பணம் சம்பாதிக்கிறதுக்காக சொல்ற வார்த்தை. தலையெழுத்தும் கிடையாது, கால் எழுத்தும் கிடையாது. மனுஷனுக்கு தெரிஞ்சது கையெழுத்து மட்டும் தான்."

நிருபர்களுக்குள் வாக்குவாதம் நிகழ்ந்து கொண்டிருக்க, சத்தியதீப் குரலை உயர்த்தினார்.

"மனுஷனுக்கு தலையெழுத்துன்னு ஒண்ணு இருக்கு. அதை நான் நம்பறேன்."

நிருபர்கள் திகைப்பில் விழுந்து நிசப்தம் காக்க, சத்தியதீப் சொன்னார்.

"எஸ்... கர்மா, விதி இந்த ரெண்டு வார்த்தைகளுக்கு சாமான்ய மக்கள் வெச்சிருக்கிற பேரு தலையெழுத்து. அது உண்மைதான். ஒரு மனுஷன் பிறக்கறப்ப அவனோட தலையெழுத்தும் எழுதப்பட்டு இருக்கும். அதுல என்ன எழுதப்பட்டிருக்கோ அதுதான் அவனோட

வாழ்க்கையில அவன் சாகறவரைக்கும் நடக்கும். அவனோட இறப்பு எப்படியிருக்கும்ன்னும் அதுல சொல்லப்பட்டிருக்கும்."

"டாக்டர்...நீங்க சொல்றது நம்பறமாதிரி இல்லையே?"

"நம்பறதுக்கு கஷ்டமாத்தான் இருக்கும்... ஆனா நம்ப வேண்டிய விஷயங்களை நம்பித்தானே ஆகணும்." சொன்ன சத்தியதீப், தனக்கு பக்கத்து மேஜையில் இடம்பிடித்திருந்த கம்ப்யூட்டரை ஆன் செய்து அதிலிருந்து வெளிப்பட்ட, ஒரு பிளாட்டர் கிராபிகல் பேப்பரை உருவி நிருபர்களுக்கு முன்பாய் உயர்த்திப் பிடித்துக் காட்டினார்.

"இதுல என்ன எழுதியிருக்குன்னு உங்கள்ல யாராவது படிச்சு சொல்லமுடியுமா?"

நிருபர்கள் அந்த கம்ப்யூட்டர் தாளை உற்றுப் பார்த்துவிட்டு தலையசைத்தார்கள்.

"ஒரு எழுத்து கூட புரியலை. ஏதோ கோழிக் கிறுக்கல் மாதிரி தெரியுது."

"இது கிறுக்கல் இல்லை. ஒருத்தரோட தலையெழுத்து."

"என்னது தலையெழுத்தா...?"

"அயாம் நாட் ஜோக்கிங். இது உண்மையிலேயே எனக்கு வேண்டப்பட்ட ஒரு நண்பரோட தலையெழுத்து. என்னோட கண்டுபிடிப்பான ஃபேட் லாங்க்வேஜ் ரிப்போர்ட்டர் ஸ்கேனர் தான் அவருடைய தலையெழுத்தைப் பிரதி எடுத்துக் குடுத்தது."

"எங்களாலே நம்ப முடியலை டாக்டர்."

"ஏற்கெனவே நான் சொன்ன மாதிரி சில விஷயங்களை நம்பித்தான் ஆகணும். நம்ம தேசத்தோட புராணகால சம்பவங்களுக்கும், இப்போதைய மருத்துவ விஞ்ஞானத்துக்கும் ஏதோ ஒரு வகையில தொடர்பு இருக்கு. இராமயணத்தில் வர்ற புஷ்பக விமானங்கிறதெல்லாம் ஒரு காலத்துல நம்பமுடியாத விஷயமா இருந்தது. ஆனா இன்னிக்கு பலவிதமான ஆகாய விமானத்துல பறந்துட்டிருக்கோம். மஹாபாரதத்தில் குருசேத்ர

போர் நடந்துட்டிருக்கும்போதே, அந்தப் போரை தேரோட்டியான சஞ்சயன், பார்வையில்லாத திருதராஷ்ட்டனுக்கு தன் ஞானக் கண்ல பார்த்து, போர் எப்படி நடக்குது? யார் யார் மோதிக்கறாங்க? யார் ஜெயிச்சாங்க, யார் தோத்தாங்கனு சொன்னான். இன்னைக்கு நாம நேரடி ஒளிப்பரப்பா டி.வியில கிரிக்கெட் உள்பட எத்தனையோ நிகழ்ச்சிகளை கமெண்ட்டரியோட பார்க்கிறோம்... ஆனா முதல் லைவ் டெலிகாஸ்ட் கமெண்ட்டரி மகாபாரதத்திலேயே வந்துடுச்சு."

நிருபர்கள் வாயடைத்துப் போயிருக்க சத்தியதீப் தன் பேச்சைத் தொடர்ந்தார்.

"அதே மாதிரி நம்ம பண்டைய இதிகாசங்கள்ல மேலோகம் இருக்குன்னு சொல்வாங்க. இன்னிக்கு இருக்கிற விண்வெளி விஞ்ஞானம், நம்ம பூமியை மாதிரி இன்னொரு கிரகம் பால்வெளி மண்டலத்தில் கண்டுபிடிக்கப்பட்டு இருக்கிறதாவும், அந்த உலகத்துல உயிரினங்கள் இருக்கலாம்ன்னு ஒரு உறுதியான தகவலைச் சொல்லியிருக்கு. நம்ம முன்னோர்கள் இப்படி பல விஷயங்களை சொல்லிட்டுப் போயிருக்காங்க. ஆரம்பத்தில் அதை நாம கேள்விப்படும்போது மூடநம்பிக்கை மாதிரி தெரியும். கேலி பண்ணுவோம். ஆனா காலப்போக்கில அந்த விஷயம் புரியும்போது அது நமக்கு ஆச்சர்யமாய் இருக்கும். நமக்கு முன்னாடி வாழ்ந்துட்டு போனவங்க சொன்னது எதுவுமே பொய்யாய் போனதில்லை. அது புரிய நாளாகுமே தவிர புரியாமல் போகாது."

நிருபர்கள் ஒரு சேர கைதட்டினார்கள்.

"அருமையான விளக்கம் டாக்டர்... இருந்தாலும் உங்க கண்டுபிடிப்பு விவாதத்துக்குரிய ஒரு விஷயம். ஒவ்வொரு மனுஷனுக்கும் பிறக்கும்போதே அவனுக்குரிய தலையெழுத்து எழுதியிருக்கும்ன்னு சொன்னீங்க. அந்த தலையெழுத்து எங்கே இருக்கும்? மண்டையோட்டுக்கு உள்ளேயா இல்லை வெளியே வா?"

"நீங்க நினைக்கிற மாதிரி தலையெழுத்து மண்டையோட்டுக்கு உள்ளேயோ, வெளியேவோ இருக்காது."

"பின்னே...?"

“உண்மையில தலையெழுத்துங்கிறது மனித மூளைக்குள்ள ஒருவித எலக்ட்ரானிக் ஓட்டங்கள் வழியா, சில நியூரான்கள்ல பதிவாகியிருக்கு. அந்தப் பதிவுகளை இந்த ‘ஃபேட் லாங்க்வேஜ் ரிப்போர்ட்டர்’ ஸ்கேனருக்கு கொடுத்தா, அந்தப் பதிவை மெடிக்கல் டெர்ம்ஸா மாத்தி கம்ப்யூட்டர் மூலமா ஒரு கிராபிக் தாளில் டிசைன் பண்ணிக் கொடுத்துடும். அந்த கிராபிக்ஸ் மொழி எனக்கு மட்டும்தான் புரியும்.”

“இதெல்லாம் கேட்கிறதுக்கு நல்லாயிருக்கு டாக்டர். ஆனா நடைமுறையில சாத்தியமாங்கிற சந்தேகம் வருது”

“இப்ப நீங்க நம்பாமே போனாலும் எதிர்காலத்துல என்னிக்காவது ஒருநாள் எல்லாரும் நம்பித்தான் ஆகணும்.”

“ஒரு சந்தேகம் டாக்டர்.”

“என்ன...?”

“இந்த க்ராபிக்ஸில் இருக்கிற கோடுகளை தலையெழுத்துன்னு சொல்றீங்க. இந்தக் கோடுகளை வெச்சுகிட்டு ஒருத்தரோட வாழ்க்கை எப்படியிருக்கும்கிறதை தெரிஞ்சுக்க முடியுமா...?”

“முடியும்.அதைத்தான்இப்போஅனலைஸ்பண்ணிட்டிருக்கேன். அதுல ஓரளவு வெற்றியும் கிடைச்சிருக்கு. அதை இன்னமும் தீவிர ஆய்வுக்கு உட்படுத்தினா இந்தக் கிராஃபிக்ஸ் தலையெழுத்தை வெச்சு ஒருத்தரோட வாழ்க்கைப் பயணம் எப்படியிருக்கும்ங்கிறதை கணிக்க முடியும். எல்லாத்துக்கும் மேலா ஒருத்தர் எவ்வளவு வருஷம் உயிரோட இருப்பார்ங்கிற அவரோட ஆயுட்காலத்தையும் சொல்லமுடியும். அந்த மரணம் இயற்கையாய் வருமா... இல்லை விபத்தா இந்த ரெண்டுமே இல்லாமே தற்கொலையான்னு கூட தெரிஞ்சுக்க முடியும். முடிஞ்சா அதைத் தடுக்கவும் முடியும்.”

“அதெப்படி தலையெழுத்தை மாத்த முடியும்..?” நிருபர்கள் மேற்கொண்டு கேள்விகள் கேட்க முயல,சத்தியதீப் மணிக்கட்டில் இருந்த வாட்சைப் பார்த்தார்.

“ஓ.கே டைம் ஈஸ் ஓவர்.நோ மோர் கொஸ்டியன்ஸ்... ஏற்கனவே சொன்னமாதிரி ஒரு அவசர ஆபரேஷனுக்காக நான் ஹாஸ்பிடல்

கிளம்பணும். இன்னொரு நாளைக்கு ப்ரஸ்மீட் அரேஞ்ச் பண்றேன். லெட் அஸ் மீட் அட் தட் டைம்" சொல்லிக்கொண்டே அவர் நகர்ந்தார்.

வராந்தாவில் நடந்து, வாசற்படிகளில் இறங்கி, போர்டிகோவில் நின்றிருந்த காரை நோக்கிப் போக, அந்தப் பெண் நிருபர் அவரை வேகமாய் பின்தொடர்ந்தபடி ஓடி வந்தாள்.

"டாக்டர்... ஒரு நிமிஷம்" என்றாள்.

சத்தியதீப் திரும்பினார்.

"என்னம்மா...?"

"டாக்டர்...! எம்பேரு ஜெயக்கொடி."

"பேட்டி நேரம் முடிஞ்சுது. நான் அவசரமா கிளம்பிட்டிருக்கேன்."

"நான் உங்ககிட்ட கேள்வி ஏதும் கேட்கலை டாக்டர். ஒரு நிமிஷம் பேசணும்."

"என்ன பேசணும்?" நடையை நிறுத்தாமல் பேசிக்கொண்டே நடந்தார்.

"டாக்டர்... நான் உங்க நண்பர் கனகவேல் டாட்டர்."

காரில் ஏற முயன்ற சத்தியதீப் சட்டென்று நின்று, அவளைத் திகைப்போடு திரும்பிப் பார்த்தார்.

"என்னம்மா சொல்றே... நீ கனகவேல் பொண்ணா?"

அவள் புன்னகையோடு 'ஆமாம்' என்பது போல் தலையசைத்தாள்.

"உன்னை ரொம்பவும் சின்ன வயசுல பார்த்தது. அதான் அடையாளமே தெரியலை... அப்பா எப்படி இருக்கார்...?"

"கவர்மெண்ட் சர்வீஸிலிருந்து அவர் ரிடையரானதும் மும்பையில இருக்கிற அண்ணன் வீட்டுக்குப் போயிட்டார். நானும் என்னோட கணவரும் சென்னையில்தான் இருக்கோம். எனக்கு கல்யாணம் நடந்தப்ப நீங்க ஒரு மெடிக்கல் செமினார்ல கலந்துக்கிறதுக்காக ஜெர்மனி போயிருந்ததா அப்பா சொன்னார்..."

"ஆமாம்மா, உன்னோட கல்யாண இன்விடேஷனை வாட்ஸ் அப்ல கனகவேல் அனுப்பியிருந்தார். உன்னை இன்னிக்கு இங்கே ஒரு பிரஸ் ரிப்போர்ட்டராய் பார்ப்பேன்னு நான் கொஞ்சம்கூட நினைச்சுப் பார்க்கலை. நீ எப்படி இந்தத் துறைக்கு...?"

"இதுல ஆச்சர்யப்பட ஒண்ணுமில்லை டாக்டர். என்னோட ஹஸ்பெண்ட் 'தி லென்ஸ்'ங்கிற பேர்ல ஒரு இங்கிலீஷ் இன்வெஸ்டிகேட்டிவ் ஜர்னலிஸம் நடத்திட்டு வர்றார். நான் அதே பத்திரிக்கையில் சப் எடிட்டரா ஒர்க் பண்றேன். நாங்க ரெண்டு பேருமே எம்.ஏ ஜர்னலிஸம் படிச்சிருக்கிறதால ஒரு மேகஸினை சக்சஸ்ஃபுல்லா நடத்திட்டு வரமுடியுது. இன்னிக்கு நீங்க பேட்டியில சொன்ன அந்த தலையெழுத்து மேட்டர் ரொம்பவே இண்ட்ரஸ்டிங்காய் இருந்தது. அது சம்பந்தமாய் உங்ககிட்ட கொஞ்சம் பர்சனலா பேசணும்."

"கார்ல ஏறும்மா... ஹாஸ்பிடல் போய்ச் சேர எப்படியும் பதினஞ்சு நிமிஷமாகும். பேசிட்டே போவோம்..."

"தேங்க்ஸ் எ லாட் டாக்டர்..."

காரை சீரான வேகத்தில் செலுத்திக்கொண்டே, தனக்கு அருகில் இருந்த ஜெயக்கொடியைப் பார்த்தார் சத்தியதீப்.

"சொல்லும்மா என்ன விஷயம்...?"

"டோன்ட் மிஸ்டேக் மீ டாக்டர்... நீங்க சொன்ன அந்த தலையெழுத்து மேட்டரும், அதை மாத்தமுடியும்ன்னு சொல்றதும் எந்த அளவுக்கு சாத்தியம்?"

சத்தியதீப் மெல்லச் சிரித்தார்.

"ஒரு உண்மையை நீ புரிஞ்சுக்கணும். இந்த மெடிக்கல் ஃபீல்ட் மட்டுமில்லை. வேற எந்த ஒரு துறையா இருந்தாலும் சரி நாளுக்கு நாள் மாற்றங்கள் நிகழ்ந்துட்டேதான் இருக்கு. அதே மாதிரிதான் இந்த தலையெழுத்து விஷயமும்."

"அப்படீன்னா நீங்க கண்டுபிடிச்சிருக்கிற எஃப்.எல்.ஆர் டிவைஸ் மூலமா ஒருத்தரோட தலையெழுத்தை மாத்தமுடியும்ன்னு நினைக்கறீங்களா டாக்டர்?"

"அதிலென்ன சந்தேகம்?"

"அப்படி உங்களுக்கு சந்தேகம் இல்லாத பட்சத்துல நீங்க எனக்கு ஒரு உதவி செய்யமுடியுமா?"

"சொல்லும்மா..."

"என் ஃப்ரண்ட்டோட பேரு மைத்ரேயி. அவளோட அப்பா பேரு சிவசைலம். ஒரு தொழில் அதிபராய் இருக்கார். அவர்க்கு இப்போ ஒரு பிரச்னை."

"என்ன பிரச்னை...?"

"அவர்க்கு இப்போ வயசு 59. இதுவரைக்கும் அவங்க பரம்பரையிலேயே அறுபது வயசை யாரும் தொட்டதில்லை. அதுக்கு முன்னாடியே ஏதாவது ஒரு காரணத்தால அவங்க திடீர்ன்னு இறந்துடுவாங்க ஆனா எல்லாமே இயற்கையான மரணங்கள்தான். மைத்ரேயியோட அப்பாவுக்கு இன்னும் ஆறு மாசம் போனா அறுபதாவது வயசு. அதுக்குள்ளே ஏதாவது நடந்துடுமோன்னு பயப்படறார். தலைவிதி அப்படியிருந்தா அப்படியே நடக்கட்டும்ன்னு சரியா சாப்பிடாமே, தூங்காமே புலம்பிட்டே இருக்கார். தலைவிதி இருக்குன்னு சொல்ற உங்களால அவரோட பிரச்னையை தீர்த்து வைக்கமுடியுமா டாக்டர்...?"

ஜெயக்கொடி கேட்ட கேள்விக்கு சத்தியதீப் பதில் எதுவும் பேசாமல் கவனமாய் காரை ஓட்டிக்கொண்டு வர, அவள் அவரை ஒரு புன்னகையோடு பார்த்தாள்.

"என்ன டாக்டர் மௌனமாயிட்டீங்க...?"

"உன் ஃப்ரெண்டோட அப்பா பேரு என்னன்னு சொன்னே?"

"சிவசைலம்."

"என்ன பிசினஸ் பண்றார்...?"

"டி.வி ஸ்பேர் பார்ட்ஸ் தயாரிக்கிற ஒரு கம்பெனியை நடத்திட்டு வர்றார்."

"அவங்க பரம்பரையில யாருமே அறுபது வயசுக்கு மேல உயிரோட இருந்ததேயில்லைங்கிறதை நீ கன்ஃபார்ம் பண்ணிகிட்டியா...?"

"கன்ஃபர்ம் பண்ணிகிட்டேன்..."

"இப்ப அவரோட ஹெல்த் கண்டிஷன் எப்படியிருக்கு...?"

"ஆரோக்கியமா இருக்கார்... நோ பி.பி.... நோ சுகர்."

"இன்னும் ஆறுமாசத்துல வரப்போற அறுபதாவது வயசை நினைச்சு பயப்படறார் இல்லையா?"

"ஆமா..."

"நாளைக்கு அவரை என்னோட லேபாரட்ரிக்கு கூட்டிட்டு வந்துடு. எஃப்.எல்.ஆர் டிவைஸ் மூலமா ட்ரீட்மெண்ட் கொடுத்து அந்தப் பிரச்னையை சரி பண்ணிடலாம். ஆனா இது கொஞ்சம் காஸ்ட்லி ட்ரீட்மெண்ட். பத்துலட்சம் ரூபாய் வரை செலவு பண்ண வேண்டியிருக்கும்."

"பணம் ஒரு பிரச்னையில்லை டாக்டர்... அவர் தன்னோட அறுபதாவது வயசைக் கடந்தும் பல வருஷங்கள் உயிரோட இருக்கணும்."

"என்னோட எஃப்.எல்.ஆர் டிவைஸ் அந்த வேலையை வெற்றிகரமாய் செஞ்சு முடிக்கும். நாளைக்கு காலைல பத்து மணிக்கு கூட்டிட்டு வந்துடு!"

"கண்டிப்பா... டாக்டர்! தேங்க்ஸ்!"

மறுநாள் காலை.

நேரம் பத்து முப்பது மணி.

சத்தியதீப்புக்கு எதிரே ஜெயக்கொடி, அவளுடைய தோழி மைத்ரேயி, மைத்ரேயின் அப்பா சிவசைலம், சிவசைலத்தின் மனைவி அனுசூயா நான்கு பேரும் கலக்கம் நிறைந்த முகங்களோடு உட்கார்ந்திருக்க, அவர் ஒரு ஃபைலைப் புரட்டியபடி பேசிக் கொண்டிருந்தார்.

"இது ஒரு பெரிய பிரச்னையே இல்லை. சிவசைலத்தோட மாஸ்டர் ஹெல்த் செக்அப் ரிப்போர்ட்ஸையெல்லாம் உன்னிப்பா படிச்சுப் பார்த்ததுல அவரோட ஆரோக்கியம் நல்லமுறையில

இருக்கு. இன்னும் ஒரு ஆறுமாசத்துல அறுபது வயசை நெருங்கப்போற அவர்க்கு இந்த வயசுல வரவேண்டிய பி.பி சுகர்கூட இல்லைங்கிறது எனக்கே ஆச்சர்யமாயிருக்கு. இருந்தாலும் அவரோட பரம்பரையில யாருமே அறுபது வயசுக்குமேல உயிரோட இருந்ததில்லைங்கிறதுக்கான சாட்சியங்கள் இருக்கும்போது அவர் பயப்படறது நியாயம்தான். பொதுவா ஒரு பரம்பரையில இருக்கிற மரபணுக்கள் குறிப்பிட்ட வயசை ஒருத்தர் நெருங்கும்போது விபரீதமா செயல்படலாம். அப்படிப்பட்ட மரபணு கோளாறுகளை சரி பண்ணக்கூடிய அளவுக்கு இன்னிக்கு மருத்துவ விஞ்ஞானம் வளர்ந்திருக்கு. அந்த வளர்ச்சியில ஒண்ணுதான் நான் கண்டுபிடிச்ச மெடிக்கல் ஸ்கேனர் டிவைஸ். இந்த டிவைஸ் மூலமா சிவசைலத்தோட மரபணுக்களை ஒரு மாற்றத்துக்கு உட்படுத்தி மூளையில இருக்குற நியூரான்களை ட்யூன் பண்ணிட்டா போதும் அவர் அறுபது வயசைத் தாண்டி எழுபது, எண்பது, தொன்னூறு வரைக்கும்கூட உயிர்வாழ வாய்ப்பு இருக்கு."

சிவசைலத்தின் முகத்தில் பௌடர் பூசியது போல் சந்தோஷம் மினுமினுத்தது. ஆர்வம் தெறிக்கும் குரலில் கேட்டார்.

"நிஜமாத்தான் சொல்றீங்களா டாக்டர்...?"

"இதுல பொய் சொல்ல என்ன இருக்கு மிஸ்டர் சிவசைலம்...? என்னோட எஃப்.எல்.ஆர் உங்களுடைய பிரச்னையை கண்டிப்பா தீர்த்து வைக்கும். நான் தரப்போற நியூரோ ரீஹேபிலிடேஷன் ட்ரீட்மெண்ட் உங்க பரம்பரையோட மரபணு கோளாறை சரி பண்ணி, உங்களோட ஆயுளுக்கு உத்தரவாதம் கொடுக்கும்."

"ட்ரீட்மெண்ட்டை எப்ப ஆரம்பிக்கலாம் டாக்டர்?"

"நாளையிலிருந்து நீங்க ஒரு பதினஞ்சு நாளைக்கு இந்த லேபரட்ரிக்கு வரவேண்டியிருக்கும். ட்ரீட்மெண்ட் ஒரு நாளைக்கு அரைமணி நேரம் மட்டும்தான்... ஆனா சரியான நேரத்துக்கு வரவேண்டியது அவசியம்."

"நீங்க சொல்ற நேரத்துக்கு வந்துடறேன் டாக்டர். அதைவிட வேற என்ன வேலை எனக்கு?"

“ட்ரீட்மெண்ட்டுக்கான தொகை எவ்வளவாகும்ன்னு ஜெயக்கொடிகிட்ட சொல்லியிருக்கேன். அதை நீங்க அட்வான்ஸாவே ‘பே’ பண்ண வேண்டியிருக்கும்...”

“பண்ணிடறேன் டாக்டர்.”

“தென் நோ பிராப்ளம்” என்று சொன்னவர் ஒரு தாளை நீட்டினார்.

“இந்த பேஷண்ட் கேர் காண்ட்ராக்ட் ஃபாரத்தை ஃபில்லப் பண்ணி கையெழுத்து போட்டு குடுத்துடுங்க. இது ஒரு ஃபார்மாலிடிதான்.”

சிவசைலத்தின் மகள் மைத்ரேயி சத்தியதீப்பை தயக்கத்தோடு ஏறிட்டாள். “டாக்டர்... ஒரு சந்தேகம்.”

“கேளும்மா.”

“இந்த நியூரோ ரீஹேபிலிடேஷன் ட்ரீட்மெண்ட் தர்றதால அப்பாவுக்கு சைட் எஃபெக்ட்ஸ் ஏதும் வந்துடாதே?”

“ஒரு பர்சண்ட்கூட வர வாய்ப்பிலை... நான் கண்டுபிடிச்சிருக்கிற எஃப்.எல்.ஆர் டிவைஸ் வெரி சேஃப். நான் கொடுக்கிற வேலையை மட்டும்தான் செய்யும். மத்த உறுப்புகளை அது சீண்டிக் கூட பார்க்காது.”

“ஓ.கே டாக்டர்... நாளையிலிருந்து ட்ரீட்மெண்ட்டை ஆரம்பிச்சுடலாம். தினமும் நானே டெய்லி அப்பாவைக் கூட்டிட்டு வந்துடறேன். எத்தனை மணிக்கு வரட்டும்?”

“சரியா காலையில பதினோரு மணிக்கு இங்கே இருக்கணும். லேட்டா வரக்கூடாது...பார்த்துக்கோம்மா ”

“பத்தே முக்கால் மணிக்கெல்லாம் இங்கே இருப்போம்.”

“ஆல் த பெஸ்ட்.”

சத்தியதீப் எழுந்து கொண்டார்.

மும்பை ஏர்போர்ட்.

மதியம் மூன்றுமணி.

‘செக் இன்’ சம்பிரதாயத்தை முடித்துக்கொண்டு டிபார்ச்சர் லௌன்ஞ்சுக்கு வந்த சத்தியதீப், அங்கு போடப்பட்டிருந்த நாற்காலி வரிசையில் காலியாய் இருந்த ஒரு நாற்காலிக்கு சாய்ந்து, பேகில் இருந்த மினரல் வாட்டர் பாட்டிலை எடுத்துக்கொண்ட விநாடி, அவர்க்கு பின்பக்கம் அந்தக் குரல் கேட்டது.

“குட் ஆஃப்டர்நூன் டாக்டர்.”

திரும்பிப் பார்த்தார்.

ஜெயக்கொடி கையில் ஒரு சிறிய லக்கேஜ் ட்ராலியோடு நின்றிருக்க முகம் மலர்ந்தார்.

“வாட் ஏ சர்ப்ரைஸ்.என்னம்மா இங்கே?”

பக்கத்தில் காலியாய் இருந்த நாற்காலியில் உட்கார்ந்தாள் ஜெயக்கொடி.

“அப்பா மும்பையில அண்ணன்கிட்டதானே இருக்கார். அவரை பார்த்துட்டு போலாம்ன்னு வந்தேன்.”

“அப்பா எப்படியிருக்கார்...?”

“ஹி ஈஸ் ஃபைன்.”

“அட்ரஸ்குடும்மா... அடுத்ததடவை மும்பைவர்றப்ப அவரைப் போய் பார்க்கிறேன். நான் இங்கே ஜஸ்லோக் ஹாஸ்பிடல்ல ஒரு பேஷண்ட்டுக்கு ட்ரீட்மெண்ட் கொடுக்க வந்தேன். நாலு மணிக்கு ஃப்ளைட். உனக்கும் அதே ஃப்ளைட்தானே?”

“ஆமா டாக்டர்.”

“நான் உன்னை கடைசியா பார்த்து ரெண்டு வருஷம் இருக்குமா?”

“ரெண்டரை வருஷமாச்சு.”

“நாள் ரொம்ப வேகமா ஓடுது. உன்னோட தோழி மைத்ரேயியோட அப்பா சிவசைலம் எப்படியிருக்கார்?”

“ரொம்பவும் சந்தோஷமாயிருக்கார். அன்னிக்கு நீங்க கொடுத்த ட்ரீட்மெண்ட்ல அவங்க பரம்பரையோட தலையெழுத்தே மாறிடுச்சு

டாக்டர். இப்போ அவர்க்கு வயசு அறுபத்தி மூணு நடக்குது. அந்தக் குடும்பம் உங்களை நினைக்காத நாளே கிடையாது. மைத்ரேயி எப்ப போன் பண்ணினாலும் உங்களைப் பத்தி கேட்பா. நீங்க கொடுத்த ட்ரீட்மெண்ட்டைப் பத்தி பாராட்டி பேசுவா...”

சத்தியதீப் மெல்லச் சிரித்துவிட்டு கேட்டார்.

“இப்ப நீ அந்த ட்ரீட்மெண்ட்டைப் பத்தி என்னம்மா நினைக்கிறே?”

“எனக்கும் அந்த பிரமிப்புதான் டாக்டர்... தலையெழுத்துங்கிற ஒரு மூடநம்பிக்கையான விஷயத்தை உங்க மருத்துவ விஞ்ஞானம் மூலமாய் ஜெயிச்சது சாதாரண விஷயமில்லையே...? இந்த ‘ஃபேட் லாங்க்வேஜ் ரிப்போர்ட்டர்’ டிவைஸ்ல ஃபர்தரா ஏதாவது இம்ப்ரூவ்மெண்ட்ஸ் பண்ணியிருக்கீங்களா...? வேற யார்க்காவது அந்த ட்ரீட்மெண்ட் கொடுத்து அதன் மூலமா குணமடைஞ்சு இருக்காங்களா...?”

சத்தியதீப் ஒரு சிரிப்பை மட்டும் பதிலாக கொடுத்துவிட்டு மௌனம் சாதிக்க ஜெயக்கொடி கேட்டாள்.

“இந்த சிரிப்புக்கு என்ன அர்த்தம் டாக்டர்?”

“அந்த டிவைஸை யூஸ் பண்ணி நான் இதுவரைக்கும் யார்க்குமே ட்ரீட்மெண்ட் தராதபோது உன்னோட இந்தக் கேள்விக்கு எப்படி பதில் சொல்லமுடியும்?”

ஜெயக்கொடி முகம் மாறினாள்.

“என்ன டாக்டர் சொல்றீங்க? அந்த எஃப்.எல்.ஆர் டிவைஸை யூஸ் பண்ணி யார்க்குமே ட்ரீட்மெண்ட் தரலையா?”

“தரலை.”

“அப்போ மைத்ரேயின் அப்பாவுக்கு கொடுத்த ட்ரீட்மெண்ட்...”

சந்தியதீப்பின் புன்னகை தன் பரப்பளவை அதிகரித்தது.

“அவருக்கு நான் கொடுத்தது ட்ரீட்மெண்ட் இல்லேம்மா...”

"அப்புறம் ?"

"நியூரோ பிசியோதெரபி. இந்த தெரபியில் மருந்து, மாத்திரை, இன்ஜெக்ஷன் எதுவும் இருக்காது. மூளையில் இருக்கிற நியூரான்களை சந்தோஷமான மூட்ல வைக்கிறதுக்காக, சிவசைலத்தை சப்-கான்ஷியஸ் மைண்ட்டுக்கு கொண்டுபோய் முப்பது நிமிஷம் அவரை அமைதிப்படுத்தறதுதான் இந்த ட்ரீட்மெண்ட்டோட நோக்கம்..."

"அப்படீன்னா! எதுக்காக எஃப்.எல்.ஆர் டிவைஸ் ட்ரீட்மெண்ட்னு பொய் சொல்லணும்?"

"நியூரோ பிசியோதெரபின்னு சொல்லியிருந்தா சிவசைலத்துக்கு நம்பிக்கை வந்திருக்காதே? ஒரு பேஷண்ட் குணமடையணும்ன்னா முதல்ல அவர்க்குத் தர்ற ட்ரீட்மெண்ட்ல நம்பிக்கை வரணும். அந்த நம்பிக்கையே எழுபது சதவீத நோயை குணமாக்கிடும். அதுவுமில்லாமே சிவசைலத்துக்கு இருந்தது உடல்ரீதியான நோய் இல்லை. மனரீதியான நோய். அந்த நோயிலிருந்து அவர் மீண்டு வர்றதுக்காகத்தான், ரெண்டு பொய்யைச் சொன்னேன். முதல் பொய் எஃப்.எல்.ஆர் டிவைஸ் ட்ரீட்மெண்ட். ரெண்டாவது பொய் அந்த ட்ரீட்மெண்ட்டை எடுக்க ஆகற செலவு பத்துலட்ச ரூபாய். ஒரு டாக்டர் பொய் சொல்லக்கூடாதுதான். ஆனா இப்படிப்பட்ட மனோரீதியான பிரச்னைகளை குணப்படுத்தணும்ன்னா சில பொய்களை சொல்லித்தான் ஆகணும். அப்படி நான் பொய் சொன்னதினாலத்தான் இன்னிக்கு சிவசைலம் அறுபது வயசைத் தாண்டி அறுபத்தி மூணாவது வயசுல காலடி எடுத்து வெச்சு சந்தோஷமாயிருக்கார்."

ஜெயக்கொடி திகைத்துப் போனவளாய் சத்தியதீப்பை பார்த்துக் கொண்டிருக்க, அவர் குரலைத் தாழ்த்தினார்.

"அப்புறம் இன்னொரு விஷயம். சிவசைலம் எனக்கு ஃபீஸா குடுத்த அந்த பத்துலட்ச ரூபாயை நான் எடுத்துக்கலைம்மா. ப்ரெய்ன் ஹெமரேஜ் ஆபரேஷன் பண்றதுக்காக வசதியில்லாத நாலு பேஷண்ட்ஸ் ஜி.ஹெச்ல இருந்தாங்க. அவங்களோட ஆபரேஷன் செலவுக்காக அந்த பத்துலட்ச ரூபாயை நன்கொடையாய் மெடிக்கல் டீன்கிட்ட குடுத்துட்டேன்."

“அப்படின்னா அந்த ஃபேட் லாங்க்வேஜ் ரிப்போர்ட்டர் டிவைஸ் பத்தி நீங்க மீடியா பீப்பிள்கிட்டே பேட்டி கொடுத்ததெல்லாம் பொய்யா...?”

“அது பொய் இல்லேம்மா... நாளைக்கு நடக்கப்போற நிஜம். இப்பவும் சொல்றேன். ஒருத்தரோட தலையெழுத்துங்கிறது ந்யூரான்ஸ் சம்பந்தப்பட்டதுதான். அந்த உண்மையை சரியான மருத்துவ ஆதாரங்களோட நிரூபிக்கணும். அதுக்கான ஆய்வுகளைத் தொடர்ந்து செஞ்சுட்டிருக்கேன். அந்த ஆய்வு ரிப்போர்ட்ஸை ஒரு மெடிக்கல் ப்ராஜெக்ட்டா ஐ.எம்.ஆர்.சி என்கிற இண்டியன் மெடிக்கல் ரிசர்ச் கவுன்சிலிங்கில் கொடுத்து அப்ரூவல் வாங்கினப்பறம்தான் முறைப்படி ட்ரீட்மெண்ட் கொடுக்க ஆரம்பிப்பேன். அதுவரைக்கும் என்னுடைய பேட்டிகள் மட்டுமே தொடரும். ஆனா இந்த முயற்சியில கண்டிப்பா ஜெயிப்பேன்.”

ஜெயக்கொடி அவரையே பார்த்தபடி மௌனம் காக்க சந்தியதீப் கேட்டார்.

“என்னம்மா...பேச்சையே காணோம் ?“

அவளுடைய உதடுகளில் ஒரு புன்னகை அரும்பியது.

“ரொம்ப ஆச்சரியமா இருக்கு டாக்டர். இப்படியும் எதிர்காலத்தில் நடக்குமாங்கிற ஆச்சர்யம்”

“ஆச்சர்யப்பட ஒண்ணும் இல்லை. இந்த ரிசர்ச் ப்ராஜெக்ட்டோட கேப்ஷன் என்ன தெரியுமா?”

“என்ன டாக்டர் ?”

“ஃப்யூச்சர் மிராக்கிள்ஸ்” என்றார் சத்யதீப்.

சிறுகதை

பன்னீர்மலை பண்ணை வீடு

ஒரு வெள்ளிக் கிழமையின் ராத்திரி நேரம்.

நேரம் ஒன்பது மணி பதினைந்து நிமிடம்.

நகரத்தைவிட்டு தள்ளியிருந்த தன்னுடைய பண்ணை வீட்டின் முன்பக்கம் இருந்த சிட்அவுட்டில் உட்கார்ந்து புனல் வடிவ கண்ணாடிக்கோப்பையில் ததும்பிக் கொண்டிருந்த பொன்னிற விஸ்கியைத் துளித்துளியாய் விழுங்கிக் கொண்டிருந்தார் ஞானசேகர்.

நெய்யில் வறுபட்டு மிளகுத்தூளால் நனைந்திருந்த முந்திரிப் பருப்பை எடுத்து வாயில் போட்டபடி மெதுவாய் போதையின் படிக்கட்டுகளில் ஏற ஆரம்பித்திருந்தார்.

ஞானசேகர்க்கு வயது அறுபதைத் தாண்டியிருந்தாலும், முடி கொட்டாத தலைக்கு நேர்த்தியாய் டை அடித்து, ஒழுங்காய்

நடைப்பயிற்சி செய்து, கட்டுப்பாடோடு கூடிய உணவுப் பழக்கமும் இருந்ததால் உடம்பு சதை போடாமல் பத்து வயதைக் குறைத்துக் காட்டியது.

கண்ணாடிக்கோப்பையில் இருந்த விஸ்கியின் மட்டம் கணிசமாய் குறைந்திருந்தபோது அவருடைய செல்போன் வைபரேஷன் மோடில் உறுமி அதிர்ந்தது.

இடதுகையால் எடுத்து அழைப்பது யாரென்று பார்த்தார்.

அவருடைய நண்பர் லோகநாதனின் பெயர் டிஸ்ப்ளேயில் தெரிந்தது. ஸ்பீக்கரை ஆன் செய்துவிட்டு பேசினார்.

“சொல்லு லோகு...!!”

“ஞானம்... நீ வீட்ல இருக்கியா... இல்ல பன்னீர்மலை பண்ணை வீட்ல இருக்கியா...?”

“இது என்னடா கேள்வி...? நான் என்னிக்குமே வீக் எண்ட்ல பண்ணை வீட்லதான் இருப்பேன்னு உனக்குத் தெரியாதா...?”

“தெரியும்... இருந்தாலும் ஒரு சந்தேகம் அதான் கேட்டுகிட்டேன்.”

“சரி... என்ன இந்நேரத்துக்கு போன்...?”

“நல்ல விஷயம்தான். கோத்தகிரியில ஒரு எஸ்டேட் வாங்கணும்ன்னு சொல்லிட்டிருந்தியே...?”

“ஆமா...”

“பத்து ஏக்கரால ஒரு எஸ்டேட் விலைக்கு வந்திருக்கு. ‘எமரால்ட் எஸ்டேட்’ங்கிற பேரைக் கேள்விப்பட்டிருக்கியா...?”

“கேள்விப்பட்ட மாதிரியிருக்கு.”

“அவங்கதான் விற்கப் போறாங்கன்னு ஒரு தகவல் வந்தது. அதான் உனக்கு சொல்லலாம்ன்னு போன் பண்ணேன். ஏதாவது வாங்கற ஐடியா இருக்கா...?”

“என்ன லோகு இப்படி கேட்டுட்டே...? கோத்தகிரியில ஒரு டீ எஸ்டேட் வாங்கணுங்கிறது என்னோட கனவு. என்னோட ஒய்ஃப்பும் ரெண்டு பசங்களும்கூட ஆசைப்படறாங்கன்னு நான் எத்தனை தடவை உன்கிட்டே சொல்லியிருப்பேன்!”

மறுமுனையில் லோகநாதன் சிரித்தார்.

"சரி முடிச்சுடலாம்... ஆனா விலை நிலவரம் எப்படி இருக்கும்ன்னு தெரியலையே?"

"விலை ஒரு பிரச்னையே இல்லை... சரி நீ இப்போ எங்க இருக்கே...?"

"என் வீட்லதான்..."

"உடனே புறப்பட்டு என்னோட ஃபார்ம் ஹவுஸுக்கு வா. பார்ட்டிகிட்ட இப்பவே பேசி முடிச்சுடலாம்."

"ஏண்டா இப்படி அவசரப்படறே...?"

"இது அவசரமில்லை... அவசியம்... வேற யாராவது வாங்க அட்வான்ஸ் குடுத்துட போறாங்க."

"இதோ பார் ஞானம்... நாம இவ்வளவு ஆர்வம் காட்டினா விக்கிறவன் ரேட்டை ஏத்திடுவான்."

"அதெல்லாம் பார்த்துக்கலாம்.. நீ வா மொதல்ல! என்ன ரேட் சொல்றான்னு பார்க்கலாம்... பார்ட்டியோட போன் நெம்பர் உன்கிட்ட இருக்கா...?"

"ம்... இருக்கு..."

"அப்புறமென்ன... பேசிப் பார்க்கலாம் வாடா."

"மணி ஒன்பதே கால்... இப்ப வீட்ல இருந்து புறப்பட்டாலும் உன்னோட ஃபார்ம் ஹவுஸுக்கு வந்து சேர பத்தரை மணியாயிடும்."

"ஆனா என்ன...? வளவளன்னு பேசிட்டிருக்காமே உடனே புறப்பட்டு வா."

"உன்கிட்ட இந்த ராத்திரி நேரத்துல விஷயத்தைச் சொன்னது தப்பாப் போச்சு. நாளைக்கு காலையில சொல்லியிருக்கணும்."

"புலம்பாமே வாடா..!" மெல்லிய போதைச் சிரிப்போடு செல்போனை அணைத்தார் ஞானசேகர். அதே கையோடு டீபாயின் ஓரத்தில் இருந்த வாக்கிடாக்கியை எடுத்து கேட் செக்யூரிட்டியை தொடர்புகொண்டு பேசினார்.

"நஞ்சப்பன்...!"

மறுமுனையில் அந்த நஞ்சப்பன் குரல் பவ்யமாய் கேட்டது.

"அய்யா..."

"லோகநாதன் இன்னும் ஒரு மணி நேரத்துக்குள்ளே இங்கே வருவாரு... உள்ளே அனுப்பி வை."

"சரிங்கய்யா..."

"நாய் 'ஜோ'வுக்கு சாப்பாடு வெச்சியா...?"

"வெச்சுட்டேன்ய்யா..."

"அதுக்கு கொஞ்சம் உடம்பு சரியில்லை. வெட்ரினரி டாக்டர் போன் பண்ணி என்னன்னு நாளைக்குக் காலையில வந்து பார்க்கச் சொல்லு."

"சரிங்கய்யா..."

ஞானசேகர் வாக்கி டாக்கியை அணைத்துவிட்டு விஸ்கி கோப்பையை உதட்டுக்குக் கொடுத்தார்.

சரியாய் பத்தரை மணி.

ஞானசேகர்க்கு முன்பாய் உட்கார்ந்திருந்தார் லோகநாதன். புலம்பினார்.

"இந்த இருட்டுல காரை ஓட்டிட்டு வர்றதுக்கு தனியா ட்ரைவிங் லைசென்ஸ் வாங்கணும்ன்னு ஆர்.டி.ஓ சட்டம் கொண்டு வந்தா பரவாயில்லை." சொல்லிவிட்டு சிரித்த லோகநாதனுக்கு சென்ற மாதம்தான் அறுபது வயது முடிந்திருந்தது. மெலிதான உடம்புவாகு என்றாலும், உடம்பில் தீர்க்கமான ஆரோக்கியம் தெரிந்தது.

ஞானசேகர் சிரித்தார்.

"நீ சொல்றமாதிரி ஒரு சட்டம் வந்தாலும் ஆச்சர்யபடறதுக்கு இல்லை. ஏன்னா நாம வண்டியை சரியா ட்ரைவ் பண்ணிட்டு போனாலும் எதிர்ல வர்றவனுக்கு ட்ராஃபிக் சென்ஸ் சுத்தமாயில்லை. ஃபோர் வீலராவது பரவாயில்லை. டூவீலர்காரனுக

கன்னாபின்னான்னு வர்றானுங்க. சரி, ராயல் சல்யூட் விஸ்கியில் ஒரு 'பெக்' சாப்பிடறியா லோகு... ஜிவ்வ்னு இருக்கும்."

"அதெல்லாம் வேண்டாம் ஞானம்... அது ராயல் விஸ்கியாய் இருந்தா என்ன? லோக்கல் சரக்காய் இருந்தா என்ன...? எல்லாம் ஒண்ணுதான். தங்க ஊசிங்கிறதுக்காக அதை எடுத்து கண்ணை குத்திக்கவா முடியும். அந்த விஷத்தை நீயே சாப்பிடு..."

"இன்னிக்கு என்னோட கோட்டா முடிஞ்சுது. இதுக்கு மேல ஒரு ஸ்மால் உள்ளே போனாலும் இப்ப இருக்கிற சந்தோஷம் கெட்டுப் போயிடும். சரி...! கோத்தகிரி எஸ்டேட் விஷயமா பேசுவோமா...? அது மொத்தம் எவ்வளவு ஏக்கர்ன்னு சொன்னே...?"

"பத்து ஏக்கர்."

"உனக்கு எப்படி தகவல் கிடைச்சுது...?"

"ஒரு மீடியேட்டர் மூலமாத்தான். எமரால்ட் எஸ்டேட் ஓனர் போஜப்பாவுக்கு அவர் தூரத்து உறவு. இன்னிக்கு சாயந்தரம் ஒரு மேரேஜ் ரிசப்ஷன்ல அவரைப் பார்த்தேன். போஜப்பா டீ எஸ்டேட்டை வித்துட்டு யு.எஸ்ல இருக்கிற அவரோட மகனோட செட்டில் ஆகப்போறாராம்..."

"ம்ம்ம்.... வயசான காலத்துல அவர் எடுத்த முடிவு சரிதான். நீ போஜப்பாவை உடனே காண்டாக்ட் பண்ணு."

"ம்... பேசிடுவோம்..." சொன்ன லோகநாதன் தன்னுடைய செல்போனை எடுத்துக்கொண்டு ஒரு எண்ணைத் தொடர்பு கொண்டார்.

அந்த ரிங்டோன் முப்பது விநாடிகள் ஒலித்துவிட்டு ஒரு ரெகார்டட் வாய்ஸை வெளியிட்டது.

"நீங்கள் தொடர்புகொண்ட நபர் தங்களது அழைப்பை ஏற்கவில்லை..."

நான்கைந்து தடவை முயற்சித்தும் அதே பதில் கிடைக்கவே லோகநாதன் பெருமூச்சோடு ஞானசேகரைப் பார்த்தார்.

"இந்த அன் டயத்துல சில பெரிய ஆட்கள் போனை அட்டெண்ட் பண்ணமாட்டாங்க. நாளைக்குப் பார்த்துக்கலாம் ஞானம்."

"இப்பவே பேசி முடிக்கலாம்னு பார்த்தா... ச்சே!" அலுத்தவர் "சரி... நாளைக்கு நீயே பேசி முடி.... விலை எவ்வளவு சொன்னாலும் பரவாயில்லை. ஓ.கே சொல்லிடு."

"எமரால்ட்காரன் ஒரு ஏக்கர் ரெண்டு கோடி ரூபா சொல்வான். நீ ஒத்துக்குவியா...?"

"கொடுத்துட்டாப் போகுது."

லோகநாதன் பதில் எதுவும் பேசாமல் ஞானசேகரையே பார்க்க அவர் போதை ததும்பும் புன்னகையோடு கேட்டார்.

"என்ன லோகு அப்படி பார்க்கிறே...?"

"நான் உன்கிட்ட ஒரு கேள்வி கேட்கணும்...."

"ஒண்ணு என்ன நூறு கேள்வி கேளு."

"ஒரு ஏக்கர் நிலத்தை ரெண்டு கோடி ரூபாய் கொடுத்து வாங்கக்கூட உனக்கு மனசு இருக்கு. ஆனா ரெண்டு வருஷத்துக்கு முந்தி என்னோட பொண்ணு கல்யாணத்துக்கு பத்துலட்ச ரூபாய் கடன் கேட்டதுக்கு நீ இல்லைன்னு சொல்லிட்டே. அந்தப் பணத்தை மட்டும் நீ கொடுத்து உதவி பண்ணியிருந்தா பொண்ணு கல்யாணம் நல்லபடியா நடந்திருக்கும்."

"அந்தப் பழைய கதையைப்பத்தி இப்ப ஏன் பேசறே?"

"ஞாபகம் வருதே...!"

"இதோ பார் லோகு... என்கிட்ட பணம் நிறைய இருக்கு வாஸ்தவந்தான்... ஆனா ஃப்ரண்ட்ஸ்களுக்கும் சரி, உறவுகளுக்கும் சரி... அவங்க எத்தனை க்ளோஸா இருந்தாலும் கடன் தர்றதில்லைன்னு ஒரு பாலிஸி வெச்சிருக்கேனே...! இது உனக்கே நல்லாத் தெரியுமே!"

"என்ன பெரிய பாலிஸி...? புடலங்கா பாலிஸி...! நான் உன்கிட்ட பண உதவி பண்ணுன்னு யாசகம் கேட்கல... பிசினஸ்ல ஏற்பட்ட சறுக்கல்ல திடீரன்னு பணப்பிரச்னை. கடன் கேட்டேன்.. அதுவும் எம் பொண்ணோட கல்யாணத்துக்காக ! நீ

கோடிக்கணக்கில பணம் வெச்சிருக்கே. நான் கேட்டது வெறும் புத்துலட்சம்... அது உனக்கு ஒரு பெரிய தொகையே இல்லை. உனக்கும் எனக்கும் முப்பது வருஷ நட்பு. அதுக்கு கொஞ்சங்கூட நீ மரியாதை தரலை."

ஞானசேகரின் முகம் அடியோடு மாறியது.

"லோகு... நீ இங்கே பேச வந்த விஷயம் வேற. இப்ப பேசிட்டிருக்கிற விஷயம் வேற..."

"வேறதான்... ஆனா பணம்தானே முக்கியமான விஷயமாயிருக்கு."

"என்ன பேச்செல்லாம் ஒரு மாதிரியிருக்கு...."

"பேச்சு மட்டுமில்லை. இப்ப நான் செய்யப்போற விஷயமும் வித்தியாசமாய்தான் இருக்கும்." என்று சொன்ன லோகநாதன் தன் இடுப்பின் மறைவுக்கு கையைக்கொண்டு போய் அந்தப் பிஸ்டலை எடுத்தார்.

ஞானசேகர் அதிர்ந்து போனவராய் எழுந்தார்.

ஞானசேகரின் விழிகள் பயத்தில் உறைந்து போயிற்று.

"லோ... லோ... லோகு என்ன இதெல்லாம்...?"

"ஒரு எல்லைக்கு மேல நீ சம்பாதிக்கிற ஒவ்வொரு ரூபா நோட்டும் வெறும் பேப்பர்தான்டா. அதை நீ புரிஞ்சுக்கோ.. ஒருத்தன்கிட்ட அளவுக்கு அதிகமா பணம் இருக்கிறது பெருமை இல்லை. அந்தப் பணத்தை இல்லாதவங்களுக்கு கொடுத்து அவங்க சந்தோஷப்படறதுலதான் உண்மையான பெருமையிருக்கு. என்னோட பொண்ணு மைத்ரேயி கல்யாணத்துக்கு நான் உன்கிட்ட பத்துலட்ச ரூபாய் கடன் கேட்டேன். நீ ஒத்தை வார்த்தையில கொடுக்க மாட்டேன்னு சொல்லிட்டே. நான் எவ்வளவோ கெஞ்சிக் கேட்டும், பாலிஸி அது இதுன்னு சொல்லி பணம் தர மறுத்துட்டே... வேற எங்கேயும் பணம் புரட்ட முடியாம கல்யாணம் நின்னுபோன வருத்தத்தை நான் தாங்கிட்டேன். ஆனா எம்பொண்ணால தாங்கிக்க முடியலை. மனசு உடைஞ்சு போய் தூக்குல தொங்கிட்டா..."

ஞானசேகர் வியர்த்து கொட்டும் உடம்போடு மெல்ல பின்னோக்கி நடந்து சுவர்க்கு சாய்ந்துகொண்டு உலர்ந்து போன தொண்டையோடு கத்தினார்.

"எ...எ...என்னை ஒண்ணும் பண்ணிடாதே லோகு. நீ கேக்கிற பணத்தை நான் இப்ப தர்றேன்..."

"இப்ப கொடுத்து என்னடா பிரயோஜனம்? மைத்ரேயி செத்துப் போன துக்கத்தை ஜீர்ணம் பண்ணிக்கிட்டு, எந்த உணர்ச்சியையும் காட்டாமே உன்கிட்ட பழையபடி பழகினதுக்கு காரணம்... சரியான சமயத்துல... உன்னை இப்படி பழி வாங்கத்தான்."

"லோ...லோகு ப்ளீஸ் வேண்டாம்... நான் பண்ணினது தப்புதான்.என்னை மன்னிச்சுடு..."

"மன்னிப்பு கேட்டா எம் பொண்ணு உடனே உயிரோட எந்திரிச்சு வந்துருவாளா, சொல்லு. இதோ பார்... இதுவரைக்கும் நான் வாழ்ந்த காலத்தைவிட இனிமேல வாழப்போற நாட்கள் ரொம்பவும் கம்மி. அதை நான் ஜெயில்ல இருந்து கழிச்சுட்டு போறேன். இப்ப... நீ இந்த ரிவால்வர்ல இருக்குற ஆறு தோட்டாக்களையும் வாங்கிக்க!" சொன்ன லோகநாதன் தன் கையிலிருந்த ரிவால்வரை உயர்த்தி ஞானசேகரை குறி பார்த்தார்.

நிதானமாக ஒவ்வொரு உறுப்பாகப் பார்த்து சுட்டார்.

சைலன்ஸர் பொருத்தப்பட்டிருந்த அந்த ஸ்மால் கேலிபர் ரிவால்வர் தன் வயிற்றில் வைத்திருந்த ஆறு தோட்டாக்களை ஒவ்வொன்றாய் உமிழ, ஞானசேகரின் உடல் ரத்தச் சகதியாக மாறி தலைகுப்புற சாய்ந்தது.

மறுநாள் காலை ஆறு மணி.

வாக்கிங் புறப்பட்டுப்போக வீட்டு காம்பௌண்ட் கேட்டைத் திறந்துகொண்டு வெளியே வந்த டாக்டர் ஹரிகுமார் வீட்டுவாசலில் நின்றிருந்த டாடா நெக்ஸான் காரைப் பார்த்ததும் பெரிதாய் ஆச்சர்யப்பட்டுக்கொண்டே பக்கத்தில் போனார்.

காரின் ட்ரைவிங் சீட்டில் உட்கார்ந்திருந்த லோகநாதன் தலையை வெளியே நீட்டினார்.

“குட்மார்னிங் டாக்டர்...”

“குட்மார்னிங் மிஸ்டர் லோகநாதன்... என்ன இவ்வளவு எர்லியா நம்ம வீட்டுவாசல்ல காரைக் கொண்டாந்து நிறுத்தியிருக்கீங்க?”

லோகநாதனின் உதடுகளில் ஒரு புன்னகை பரவியது.

“டாக்டர் நீங்க இன்னிக்கு சிட்டியில நெம்பர் ஒன் நியூரோ சர்ஜன். எப்படியும் இன்னிக்கு உங்க அப்பாய்ண்ட்மெண்ட் அவ்வளவு சீக்கிரத்துல கிடைக்காது. அதான் நீங்க வாக்கிங் போற இந்த நேரத்துல உங்களைப் பார்க்க வந்துட்டேன். நீங்க தப்பா நினைக்கலன்னா ஒரு பத்து நிமிஷம் எனக்காக ஒதுக்க முடியுமா...? ஒரு சின்ன கன்சல்டேஷன்.”

டாக்டர் ஹரிகுமாரின் நெற்றியில் குழப்ப வரிகள் விழுந்து மறைந்தது.

“என்ன ஏதாவது பிரச்னையா...?”

“பிரச்னை இல்லேன்னா நான் வருவேனா...? ஒரு பத்து நிமிஷம் வீட்டு சிட் அவுட்ல உட்கார்ந்து பேசலாமா?”

“வித் ப்ளஸர்.... உள்ளே வாங்க”

இருவரும் வீட்டின் முன்புறம் போடப்பட்டிருந்த கூடை நாற்காலிகளுக்குப் போய் சாய்ந்தார்கள்.

டாக்டர் சில விநாடிகள் மௌனம் காத்து விட்டுக் கேட்டார்.

“சொல்லுங்க ஸார்... என்ன பிரச்னை...?”

“கடந்த ஆறுமாசகாலமா வராம இருந்த அந்த மோசமான கனவு நேத்து ராத்திரி வந்தது டாக்டர்.”

“உங்க ஃப்ரெண்ட் ஞானசேகரை துப்பாக்கியால சுட்டு கொல்ற மாதிரியான கனவுதானே...?”

“ஆமா டாக்டர்.”

“நான் ப்ரஸ்க்ரைப் பண்ணின நைட்ராஜீபம், ப்ராஜோஸின் டேப்லெட்ஸை ராத்திரியில தவறாமே போட்டுகிட்டுதானே தூங்கப் போறீங்க?”

“இந்த ஆறுமாசத்துல ஒருநாள் கூட நான் அதை மிஸ் பண்ணினதே இல்லை.”

“இதோ பாருங்க லோகநாதன்... உங்ககிட்ட நான் ஏற்கெனவே சொன்ன மாதிரி, இது ஒரு நைட்மேர் டிஸ்ஆர்டர். இன்னும் தெளிவா சொல்லணும்ன்னா ரெக்கரிங் ட்ரீம்...அதுவும் ஸ்பெசிஃபிக் ட்ரீம் சின்ட்ரோம். உங்க நண்பர் ஞானசேகரை நீங்க நேசிச்ச அளவு அவர் உங்களை நேசிக்கலை. மிகப்பெரிய பணக்காரரான அவர் யார்க்கும் கடன் தர்றதில்லைங்கிற விஷயத்தில் உறுதியாய் இருந்து உங்களுக்கும் தர மறுத்திருக்கார். பணம் கிடைக்காத கோபம் ஒரு பக்கம், கல்யாணம் நின்னுபோன காரணத்தினால உங்க மக தற்கொலை பண்ணிகிட்டு இறந்துபோன அதிர்ச்சி ஒரு பக்கம். இந்த கோபமும், அதிர்ச்சியும்தான் உங்களுக்கு ஞானசேகரை கொலை பண்ணனும்ங்கிற அளவுக்கு வெறி பிறக்கக் காரணம். நம்மோட மூளை ஒரு அதிசயமான உறுப்பு. சில மோசமான சம்பவங்களை கல்வெட்டு மாதிரி நியூரான்ல பதிய வெச்சுகிட்டு, அந்த சம்பவங்களுக்கு காரணமானவங்களை பழி தீர்க்கச் சொல்லி அடம்பிடிக்கும். நாம போலீஸுக்கும் சட்டத்துக்கும் பயந்து பழி தீர்க்காமே இருந்தா, எப்படி பழி தீர்க்கலாம்ன்னு மூளையோட நியூரான்கள் திட்டம் போட்டு கொடுத்து, அந்தத் திட்டத்தை அடிக்கடி கனவாய் வரவழைக்கும். அப்படிப்பட்ட ஒரு கனவுதான் இது.”

“நீங்க அன்னிக்கே இந்தக் கனவை இது ஒரு மனோரீதியான பிரச்சினைனு சொல்லிட்டீங்க டாக்டர். ஆனா அது நிஜத்துலயே நடக்கிற மாதிரியே ரொம்பவும் டிஸ்டர்ப் பண்ணுது! ஒவ்வொரு தடவையும் சில மாறுதல்... அவ்வளவுதான். ஒரு மணி நேரத்துக்கு பயத்துல உடம்பு வேர்த்துக் கொட்டுது...முடியல்ல டாக்டர்”

ஹரிகுமார் சிரித்தார்.

“நான் அன்னிக்கே சொன்னேன்... இனிமேல நீங்க கனவு கண்ட மாதிரி அந்த சம்பவம் நிஜத்துல நடக்க வாய்ப்பேயில்லை. ஏன்னா ஞானசேகர் இப்ப உயிரோட இல்லை. க்ரிப்டோ கரன்ஸி பணப்பரிமாற்ற பிசினஸ்ல கோடிக்கணக்கான பணம் நஷ்டம்

ஏற்பட்டதால, அவர் தூக்கு மாட்டிகிட்டு போன வருஷமே தற்கொலை பண்ணிகிட்டார். அந்த செய்தி ஹாட் நியூஸா ஒரு வாரம் வரைக்கும் பேசப்பட்டது. இதெல்லாம் உங்களுக்கே தெரியும்! அதாவது உங்க மூளைக்குத் தெரியும். ஆனா மூளையில இருக்கிற சில நியூரான்கள் மட்டும் அவரை பழி வாங்கணுங்கிற எண்ணத்தோட செயல்பட்டு, அதை ஒரு கனவா உற்பத்தி செஞ்சு உங்களை உசுப்பிட்டேயிருக்கு. அதனால பயப்படறதுக்கு ஒண்ணுமில்ல."

"இருந்தாலும்... இந்தப் பிரச்சினையை நிரந்தரமா குணப்படுத்த முடியாதா?"

"முடியும். பட் அது ஒரு லாங் ப்ராசஸ்... பணம் நிறைய செலவாகும்...அந்தக் குறிப்பிட்ட நியூரான் செல்களை மறுபடியும் பழைய நிலைக்கு கொண்டு வரணும். அதுக்கான ஒரு ட்ரீட்மெண்ட் இப்ப புதுசா வந்திருக்கு. அதோட மெடிக்கல் டெர்ம்... இமேஜனரி ரிகர்சல் தெரபி. நாளைக்குக் காலையில பதினோரு மணிக்கு ஹாஸ்பிடலுக்கு வந்துருங்க. அந்தத் தெரபியை ஸ்டார்ட் பண்ணிடலாம். தொடர்ந்து ஒரு ஆறு மாசம் எடுத்தாப் போதும், அதுக்கப்புறம் உங்களுக்கு அந்த பன்னீர்மலை பண்ணை வீடும், ஞானசேகரும் கனவுல வரவே மாட்டாங்க..."

"தேங்க்ஸ் டாக்டர்.இது வரைக்கும் ஒரு கருங்கல்லு மாதிரி கனமாயிருந்த மனசு இப்பத்தான் பஞ்சு மாதிரி பறக்குது"

"பயப்படாதீங்க...! இப்ப இருக்கிற மெடிக்கல் ஃபீல்ட் ஒரு மாயா பஜார் மாதிரி. உங்க பிரச்சினையை சுலபமா சரி பண்ணிடலாம்" டாக்டர் ஹரிகுமார் சிரித்தபடி எழுந்தார்.

"இப்ப என்கூட வாக்கிங் போறவங்க எனக்காக வெயிட் பண்ணிட்டிருப்பாங்க.நான் புறப்படணும்"

லோகநாதன் கை குவித்து விடைபெற்று காரில் புறப்பட்டு போனதும் ஹரிகுமார் கேன்வாஸ் ஷூக்களை சரியாய் பொருத்திக் கொள்ள குனிந்தார்.

பின்பக்கம் அந்தக் குரல் கேட்டது.

"அய்யா..!"

திரும்பினார்.

அவர் வீட்டு செக்யூரிட்டி கலவரமாக நின்றிருந்தார்.

“என்ன நஞ்சப்பன்?”

“லோகநாதன் ஸாரும் நீங்களும் பேசிட்டு இருந்ததை கேட்டேன்யா. மனசுக்கு கஷ்டமா இருந்தது. அவருக்கு இருக்கிற அந்த மனரீதியான பிரச்சனை நிஜமாவே சரியாயிடுமாய்யா?”

“சரியாயிடும். நீ ஏன் கவலைப்படறே?”

“கவலைப்படாமே எப்படிங்கய்யா இருக்க முடியும் அந்தப் பன்னீர் மலை பண்ணை வீட்ல இருபது வருஷமா செக்யூரிட்டியா இருந்திருக்கேன்.மாசத்துல ரெண்டு தடவையாவது ஞானசேகரைப் பாக்க லோகநாதன் ஸார் வந்துடுவார்.குடிக்க மாட்டார் ஆனா ராத்திரி ஒரு மணி வரைக்கும் இருந்து பேசிட்டு போவார். நல்ல மனுஷன்”

“உண்மைதான்.அவரோட மனசு எவ்வளவு ரணமாகி நொந்து போயிருந்தா அப்படி ஒரு கொலைவெறி கனவு அடிக்கடி வரும்”

“அந்த ஞானசேகர் பண்ணின அட்டூழியமெல்லாம் எனக்கும் உங்களுக்கும் மட்டும்தான்யா தெரியும். பண்ணையில வேலை பார்த்த வயசு வந்த எல்லா பொண்ணுகளுக்கும் அந்த ஆள் கைப்பட்ட பின்னாடி தான் கல்யாணம் நடக்கணும்னு ஒரு சட்டமே இருந்திருக்கு. ஒரு மந்திரியோட பினாமியா இருந்துகிட்டு எத்தனையோ விவசாய நிலங்களை அநியாய விலைக்கு வாங்கி ப்ளாட் போட்டு வித்து, அதுக்கு எதிரா பேசினவங்களை கூலிப்படையை வைச்சு தீர்த்துக் கட்டி......”

டாக்டர் ஹரிகுமார் இடைமறித்தார். சுற்றும் முற்றும் பார்த்துவிட்டு கையமர்த்தி குரலைத் தாழ்த்தினார்.

“நஞ்சப்பன்.. அவன் பண்ணின அக்கிரமத்துக்கெல்லாம் கர்மா என்னிக்காவது ஒருநாள் எப்படியும் தண்டனை குடுக்கும்னு தெரியும்.ஆனா அது வரைக்கும் வெயிட் பண்ணாம நீயும் நானும் சேர்ந்து தானே அவருக்கு தூக்கு தண்டனை குடுத்தோம்”

"அய்யா இப்பவும் எனக்கு ஆச்சரியமா இருக்கு. நீங்க கொடுத்த மாத்திரையை தினமும் அவருக்கு விஸ்கியில் கலந்து குடுத்தேன் சரியா ஒரு மாசத்துக்கப்புறம் குடிபோதையில அவரே ஸ்டூல் மேல ஏறி நின்னு கழுத்துல கயித்தை மாட்டிகிட்டு தொங்கறதை பார்த்தேன். இது எப்படிங்கய்யா சாத்தியம்? ஒரு மாத்திரைக்கு அவ்வளவு பவர் இருக்கா?"

ஹரிகுமார் மெல்லச் சிரித்துவிட்டு சொன்னார்.

"உனக்கு ஒரு உண்மை தெரியுமா? இந்த மருத்துவ உலகத்துல, நோயை குணப்படுத்தறதுக்கு எவ்வளவு நல்ல மருந்துகள் இருக்கோ, அதே மாதிரி ஒரு நோயை அதிகப்படுத்தறதுக்கும் மருந்துகள் இருக்கு. உனக்கு புரியுமோ புரியாதோ சொல்றேன் கேட்டுக்கோ. நம்ம உடம்புல இருக்கற சிறுநீரகத்தில் அட்ரீனல் சுரப்பின்னு ஒண்ணு இருக்கு. அது ஆல்டோஸ்டிரோன்ங்கிற ஹார்மோனை அதிகமா உற்பத்தி செஞ்சா கண்டிப்பா ஒருத்தருக்கு மனஉளைச்சல் அதிகமாகும். தற்கொலை பண்ணிக்கிற எண்ணம் வந்துட்டே இருக்கும். அப்படிப்பட்ட ஒரு மாத்திரையைத்தான் கொடுத்தேன். தவிர அந்தப் பண்ணை வீட்டுக்கு ரெண்டு மூணுதடவை ஈ.டி ரெய்டு வந்திருக்காங்க... அவரோட தற்கொலைக்கு அதுதான் காரணம்ன்னு மீடியாக்கள்ல இப்பவும் பேசிட்டிருக்காங்க. அவங்க எல்லாரும் நம்பற மாதிரி நாம்பளும் நம்புவோம்! அது சரி நஞ்சப்பன், புல்வெளிக்கு தண்ணி விட்டியா?"

"இன்னும் இல்லீங்கய்யா?"

"முதல்ல அந்த வேலையை முடி...! புல்லெல்லாம் எப்படி காய்ஞ்சு கிடக்கு பாரு!" சொல்லிவிட்டு நடைபயிற்சிக்கு கிளம்பினார் டாக்டர் ஹரிகுமார்.

சிறுகதை

சம்ஹாரம்

"அப்பா...! அப்பா..!!"

மகள் யமுனாவின் குரலும், கதவு தட்டப்படும் சத்தமும் ஒரு சேர கேட்டு, அந்த விடியற்காலையின் தூக்கத்தில் சிக்கியிருந்த தனகோடி திடும்மென்று கண் விழித்து எழுந்து, கட்டிலினின்றும் பதட்டத்தோடு இறங்கிப் போய் கதவின் தாழ்ப்பாளை விலக்கினார்.

அறைக்கு வெளியே அழகான அவருடைய இருபது வயது மகள் யமுனா கவலை பூசிய முகமாய்த் தெரிந்தாள்.

"என்னம்மா...?"

"திரவியம் சித்தப்பா கொஞ்ச நேரத்துக்கு முந்தி போன் பண்ணியிருந்தார். கல்பனா வாக்கிங் போறப்ப டூ வீலர்ல அடிபட்டு, இடதுகையில ஃபிராக்ச்சர், பின்னந்தலையில ரத்தக் காயம்... ஐ.சியூல அட்மிட் பண்ணியிருக்காங்களாம்.

தனகோடி அதிர்ந்து போனவராய் குரல் நடுங்கக் கேட்டார்.

"எ...என்னம்மா சொல்றே...?"

"அப்பா டென்ஷன் ஆகாதீங்க... கல்பனாவை உடனடியாய் ஹாஸ்பிடலுக்கு கொண்டு போயிட்டதால உயிர்க்கு எந்த ஆபத்தும் இல்லையாம்."

"எந்த ஹாஸ்பிடல்?"

"ராஜலக்ஷ்மி நர்ஸிங் ஹோம்."

"நீ காரை எடுத்து வாசல்ல கொண்டு வந்து நிறுத்தும்மா. ஒரு பத்து நிமிஷத்துல நான் ரெடியாயிடறேன்..." தனகோடி சொல்லிக் கொண்டிருக்கும்போதே, அவருடைய மனைவி சௌந்திரம் எதிரே வந்து நின்றாள்.

"என்னங்க... நானும் உங்ககூட வர்றேன். கல்பனா உங்க தம்பியோட பொண்ணாயிருந்தாலும், நம்ம வீட்ல ரெண்டு வருஷம் தங்கியிருந்து படிச்சிருக்கா. யமுனா சொன்னதிலிருந்து எனக்கும் மனசு கேட்கலை..."

"சரி! சரி! பேசிட்டு நிக்காதே... போய் கார்ல உட்காரு... நான் சட்டையை மாத்திட்டு வந்துடறேன்." சொன்ன தனகோடி அறைக்குள் மறுபடியும் நுழைந்து வேறு சட்டை ஒன்றை மாட்டிக்கொண்டு, வியர்வை பூத்த முகமாய் வெளியே வந்தார். வாசலில் தயாராய் காத்திருந்த காரை நெருங்கி, பின்சீட்டில் ஏறி அமர ட்ரைவிங் சீட்டில் இருந்த யமுனா காரை நகர்த்தினாள்.

அருகே அமர்ந்திருந்த சௌந்திரம் கணவரின் தோளைத் தொட்டாள்.

"என்னங்க... உங்க தம்பிக்கு போன் பண்ணி இப்போ கல்பனாவுக்கு நிலைமை எப்படியிருக்குன்னு கேளுங்க."

யமுனா காரின் வேகத்தை அதிகரித்துக் கொண்டே சொன்னாள். "அம்மா...! சித்தப்பா இப்போ ஹாஸ்பிடலுக்குள்ள ஐ.சி.யூ வார்டுல இருப்பார். நாம போன் பண்ணிப் பேசறதை விட நேர்ல போய்ப் பார்த்து பேசறதுதான் நல்லது."

"யமுனா சொல்றதும் சரிதான் சௌந்தரம். நீ கலவரப்படாமே வா"

தனகோடி சொல்லிக் கொண்டிருக்கும்போதே, சட்டைக்குள் இருந்த அவருடைய செல்போன் வைபரேஷனில் விர்ர்ரென்று உறுமியது. எடுத்து அழைப்பது யாரென்று பார்த்தார்.

மறுமுனையில் அவருடைய தம்பி திரவியம் குரல் கம்ம பேசினார்.

"அண்ணே...! யமுனாவுக்கு போன் பண்ணியிருந்தேன். உங்களுக்கு விஷயம் தெரிஞ்சிருக்கும்ன்னு நினைக்கிறேன்."

"ம்... யமுனா சொன்னா... பயப்படாதே! நானும் அண்ணியும் ஹாஸ்பிடலுக்குத்தான் வந்துட்டிருக்கோம். கல்பனாவுக்கு இப்ப எப்படியிருக்கு?"

"உசிருக்கு எந்த ஆபத்தும் இல்லைன்னு டாக்டர் சொல்லிட்டார். இருந்தாலும் தலையில அடிபட்ட காரணத்தால இன்னும் சுயஉணர்வு திரும்பலை. உடம்பிலிருந்து ரத்தம் அதிகமா போயிட்டதால, ரெண்டு யூனிட் ரத்தம் கொடுக்கணும்ன்னு டாக்டர் சொல்றார். ரத்தம் உடம்புக்குள்ளே போனாதான் சுயஉணர்வு திரும்புமாம்."

"அதுக்கான ஏற்பாடுகளை பண்ணிட்டியா?"

"பண்ணிட்டிருக்கேன்... ஆனா அதுல ஒரு பிரச்னை."

"என்ன?"

"கல்பனாவோட ப்ளட் க்ரூப் ஏபி நெகட்டீவ். கிடைக்கறது கஷ்டம் போல... நம்ம சொந்தத்துல யார்க்கும் அந்த ப்ளட் க்ரூப் இல்லாதினால எல்லா ப்ளட் டோனர்ஸ் அஸ்ஸோசியேஷனுக்கும் போன் பண்ணிக் கேட்டுட்டேன். அந்த ப்ளட் க்ரூப் உடனடியா கிடைக்கிறது கஷ்டம்ன்னு சொல்லிட்டாங்க. நீங்க ஏதாவது ஏற்பாடு பண்ணமுடியுமா அண்ணே?"

"என்ன திரவியம் இப்படி கேட்டுட்டே... நீ கவலைப்படாதே! அடுத்த ஒரு மணி நேரத்துக்குள்ளே நான் அந்த ப்ளட் க்ரூப் ரத்தத்துக்கு ஏற்பாடு பண்றேன்."

"டாக்டர் இன்னொரு விஷயத்தையும் சொன்னார் அண்ணா."

"என்ன?"

"ரத்த தானம் பண்றவங்க யாராயிருந்தாலும் சரி... சின்ன வயசாய் இருக்கணுமாம்."

"சின்ன வயசுன்னா... எவ்வளவு?"

"இருபத்தஞ்சுலிருந்து முப்பது வயசுக்குள்ளே..."

"டாக்டர் சொல்றதும் சரிதான்... அப்படியே பார்த்து ஏற்பாடு பண்ணிடலாம். நீ மட்டும் பயப்படாமே டென்ஷன்படாமே இரு... கல்பனாவுக்கு தேவைப்படற அந்த ரேர் ப்ளட் க்ரூப் ஏபி நெகட்டீவுக்கு நான் ஏற்பாடு பண்ணிடறேன். நீ இப்போ ஐ.ஸி யூனிட்லதானே இருக்கே?"

"ஆமாண்ணே... ஐ.ஸி யூனிட்டுக்கு முன்னாடி விசிட்டர்ஸ் செல் ஒண்ணு இருக்கு. அங்கதான் உட்கார்ந்துட்டிருக்கேன்."

"ஒரு பதினைஞ்சு நிமிஷத்துல நாங்க வந்துடறோம்."

"வாங்கண்ணே! நீங்க வந்தாத்தான் எனக்கும் கொஞ்சம் தைரியமாயிருக்கும்."

தனகோடி தன்னுடைய செல்போனை அணைத்துவிட்டு, காரை ஓட்டிக்கொண்டிருந்த யமுனாவிடம் ரத்த க்ரூப் விஷயத்தைச் சொல்ல அவள் கலக்கமானாள்.

"அப்பா... நீங்க நினைக்கிறமாதிரி அந்த ஏபி நெகட்டீவ் ப்ளட் க்ரூப் அவ்வளவு சுலபத்துல கிடைக்காது. ஆயிரம் பேர்ல ஒருத்தர்க்குத்தான் அந்த ப்ளட் க்ரூப் இருக்கும்."

"அது எனக்கும் தெரியும்மா... முயற்சி பண்ணினா எதுவுமே கிடைக்காமே போகாது... நம்ம ஊர்ல இருக்கிற இண்டியன் மெடிக்கல் அஸ்ஸோஸியேஷன்ல எனக்குத் தெரிஞ்ச மெடிக்கல் சூப்ரின்டெண்டட் கமலசேகரன் இருக்கார். அவர்கிட்டே சொல்லிட்டாப் போதும், எப்படியாவது எங்கிருந்தாவது ஏற்பாடு பண்ணிக் கொடுத்துடுவார்... ஹாஸ்பிடல் போய் சேர்றதுக்குள்ளே அவர்கிட்டே பேசிடறேன்." சொன்ன தனகோடி தன்னுடைய செல்போனை எடுத்துக்கொண்டு அந்த எண்ணைத் தொடர்பு

கொண்டு மறுமுனையில் இருந்த மெடிக்கல் சூப்ரின்டெண்டட் கமலசேகரனிடம் விஷயத்தைச் சொல்ல, அவர் சில விநாடிகள் மௌனமாய் இருந்துவிட்டு சொன்னார்.

"கஷ்டம்தான், இருந்தாலும் எப்படியும் முயற்சி பண்ணி அடுத்த ஒரு மணி நேரத்துக்குள்ளே கிடைக்கும்படியாய் செய்யறேன். ஒண்ணும் கவலைப்படாதீங்க..."

"தேங்க்யூ டாக்டர்."

தனகோடி செல்போனை மௌனமாக்கிவிட்டு காரை ஓட்டிக்கொண்டிருந்த யமுனாவைப் பார்த்தார்.

"டாக்டர் சொன்னதைக் கேட்டியாம்மா... இன்னும் ஒரு மணி நேரத்துக்குள்ளே ப்ளட் கிடைச்சுடுமாம்."

"அப்பா... நீங்க ஒரு அரசியல் கட்சியோட மாநிலச் செயலாளர். உங்க செல்வாக்கை பயன்படுத்தி யார்கிட்டே பேசணுமோ அவங்ககிட்டே பேசி ப்ளட்டுக்கு ஏற்பாடு பண்ணிட்டீங்க. இதுநாள் வரைக்கும் அந்த அரசியல் பதவியால நமக்கு கிடைச்ச ஒரே நன்மை இதுதான்."

யமுனா முகமலர்ச்சியோடு சொல்லிக்கொண்டே காரின் வேகத்தை அதிகப்படுத்தி, ஹாஸ்பிடல் போய்ச் சேர்ந்தபோது, தனகோடியின் தம்பி திரவியம் ஐ.ஸி யூனிட் கண்ணாடி கதவுக்கு முன்பாக நின்றபடி ஒரு நர்ஸிடம் பேசிக்கொண்டு இருப்பது தெரிந்தது.

தனகோடியைப் பார்த்ததும் நர்ஸைவிட்டு விலகி வேகமாய் வந்தார். "அண்ணே...! நல்ல சமயத்துக்கு வந்தீங்க... சீஃப் டாக்டர் என்கிட்டே ஏதோ பேசணுமாம்... அவர் என்ன சொல்லுவாரோன்னு பயம்மாயிருக்கு..."

தம்பியின் தோளைத் தட்டிக் கொடுத்தார் தனகோடி.

"இதோ பார் திரவியம்... நீ எதுக்கும் பயப்படாதே. வா டாக்டர்கிட்டே போய் பேசுவோம்..."

சீஃப் டாக்டர் சுந்தர்ராஜன் தனக்கு முன்பாய் பதட்டம் நிறைந்த முகங்களோடு உட்கார்ந்திருந்த தனகோடி, சௌந்தரம், திரவியம்,

யமுனா நான்கு பேரையும் மாறி மாறி பார்த்தபடி நிதானமான குரலில் பேச ஆரம்பித்தார்.

"கல்பனாவோட நிலைமை ஒரு மணி நேரத்துக்கு முந்தி சீரா இருந்தது. இப்போ சின்னதா ஒரு பிரச்னை?"

தனகோடி தன்னுடைய புருவங்களையும் குரலையும் ஒரு சேர உயர்த்தினார்.

"என்ன டாக்டர் சொல்றீங்க... என்ன பிரச்னை...?"

"பத்து நிமிஷத்துக்கு முன்னாடி லேசாய் மூச்சுத்திணறல் ஏற்பட்டதால வெண்டிலேட்டர் வெச்சோம். பல்ஸ், ஹார்ட் பீட் எல்லாமே இப்போ நார்மலாய் இருக்கு... இருந்தாலும்..."

"இதோ பாருங்க டாக்டர்...! எதையும் வெளிப்படையா பேசுங்க... கல்பனாவோட உயிர்க்கு எந்த ஆபத்தும் இல்லையே?"

"அடுத்த ரெண்டு மணி நேரத்துக்குள்ளே ரத்தம் குடுத்தா அபாயக் கட்டத்தை கடந்துடலாம்..."

"நான் ஏற்பாடு பண்ணிட்டேன் டாக்டர்... மெடிக்கல் சூப்ரின்டென்டட் கமலசேகரன்கிட்டே பேசிட்டேன். ஒரு மணி நேரத்துக்குள்ளே தகவல் தர்றதா சொல்லியிருக்கார்."

"ஏபி நெகட்டீவ் ரொம்பவும் ரேர் க்ரூப். கிடைக்கிறது கஷ்டம்."

"நோ ப்ராப்ளம் டாக்டர்... அவர் ஏற்பாடு பண்ணித் தர்றதா சொல்லிட்டார்..."

தனகோடி சொல்லிக் கொண்டிருக்கும்போதே அவருடைய செல்போன் வைபரேஷனில் அதிர்ந்தது. எடுத்து அழைப்பது யார் என்று பார்த்த தனகோடியின் முகம் மலர்ந்தது.

"கமலசேகரன்தான் கூப்பிடறார்."

"பேசுங்க ஸார்."

தனகோடி ஸ்பீக்கரை ஆன் செய்துவிட்டு மெல்ல குரல் கொடுத்தார்.

"சொல்லுங்க டாக்டர்."

மறுமுனையில் இருந்த கமலசேகரன் சில விநாடிகள் மௌனமாய் இருந்துவிட்டு சொன்னார்.

"ஸாரி...! நீங்க கேட்டிருந்த அந்த ஏபி நெகட்டீவ் ப்ளட் கிடைக்கிறது கொஞ்சம் சிரமமாய் இருக்கும் போலிருக்கு."

"என்ன டாக்டர் இப்படி சொல்றீங்க?"

"எனக்குத் தெரிஞ்ச எல்லார்கிட்டேயும் கேட்டுப் பார்த்துட்டேன். அந்த ப்ளட் க்ரூப் வகையைச் சேர்ந்த சில பேர் இப்போ வெளிநாட்ல இருக்கிறதாவும், இன்னும் சில பேர் தற்சமயம் ப்ளட் டொனேட் பண்ற நிலைமையில் இல்லைன்னும், மெடிக்கல் அஸ்ஸோஸியேஷனிலிருந்து தகவல் அனுப்பியிருக்காங்க. ஸாரி ஒன்ஸ் அகெய்ன். நீங்க உங்களுடைய அரசியல் செல்வாக்கை பயன்படுத்தி கொஞ்சம் பெரிய அளவுல முயற்சி செஞ்சா கிடைக்க வாய்ப்பு இருக்கு."

மறுமுனையில் பவ்யமாய் பேசிய கமலசேகரன் செல்போனை அணைத்துவிட, தனகோடி இருண்ட முகத்தோடு டாக்டர் சுந்தரராஜனை ஏறிட்டார்.

"இப்ப என்ன பண்றதுன்னு தெரியலையே?"

"அவர் சொன்ன மாதிரி உங்களோட அரசியல் செல்வாக்கை உபயோகப்படுத்தி மெடிக்கல் ஹெல்த் அண்ட் ஃபேமிலி வெல்ஃபேர் டிபார்ட்மெண்டில் இருக்கிற ஹைஅஃபீஷியல் யாரையாவது காண்டாக்ட் பண்ணிப் பேசிப் பாருங்களேன். வேற வழியில்லை."

"முயற்சி பண்றேன் டாக்டர்... அதுக்குள்ளே கல்பனாவுக்கு...?"

தனகோடி பேசப்பேச டாக்டர் அவரை கையமர்த்தினார்.

"பேஷண்ட்டுக்கு இப்போதைக்கு எந்தப் பிரச்னையும் இல்லை. வெண்டிலேட்டர் வெச்சப்பறம் பேஷண்ட்டோட நிலைமை நார்மலாயிருக்கு. ஆனா இப்படியே நார்மலாய் இருக்கும்னு சொல்ல முடியாது. அடுத்த ரெண்டு மணி நேரத்துக்குள்ளே ப்ளட்டை செலுத்திட்டா வெண்டிலேட்டர் வைக்க வேண்டிய அவசியமில்லை... அதுக்கப்புறம் அடுத்த ரெண்டு மணி நேரத்துக்குள்ளே

ஐ.ஸியூவிலிருந்து சாதாரண அறைக்கு பேஷண்ட்டைக் கொண்டு போயிடலாம். இந்த நிமிஷம் நம்ம உடனடி தேவை அந்த ப்ளட் க்ரூப்தான்... உங்க ரத்த சொந்தத்துல யாராவது ஒருத்தர்க்காவது ஏபி நெகட்டீவ் ரத்த வகை இருந்திருந்தா, இந்நேரம் பேஷண்ட்டுக்கு கொடுத்து சுயஉணர்வுக்கு கொண்டு வந்து இருக்கலாம். அப்படி யாரும் இல்லாததுதான் ஹைலி அன்ஃபார்ச்சுனேட் ஒன்."

"ஹெல்த் டிபார்ட்மெண்ட்டோட செக்ரட்ரியை எனக்கு நல்லாத் தெரியும். இப்ப பேசிடறேன் டாக்டர்." சொன்ன தனகோடி தன்னுடைய செல்போனை உயிர்ப்பித்து சில எண்களைத் தொடர்பு கொண்டு பேசிவிட்டு இருட்டடித்த முகத்தோடு டாக்டரை ஏறிட்டார்.

"யாருமே சாதகமா பதில் சொல்லலை. நீங்க சொன்ன மாதிரி உண்மையிலேயே அந்த க்ரூப் ரத்தம் கிடைக்கிறது கஷ்டம்தான் போலிருக்கு டாக்டர்."

"நான்தான் ஏற்கெனவே சொன்னேனே!"

"இப்ப என்ன செய்யலாம் டாக்டர்?"

அதுவரைக்கும் ஒன்றும் பேசாமல் மௌனமாய் இருந்த யமுனா மெல்ல குரல் கொடுத்தாள்.

"அப்பா... கல்பனாவுக்கு ஏபி நெகட்டீவ் ரத்தம் கிடைக்கணும்ன்னா அதுக்கு ஒரே ஒரு வழிதான் இருக்கு..."

எல்லோருடைய பார்வைகளும் சட்டென்று உயர்ந்து, யமுனாவின் முகத்தில் தீர்க்கமாய் நிலைத்தது. தனகோடி விழிகள் வியப்பில் விரியக் கேட்டார்.

"நீ என்னம்மா சொல்றே...?"

"ஆமாப்பா... அந்த வழியை நான் சொன்னா உங்களுக்கும் சரி, சித்தப்பாவுக்கும் சரி, பிடிக்காது. உங்களுக்கு என் மேல கோபம் வரும். அடிக்கக் கூட செய்வீங்க."

"கோபம் வர்ற நேரமா இது... அது என்ன வழின்னு சொல்லும்மா..."

யமுனா சில விநாடிகள் மௌனமாய் இருந்துவிட்டு சொன்னாள். "எனக்குத் தெரிஞ்ச ஒரு பொண்ணு பேரு வண்ணக்கிளி. சங்கனூர்

பள்ளத்துல குடியிருக்கா. இன்னும் கல்யாணமாகலை. இருபத்தஞ்சு வயசு. அப்பா பேரு சன்னாசியப்பன், அம்மா பேரு ஆராயி... அந்த வண்ணக்கிளியோட ப்ளட் க்ரூப் ஏபி நெகட்டிவ்."

தனகோடி, திரவியம் இரண்டு பேர்களின் கண்களிலும் அனல் அடித்தது. தனகோடி குரலை கோபத்தில் உயர்த்தினார்

"நீ சொல்றதைப் பார்த்தா அவங்க..."

"நீங்க நினைக்கிறது சரிதாப்பா... அவங்க தாழ்த்தப்பட்ட ஏதோ ஒரு ஜாதியைச் சேர்ந்தவங்க. என்ன ஜாதின்னு எனக்குத் தெரியாது."

"அவளை உனக்கு எப்படி தெரியும்?"

"நான் காலேஜ்ல படிக்கும்போது ஃப்ரீ மெடிக்கல் கேம்ப் நடத்தி டாக்டர்களின் உதவியோட இலவச ரத்தப் பரிசோதனைகளை பண்ணினோம். அந்த சமயத்துலதான் வண்ணக்கிளி பழக்கமானா. அவளுக்கு ரத்த பரிசோதனை செஞ்சப்ப அவளோட ரத்த வகை ஏபி நெகட்டிவ்ன்னு தெரிஞ்சுது. அன்னிக்கு மட்டும் ஆயிரம் பேர்க்கு மேல ரத்தப் பரிசோதனை பண்ணினோம். அதுல வண்ணக்கிளிக்கு மட்டும்தான் ஏ.பி நெகட்டிவ். அது ரேர் ப்ளட் க்ரூப்ங்கிறதால அவ பேரையும், அட்ரஸையும், போன் நெம்பரையும் வாங்கி வெச்சுகிட்டோம்... அந்தப் பொண்ணும் யார்க்காவது என்னோட க்ரூப் ரத்தம் தேவைப்பட்டா எனக்கு போன் பண்ணி தகவல் குடுங்கன்னு சொன்னா."

டாக்டர் சுந்தர்ராஜன் யமுனாவை ஒரு கோபமாய் ஏறிட்டார்.

"என்ன பொண்ணும்மா நீ... கையில வெண்ணையை வெச்சுகிட்டு நெய்க்கு அலையற மாதிரி, உனக்கு தெரிஞ்ச வண்ணக்கிளியோட ப்ளட் க்ரூப் ஏபி நெகட்டிவ்ங்கிற விஷயத்தை இவ்வளவு லேட்டா சாவகாசமா சொல்றே."

"அதுக்கு காரணம் இருக்கு டாக்டர்..."

"என்ன காரணம்?"

"என்னோட அப்பாவைப் பத்தியும், சித்தப்பாவைப் பத்தியும் உங்களுக்குச் சரியா தெரியலை... எங்க ஜாதி ஜனத்தோட

நலனுக்காகவே ஆரம்பிக்கப்பட்ட ஒரு அரசியல் கட்சிக்கு அப்பா மாநில செயலாளர், சித்தப்பா வட்ட செயலாளர். வேற எந்த ஜாதிக்காரங்களுக்கும் இந்தக் கட்சியில பெரிய பதவி எதுவும் கிடைக்காது. அவங்க கடைசிவரைக்கும் அடிமட்டத் தொண்டர்களாகத்தான் இருக்கணும். அந்தத் தொண்டர்கள் அப்பாவையோ, சித்தப்பாவையோ ஏதாவது ஒரு கோரிக்கைக்காக பார்க்க வந்தா அவங்களை வாசலிலேயே மணிக்கணக்கா நிக்க வெச்சு, பேசி அனுப்புவாங்க. எங்க ஜாதி ஜனத்துல நடக்கிற கல்யாணங்களுக்கும், மத்த விசேஷங்களுக்கும் மட்டும் ரெண்டு பேரும் போயிட்டு வருவாங்க. அவங்க கீழ்ஜாதின்னு நினைக்கிற தொண்டர்கள் ஓரளவுக்கு வசதியாய் இருந்தாலுங்கூட அவங்க வீட்டு விசேஷத்துக்கு போக மாட்டாங்க. ஆனா தேர்தல் சமயத்துல மட்டும் போவாங்க. அப்படியே போனாலும் ஒரு அஞ்சு நிமிஷம் இருந்துட்டு அந்த வீட்ல ஒரு வாய் தண்ணி கூட குடிக்காமே வந்துருவாங்க. அந்த அளவுக்கு ரெண்டு பேர்க்குமே அவ்வளவு ஜாதிவெறி.”

யமுனாவின் பேச்சைக் கேட்டு தனகோடியும், திரவியமும் அதிர்ச்சியில் வாயடைத்து போனவர்களாய் உட்கார்ந்திருக்க அவள் தொடர்ந்து வேகம் குறையாமல் பேசினாள்.

“டாக்டர்! இந்த எல்லா விஷயங்களைக் காட்டிலும் இன்னொரு முக்கியமான விஷயத்தை உங்ககிட்ட சொல்லணும். 2 வருஷத்துக்கு முன்னாடி என்னோட அண்ணன் வேற ஜாதியைச் சேர்ந்த பொண்ணைக் காதலிச்சு, கோயிலுக்குக் கூட்டிகிட்டு போய் கல்யாணம் பண்ணிகிட்டார். இதைக் கேள்விப்பட்டு ஆவேசமான அப்பாவும், சித்தப்பாவும் நம்ம ஜாதி ரத்தம் இன்னொரு ஜாதி ரத்தத்தோட கலக்கறதான்னு ஆவேசமாகி கல்யாணம் நடந்த கோயிலுக்கே போய் அண்ணனையும், அந்தப் பொண்ணையும் மூர்க்கமாய் தாக்கினதோட இல்லாமே கல்யாணம் பண்ணி வெச்ச அர்ச்சகரோட கையையே உடைச்சுட்டாங்க. நல்லவேளையா போலீஸ் வந்ததால உயிர்ச்சேதம் எதுவும் இல்லை. இந்த தாக்குதல் சம்பந்தமா கோர்ட்ல கேஸூம் நடந்துட்டிருக்கு. இப்ப

சொல்லுங்க டாக்டர். அந்த வண்ணக்கிளி தன்னோட ரத்தத்தை கல்பனாவுக்கு கொடுத்தா எங்க அப்பாவும் சித்தப்பாவும் அதை ஏத்துக்குவாங்களா?"

டாக்டர் சுந்தர்ராஜன் உறைந்து போன பார்வையோடு தனகோடியையும் திரவியத்தையும் ஏறிட்டார்.

"உங்க பொண்ணு யமுனா சொல்றதெல்லாம் உண்மையா?"

தனகோடி மௌனம் சாதிக்க திரவியம் மட்டும் தலைகுனிந்தபடி தாழ்ந்த குரலில் பேசினார்.

"உண்மைதான் டாக்டர். நானும் என்னோட அண்ணனும் ரெண்டு வருஷத்துக்கு முந்திவரை அப்படித்தான் இருந்தோம். எங்க ஜாதி சனங்களோட ரத்தம் இன்னொரு ஜாதியைச் சேர்ந்தவங்களோட ரத்தத்தோட கலக்கக் கூடாதுங்கிற விஷயத்துல ரொம்பவும் வெறியோட இருந்தோம். ஆனா எங்க கட்சித்தலைவர் ஐநூறு கோடி ரூபாய் சொத்துக்கு ஆசைப்பட்டு என்னிக்கு தன்னோட மகளை, வேற ஒரு ஜாதி குடும்பத்தைச் சேர்ந்த பையனுக்குக் கல்யாணம் பண்ணிக் கொடுத்தாரோ... அந்தத் தினத்திலிருந்து கொஞ்சம் கொஞ்சமா மாற ஆரம்பிச்சுட்டோம். ஆனா அதைக் காட்டிக்காமே ஈகோவை விடாம ஜாதிப் பெருமையைக் கட்டி காப்பாத்தற மாதிரி வெளியுலகத்துல நடிச்சுட்டு இருக்கோம்."

திரவியத்தின் பேச்சில் டாக்டர் குறுக்கிட்டார்.

"அப்படின்னா யமுனா சொன்ன அந்த வண்ணக்கிளியோட ரத்தத்தை உங்க பொண்ணு கல்பனாவுக்கு செலுத்தறதுல இப்ப உங்களுக்கு எந்த பிரச்னையும் இல்லையே?"

"ஒரு பிரச்னையும் இல்லை...."

யமுனாவிடம் திரும்பினார் டாக்டர்

"அப்புறம் என்னம்மா...? வண்ணக்கிளிக்கு போன் போட்டு தகவல் கொடுத்து அவளை உடனே ஹாஸ்பிடலுக்கு வரச் சொல்லும்மா."

யமுனாவின் உதட்டில் புன்னகையொன்று அரும்பியது.

"என்னம்மா சிரிக்கிறே?"

"கல்பனாவுக்கு தேவைப்படற ரத்தம் ஏபி நெகட்டிவ்ன்னு எனக்கு தெரிஞ்ச அடுத்த விநாடியே வண்ணக்கிளிக்கு நான் போன் பண்ணி தகவல் கொடுத்துட்டேன் டாக்டர். அவளும் நீங்க எப்ப வரச் சொன்னாலும் உடனே புறப்பட்டு வர்றேன்னு சொல்லிட்டா. நான் இப்ப போன் பண்ணினா போதும் அடுத்த அரைமணி நேரத்துக்குள்ளே இங்கே இருப்பா."

"குட் ஜாப்...! இனியும் லேட் பண்ணிட்டிருக்காமே அந்தப் பொண்ணுக்கு தகவல் கொடும்மா."

யமுனா தன்னுடைய கைப்பையைப் பிரித்து செல்போனை எடுத்துக் கொண்டாள்.

மறுநாள் காலை ஏழு மணி.

தனகோடி நாளிதழைப் பிரித்து மேலோட்டமாய் படித்துக் கொண்டிருக்க, யமுனா காப்பி டம்ளரை டீபாயின் மேல் வைத்துவிட்டு சமையலறையை நோக்கி நகர முயன்றாள்.

தனகோடி குரல் கொடுத்தார்.

"ஒரு நிமிஷம் இரும்மா."

யமுனா திரும்பிப் பார்த்தாள்.

"என்னப்பா?"

"இப்படி வந்து உட்கார்."

யமுனா தயக்கமாய் நடந்து, அவர்க்குப் பக்கத்தில் காலியாய் இருந்த நாற்காலியில் உட்கார்ந்தாள்.

"சொல்லுங்கப்பா... என்ன விஷயம்?"

"நான் ஒரு கேள்வி கேட்டா நீ தப்பா நினைச்சுக்கமாட்டியே?"

"எதுவாயிருந்தாலும் பரவாயில்லை. தாராளமா கேளுங்கப்பா."

"கல்பனாவுக்கு ரத்தம் கொடுத்த அந்த வண்ணக்கிளியை நீ ஒரு மெடிக்கல் கேம்ப்ல பார்த்ததா சொன்னே. அதுக்கப்புறமும் அவகூட நட்புல தொடர்ந்து ரெண்டு வருஷமா இருந்திருக்கே போலிருக்கே?"

“ஆமா.”

“இனிமே இது மாதிரியான ஜாதிசனத்தோடு பழக்க வழக்கம் வெச்சுக்காதேம்மா.”

“ஏம்ப்பா?”

“நம்ம ஜாதிக்குன்னு ஒரு மரியாதையும் கௌரவமும் இருக்கம்மா. அதுவுமில்லாம கட்சித் தொண்டர்கள் மத்தியில் எனக்கு மதிப்பில்லாமே போயிடும். கல்பனாவுக்கு ரத்தம் கொடுத்தது, அந்த வண்ணக்கிளிதான்னு நானும் உங்க சித்தப்பாவும், இதுவரைக்கும் வெளியே யார்கிட்டேயும் சொல்லலை. நீயும் இனிமே யார்கிட்டேயும் சொல்லாதே.”

“சரி.”

“அப்புறம் இனிமே அந்த வண்ணக்கிளியோட உனக்கு எந்த சகவாசமும் வேண்டாம். அவளைப் பார்க்கிறதையும், அவளோட பேசறதையும் நிறுத்திடு.”

“அது முடியாதப்பா.”

“ஏன் முடியாது?”

“நானும் வண்ணக்கிளியோட அண்ணன் செல்வராஜும், போன வாரம்தான் ரெஜிஸ்டர் ஆபீஸ்ல கல்யாணம் பண்ணிகிட்டோம். அவர்க்கு வெளிநாட்ல வேலை கிடைச்சிருக்கு. எங்க கல்யாணத்துக்காக உங்க சம்மதத்தை எதிர்பார்த்தா விசா, பாஸ்போர்ட்டுக்கு அப்ளை பண்ணி, அது கிடைக்க நேரமாயிடும்ங்கிற காரணத்தால ஃப்ரண்ட்ஸ்களோட போய் கல்யாணத்தை முடிச்சுகிட்டோம். நான் இதைப்பத்தி உங்ககிட்ட பேசலாம்ன்னு நினைச்சுட்டிருந்தேன்.இன்னிக்கு நீங்களே பேச வெச்சுட்டீங்கப்பா...”

நிதானமான குரலில் சொல்லிவிட்டு யமுனா எழுந்து போக, தனகோடியின் இருதயத்தில், அவள் பேசிய ஒவ்வொரு வார்த்தையும் அம்புகளாய் பாய்ந்து அவருக்குள் இருந்த ஜாதி அசுரனை சாய்த்துக் கொண்டிருந்தது.

சிறுகதை

சுடாத நெருப்பு

வாசலில் நின்றிருந்த வெள்ளை நிற ஸ்கூட்டியைப் பார்த்ததுமே கோகிலாவின் மனசுக்குள் சின்னதாய் ஒரு ஆச்சர்யம் முளைத்தது.

'தேவசேனா வந்திருக்கிறாள் போலிருக்கிறதே? வருடத்திற்கு ஒரு தடவையோ மீறிப்போனால் இரண்டு தடவை மட்டுமே வீட்டுப்பக்கம் எட்டிப் பார்த்துவிட்டு போகிறவள், இன்றைக்கு வந்திருக்கிறாள் என்றால்... ஏதாவதொரு முக்கியமான விஷயமாகத்தான் இருக்க வேண்டும்...!'

கோகிலா யோசித்துக்கொண்டே வீட்டுக்குள் நுழைந்தாள்.

அவளுடைய கணவன் ரகுராமன் சமையலறையில் இருக்க, தேவசேனா சோஃபாவுக்கு சாய்ந்து உட்கார்ந்தபடி செல்போனை பார்த்துக் கொண்டிருந்தாள்.

கோகிலாவைப் பார்த்ததும் பெரிதாய் முகம் மலர்ந்தவள், ஆர்வமாய் எழுந்தாள்.

"அண்ணி..."

"வா தேவசேனா... என்ன திடீர் விஜயம்? அண்ணனும் அண்ணியும் இந்த ஊர்ல இருக்கிறது இப்பதான் உனக்கு ஞாபகம் வந்ததா?"

"ஸாரி அண்ணி... எனக்கும் சரி, அவர்க்கும் சரி ஆபீஸ்ல மென்னியைப் பிடிக்கிற அளவுக்கு வேலை... இந்த சண்டே போலாம்ன்னு நினைப்போம். அந்த சமயம் பார்த்து எதிர்பாராத கெஸ்ட் யாராவது வந்து உட்கார்ந்துடுவாங்க. அப்புறம் எங்கே புறப்படறது...?"

"சரி... எப்படியிருக்கே...? முன்னைக்கு இப்ப கொஞ்சம் இளைச்ச மாதிரி இருக்கே... ஏதாவது டயட்டா...?"

"அதெல்லாம் ஒண்ணுமில்ல அண்ணி... ஒரு மாசமா யோகா க்ளாஸுக்கு போயிட்டிருக்கேன். ரெண்டு கிலோ வெயிட் லாஸ் ஆனதால உங்களுக்கு அப்படித் தெரியுது."

இருவரும் பேசிக் கொண்டிருக்கும்போதே, ரகுராமன் சமையல் கட்டிலிருந்து இனிப்பு,கார பலகாரங்கள் நிரம்பிய தட்டோடு வந்து, அதை டீபாயின் மீது வைத்துவிட்டு கோகிலாவிடம் திரும்பினான்.

"என்ன கோகி! இன்னிக்கு ஆபீஸிலிருந்து வர லேட்டாகும்ன்னு சொன்னே...?"

"கம்பெனி சேர்மன் திடீர்ன்னு பர்சனல் வேலையாய் ஹைதராபாத் கிளம்பிப் போயிட்டார். அதனால இன்னிக்கு நடக்க இருந்த ஸ்டாஃப் மீட்டிங்கை அடுத்த வாரத்துக்கு தள்ளி வெச்சுட்டாங்க. ஆபீஸ்ல எல்லார்க்கும் ஒரே சந்தோஷம். அரைமணி நேரத்துக்கு முன்னாடியே ஆபீஸை விட்டு கிளம்பிட்டோம். மெட்ரோ ட்ரெயினும் உடனே கிடைச்சுது... பதினஞ்சு நிமிஷத்துக்கு முன்னாடியே வீட்டுக்கு வந்துட்டேன்."

தேவசேனா கோகிலாவை ஏறிட்டாள்.

"அண்ணி... நீங்க ஆபீஸிருந்து டயர்டா வந்திருக்கீங்க. போய் ஃபேஸ்வாஷ் பண்ணிட்டு ட்ரஸ் சேஞ்ச் பண்ணிகிட்டு வாங்க. நான் உங்ககிட்டேயும், அண்ணன்கிட்டேயும் கொஞ்சம் பேசணும்."

"இதோ... அஞ்சு நிமிஷத்துல வந்துடறேன்..." சொன்ன கோகிலா தன் தோளில் தொங்கிக் கொண்டிருந்த வானிடி பேக்கை பக்கத்து சுவர் ஆணியில் மாட்டிவிட்டு உள்ளேயிருந்த குளியல் அறையை நோக்கிப் போனாள்.

சரியாய் ஐந்து நிமிஷம்.

கோகிலா முகம் அலம்பி பளிச்சென்று மாற்றுச்சேலை உடுத்தி எதிரே வந்து உட்கார்ந்தாள்.

குலாப் ஜாமூனை சாப்பிட்டுக் கொண்டு தன் அண்ணனிடம் சிரித்துப் பேசியபடி இருந்த கோகிலாவைப் பார்த்துவிட்டு புருவங்களை வியப்பில் உயர்த்தினாள்.

"அண்ணி... இந்த மெரூன் கலர் சேலை உங்க நிறத்தை இன்னும் ஒருபடி தூக்கலா காட்டுது."

"அப்படின்னு நீதான் சொல்றே... ஒருநாள் கூட உங்க அண்ணன் சொன்னதில்லை..."

ரகுராமன் குறுக்கிட்டு பேசினான்.

"கோகி...! உன் நிறத்துக்கு எந்த சேலையைக் கட்டினாலும், எடுப்பாயிருக்குன்னு எத்தனையோ தடவை சொல்லியிருக்கேன். ஒவ்வொரு தடவையும் பாராட்டிகிட்டே இருக்கணுமா என்ன...?"

"என்னது... என்னைப் பாராட்டியிருக்காங்களா...? ஏன் இப்படி பொய் சொல்றீங்க...? கல்யாணமான புதுசுல ஒரேயொரு தடவை பாராட்டினதோட சரி, அதுக்கப்புறம் நீங்க வாயைத் திறந்ததே கிடையாது."

தேவசேனா குறுக்கிட்டு சிரித்தாள்.

"அண்ணி! என் அண்ணன்கிட்டே போடற சண்டையை வர்ற ஞாயித்துக்கிழமையன்னிக்கு வெச்சுக்குங்க. இப்ப அவரை விட்டுடுங்க..."

"சரி... சரி... நீ ஏதோ முக்கியமான விஷயம் பேச வந்திருக்கே. இந்த நேரத்துல நாங்க வழக்கமா போட்டுக்கற குழாயடி சண்டை வேண்டாம். சொல்லு தேவசேனா என்ன விஷயம்?"

அதுவரைக்கும் உற்சாகமான மனநிலையில் இருந்த தேவசேனாவின் முகம் சட்டென்று இறுகிப் போயிற்று. நிதானமான குரலில் "அ...அ...அது... வந்து...!" என்று வார்த்தைகளை இழுத்தாள்.

ரகுராமன் அவளுடைய தோள் மீது மெதுவாய் கை வைத்தான்.

"இதோ பார்... நீ பேச வந்த விஷயம் எதுவாயிருந்தாலும் பரவாயில்லை... தாராளமா சொல்லலாம்... அண்ணன்-அண்ணி உறவு அம்மா, அப்பா உறவுக்கு சமம். மென்னு முழுங்காம சொல்லு... என்ன விஷயம்...?"

தேவசேனா சில விநாடிகள் தலைகுனிந்து மௌனமாய் இருந்துவிட்டு மெல்லிய குரலில் முனகினாள்.

"அ...அ...அவசரமா கொஞ்சம் பணம் தேவைப்படுது."

ரகுராமனின் நெற்றியில் வியப்பு வரிகள் உதித்து மறைந்தது.

"ப...ப...பணமா? எவ்வளவு...?"

"இருபது லட்சம்."

கோகிலாவும் ரகுராமனும் சரேலென்று ஒருவரையொருவர் ஒரு கத்தி வீச்சு போன்ற பார்வையை பரிமாறிக் கொண்டார்கள்.

"எ...எ...என்னது... இருபது லட்சமா...? எதுக்கும்மா அவ்வளவு பெரிய தொகை...?"

"வீட்டோட மாடி போர்ஷனை கட்டி வாடகைக்கு விட்டா பரவாயில்லைன்னு நினைச்சு ஒரு என்ஜினியரை வெச்சு வேலையை ஆரம்பிச்சோம். பத்து லட்சத்துக்குள்ளே முடிச்சுடலாம்ன்னு நினைச்சோம். சின்னச் சின்ன மாற்றங்களைப் பண்ணினா வீடு நல்ல வாடகைக்குப் போகும்ன்னு என்ஜினியர் சொன்னதால அவர் இஷ்டத்துக்கு விட்டோம். இப்போ அந்த போர்ஷனை அவரோட பிளானிங்படி கட்டி முடிக்கணும்ன்னா குறைந்தபட்சம் இருபது லட்சமாவது தேவைப்படும் போலிருக்கண்ணா. அதனால..."

கோகிலா கோபத்துடன் இடைமறித்தாள்.

"இப்படி திடீர்ன்னு வந்து கேட்டா எப்படி தேவசேனா...? அதுவும் இவ்வளவு பெரிய தொகை...?"

“தொகை பெரிசுதான் அண்ணி... நான் அதை மறுக்கலை... அண்ணனும், நீங்களும் மனசு வெச்சா... இருபது லட்சத்தை அரேன்ஞ்ச் பண்ணிக் கொடுக்க முடியும்ன்னு நினைக்கிறேன்.”

ரகுராமன் தேவசேனாவை ஒரு புன்னகையில் நனைத்தான்.

“உன்னோட அண்ணி சொன்ன மாதிரி நீ கேட்ட தொகை பெரிசு. ஒரு லட்சமோ, ரெண்டு லட்சமோ கேட்டிருந்தா கூட நான் உடனடியா ஓ.கே சொல்லியிருப்பேன். ஆனா இருபது லட்சம் சாத்தியமேயில்லை.”

“அண்ணா... இருபது லட்ச ரூபாயை உடனடியா உங்களால குடுக்க முடியாதுன்னு எனக்குத் தெரியாதா என்ன...!”

“அப்புறம் எந்த நம்பிக்கையில என்கிட்ட இவ்வளவு பெரிய தொகையைக் கேட்கறே?”

“காஞ்சிபுரத்திலிருக்கிற நம்ம பூர்விக சொத்து ஒண்ணு இருக்கே... அந்த பழைய வீடு... எப்படியும் அம்பது லட்சத்துக்காவது விலை போகாதா என்ன? அதுல எனக்கு சேர வேண்டிய இருபத்தஞ்சு லட்சத்திலிருந்துதான் பணம் வேணும்ன்னு கேட்கறேன். அதை விற்க ஏற்பாடு பண்ணலாமே?”

அவள் பேசப்பேச மறுபடியும் ரகுராமனும் கோகிலாவும் அதிர்ந்துபோய் உறைந்துபோன பார்வையைப் பரிமாறிக் கொண்டார்கள்.

ரகுராமன் கோபத்தை அடக்கிக்கொண்டு தேவசேனாவிடம் குரலைத் தாழ்த்தினான்.

“நீ புரிஞ்சு பேசறியா... இல்ல புரியாமே பேசறியா? நம்ம அம்மாவும் அப்பாவும் உயிரோட இருக்கும்போதே அந்த காஞ்சிபுரம் வீடு எனக்குத்தான்னு முடிவான ஒண்ணு. அதை மறந்துட்டியா...?”

“நான் மறக்கலண்ணா... ஆனா அது வெறும் பேச்சாதானே இருந்தது. அந்த வீடு உனக்குத்தான்னு அப்பா உயில் எழுதி வெச்சிருக்காரா என்ன...?”

“உயில் எழுதலை... ஆனா அந்த வீடு எனக்குத்தான்னு அப்பா எத்தனையோவாட்டி சொல்லியிருக்கார். அவர் அப்படி

சொன்னது உயில் எழுதி வெச்சதுக்கு சமம்... அப்பாவோட வார்த்தையைவிடவா உயில்...?"

"அண்ணா... நீங்க சொல்றதெல்லாம் சரிதான். ஆனா அப்பா சம்பாதிச்ச சொத்துல மகனுக்கு உரிமை இருக்கிற மாதிரி மகளுக்கும் உரிமையிருக்குன்னு சட்டம் சொல்லுதே...!"

கோகிலாவின் குரல் இப்போது உயர்ந்தது. "என்ன தேவசேனா... சண்டை போட வந்திருக்கியா...?"

"அய்யோ அண்ணி... சண்டைங்கிற வார்த்தையை ஏன் யூஸ் பண்றீங்க... எனக்கு வேண்டியதை கேட்டு வாங்கறதுக்காக என்னோட அண்ணன்கிட்டே வந்து பேசிட்டிருக்கேன்...!"

ரகுராமன் சீறினான்.

"என்ன...மாப்பிள்ளை தூண்டிவிட்டு பேச வந்திருக்கியா...?"

"அவர் போக வேண்டாம்ன்னுதான் சொன்னார். நான்தான் எனக்கு உரிமையிருக்குன்னு சொல்லிட்டு வந்தேன். அவர் மேல பழியைப் போடாதீங்க அண்ணா."

"இதோ பார் தேவசேனா... யாரோ சொல்லிக் குடுத்துதான் இப்படி வம்படியா சொத்து விஷயம் பேச வந்திருக்கே... இல்லாட்டி உனக்கு இவ்வளவு தைரியம் வராது...!"

"யாரும் எனக்கு சொல்லித் தரலை... உங்க மாப்பிள்ளை பணத்துக்காக படற கஷ்டத்தைப் பார்த்தேன். மனசு கேட்கலை. ராத்திரி பூராவும் யோசனை பண்ணிட்டுத்தான் இந்த முடிவுக்கு வந்தேன். சட்டப்படி பொண்ணுக்கும் சொத்துல உரிமை இருக்கும்போது, கூடப்பிறந்த அண்ணன்கிட்ட கேட்டா என்ன தப்புன்னு தோணிச்சு. எனக்குத் தெரிஞ்ச ஒரு வக்கீல்கிட்டேயும் இதைப்பத்தி பேசிப் பார்த்தேன். அவரும் சொத்துல பங்கு கேட்க பெண்களுக்கு ரைட்ஸ் இருக்குன்னு சொன்னார்."

அதுவரைக்கும் கோபத்தைக் கட்டுப்படுத்திக் கொண்டிருந்த கோகிலா இப்போது ஆவேசமானாள்.

"ஓ...! வக்கீல் வேலையெல்லாம் முடிச்சுட்டுத்தான் வந்திருக்க...! விட்டா கோர்ட்டுக்கு கூட இழுப்பே போலிருக்கே...?"

"இதோ பாருங்க அண்ணி... இந்த விவகாரத்தை நீங்க பெரிசு பண்ணாதீங்க... நான் சுமூகமாப் பேசத்தான் வந்திருக்கேன். அதுவும் என்னோட அண்ணன்கிட்ட பண உதவி கேட்டு வந்திருக்கேன்."

"நீ உதவி கேட்க வந்த மாதிரி தெரியலையே? உன்னோட குரல்ல ஒரு மிரட்டல் தெரியுது... சொத்துல பங்கு வேணும்ங்கிற அதிகாரம் தெரியுது."

"நீங்க அதை எப்படி எடுத்துகிட்டாலும் சரி அண்ணி. அண்ணன் என்ன பதிலைச் சொன்னாலும் அதை ஏத்துக்க தயாராய் இருகேன். அதுக்கு முன்னாடி உங்ககிட்ட நான் ஒரு கேள்வி கேட்கலாமா...?"

"என்ன...?"

"எனக்கு ஒரு அண்ணன் இருக்கிற மாதிரி உங்களுக்கு கூடப்பொறந்த அண்ணன் ஒருத்தர் இருக்கார். கிராமத்துல அரை ஏக்கர் நிலம் உங்களுக்கு பரம்பரைச் சொத்தாயிருக்கு இல்லையா?"

"ஆமா."

"அந்தச் சொத்துல நீங்க பங்கு கேட்க மாட்டீங்களா...?"

கோகிலாவின் முகம் அடியோடு மாறியது.

"அதைப்பத்தியெல்லாம் பேச உனக்கு உரிமையில்லை. அது எங்க சொத்து. நானும் என்னோட அண்ணனும் எப்படி வேணும்ன்னாலும் பேசி முடிவு பண்ணிக்குவோம்."

"நான் கேட்ட கேள்விக்கு நேரிடையா பதில் சொல்லுங்க அண்ணி. அந்த சொத்துல நீங்க உரிமை கொண்டாடி பங்கு கேட்பீங்களா இல்லையா?"

கோகிலா தன் கணவனிடம் திரும்பினாள்.

"என்னங்க உங்க தங்கச்சி வந்ததிலிருந்து வம்படியா பேசிட்டிருக்கா. எங்க வீட்டுச் சொத்தைப் பத்திப் பேச இவ யாரு?"

"நியாயம்ன்னு வந்துட்டா பேசித்தான் ஆகணும் அண்ணி. அப்பா சம்பாதிச்ச சொத்துல பொண்ணுகளுக்கும் சமபங்கு

இருக்குன்னு சட்டம் சொல்லுது. ஆனா பங்கைக் கேட்கிறதும் கேட்காததும் அவங்க விருப்பம். நான் விருப்பப்படறேன். நீங்க விருப்பப்படறீங்களா இல்லையா?"

"அ...அ...அது வந்து..."

"சொல்லுங்க அண்ணி... நீங்க விருப்பப்படலைன்னு சொல்லுங்க பார்க்கலாம். நானும் வேண்டாம்ன்னு சொல்லிட்டு போயிடறேன்."

"நான் வேண்டாம்ன்னு சொல்லிட்டா நீயும் வேண்டாம்ன்னு சொல்லிடுவியா...?"

"கண்டிப்பா..."

"சரி... என்னிக்குமே அந்தக் கிராமத்து அரை ஏக்கர் நிலத்துல எனக்கு பங்கு வேணும்ன்னு நான் என்னோட அண்ணன்கிட்டே கேட்கமாட்டேன்."

ரகுராமன் கோகிலாவை கோபப் பார்வையோடு விருட்டென்று ஏறிட்டான்.

"அவசரத்துல வார்த்தையை விடாதே கோகிலா."

"இல்லீங்க... உங்க தங்கச்சிக்கு இருக்கிற பேராசை மாதிரி எனக்கு இல்லை. அந்த அரை ஏக்கர் நிலத்தை என்னோட அண்ணனே எடுத்துட்டு போகட்டும்."

தேவசேனா சோஃபாவினின்று எழுந்து கொண்டாள். "சரி... இனி பேசறக்கு ஒண்ணுமில்ல... நான் கிளம்பறேண்ணா... உங்ககிட்ட பணம் கேட்க வந்து, அந்தப் பேச்சு திசை மாறி எப்படியோ போயிடுச்சு. அண்ணி சொல்ற மாதிரி எனக்கு பேராசையெல்லாம் கிடையாது. பணம் அத்யாவசியப்பட்டதாலதான் உங்களைப் பார்க்க வந்தேன். நானும் உங்க மாப்பிள்ளையும் மாடிப்போர்ஷன் கட்டிட வேலையை ஒரு ஆறு மாச காலத்துக்கு நிறுத்திட்டு, பேங்க்ல லோனுக்கு அப்ளை பண்றோம். லோன் சாங்க்ஷன் ஆனதும் வேலையை ஆரம்பிக்கிறோம். ஸாரி... அண்ணி! உங்க மனசு நோகும்படியா பேசியிருந்தா மன்னிச்சுக்குங்க." நிதானமான குரலில் பேசிவிட்டு வாசலை நோக்கி நடக்க ஆரம்பித்தாள் தேவசேனா.

அவளுடைய தலை மறையும் வரை பொறுமை காத்த ரகுராமன் கோகிலாவை உஷ்ணமாய் முறைத்தான்.

"உனக்குத் தலையில மூளைனு ஒரு வஸ்து இருக்கா இல்லையா...? விஷயம் எவ்வளவு எமோஷனலா இருந்தாலும் வார்த்தைகளை பேசறதுக்கு முன்னாடி கொஞ்சம் யோசிக்கணும். நான் எவ்வளவு நிதானமா என் தங்கச்சிகிட்டே பேசிட்டிருந்தேன். நீ குறுக்கே பூந்து நான் என் அண்ணன்கிட்டே சொத்துல பங்கு கேட்கமாட்டேன்னு வார்த்தையை விட்டுட்டே... இப்ப எந்த மூஞ்சியை வெச்சுகிட்டுப் போய் உன்னோட அண்ணன்கிட்டே பங்கு வேணும்ன்னு கேப்பே...?"

அவன் பேசப் பேச கோகிலா குறுக்கிட்டாள்.

"நான் பங்கு கேட்கப் போறதில்லைங்க.... ஏன்னா கிராமத்துல இருக்கிற அந்த அரை ஏக்கர் நிலத்தை வித்தா முப்பது லட்சத்துக்கு கூடப் போகாது. கடைசியா வந்த ரெண்டு பார்ட்டி கூட இருபத்தஞ்சு லட்சம் வரைக்கும் பேசிட்டு போயிட்டாங்க. அப்படியே முப்பது லட்சத்துக்கு விலை போனாலும் நான் என்னோட அண்ணன்கிட்டே பங்கு கேட்டா பதினஞ்சு லட்சம்தான் கைக்கு வரும். ஆனா உங்களுக்கு சொந்தமான காஞ்சிபுரத்தில் இருக்கிற அந்த வீட்டை வித்தா அறுபது லட்சத்துக்குக் குறையாமே நம்ம கைக்கு வருமே...?"

ரகுராமனின் முகம் லேசாக ஒரு மலர்ச்சிக்கு உட்பட்டது.

"ஓ...! நீ இந்த கோணத்துல யோசிச்சுப் பார்த்திருக்கியா? வெரி குட். எனக்கு இது தோணவேயில்லை. என் தங்கச்சியோட வாய்க்கு சரியான பூட்டைப் போட்டுத்தான் மாட்டியிருக்கே...!"

"என்னை மடக்கலாம்ன்னு அவ நினைச்சா. ஆனா அதுக்கு முன்னாடி நான் அவளை மடக்கிட்டேன்."

கோகிலா சோஃபாவுக்கு நன்றாக சாய்ந்து உட்கார்ந்தபடி ரகுராமனை ஏறிட்டாள்.

"உங்க தங்கச்சியோட பேசினதுல என் தலைல ரெண்டு பக்கமும் இடி இறங்கின மாதிரி வலி. எனக்கு இப்போ சூடா ஒரு டம்ளர் காப்பி வேணும்."

"இதோ... இப்பவே சூப்பர் ஸ்ட்ராங்கா போட்டுட்டு வர்றேன்." சொன்ன ரகுராமன் வாய் கொள்ளாத சிரிப்போடு சமையலறையை நோக்கிப் போனான்.

மறுநாள் காலை பதினோரு மணி.

தேவசேனா தன் அலுவலகத்தில் மானேஜரோடு முக்கியமான ஒரு டெண்டர் விஷயமாய் பேசிவிட்டு வெளியே வந்தபோது ஆபீஸ் அட்டெண்டர் ஜோசப் எதிர்பட்டார்.

"மேடம்... உங்களைப் பார்க்கிறதுக்காக முருகன்னு ஒருத்தர் வந்து ரிசப்ஷன்ல வெயிட் பண்ணிட்டிருக்கார்..."

"அவர் வந்து நேரமாச்சா...?"

"இல்ல மேடம்... ஒரு அஞ்சு நிமிஷத்துக்கு முன்னாடிதான் வந்தார்."

"சரி... நான் போய்ப் பார்த்து பேசிக்கிறேன்." சொன்ன தேவசேனா அருகேயிருந்த லிஃப்ட்டில் பயணித்து கீழ்தளத்தில் இருந்த வரவேற்பறைக்கு வர, அங்கே காத்திருந்த அந்த நடுத்தர வயது இளைஞன் நாற்காலியினின்றும் பவ்யமாய் எழுந்தான்.

"உட்காருங்க வேல்முருகன்... ஊரிலிருந்து இப்பத்தான் வர்றீங்களா...?"

'ஆமாம்' என்பது போல் தலையசைத்தவன் மெல்லிய குரலில் பேச ஆரம்பித்தான். "எப்படி நன்றி சொல்றதுன்னே தெரியலை. நேத்து ராத்திரியே என்னோட சிஸ்டர் கோகிலா எனக்கு போன் பண்ணி "அண்ணா அந்த அரை ஏக்கர் நிலத்தை வித்து மொத்த பணத்தையும் நீங்களே எடுத்துக்கங்க. எனக்கு அதுல எந்த பங்கும் வேண்டாம். எனக்கு வசதியிருக்கு... பணத்துக்கு எந்தப் பிரச்னையும் இல்லை. நீங்க சந்தோஷமா இருந்தா அதுவே எனக்குப் போதும்ன்னு சொல்லிட்டா..."

"பரவாயில்லையே! என்னோட அண்ணிக்கு நான் கொடுத்த அதிர்ச்சி வைத்தியத்துக்கு இவ்வளவு சீக்கிரத்துல பலன் கிடைக்கும்ன்னு நினைச்சே பார்க்கலை. இதைச் சொல்ல நீங்க நேர்ல வரணுமா...? ஒரு போன் பண்ணிச் சொல்லியிருக்கலாமே!"

“இது எவ்வளவு பெரிய பிரச்னைன்னு எனக்குத்தான் தெரியும். உறவு முறியற ரிஸ்க் இருந்தாலும் நீங்க ரிஸ்க் எடுத்து முடிச்சு குடுத்திருக்கீங்க. அதுக்கு நான் நேர்ல வந்து நன்றி சொன்னாத்தான் சரியாய் இருக்கும்ன்னு நினைச்சு நேத்து ராத்திரி பஸ் பிடிச்சு வந்துட்டேன்.”

தேவசேனா புன்னகையோடு அவனை கையமர்த்தினாள்.

“இதோ பாருங்க வேல்முருகன். உங்களுக்கு ரெண்டு பெண் குழந்தைங்க. ஒரு தனியார் கம்பெனியில கம்மி சம்பளத்துக்கு வேலைக்கு போயிட்டு, எப்படியோ சிரமப்பட்டு குடும்பத்தை நடத்திட்டு வர்றீங்க. அதை என்னோட அண்ணி புரிஞ்சுக்காமே, பூர்வீக சொத்தான அந்த அரை ஏக்கர் நிலத்துல பங்கு கேட்கறது கொஞ்சம்கூட சரியில்லை. உங்க சிஸ்டர் அதை உங்களுக்கு விட்டுக் கொடுக்கணும்ங்கிறதுக்காகத்தான் நானும் என்னோட அண்ணனும் சேர்ந்து ஒரு ப்ளான் போட்டோம். என் பொறந்த வீட்டு சொத்துல நான் பங்கு கேட்டா என் அண்ணிக்கு கோபம் வரும்ன்னு எனக்கு நல்லாவே தெரியும். அந்தக் கோபத்தை நானும் என்னோட அண்ணனும் சரியான முறையில பயன்படுத்தி உங்க சொத்துல பங்கு வேண்டாம்ன்னு என் அண்ணியை அவங்க வாயாலயே சொல்ல வெச்சுட்டோம்.”

“உங்க அண்ணனுக்கும் நன்றி சொல்லணுமே...”

“போன் போட்டு தர்றேன், பேசுங்க.” என்றவள், கையில் வைத்திருந்த செல்போனை உயிர்ப்பித்து ரகுராமனின் செல்போன் எண்ணைத் தொடர்பு கொண்டாள்.

சிறுகதை

பணக்கடல்

இரவு ஒன்பது முப்பது மணி.

ஹாஸ்பிடலின் இன்பேஷண்ட் வார்டைச் சுற்றிப் பார்த்து ரவுண்ட்ஸை முடித்துக் கொண்ட டாக்டர் சங்கமேஷ்வர், நர்ஸுகளுக்கும், ட்யூட்டி டாக்டர்களுக்கும் தேவையான ஆலோசனைகளைக் கொடுத்துவிட்டு தன்னுடைய அறைக்குத் திரும்பினார்.

அறை வாசலிலேயே நர்ஸ் மரியம் புஷ்பா காத்திருந்தாள். கையில் ஒரு பெரிய பழுப்பு கவர்.

"என்ன மரியம்...?"

"பேஷண்ட் அன்பரசுவோட எம்.ஆர்.ஐ ஸ்கேன் ரிப்போர்ட் வந்துருச்சு டாக்டர்."

கவரை வாங்கிக் கொண்ட சங்கமேஷ்வர், நாற்காலிக்குப் போய்ச் சாய்ந்து கவரைப் பிரித்து ரிப்போர்ட்டை எடுத்துப் படித்துவிட்டு ஒரு பெருமூச்சோடு நர்ஸை ஏறிட்டார்.

"க்ரோனிக் நியூரோலாஜிகல் கண்டிஷன் மாதிரி தெரியுது. இப்போ கொடுத்துட்டிருக்கிற மெடிஷனையே கண்டினியூ பண்ணு. நாளைக்கு பேஷண்ட்டோட நிலைமையைப் பார்த்துட்டு வேற ட்ரீட்மெண்ட்டை கொடுக்கலாம். அப்புறம் ரெண்டு லட்சம் அட்வான்ஸ் கட்டச் சொல்லிடு."

"எஸ்... டாக்டர்..." நர்ஸ் பவ்யமாய் தலையசைத்துவிட்டு நகர்ந்து போய்விட, சங்கமேஷ்வர் மேஜையின் ஓரத்தில் இருந்த தன்னுடைய செல்போனை எடுத்துக் கொண்டு புறப்பட எழுந்தார்.

அதே விநாடி செல்போன் ஒலித்தது.

இந்த நேரத்திற்கு அழைப்பது யார் என்று எரிச்சலோடு போனின் தொடு திரையைப் பார்த்தார்.

எதிர்முனையில் அரசு தலைமைச் செயலாளரின் பி.ஏ திருஞானத்தின் பெயர் நகர்ந்து கொண்டிருந்தது.

சங்கமேஷ்வர் சற்றே பதட்டமடைந்து போனை காதுக்கு ஒற்றி மெல்ல குரல் கொடுத்தார்.

"ஸார்..."

"டாக்டர்... இப்ப எங்கே இருக்கீங்க?"

"ஹாஸ்பிடல்லதான் ஸார்."

"வீட்டுக்கு எப்ப கிளம்புவீங்க?"

"இதோ புறப்பட்டுட்டேன்... இப்பத்தான் இன்பேஷண்ட் வார்டுக்கு ரவுண்ட்ஸ் போயிட்டு ரூமுக்கு வந்தேன்."

"உங்ககிட்ட கொஞ்சம் பேசணும்."

"பேசலாம் ஸார்... இப்ப நான் ஃப்ரீயாய்தான் இருக்கேன்."

"இது போன்ல பேச வேண்டிய விஷயமில்லை. நேர்ல பார்த்து பேசணும்."

"நோ ப்ராப்ளம் ஸார்... நாளைக்கு நானே செக்ரட்ரியேட்டுக்கு வந்து உங்களைப் பார்க்கிறேன்."

"நோ... நோ... இப்பவே பேசணும்."

“அப்படியென்ன அர்ஜென்ஸி ஸார்...?”

“ரொம்ப முக்கியமான விஷயம்தான். நீங்க உங்க வீட்டுக்குப் போகும்போது ரேஸ்கோர்ஸ் ரோடு வழியாத்தானே போவீங்க...?”

“ஆமா...”

“அந்த ரோட்ல மினி பாரடைஸ் ஹோட்டலுக்கு எதிர்ல இருக்கிற அரசமரத்துக்கடியில என்னோட ஐ-10 கார்ல வெயிட் பண்றேன். நீங்க வாங்க.... ஒரு பத்து நிமிஷம் பேசிட்டு கிளம்பலாம்.”

“ஓ.கே... ஸார்.”

“நாம சந்திக்கிறது வெளியே யார்க்கும் தெரிய வேண்டாம். ஒரு அரைமணி நேரத்துக்குள்ளே வந்துடுவீங்களா...?”

“இதோ உடனே புறப்பட்டேன் ஸார்.”

டாக்டர் சங்கமேஷ்வர் செல்போனின் இணைப்பைத் துண்டித்துவிட்டு நெற்றியில் அரும்பிவிட்ட வியர்வையைத் துடைத்தபடி வெளியேவந்து பக்கவாட்டு வராந்தா படிகளில் இறங்கி கார் பார்க்கிங்கை நோக்கி வேகமாய் நடந்தார்.

அந்த இரவு நேரத்தில் வெறிச்சோடிப் போயிருந்த ரேஸ்கோர்ஸ் சாலையில் காரை விரட்டிய டாக்டர் சங்கமேஷ்வர், சரியாய் இருபதாவது நிமிஷம், தலைமைச் செயலாளர் திருஞானம் சொன்ன மினி பாரடைஸ் ஹோட்டலை நெருங்கினார்.

ஹோட்டலுக்கு எதிரேயிருந்த அரசமரத்தடியில் ஒரு ஐ-10 கார் நின்றிருக்க, தன்னுடைய காரை கொஞ்சம் தள்ளி நிறுத்திவிட்டு இறங்கி சுற்றும்முற்றும் ஒரு தடவை பார்த்துக்கொண்டு, அந்தக் காரை நெருங்க நெருங்கவே அதன் பின்பக்கக் கதவு திறந்தது.

தலைமைச் செயலாளரின் பி.ஏ திருஞானம் தன்னுடைய வழுக்கைத் தலையை நீட்டி எட்டிப்பார்த்து மெல்ல குரல் கொடுத்தார்.

“வாங்க டாக்டர்...”

சங்கமேஷ்வர் கார்க்குள் நுழைந்தார்.

"எங்கே லேட் பண்ணிருவீங்களோன்னு நினைச்சேன்..."

"நீங்க அர்ஜென்ஸின்னு சொன்னப்பறம் நான் லேட்டா வர்றது சரியில்லை ஸார்..."

"வெல்... ஹாஸ்பிடல் எப்படி போயிட்டிருக்கு?"

"ஃபென்டாஸ்டிக் ஸார்... நிறைய அட்வான்ஸ்ட் மெடிக்கல் எக்யூப்மெண்ட்ஸ் வாங்கி வெச்சதுல பப்ளிக் மத்தியில ஒரு நல்ல பேர் கிடைச்சிருக்கு. டாப்-20 டாக்டர்ஸ் சர்வேயில் என்னோட பேர் பதினாறாவது இடத்துல இருக்கு..."

"கங்க்ராட்ஸ்..!" சங்கமேஷ்வரின் கையைப் பற்றிக் குலுக்கிய திருஞானம் சில விநாடிகள் அமைதியாய் இருந்துவிட்டு மெல்ல பேச்சை ஆரம்பித்தார்.

"டாக்டர்...! போன வருஷம் ஒரு பாலியல் புகார் சம்பந்தமாய் கைது செய்யப்பட்ட பப்ளிக் சர்வீஸ் கமிஷன் டிபார்ட்மெண்ட்டைச் சேர்ந்த புஷ்பலதாங்கிற ஆபீஸருக்கு ஹார்ட் அட்டாக் வந்ததும் உங்க ஹாஸ்பிடல்ல அவங்க அட்மிட்டாயி ட்ரீட்மெண்ட் எடுத்துகிட்டது உங்களுக்கு ஞாபகம் இருக்கா?"

"அதை மறக்க முடியுமா ஸார்... நல்லாவே ஞாபகம் இருக்கு."

"அந்த சமயத்துல நான் ஹாஸ்பிடலுக்கு வந்து உங்ககிட்டே ஒரு உதவி கேட்டேன்."

"அதுவும் ஞாபகம் இருக்கு... ஐ.ஸி யூனிட்ல இருந்த அந்த புஷ்பலதா ஹாஸ்பிடலை விட்டு உயிரோட வெளியே போகக் கூடாதுன்னும், அப்படி வெளியே போனா பல குடும்பப் பெண்களோட சந்தோஷமான வாழ்க்கை பாழாகி அதனால பல தற்கொலைகளும், வேண்டாத சம்பவங்களும் நடக்கும்ன்னு சொன்னீங்க."

"அதை மட்டுமா சொன்னேன்...?" திருஞானம் ஒரு சிறிய சிரிப்போடு கேட்க, சங்கமேஷ்வரும் சிரித்துக்கொண்டே பேச்சைத் தொடர்ந்தார்.

"அவளுக்கு சரியான ட்ரீட்மெண்ட் தரக்கூடாது. அப்படியே சாகவிடணும். ஒருவேளை அவ சாகலைன்னா ஏதாவது ஒரு விஷ

ஊசியைப் போட்டு உயிரை எடுத்துடணும்ன்னு சொன்னீங்க. நான் மொதல்ல மாட்டேன்னு மறுத்தேன். அதுக்கப்புறம் நான் நடத்திட்டு வர்ற மெடிக்கல் சேரிட்டி ட்ரஸ்ட்டுக்கு அம்பது லட்சம் ரூபாய் அரசு சார்பில் கொடுக்கப்படும்ன்னு நீங்க சொன்னதால நான் யோசனைப் பண்ணிப் பார்த்தேன். பல குடும்பப் பெண்களோட வாழ்க்கையை பாதுகாக்கறதுக்காக பாலியல் ரீதியான குற்றங்களைச் செஞ்சு சட்டரீதியாய் கைது செய்யப்பட்டிருக்கற புஷ்பலதாவோட உயிரைப் பறிக்கறது சரிதான்னு நினைச்சு ஸ்லோபாய்ஸன் ஊசியைப் போட்டு யாருக்கும் சந்தேகம் வராதபடி அவளோட மூச்சைப் படிப்படியாய் நிறுத்தினேன்.” பேசிக் கொண்டே டாக்டர் சங்கமேஷ்வர் சட்டென்று சில விநாடிகள் பேச்சை நிறுத்திவிட்டு, தயக்கமான குரலோடு திருஞானத்தை ஏறிட்டார்.

“ஏன் ஸார்... அந்த விவகாரத்துல ஏதாவது பிரச்னையா... ஒரு வருஷம் கழிச்சு யாராவது சந்தேகப்படறாங்களா...?”

“நோ...! நோ...! அது முடிஞ்சுபோன விஷயம். புஷ்பலதா சம்பந்தப்பட்ட, அந்த செக்ஸ் ஹாராஸ்மெண்ட் கேஸ், போதிய சாட்சியங்கள் இல்லாதிதனால கோர்ட்ல தள்ளுபடி பண்ணிட்டாங்க. புஷ்பலதா மட்டும் உயிரோட இருந்திருந்தா விவகாரம் பெரிசாகி, ஆளுங்கட்சியையே ஆட்டம் காண வெச்சிருக்கும்.”

“அப்படீன்னா இப்ப நீங்க என்னைப் பார்க்க வந்தது?”

“சொல்றேன்... நேத்திக்கு உங்க ஹாஸ்பிடல் ஐ.ஸி யூனிட்ல அன்பரசுன்னு ஒருத்தன் அட்மிட் ஆகியிருக்கானா...?”

“ஆமா...”

“அவனுக்கு என்ன பிரச்னை...?”

“இப்பத்தான் வரும்போது அவனோட எம்.ஆர்.ஐ ஸ்கேன் ரிப்போர்ட்டை பார்த்துட்டு வர்றேன். ஸீம்ஸ் டு பி க்ரோனிக் நியூரோலாஜிகல் கண்டிஷன்.”

“அது எது மாதிரியான நோய்...?”

“நாள்பட்ட நரம்பு சம்பந்தப்பட்ட நோய். இதை மெடிக்கல் டெர்ம்ல ‘மல்டிபிள் ஸ்லீரோசிஸ்’ன்னு சொல்லுவாங்க...”

"இந்த நோயை குணமாக்கக் கூடிய சாத்தியம் இருக்கா...?"

"சாத்தியம் இல்லை... ஆனா முறையான ட்ரீட்மெண்ட்டைக் கொடுத்தா ரொம்பநாள் உயிரோட இருக்க வைக்கலாம்."

"வேண்டாம்... அவன் உயிரோட இருக்கக்கூடாது."

"ஏன்...?"

"அன்பரசு யார்ன்னு உங்களுக்குத் தெரியுமா...?"

"கேஸ் ஹிஸ்டரி ஃபைல்ல அவன் ஏதோ ஒரு கட்சிக்கு மாவட்ட செயலாளர்னு தகவல் இருந்தது."

"அவனுக்கு இன்னொரு பக்கம் இருக்கு... டாக்டர்...!"

"அப்பிடியா...?"

"ஆமா...! போதை மருந்துகளைக் கடத்தற மாஃபியா கும்பலுக்கு அவன் ஒரு ஷேடோ லீடர் கூட. நேஷனல் ட்ரக் கண்ட்ரோல் ஆபீஸிலிருந்து ஒரு மணி நேரத்துக்கு முன்னாடிதான் எனக்குத் தகவல் வந்தது. உங்க ஹாஸ்பிடல்ல அவன் அட்மிட்டாகி ட்ரீட்மெண்ட் எடுக்கிற விஷயமும் அவங்களுக்குத் தெரிஞ்சிருக்கு. எப்படியும் ரெண்டு மூணு நாளைக்குள்ளே அன்பரசுவை அரஸ்ட் பண்ணி டெல்லிக்குக் கூட்டிட்டு போக ட்ரக் கண்ட்ரோல் அதிகாரிங்க வந்துடுவாங்க... அதுக்குள்ளே அவனோட உயிரை எடுக்கணும்... அதாவது புஷ்பலதா விஷயத்துல நாம எது மாதிரியான நடவடிக்கை எடுத்தோமோ அதையே திரும்பவும் பண்ணப் போறோம். டெல்லியிலிருந்து அந்த அதிகாரிங்க வர்றதுக்குள்ளே அன்பரசு ஃப்ரீஸர் பாக்ஸ்ல மாலை மரியாதைகளோட படுத்து இருக்கணும்."

டாக்டர் சங்கமேஷ்வரின் உதடுகளில் ஒரு புன்னகை அரும்பியது.

"கச்சிதமா பண்ணி முடிச்சுடலாம் ஸார். புஷ்பலதாவுக்கு போட்ட அதே பொலோனியம் ஸ்லோபாய்ஸன் இஞ்செக்ஷனைப் போட்டு அன்பரசுவை அடுத்த 48 மணி நேரத்துக்குள்ளே இறுதி ஊர்வலம் நடத்தி தகனமே நடத்திடலாம். ஆனா இந்த தடவை என்னோட மெடிக்கல் சேரிட்டி ட்ரஸ்ட்டுக்கு ஒன் 'சி' வேணும்..."

"ஏன் ரெண்டு கோடி ரூபா குடுத்தா வேண்டாம்ன்னு சொல்லிடுவீங்களா டாக்டர்...?"

சங்கமேஷ்வர் திகைப்பாய்ப் பார்க்க திருஞானத்தின் உதடுகள் ஒரு குறுஞ்சிரிப்பை வெளியிட்டன.

"நான் ஏற்கெனவே சம்பந்தப்பட்ட ஆட்கள்கிட்ட பேசிட்டேன். இந்த போதை மருந்து விவகாரத்துல ஒரு அமைச்சரும், ஒரு உயர் போலீஸ் அதிகாரியும் சம்பந்தப்பட்டு இருக்கிறதால நான் அட்வான்டேஜ் எடுத்துகிட்டு டாக்டர்க்கு ரெண்டு கோடி ரூபாய் தர வேண்டியிருக்கும்ன்னு சொல்லிட்டேன். அவங்களும் ஓ.கே சொல்லிட்டாங்க..."

சங்கமேஷ்வரின் கண்களில் பேராசை பாதரசம் போல் மினுமினுத்தது.

"ஸார்... உண்மையிலேயே ரெண்டு கோடி கிடைக்குமா...?"

"என்ன டாக்டர்... உங்களுக்கு இப்படியொரு சந்தேகம் வரலாமா? புஷ்பலதா பிரச்னையை, நீங்க முடிச்சு வெச்ச அடுத்த அஞ்சு நிமிஷத்துக்குள்ளே, பேசினபடி தொகை அம்பது லட்சம் உங்க சேரிட்டி ட்ரஸ்ட் அக்கௌண்ட்டுக்கு ட்ரான்ஸ்பர் ஆச்சா இல்லையா...? அதேமாதிரிதான் இந்த அன்பரசு பிரச்னைக்கும் முற்றுப்புள்ளி வெச்சுட்டா அடுத்த நிமிஷமே ரெண்டு கோடி ட்ரான்ஸ்பர் ஆயிடும். அதுவும் உங்களுக்கு பிரச்னை வராதபடி, வருமானவரி விதிகளுக்கு உட்பட்டு ஒரு பிரபல நிறுவனம் மூலமாய் நன்கொடையா வந்து சேரும்... நான் எல்லா ஏற்பாட்டையும் பண்ணிட்டுதான், உங்களுக்கு தகவல் கொடுத்து இங்கே வரச் சொன்னேன்."

"ஸார்... நீங்க ஒரு விஷயத்துல இறங்கிட்டா எல்லாமே பர்ஃபெக்டாய் இருக்கும்... நான் நாளைக்குக் காலையில ஹாஸ்பிடல் போனதும் முதல் வேலையாய் ஐ.ஸி யூனிட்டுக்குப் போய் அன்பரசுவுக்கு அந்த 'பொலோனியம்' ஸ்லோபாய்ஸன் இஞ்செக்ஷனைப் போட்டுடறேன். சரியாய் 48 மணி நேரம் கழிச்சு 'த்ரோம்போஸிஸ்'ங்கிற ரத்த உறை நிலைக்கு போயி அன்பரசு மெல்ல மெல்ல அபாயக் கட்டத்தைத் தொட்டு உயிரை விட்டுடுவான்."

"இன்னிக்கு ராத்திரியே அந்தப் பொலோனியம் இன்ஜெக்ஷன் போட்டுட்டா என்ன? ஏன்னா இந்த விஷயத்துல நாம லேட் பண்ற ஒவ்வொரு மணி நேரமும் சம்பந்தப்பட்ட நபர்களுக்கு நாளைக்குப் பிரச்னையா மாறிடும்...! டெல்லியிலிருந்து அதிகாரிங்க எந்த நேரத்துலயும் அரஸ்ட் வாரண்ட்டோட உங்க ஹாஸ்பிடலுக்கு வந்து, அன்பரசுவை கைது பண்ணி அவங்களோட கஸ்டடிக்கு கொண்டுபோக வாய்ப்பிருக்கு..."

சங்கமேஷ்வர் இறுகிப்போன முகத்தோடு மையமாய் தலையசைத்தார்.

"உங்க சந்தேகம் நியாயமானது ஸார். நான் இப்பவே ஹாஸ்பிடலுக்குப் போய் அன்பரசுவுக்கு அந்த இஞ்செக்ஷனை போட ஏற்பாடு பண்றேன்."

"தட்ஸ் குட்...டூ இட் இம்மீடியட்லி."

"இதோ கிளம்பிட்டேன்..." சொல்லிக்கொண்டே காரினின்றும் இறங்கினார் சங்கமேஷ்வர்.

காரை நிதானமான வேகத்தில் விரட்டிக்கொண்டு சங்கமேஷ்வர் மீண்டும் ஹாஸ்பிடல் போய்ச் சேர்ந்தபோது பத்தரை மணி.

ஹாஸ்பிடலின் எல்லா மருத்துவ பிரிவுகளும் நிசப்தம் காக்க, நீண்ட வராந்தாவில் நடந்து, தன்னுடைய அறைக்குள் நுழைந்தார். எல்.இ.டி குழல் விளக்குக்கு உயிர் கொடுத்துவிட்டு இருக்கைக்கு சாய்ந்தார். வாட்டர் பாட்டிலை எடுத்து இரண்டு வாய் தண்ணீர் குடித்த பிறகு இண்டர்காம் போனை எடுத்து பட்டனை அழுத்திவிட்டு பேசினார்.

"ஜோஸ்மின்."

மறுமுனையில் இருந்த சீஃப் ஸ்டாஃப் நர்ஸ் ஜோஸ்மின் பவ்யமாய் குரல் கொடுத்தாள்.

"எஸ்... டாக்டர்..."

"இப்ப நீ ஐ.ஸி யூனிட்லதானே இருக்கே?"

“ஆமா டாக்டர்...”

“மொத்தம் எத்தனை நர்ஸ் இப்ப ட்யூட்டியில இருக்காங்க...?”

“என்னைத் தவிர அஞ்சு பேர்.”

“சரி... நீ உடனே புறப்பட்டு என்னோட ரூமுக்கு வா. நீ வர்றது வேற யாருக்கும் தெரிய வேண்டாம்.”

சங்கமேஷ்வர் பேசிவிட்டு போனின் ரிஸீவரை அதனிடத்தில் அமர்த்திவிட்டு, இருக்கைக்கு நன்றாக சாய்ந்து உட்கார்ந்து கண்களை மூடிக்கொண்டார்.

இரண்டு நிமிடங்களுக்குப் பிறகு அறைக்கதவு ரகசியம் பேசுகிற தினுசில் மெல்லத் தட்டப்பட்டது. குரல் கொடுத்தார்.

“எஸ்... கெட் இன்...”

நடுத்தர வயதில் இரட்டை நாடி உடம்போடு அடர்த்தியான நீலநிற சீருடையில் ஜோஸ்மின் மார்போடு அணைத்துக் கொண்ட ஒரு ஃபைலோடு கதவைத் திறந்துகொண்டு தயக்கத்துடன் உள்ளே நுழைந்தாள்.

டாக்டர் தனக்கு முன்பாய் இருந்த நாற்காலியைக் காட்டினார்.

“உட்கார்...”

அவள் தவிப்போடு நாற்காலியின் நுனியில் உட்கார்ந்தாள்.

சங்கமேஷ்வர் சில விநாடிகள் மௌனமாய் இருந்துவிட்டு குரலைத் தாழ்த்தினார்.

“போன வருஷம் ஒரு பாலியல் புகார் சம்பந்தமா கைது செய்யப்பட்ட பப்ளிக் சர்வீஸ் கமிஷன் டிபார்ட்மெண்டைச் சேர்ந்த புஷ்பலதாவுக்கு ஸ்லோபாய்ஸன் ஊசி போட்டு, இந்த உலகத்திலிருந்தே வழியனுப்பி வெச்சோம்... இல்லையா?”

“ஆமா டாக்டர்...”

“அதே மாதிரியான வேலையை இன்னிக்கும் பண்ணனும்.”

ஜோஸ்மினின் கண்களில் கலவரம் பரவியது.

“யா...யாரோட கதையை முடிக்கணும்...?”

“ஐ.ஸி யூனிட்ல அன்பரசுங்கிற ஒரு அரசியல்வாதி அட்மிட்டாகி இப்ப ட்ரீட்மெண்ட்ல இருக்கார்... தெரியுமா?”

“க்ரோனிக் நியூரோலாஜிக்கல் கண்டிஷன்ல இருக்கிற அந்த பேஷண்ட்டைத்தானே சொல்றீங்க டாக்டர்...?”

“ஆமா... அந்த ஆள்தான்...”

“கண்டிப்பா குளோஸ் பண்ண வேண்டிய ஆள்தானா...?”

“ஆமா... போதைமருந்துகளைக் கடத்தறதும், அதை சாமர்த்தியமான வழில காலேஜ் ஸ்டூடண்ட்ஸ்களுக்கு சப்ளை பண்றதும்தான் அந்த அன்பரசுவோட வேலை. காவல்துறை அவனை கைது பண்ண எவ்வளவோ முயற்சி எடுத்தும் முடியலை... ஏன்னா காவல்துறை மேலதிகாரிகளே அவனுக்கு சப்போர்ட்டா இருக்கிறதுதான் பிரச்னை. அதனாலதான் அரசு சம்பந்தப்பட்ட ஒரு உயரதிகாரி மூலமா இந்த அசைன்மெண்ட் நமக்கு வந்திருக்கு...”

“அமௌண்ட் எவ்வளவுன்னு பேசிட்டீங்களா டாக்டர்...?”

“பேசிட்டேன். ரெண்டு கோடி...”

திகைப்பு ஜோஸ்மினின் கண்களில் விஸ்வரூபமெடுத்தது.

“பெரிய அமௌண்ட்டா இருக்கு...குடுப்பாங்களா டாக்டர்...?”

“அதைப்பத்தின கவலை உனக்கு எதுக்கு...? உனக்கு வரவேண்டிய பணம் வந்துடும்... நான் எல்லாத்தையும் தெளிவா பேசிட்டேன்.”

“எப்ப பண்ணி முடிக்கணும்...?”

“இப்பவே...” என்று சொன்ன சங்கமேஷ்வர் தன்னுடைய மேஜையின் இழுப்பறையைத் திறந்தார். ஒரு சிறிய அட்டைப் பெட்டியைப் போல் இருந்த பொலோனியம் இன்ஜெக்ஷன் கிட்டை எடுத்து ஜோஸ்மினிடம் நீட்டினார்.

“வா... அன்பரசுக்கு முடிவுரை எழுதிட்டு வந்துடலாம்.”

ஜோஸ்மின் இன்ஜெக்ஷன் கிட்டை வாங்கிக்கொண்டாள்.

இருவரும் அறையை விட்டு வெளியே வந்து ஐ.ஸி யூனிட் இருக்கும் வார்டை நோக்கி நடைபோட்டார்கள்.

இரண்டு நிமிட நடையில் ஐ.ஸி யூனிட் வார்டை நெருங்கினார்கள்.

ஒட்டுமொத்த வார்டையும் கனமான நிசப்தம் அடைகாத்துக் கொண்டிருக்க, அன்பரசு அட்மிட் செய்யப்பட்டிருந்த படுக்கைக்கு முன்பாய் நின்றார்கள். நைட் ஷிஃப்ட்டில் இருந்த நர்ஸ்கள் ஆங்காங்கே பார்வைக்குக் கிடைத்து மறைந்தார்கள். எதிர்பட்ட நர்ஸ்கள் சங்கமேஷ்வர்க்கு பவ்யமாய் விஷ் செய்து விலகி நடந்தார்கள்.

"ஜோஸ்மின்." கிசுகிசுப்பான குரலில் அழைத்தார்.

"டாக்டர்..."

"அன்பரசுவுக்கு இப்ப ட்ரிப்ஸ் போயிட்டிருக்கு. நீ அதிலேயே இஞ்ஜெக்ஷனைப் போட்டுடு... அப்பத்தான் நாம எதிர்பார்க்கிற ரிசல்ட் நாளைக்குக் காலை விடியறதுக்கு முன்னாடியே கிடைக்கும்."

"ஓகே டாக்டர்..."

இருவரும் அறைக்கதவைத் தள்ளிக்கொண்டு உள்ளே நுழைந்தார்கள்.

கார்டியாக் மானிட்டர், வெண்டிலேட்டர், ஐ.வி கதீட்டரர், நேஸோ காஸ்ட்ரிக் ட்யூப், பல்ஸ் ஆக்ஸிமீட்டர், க்ராஷ் கார்ட், ஈ.சி.ஜி இவைகளுக்கு நடுவில் அரை மயக்க நிலையில் மல்லாந்து படுத்திருந்தான் அன்பரசு.

ட்ரிப்ஸ் துளித்துளியாய் இறங்கிக் கொண்டிருந்த ப்ளாஸ்டிக் ப்ரைமரி ஐ.வி பாட்டிலை தன் இடது கையால் பிடித்துக்கொண்டு, வலது கையில் இருந்த இஞ்ஜெக்ஷனில் இருந்த மருந்தை ஒரே அழுத்தில் உள்ளே செலுத்தினாள் ஜோஸ்மின்.

அந்த நிறமில்லாத மருந்து ஐ.வி ப்ளூயிட்டில் நிதானமாக கலந்து ட்யூப் வழியாக பயணிக்க ஆரம்பித்தது.

சங்கமேஷ்வரின் உதடுகளில் புன்னகையொன்று உதித்து முகம் முழுவதும் சந்தோஷம் பரவியது.

“ஓ.கே ஜோஸ்மின்... வெல்டன்! நான் வீட்டுக்கு கிளம்பறேன். நீ இன்பேஷண்ட் வார்டுக்குப் போய் வழக்கமான வேலைகளைப் பார்த்துட்டு இரு... விடியற்காலை மூணு மணிக்கு மேலதான் அன்பரசுவோட பல்ஸ் ரேட் குறைய ஆரம்பிக்கும். அந்த சமயத்துல மட்டும் நீ எனக்கு போன் பண்ணு, போதும். நான் புறப்பட்டு வந்துடறேன்.”

“ஓகே டாக்டர்...”

“இப்ப ஐ.ஸி யூனிட்ல எத்தனை நர்ஸ் ட்யூட்டியில் இருக்காங்க...?”

“அஞ்சு பேர்...”

“யார் யாரு...?”

“பவித்ரா, மெர்லின், பானு, விஜயலட்சுமி, குமுதா...”

“இவங்க அஞ்சு பேரும் புது ரெக்ரூமெண்ட்ல செலக்ட் ஆகி இங்கே வந்து ஒரு ரெண்டு மாசம் இருக்குமா...?”

“இருக்கும் டாக்டர்... அவங்களுக்கு அப்ஸர்வேஷன் மட்டும்தான். பேஷண்ட்டுக்கு ஏதாவது மருந்து கொடுக்கணும்னா எனக்குதான் இன்ஃபார்ம் பண்ணுவாங்க.”

இருவரும் பேசிக்கொண்டே ஐ.ஸி யூனிட்டை விட்டு வெளியே வந்தார்கள்.

நிசப்தமான நீள வராந்தாவில் நடந்து கொண்டிருக்கும்போதே எதிரில் ஹாஸ்பிடலின் பி.ஆர்.ஓ பாலசுந்தரம் பதட்டத்தோடு வேகநடை போட்டபடி வந்து கொண்டிருந்தார். சங்கமேஷ்வர் கேட்டார்.

“என்ன பாலு... ஏதாவது எமர்ஜென்ஸி கேஸ் வந்திருக்கா...?”

“இ...இ... இல்ல டாக்டர்.”

“அப்புறம் ஏன் இவ்வளவு டென்ஷனா வர்றீங்க?”

“போலீஸ் வந்து இருக்காங்க.”

“எ...எ...என்னது போலீஸா?”

"அஸிஸ்டண்ட் கமிஷனர் குணசேகரன் ஒரு டீமோட வந்து உங்களைப் பார்த்து பேசறதுக்காக வெயிட் பண்ணிட்டிருக்கார்."

சங்கமேஷ்வரும் ஜோஸ்மினும் திகில் கலந்த ஒரு பார்வையை மைக்ரோ விநாடி நேரத்திற்குள் பகிர்ந்து கொண்டார்கள்.

சங்கமேஷ்வர் கலக்கத்தைக் காட்டிக் கொள்ளாமல் கேட்டார்.

"எப்ப வந்தாங்க...?"

"ஒரு அஞ்சு நிமிஷம் இருக்கும்... நீங்க ஐ.ஸி யூனிட்டுக்குள்ளே இருந்ததால அவங்களை வெயிட் பண்ணச் சொன்னேன்..."

இதயம் உதறிக் கொண்டிருந்தாலும் வலுக்கட்டாயமாய் ஒரு புன்னகையை தன் உதட்டில் உட்காரவைத்தார் சங்கமேஷ்வர்.

"வாங்க... பார்த்துடலாம்."

மூன்று பேரும் நடக்க ஆரம்பித்தார்கள்.

ஹாஸ்பிடலின் வரவேற்பறை காலியான நாற்காலிகளோடு நிசப்தமாய் தெரிய, முன்வரிசை இருக்கைகளில் அஸிஸ்டண்ட் கமிஷனர் ஆஃப் போலீஸ் குணசேகரன் யூனிஃபார்மை தவிர்த்துவிட்டு நான்கைந்து நபர்களுடன் சாதாரண உடையில் இறுகிப்போன முகத்தோடு காத்திருந்தார்.

சங்கமேஷ்வரைப் பார்த்ததும் நாற்காலியினின்றும் மெல்ல எழுந்து நின்றார்.

"ஸாரி... ஃபார் த டிஸ்டர்பன்ஸ் டாக்டர்."

"நோ ப்ராப்ளம்... நீங்க சரியான காரணம் இல்லாமே இந்த நேரத்துக்கு வரமாட்டீங்களே... எனி என்கொய்ரி...?"

"எஸ்... டாக்டர்..."

"சொல்லுங்க... என்ன விஷயம்...?"

"தனியா பேசணும்... டை...த...டை... என்கூட வந்திருக்கிற இவங்க நாலு பேரும் ஃபாரன்ஸிக் டிபார்ட்மெண்ட்டைச் சேர்ந்தவங்க. நாம பேசும் போது இவங்களும் இருப்பாங்க..."

சங்கமேஷ்வரின் அடிவயிற்றில் அட்ரினலின் சுரப்பிக் ஃபவுண்டன்களாக மாறி சுரந்தன. அந்த இரவு வேளையிலும் நெற்றி வியர்த்து மின்னிய உடல் ஒரு நடுக்கத்துக்கு உட்பட்டாலும், அதை வெளிப்படுத்திக் கொள்ளாமல் ஏ.சி.பி குணசேகரனை ஒரு கட்டாயப் புன்னகையோடு ஏறிட்டார்.

"நோ இஷ்யூஸ்... வாங்க... என்னோட ரூமுக்கே போயிடலாம்."

ஏ.சி.பியின் பார்வை இப்போது ஸ்டாஃப் நர்ஸ் ஜோஸ்மின் மீது திரும்பியது.

"சிஸ்டர்... நீங்களும் வரணும்."

ஜோஸ்மின் திகைத்த பார்வையோடு கேட்டாள்.

"நா... நா... நான் எதுக்கு ஸார்...?"

"உங்களையும் கொஞ்சம் விசாரிக்க வேண்டியிருக்கு..."

"ஸ... ஸ... ஸார்." அவள் திணற ஏ.சி.பி தொடர்ந்தார்.

"அவசியம் இல்லாமே நாங்க யாரையும் விசாரிக்கறதில்லை. ஒரு பத்து நிமிஷ நேர என்கொய்ரிதான். அதுக்கப்புறம் நீங்க உங்க ட்யூட்டியைப் பார்க்கப் போயிடலாம்." என்று சொன்னவர் டாக்டரிடம் திரும்பினார்.

"போலாமா டாக்டர்...?"

சங்கமேஷ்வர் தன் ப்ரீமியம் வுட் இருக்கைக்கு சாய்ந்தபடி முகத்தில் எந்த ஒரு உணர்ச்சியையும் காட்டாமல், தனக்கு முன்பாய் உட்கார்ந்திருந்த ஏ.சி.பியிடம் மென்மையான குரலில் கேட்டார்.

"ம்... சொல்லுங்க...!"

ஏ.சி.பி குணசேகரன் ஒரு வறண்ட புன்னகையோடு கேட்டார்.

"ஐ.சி.யூல அட்மிட்டாகியிருக்கிற அன்பரசுவோட ஹெல்த் கண்டிஷன் இப்போ எப்படியிருக்கு...?"

சங்கமேஷ்வரின் இருதயத்துடிப்பு வேகம் எடுத்தது. இருந்தாலும் நிதானத்தை கைவிடாமல் பேசினார்.

“இப்போதைக்கு அன்பரசுவோட நிலைமை கொஞ்சம் க்ரிடிக்கல்தான். க்ரோனிக் நியூரோலாஜிகல் கண்டிஷன்.”

“உயிர் பிழைக்க வாய்ப்பு இருக்கா...?”

“கொஞ்சம் கஷ்டம்தான்... சக்சஸ் ரேட் ஃபிப்டி பர்ஸண்ட்.”

“இப்போ எதுமாதிரியான ட்ரீட்மெண்ட் போயிட்டிருக்குன்னு சொல்லமுடியுமா டாக்டர்?”

“நியூரோலஜி மெடிகேசன் கொடுத்துட்டிருக்கோம். நாளைக்கு காலையில ஆறுமணிக்கு மேலதான், அன்பரசுவோட உடல்நிலையில் முன்னேற்றம் இருக்கா இல்லையான்னு தெரியும்...” சங்கமேஷ்வர் பேசப் பேச ஏ.சி.பி குறுக்கிட்டார்.

“அன்பரசு ஒரு கட்சியோட மாவட்ட செயலாளர் மட்டும் கிடையாது. அவன் போதை மருந்துகளைக் கடத்துற ஒரு மாஃபியா கும்பலுக்கு ஷேடோ லீடரும் கூட. இந்த சட்ட விரோதமான தொழிலுக்குப் பின்னாடி சில அரசியல் கட்சித்தலைவர்களும் இருக்காங்க. இந்த அன்பரசு உடல்நலம் தேறி குணமாகி வெளியே வந்து சட்டத்தோட பிடியில சிக்கும்போது, அந்தத் தலைவர்களோட பேரை அவன் வெளியே சொல்ல வாய்ப்பு இருக்கிற காரணத்தால, இந்த ஹாஸ்பிடலில் அவன் ட்ரீட்மெண்ட்ல இருக்கும்போதே தீர்த்துக்கட்டவும் ஒரு மறைமுகமான சதி நடந்துட்டு இருக்கு... அந்தச் சதி உண்மையா இல்லை வெறும் வதந்தியான்னு தெரிஞ்சுக்கத்தான் உங்களை என்கொய்ரி பண்ண வந்திருக்கேன்.”

சங்கமேஷ்வர் அதிர்ந்து போனவராய் நிமிர்ந்தார்.

“உங்களுக்கு யாரோ தப்பான தகவல் குடுத்திருக்காங்கன்னு நினைக்கிறேன். என்னோட ஹாஸ்பிடல்ல அந்த மாதிரியெல்லாம் நடக்க வாய்ப்பில்லை.”

“டாக்டர்... நான் உங்களை நம்பறேன். ஆனா உங்களுக்குத் தெரியாமே ஐ.ஸி யூனிட்ல இருக்கிற மத்த டியூட்டி டாக்டர்ஸோ இல்லேன்னா ட்யூட்டியில இருக்கிற நர்ஸ்களோ அன்பரசுவை தீர்த்துக் கட்டற முயற்சியில் ஈடுபட்டு இருக்கலாமே...? எதுக்கும் டெஸ்ட் பண்ணிப் பார்த்துடறது நல்லதில்லையா...?”

"எப்படி டெஸ்ட் பண்ணப் போறீங்க...?"

"சொன்னா தப்பா நினைச்சுக்கமாட்டாங்களே...?"

"சொ... சொல்லுங்க..."

"கொஞ்ச நேரத்துக்கு முன்னாடி எங்களுக்குக் கிடைச்ச தகவல்படி அன்பரசுவுக்கு கொடுத்துட்டிருக்கிற ஐ.வி ஃப்ளூய்ட்ல ஸ்லோபாய்ஸன் கலக்கப்பட்டு இருக்கலாங்கிற இன்பர்மேஷன்தான்."

ஸ்டாஃப் நர்ஸ் ஜோஸ்னா குறுக்கிட்டாள்.

"அ... அப்படியெல்லாம் நடக்க வாய்ப்பேயில்ல ஸார்... யாரோ எங்க ஹாஸ்பிலோட பேரைக் கெடுக்கிறதுக்காக இப்படியொரு வதந்தியைக் கிளப்பிவிட்டிருக்காங்க."

"அது வதந்தியாய் இருந்தா சந்தோஷம். ஆனா உண்மையாய் இருந்துட்டா...?"

சங்கமேஷ்வர் குறுக்கிட்டார்.

"இப்ப என்ன பண்ணப் போறீங்க?"

"நான் கூட்டிட்டு வந்திருக்கிற இந்த ஃபாரன்ஸிக் டீம் 'டாக்ஸிகாலஜி' டிபார்மெண்டைச் சேர்ந்தவங்க. இதுவரைக்கும் அன்பரசுவுக்கு நீங்க கொடுத்த ட்ரீட்மெண்ட், அதற்கான மருந்துகள், இப்போ கொடுத்துட்டிருக்கிற ட்ரீட்மெண்ட் அதற்கான மருந்துகள் எல்லாத்தையும் டெஸ்ட் பண்ணிப் பார்க்கப் போறாங்க. முக்கியமா இந்த நிமிஷம் ட்ரிப்ஸ்ல போயிட்டிருக்கிற ஐ.வி ஃப்ளூயிட்ல ஏதாவது விஷப்பொருள் கலந்திருக்கான்னு டெஸ்ட் பண்றதுதான் அவங்க நோக்கம்."

சங்கமேஷ்வரும், ஜோஸ்மினும் தங்களின் கலவரமான பார்வைகளை பரஸ்பரம் ஒரு மைக்ரோ விநாடி நேரத்திற்குள் பகிர்ந்து கொண்டார்கள்.

ஏ.சி.பி தயக்கமான குரலில் சங்கமேஷ்வரிடம் கேட்டார்.

"எனி அப்ஜெக்ஷன்...?"

"நோ...நோ... யூ கேன் ப்ரொஸீட்..."

"தேங்க்யூ டாக்டர்... நீங்களும் சிஸ்டர் ஜோஸ்மினும் ஐ.ஸி யூனிட்ல அந்த சோதனை நடக்கும்போது கூடவே இருக்கணும்."

நெற்றியில் அரும்பிவிட்ட வியர்வையைக் கர்ச்சீப்பால் ஒற்றிக்கொண்டே ஒரு பெருமூச்சோடு தலையை அசைத்தார் சங்கமேஷ்வர்.

எல்லோரும் ஐ.ஸி யூனிட்டை நோக்கி நகர்ந்தார்கள்.

சரியாய் ஒரு மணி நேரம்.

ஏ.சி.பி குணசேகரன் ஃபாரன்ஸிக் டீம் அதிகாரிகளோடு வார்டுக்கு வெளியே வந்து சுவரோரமாய் போடப்பட்டிருந்த நாற்காலிகளில் காத்திருந்த சங்கமேஷ்வர்க்கு முன்பாக வந்து நின்றார்கள்.

"சோதனை முடிஞ்சுது டாக்டர்... பேஷண்ட் அன்பரசுவுக்கு எதுமாதிரியான நோய்ங்கிறதை சரியா புரிஞ்சுகிட்டு, ட்ரீட்மெண்ட் குடுத்துட்டு இருக்கீங்க... எனக்கு வந்த ஒரு அனானிமஸ் போன்காலை இக்னோர் பண்ணினா நாளைக்கு ஏதாவது பிரச்னைகள் வரும்ன்னு நினைச்சுத்தான் ஃபாரன்ஸிக் டீமோட நான் இந்த அகால நேரத்துல வரவேண்டியதாயிடுச்சு. ஸாரி ஃபார் த டிஸ்டர்பன்ஸ்."

சங்கமேஷ்வர் ஒரு புன்னகையோடு ஏ.சி.பியை ஏறிட்டார்.

"சோதனை முடிஞ்சுதா... இன்னமும் ஏதாவது பண்ண வேண்டியிருக்கா இருந்தா இப்பவே சொல்லிடுங்க..."

"நோ...நோ... இனிமே எந்த சோதனையும் கிடையாது. ஆனா பேஷண்ட் அன்பரசு முழுமையாய் குணமடைஞ்சு வீடு திரும்புற வரைக்கும் அவர்க்கு தரக்கூடிய மருந்துகளை சரிபார்க்க, டாக்ஸிகாலஜி ஃபாரன்ஸிக் டிபார்ட்மெண்ட்டைச் சேர்ந்த ரெண்டு அதிகாரிங்க மட்டும் இங்கேயே இருப்பாங்க. பேஷண்ட்டுக்கு குடிக்க தண்ணி தர்றதாய் இருந்தாலும் அவங்களைக் கேட்டுட்டுத்தான் கொடுக்கணும்."

“நோ... ப்ராப்ளம்... உங்க ஃபார்மாலீடீஸ் எதுவா இருந்தாலும் சரி, அதுக்கு இந்த ஹாஸ்பிடல் நிர்வாகம் முழு ஒத்துழைப்பைக் கொடுக்கும்.”

“தேங்க்யூ டாக்டர்... நான் கிளம்பறேன். நீங்க குடுத்த ஒத்துழைப்புக்கு நன்றி.”

சங்கமேஷ்வரின் கையைப்பற்றி குலுக்கிவிட்டு ஏ.சி.பி விடைபெற்றுக் கொள்ள, அவர் திரும்பி தனக்கு பின்புற நாற்காலியில் உட்கார்ந்திருந்த ஜோஸ்மினைப் பார்த்தார்.

பார்வையாலேயே கேட்டார்.

‘என்னாச்சு... அன்பரசுவுக்கு அந்த இஞ்ஜெக்ஷனைப் போட்டியா, இல்லையா?’

அவன் சுற்றும் முற்றும் ஒரு தடவை பார்த்துவிட்டு குரலைத் தாழ்த்தினாள்.

“இல்ல டாக்டர்...”

“நீ போட்டதை நான் பார்த்தேனே...?”

“அ... அ... அது வந்து... அது நீங்க கொடுத்த இஞ்ஜெக்ஷன் இல்லை.”

“அப்புறம்...?”

“இங்கே எதுவும் பேச வேண்டாம் டாக்டர். உங்க ரூமுக்குப் போயிடலாமா...?”

“சரி... நான் முன்னாடி போறேன். நீ ஒரு அஞ்சு நிமிஷம் கழிச்சு கையில ஒரு ஃபைலை வெச்சுகிட்டு ஏதோ சந்தேகம் கேட்கிற மாதிரி என்னோட ரூமுக்கு வந்துடு...”

சங்கமேஷ்வர் சொல்லிக்கொண்டே எழுந்து இயல்பாக நடைபோட்டு தன்னுடைய அறையை நோக்கிப் போனார்.

போலீஸின் பிடியிலிருந்து தப்பித்துக் கொண்ட மகிழ்ச்சி ஒரு புறம் மனசுக்குள் நிரம்பியிருந்தாலும், இதயத்துடிப்பு உச்சத்தில் இருந்தது.

‘ஜோஸ்மின் என்ன சொல்லப் போகிறாள்...?’

‘அன்பரசுவுக்கு அவள் அந்த ‘ஸ்லோபாய்ஸன்’ இஞ்ஜெக்ஷனைப் போடாமல் இருந்ததற்கு காரணம் என்னவாகயிருக்கும்?’

யோசனைகளோடு நீண்ட வராந்தாவில் மெல்ல நடந்து தன்னுடைய அறைக்குள் நுழைந்து இருக்கைக்கு சாய்ந்தார் சங்கமேஷ்வர்.

மேஜையின் மேல் இருந்த தண்ணீர் பாட்டிலை எடுத்து இரண்டு வாய் அருந்திவிட்டு தன்னை ஆசுவாசப்படுத்திக் கொண்ட விநாடிகளில் ஜோஸ்மின் கதவைத் தட்டிவிட்டு அறைக்குள் நுழைந்தாள்.

சங்கமேஷ்வர் தனக்கு எதிரில் இருந்த நாற்காலியைக் காட்டி அவள் உட்கார்ந்ததும் கேட்டார்.

“எல்லாரும் போயிட்டாங்களா...?”

“போயிட்டாங்க... ஃபாரன்ஸிக் டிபார்ட்மெண்ட்டைச் சேர்ந்த ரெண்டு பேரும் மட்டும் ஐ.ஸி யூனிட்ல இருக்காங்க...”

“ட்ரீட்மெண்ட்டை அப்ஸர்வ் பண்றாங்களா?”

‘ஆமாம்’ என்பது போல் தலையசைத்தாள் ஜோஸ்மின்.

“சரி... இப்ப சொல்லு என்ன காரணம்...?”

“பயமாயிருந்தது...”

“என்ன பயம்...?”

“ரெண்டு கோடி தர்றேன்னு அவங்க சொன்னதுதான் எனக்கு பயத்தைக் கொடுத்துச்சு... கண்டிப்பா இது கொடுக்கற அமௌண்ட்டுக்கு ஏத்த பெரிய ரிஸ்க்னு மனசுல பட்டது. ஆனா உங்ககிட்ட இதைப் பத்தி சொன்னா கோபப்படுவீங்க... அதனால வர்றதப் பாத்துக்கலாம்னு இஞ்ஜெக்ஷனை மாத்திப் போட்டேன். நீங்க சொன்ன மாதிரி இஞ்ஜெக்ஷன் போட்டு உண்மை வெளியே தெரிஞ்சா அதனோட விளைவுகள் சட்டரீதியாய் எப்படியிருக்கும்னு

யோசிச்சுப் பார்த்தேன். பயமாயிருந்தது. அதனால அன்பரசுவுக்கு ஸ்லோபாய்ஸன் இஞ்ஜெக்ஷனை போடாமே சாதாரண க்ளுக்கோஸ் இஞ்ஜெக்ஷனை போட்டேன். நான் பயப்பட்ட மாதிரியே விஷயம் எப்படியோ வெளியே கசிஞ்சு போலீஸுக்கு போய் ஏ.சி.பி ஃபாரன்ஸிக் டீமோட ஹாஸ்பிடலுக்கு வந்துட்டார்...”

“போலீஸ் இன்னிக்கு வருவாங்கன்னு நீ எதிர்பார்த்தியா...?”

“இன்னிக்கு எதிர்பார்க்கலை டாக்டர்... ஆனா அன்பரசுவோட மரணத்துல நாளைக்கு ஏதாவது சந்தேகம் வந்து பாடியை போஸ்ட்மார்ட்டம் பண்ற அளவுக்கு நிலைமை போயிட்டா, பிரச்னை பெரிசாயிடுமேன்னு மனசுக்குள்ளே ஒரு சந்தேகம் வந்தது. அதனாலதான் நீங்க கொடுத்த ஊசியை நான் போடலை.”

“ஜோஸ்மின்...! நீ பயப்பட்டு அன்பரசுவுக்கு அந்த இஞ்ஜெக்ஷனைப் போடாமே இருந்தது, ஒருவகையில எனக்கு சந்தோஷம்தான். ஒருவேளை நீ அதைப் போட்டிருந்தா நீயும் நானும் இன்னிக்கு மாட்டியிருப்போம். இந்நேரம் நியூஸ் மீடியாக்களுக்குப் போய்ச் சேர்ந்திருக்கும். அதே நேரத்துல நான் சொன்ன வேலையைச் செய்யாமே நீ உன்னோட இஷ்டத்துக்கு செயல்பட்டது எனக்குப் பிடிக்கலை. என்னை ஏமாத்த நினைச்சது எந்த வகையில நியாயம்...?”

“நியாயமில்லைதான் டாக்டர்... அந்த வேலையை செய்ய என்னோட மனசாட்சி ஒத்துக்கலை...”

“ஆறு மாசத்துக்கு முந்தி பாலியல் புகார் சம்பந்தப்பட்ட அந்த புஷ்பலதாவுக்கு நீதானே நான் குடுத்த இஞ்ஜெக்ஷனைப் போட்டே. அப்ப மட்டும் அது தப்புன்னு உன்னோட மனசாட்சிக்குத் தோணலையா?”

ஜோஸ்மினின் உதட்டில் சின்னதாய் ஒரு புன்னகை அரும்ப சங்கமேஷ்வர் எரிச்சலானார்.

“இப்படி சிரிச்சா என்ன அர்த்தம்?”

“நீங்க அன்னிக்கு கொடுத்த ஸ்லோபாய்ஸன் இஞ்ஜெக்ஷனையும் புஷ்பலதாவுக்கு போடலைன்னு அர்த்தம்.”

"நீ... நீ... என்ன சொல்றே?"

"எஸ்... அன்னிக்கும் அது தப்புன்னு நினைச்சு அவளுக்கு சாதாரண க்ளூக்கோஸ் இஞ்ஜெக்ஷனைத்தான் போட்டேன்."

"அப்புறம்... அந்த புஷ்பலதா எப்படி செத்தா...?"

"அவ இறந்ததுக்குக் காரணம் இயற்கையான முறையில கார்டியாக் அரஸ்ட் ஏற்பட்டதுதான். ஒருவேளை அந்த மரணத்துல யார்க்காவது சந்தேகம் வந்து பாடியை போஸ்ட்மார்ட்டம் பண்ணச் சொல்லியிருந்தா நம்ம நிலைமை என்னாயிருக்கும்ன்னு கொஞ்சம் யோசிச்சுப் பாருங்க டாக்டர்...?"

சங்கமேஷ்வர் அதிர்ச்சியில் உறைந்து போனவராய் ஜோஸ்மினையே பார்த்துக் கொண்டிருக்க, அவள் சற்றே தலைகுனிந்தபடி தயக்கமான குரலில் பேச ஆரம்பித்தாள்.

"நம்ம ஹாஸ்பிடல்ல அட்மிட்டான ஒரு பேஷண்ட் எவ்வளவு மோசமான ஆளா இருந்தாலும் சரி, சட்டத்தின் பார்வையில குற்றவாளியா இருந்தாலும் சரி, அந்த உயிரைக் காப்பாத்த வேண்டியது ஒரு டாக்டரோட கடமை. அவர்க்கு பக்கபலமா இருக்க வேண்டியது என்னை மாதிரியான ஒரு நர்ஸோட கடமை. அந்தக் கடமையைத்தான் நான் பண்ணியிருக்கேன். இதைப்பத்தி நீ முன்னாடியே என்கிட்ட பேசியிருக்கலாமேன்னு இப்ப நீங்க கேட்கலாம். அப்ப எனக்கு அந்த துணிச்சல் வரலை. அதுக்கப்புறம் நான் யோசிச்சுப் பார்த்தேன். மனசுக்கு தப்புன்னு பட்டது. உங்க வார்த்தைக்குக் கட்டுப்படற மாதிரி நடிச்சு, நான் மருந்தை மாத்தி போட்டேன். பொலோனியம் பாய்ஸனால புஷ்பலதா இறந்ததா நீங்க நினைச்சீங்க... உங்களுக்குக் கிடைச்ச பணத்துல எனக்கு ரெண்டு லட்ச ரூபாய் கொடுத்தீங்க... அந்தப் பணத்தை எனக்கு கையில வாங்கவே உடம்பு கூசிச்சு. இருந்தாலும் நீங்க சந்தேகப்படுவீங்களோன்னு வாங்கிகிட்டேன். ஆனா ட்யூட்டி முடிஞ்சு வீட்டுக்குப் போறப்ப அடுத்த தெருல இருக்கிற ஒரு சாரிடபிள் ட்ரஸ்ட்டுக்குப் போய் அங்கேயிருக்கிற உண்டியல்ல அந்தப் பணத்தைப் போட்டுட்டேன்."

ஜோஸ்மின் பேசிக் கொண்டிருக்கும்போதே சங்கமேஷ்வர் தன்னுடைய நாற்காலியினின்றும் எழுந்தார். தளர்வாய் நடந்து போய் அவளருகே நின்றார்.

ஜோஸ்மின் குழப்பத்தோடு எழுந்து நிற்க சங்கமேஷ்வர் அவளுடைய கைகளைப் பற்றிக் கொண்டார்.

"ஜோஸ்மின்! நர்ஸ்ஸான உனக்கு ஒரு உயிரோட அருமை புரிஞ்சிருக்கு. ஆனா ஒரு டாக்டரான எனக்கு அதோட அருமை புரியலை. அதுக்கு ஒரு விலை பேசி, பணக்கடல்ல குளிக்க ஆசைப்பட்டிருக்கேன். அது எவ்வளவு பெரிய தப்புன்னு எனக்கு இப்பத்தான் புரியுது. கடலோட அழகை தள்ளி நின்னு ரசிக்கிற வரைக்கும் எந்த ஆபத்தும் இல்லை. அதுல இறங்கி விளையாட ஆரம்பிச்சாத்தான் ஆபத்துன்னு சொல்வாங்க. இனிமேல இந்த ஹாஸ்பிடலுக்கு வர்ற பேஷண்ட்ஸ் நல்லவங்களோ, கெட்டவங்களோ அவங்களை குணப்படுத்தி அனுப்பறதுதான் என்னோட நோக்கமாயிருக்கும்..."

ஜோஸ்மினின் கண்களில் நீர் மின்னி குரல் தழுதழுத்தது.

"டாக்டர்! என்மேல கோபப்படுவீங்கன்னு நினைச்சேன். ஆனா நான் சொன்னதை ஏத்துகிட்டதுக்கு ரொம்பவும் தேங்க்ஸ்."

"உன்னோட தேங்க்ஸை நான் ஏத்துக்கணும்ன்னா நீ நாளைக்கே ஒரு வேலை பண்ணனும்."

"சொல்லுங்க டாக்டர்."

"அந்த புஷ்பலதாவோட மரணத்துக்கு நீயோ நானோ காரணமில்லை. இருந்தாலும் அதுக்காக நான் அந்த திருஞானத்துகிட்ட வாங்கின பணம் என்கிட்டே இருக்கு. அதை நாளைக்கு முதல் காரியமா அந்த சாரிடபிள் ட்ரஸ்ட்ல இருக்கிற உண்டியல்ல கொண்டு போய் போட வேண்டியது உன்னோட முதல் வேலை."

"கண்டிப்பா..." சொல்லிவிட்டு ஜோஸ்மின் பெரிதாய் புன்னகை செய்ய அந்தப் புன்னகை ஒரு பூங்கொத்தாய் சங்கமேஷ்வரின் கண்களுக்கு தெரிந்தது.

சிறுகதை

பழைய பறவை

அந்த புதன் கிழமையின் மத்தியானவேளையில் என் வீட்டுக்கு வந்த நண்பன் ராஜாராமனைப் பார்த்து ஆச்சர்யப்பட்டேன்.

"என்னடா... தலைக்கு மேல வெயில் சுள்ளுன்னு அடிக்குது... நீ பாட்டுக்கு நிலா வெளிச்சத்துல நடந்து வர்ற மாதிரி வேர்க்காமே விறுவிறுக்காமே வந்திருக்கே...?"

ராஜாராமன் சிரித்தான்.

"சந்தோஷம்ன்னு வந்துட்டா வெய்யிலாவது மழையாவது... அதான் புறப்பட்டு வந்துட்டேன்டா ஆனந்த்."

"அப்படியென்ன சந்தோஷம்...?"

"சொல்றேன்... கிளம்பு..."

"கிளம்பறதா எங்கே...?"

"பொள்ளாச்சிக்கு..."

"எதுக்கு...?"

"என்னோட தம்பி சந்திரனுக்கு ஓரு ஜாதகம் பொருந்தியிருக்கு. பொண்ணுக்கு சொந்த ஊரு பொள்ளாச்சிக்குப் பக்கத்துல சமத்தூர் கிராமம். விவசாய குடும்பம். அவ போட்டோவை 'வாட்ஸ் அப்'ல அனுப்பியிருந்தாங்க. பேரு மதுமதி. நல்ல லட்சணம். சந்திரனுக்கும் பிடிச்சுட்டதால இன்னிக்கே முறைப்படி பொண்ணு வீட்டுக்கு போயிட்டு வந்துரலாம்ன்னு முடிவு பண்ணினோம். கார்லதான் போறோம். உன்னையும் சேர்த்து மொத்தம் அஞ்சு பேர்தான். நீ, நான், என்னோட ஓய்ஃப், தம்பி, புரோக்கர்... பத்து நிமிஷத்துல நீ ரெடியாகணும். போற வழியில லஞ்ச் சாப்பிட்டுக்கலாம்."

நான் பெருமூச்சொன்றை வெளியேற்றிவிட்டு இரண்டு கைகளையும் விரித்து "ஸாரிடா" என்றேன்.

"எதுக்கு ஸாரி...?"

"இன்னிக்கு பிசினஸ் லோன் விஷயமா பேங்க் மானேஜரைப் பார்க்க வேண்டியிருக்கு. சாயந்தரம் நாலு மணிக்கு வர்றேன்னு அவர்கிட்ட சொல்லியிருக்கேன்."

"அதையெல்லாம் நாளைக்கு வெச்சுக்கோ... என் வீட்ல என்ன விசேஷம் நடந்தாலும் நீ எங்ககூட இருந்தாகணும்... ம்... கிளம்பு... கிளம்பு... இப்ப கிளம்பினாத்தான் சாயந்தரம் நாலு மணிக்குள்ளே பொள்ளாச்சி போய்ச் சேர முடியும்..."

"ராஜாராமா... சொன்னாக் கேளுடா... அந்த பேங்க் மானேஜர் ஒரு முசுடு. அவர் சொன்ன நேரத்துக்கு நான் போகலைன்னா லோன் தர்ற விஷயத்துல இழுத்தடிப்பார்..."

"டேய் ஆனந்த்! உன்னை மாதிரி நியாயமா பிசினஸ் பண்றவனுக்கு லோன் கொடுக்க அந்த பேங்க் மானேஜர்க்குத்தான் கொடுத்து வெச்சிருக்கணும். ஏதாவது காரணத்தைச் சொல்லிட்டிருக்காமே ட்ரஸ் மாத்திட்டு கிளம்பு..."

"நீ விடமாட்டியே..."

"தெரியுதில்ல... புறப்படு..." என்னுடைய முதுகில் கை வைத்து அறைக்குள் தள்ளினான் ராஜாராமன்.

"கார்ல வெயிட் பண்றேன்... வந்து சேரு."

ஒரு நல்ல ஹோட்டலில் மத்தியான சாப்பாட்டை முடித்துக்கொண்டு, பொள்ளாச்சியின் புறநகர் பகுதியில் இருந்த சமத்தூர் கிராமம் போய்ச் சேர்ந்தபோது நேரம் சரியாய் மாலை நான்கு மணி.

இன்னமும் பத்து நிமிட பயணம். தூரத்தில் பெண்ணின் வீடு பசுமையான வயல்வெளிக்கு நடுவில் பழமை நெடியோடு பார்வைக்குக் கிடைத்தது.

வீட்டைச் சுற்றிலும் இருந்த பத்துக்கும் மேற்பட்ட தென்னை மரங்கள் மிதமாக வீசிய காற்றில் தலையாட்டிக் கொண்டிருந்தன.

நான் காரில் எனக்குப் பக்கத்தில் உட்கார்ந்திருந்த ராஜாராமனின் தோளைத் தட்டினேன்.

"என்னடா... ராஜாராமா... சந்திரனுக்கு நம்ம ஊர்லயே பொண்ணு கிடைக்காதா என்ன... இவ்வளவு தூரம் வரணுமா...?"

"நல்ல குடும்பம்... கிராமத்து பழக்கவழக்கம். இப்படிபட்ட சம்பந்தம் கிடைக்கிறது ரொம்ப கஷ்டம்... எல்லாத்துக்கும் மேல ஜாதகமும் நல்லா பொருந்தி வந்திருக்கு... ஒரேயொரு மைனஸ் பாயிண்ட் பொண்ணுக்கு அம்மா அப்பா இல்லை. தாய்மாமன் வளர்ப்பு."

கார் மிதமான வேகத்தில் வயலுக்கு நடுவிலிருந்த மண்சாலையில் ஓடி அந்த விசாலமான ஓட்டு வீட்டுக்கு முன்பாய் போய் நின்றது.

வாசலிலேயே அந்த நடுத்தரவயது நபரும், அவரின் மனைவியும் நின்றிருந்தார்கள். காரினின்றும் இறங்கிய எங்களைப் பார்த்து முகம் மலர கும்பிட்டார்கள்.

"வாங்க... வாங்க... வீட்டைக் கண்டுபிடிக்க ரொம்பவும் சிரமப்பட்டீங்களா?"

"ஒரு சிரமமும் இல்லை... கூகுள் மேப் இருக்கும்போது என்ன கவலை...?" ராஜாராமன் சொல்லிக்கொண்டே அவர்களை எனக்கு அறிமுகப்படுத்தினான்.

“இவர் பொண்ணோட தாய்மாமா சுப்புராஜ். இவங்க பொண்ணோட அத்தை...”

நான் அவர்களுக்கு வணக்கம் சொல்ல ராஜாராமன் என்னை அவர்களுக்கு அறிமுகம் செய்து வைத்தான்.

“இவர் என்னோட ஃப்ரண்ட் ஆனந்த். டெக்ஸ்டைல்ஸ் ஸ்பேர் பார்ட் பிசினஸ். ஃப்ரெண்டாயிருந்தாலும் எங்க குடும்பத்துல ஒருத்தர் மாதிரி...”

“பார்த்தாலே தெரியுதே... இல்லேன்னா இந்தப் பொண்ணு பார்க்கிற விசேஷத்துக்கு கூட்டிட்டு வருவீங்களா...?” சொல்லிவிட்டு சுப்புராஜ் தாம்பூல வாயோடு சிரித்துக்கொண்டே, மரத்தாலான காம்பௌண்ட் கேட்டைத் தள்ளிக்கொண்டு வீட்டுக்குள் நடக்க ஆரம்பித்துவிட, எல்லோரும் பின்தொடர்ந்தார்கள்.

“இந்த வீட்டோட வயசு நூறு வருஷம். ஏழெட்டு பரம்பரை பார்த்த வீடு. வீட்டோட உத்தரம், தூண், கட்டில், நாற்காலி எல்லாமே சுத்த தேக்கு. இன்னிக்கெல்லாம் இப்படியொரு காத்தோட்டமான வீட்டை எவ்வளவு செலவு பண்ணினாலும் இப்பிடி கட்ட முடியாது.”

தாய்மாமன்சுப்புராஜ்வீட்டின்பெருமையைப்பேசிக்கொண்டே போக நான் சுற்றும் முற்றும் பார்வையை போட்டபடி நடந்தேன். அவர் அப்படி பெருமை அடித்துக்கொண்டதில் தப்பேயில்லை என்பது போல் வீடு பெரிய பெரிய ஜன்னல்களோடும், கதவுகளோடும் காற்றோட்டமாகவும் வெளிச்சமாகவும் இருந்தது. சுவரோரம் வரிசையாய் போடப்பட்டிருந்த நாற்காலிகளில் உட்கார்ந்தோம்.

பெண்ணின் தாய்மாமன் சுப்புராஜ் எனக்கு அருகில் இருந்த நாற்காலியில் அமர்ந்தபடி கேட்டார்.

“என்ன தம்பி பிசினஸ் எல்லாம் எப்படி போயிட்டிருக்கு...?”

நான் “பரவாயில்லீங்க” என்றேன்.

“பரவாயில்லேன்னா எப்படி.... எனக்குக் கொஞ்சம் புரியற மாதிரி சொல்லுங்களேன்...”

“பர்சஸ் ஆர்டர் நிறைய வருது. ஆனா கலெக்‌ஷன் கொஞ்சம் டல். மூணு மாசத்துக்குள்ளே ‘பேமெண்ட்’ கொடுத்த பார்ட்டீஸ் எல்லாம் இப்ப இழுத்தடிக்கிறாங்க...”

“அடடா... என்னக் காரணம்...?”

“நாலு வருஷத்துக்கு முந்தி வந்த கொரோனா எல்லா பிசினஸையும் புரட்டிபோட்ட மாதிரி, டெக்ஸ்டைல்ஸ் பிசினஸையும் பதம் பார்த்துடுச்சு... நிலைமை இப்படியே இருக்காது. அடுத்த ரெண்டு வருஷத்துக்குள்ளே சரியாயிடும்ன்னு நினைக்கிறேன்.”

“உங்க அப்பா என்ன பண்றார்...?”

நான் எரிச்சலாகி உள்ளுக்குள் புகையும் உஷ்ணத்தோடு எனக்கு இடதுபக்கத்தில் உட்கார்ந்திருந்த ராஜாராமனைப் பார்க்க, அவன் தன் உதட்டோரம் கசிந்த புன்னகையோடு “அவர் கேக்கிறார் இல்ல... பதில் சொல்லு...” என்றான்.

நான் தாய்மாமனிடம் இறுகிய முகத்தோடு திரும்பினேன்.

“அப்பாவும் அம்மாவும் கிராமத்துலயே இருந்து விவசாயத்தைப் பார்த்துட்டு இருக்காங்க. நான் அடிக்கடி அவங்களைப் போய் பார்த்துட்டு வருவேன்...”

“இப்ப நான் ஒரு கேள்வி கேட்டா தம்பி கோபிச்சுக்கக் கூடாது.”

“கேளுங்க...”

“தம்பிக்கு வயசு முப்பத்தஞ்சு இருக்குமா...?”

“முப்பத்தி மூணு.”

“கல்யாணமாயிடுச்சா...?”

“இல்ல...”

“ஏன்...?”

நான் நிதானம் இழந்தவனாய் கோபத்தில் முகம் சிவக்க அவரை ஏறிட்டேன்.

“இதோ பாருங்க... என்னோட ஃப்ரண்ட் ராஜாராமனோட தம்பிக்கு பொண்ணு பார்க்க நான் இங்கே வந்திருக்கேன்.

நீங்க என்னடான்னா மாப்பிள்ளைகிட்டே கேட்க வேண்டிய கேள்விகளையெல்லாம் என்கிட்ட கேட்டுகிட்டு இருக்கீங்க...”

அவர் சிரித்தார்.

“நான் மாப்பிள்ளைகிட்டதான் பேசிட்டிருக்கேன்.”

நான் அதிர்ந்து போனவனாய் என்னையும் அறியாமல் குரலை உயர்த்தினேன். “என்ன விளையாடறீங்களா...?”

“உண்மையாத்தான் சொல்றேன் தம்பி” அவர் சொல்லிவிட்டு மறுபடியும் சிரிக்க கோபம் குறையாமல்தான் ராஜாராமனிடம் திரும்பினேன்.

“என்னடா... அவர்பாட்டுக்கு என்னை மாப்பிள்ளைன்னு சொல்றார். நீயும் அதையும் கேட்டுகிட்டு பேசாமே இருக்கே...?”

“அவர் சரியாத்தான் பேசிட்டிருக்கார்...”

“எ...எ...என்னது சரியா பேசிட்டிருக்காரா? டேய் பொண்ணு பார்க்க வந்தது உன்னோட தம்பிக்கு.”

“அப்படின்னு சொன்னாத்தானே நீ வருவே...”

“என்னடா உளர்றே...?”

“உளறலை... உண்மையைச் சொல்லிட்டிருக்கேன். பொண்ணு பார்க்க வந்தது உனக்குத்தான்...”

ஆத்திரத்தோடு நாற்காலியை நகர்த்திக்கொண்டு எழ முயன்ற என் கையை இறுகப்பற்றி உட்கார வைத்தான் ராஜாராமன். நான் குரலைத் தாழ்த்தி அவன் காதருகே பொருமினேன்.

“என்னடா...நீயும்அவங்ககூடசேர்ந்துட்டுஎன்னைசீண்டிகிட்டு இருக்கே. நான்தான் கல்யாணம் பண்ணிக்கமாட்டேன்னு உனக்குத் தெரியுமே...?”

“நீ காதலிச்ச சுவர்ணா உனக்குக் கிடைக்கலை. அவ வேற ஒருத்தனைக் கல்யாணம் பண்ணிகிட்டு போயிட்டதால, அவளை மறக்கமுடியாத உன்னால இன்னொரு கல்யாணம் பண்ணிக்க மனசில்லை... அதுதானே காரணம்...?”

“சரியா சொல்லிட்டியே...அப்பறம் என்ன?”

“சுவர்ணா உனக்கு மறுபடியும் கிடைச்சா...?”

“எப்படி கிடைப்பா...? அவளுக்குத்தான் அஞ்சு வருஷத்துக்கு முன்னாடியே கல்யாணம் ஆயிடுச்சே...?”

அந்தத் தாய்மாமன் சுப்புராஜ் இடைமறித்தார்.

“நீ... காதலிச்ச... சுவர்ணாவுக்கு கல்யாணம் ஆகலை தம்பி...”

“எ...எ...என்ன சொல்றீங்க...?”

“தம்பி! நீங்க மொதல்ல என்னை மன்னிக்கணும். ஏன்னா நான் சுவர்ணாவுக்கு தாய்மாமன் இல்லை... அவ என்னோட மூணாவது தங்கச்சி. அவ யாரையோ காதலிக்கிறாங்கிற உண்மை என் அம்மாவுக்கும், அப்பாவுக்கும் . தெரிஞ்சதும் சொந்தத்துலே ஒரு பையனைப் பார்த்து முடிவு பண்ணி கல்யாணம் பண்ணி வைக்க ஆந்திரால இருக்கிற விசாகப்பட்டினத்துக்குப் போயிட்டாங்க. மறுபடியும் தமிழ்நாட்டுக்கு வரப் பிரியப்படாத அப்பாவும் அம்மாவும் அங்கேயே ஒரு வீட்டை வாடகைக்கு எடுத்து தங்கிட்டாங்க. நான் மட்டும் என் மனைவியோடயும் குழந்தைகளோடயும் இங்கே சமத்தூருக்கு வந்து நிலபுலன்களை பார்த்துகிட்டு செட்டிலாயிட்டோம்...”

நான் தவிப்பான குரலில் கேட்டேன்.

“சுவர்ணாவுக்கு கல்யாணம் ஆகலைன்னு சொன்னீங்களே... ஏன் என்னாச்சு...?”

“கல்யாண ஏற்பாடல்லாம் தடபுடலாய் நடந்துச்சு தம்பி. கல்யாணத்துக்கு ரெண்டு நாளைக்கு முந்தி மாப்பிள்ளைப் பையன் ஒரு பார்ல குடிக்கப் போய், அங்கே ஒரு கலாட்டா நடந்து கத்திக்குத்து சம்பவம் வரைக்கும் போயிருச்சு. அதனால அந்தப் பையனை வேண்டாம்னு சொல்லி, சுவர்ணாவுக்கு வேற மாப்பிள்ளை தேட ஆரம்பிச்சோம். அஞ்சு வருஷமா எந்த வரனுமே சரியா அமையலை. அந்த மன அழுத்தம் காரணமாவே அம்மாவும் அப்பாவும் அடுத்தடுத்து ஆறு மாசத்துக்குள்ளே இறந்துட்டாங்க.

சுவர்ணாவை விசாகப்பட்டினத்திலிருந்து எப்படியோ நான் கூட்டிட்டு வந்துட்டேன்.

நான் காதலுக்கெல்லாம் எதிரானவன் கிடையாது. தங்கச்சிகிட்டே நீ விரும்பின பையன் யார்ன்னு கேட்டேன். எங்க மேல கோபமா இருந்த அவ கொஞ்ச நாள் முன்னாடிதான் உங்களைப் பத்தின விபரங்களை அவ சொன்னா... சொன்னதும், நான் நேரிடையா உங்களைச் சந்திச்சு பேச விரும்பினேன். கொஞ்சம் தயக்கமாயிருந்தது. அதனால உங்களுக்கு நெருக்கமான நண்பன் யார்ன்னு தெரிஞ்சுகிட்டு ராஜாராமனை சந்திச்சு பேசினேன்..."

அவர் பேசப்பேச பேச்சில் குறுக்கிட்டான் ராஜாராமன்.

"ஸாரிடா ஆனந்த்... நாந்தான் உனக்கு இது ஒரு ப்ளஸண்ட் சர்ப்பரைஸா இருக்கட்டுமேன்னு என்னோட தம்பிக்கு பொண்ணு பார்க்கப்போறதா பொய் சொல்லி உன்னை இங்கே கூட்டிட்டு வந்தேன்... தப்பில்லையே?"

நான் இமைக்காமல் பார்த்தேன். அவன் என் தோளைத் தொட்டு உசுப்பினான்.

"என்னடா அப்படி பார்க்கிறே...?"

"நான் உன்னைப் பார்க்கலை..."

"அப்புறம்...?"

"உனக்குப் பின்னாடி இருக்கிற ஜன்னல்ல சுவர்ணாவோட அழகான சிரிக்கிற முகம் தெரியுது. நீ கொஞ்சம் தள்ளி உட்கார்றா."

சிறுகதை

ராயல் ஷூட்டர்

ஹைவேஸ் ரோட்டின் வலதுபுறத்தில் சற்றே மங்கலான வெளிச்சத்தில் தெரிந்தது அந்த 'லெட் அஸ் பி ஹேப்பி' ரெஸ்டாரெண்ட்.

சகாதேவ் தனது காரின் வேகத்தைக் குறைத்துக் கொண்டே தனக்கு அருகில் உட்கார்ந்திருந்த புகழேந்தியைப் பார்த்தான்.

"இதுதான் அந்த பி ஹேப்பி ரெஸ்டாரெண்ட்."

புகழேந்தி காரின் கண்ணாடியை கீழே இறக்கி எட்டிப் பார்த்துவிட்டு சொன்னான்.

"பார்க்கறதுக்கு ரொம்பவும் சுமாராயிருக்கே...?"

"ஒரு காலத்துல சினி ஸ்டார்ஸ் எல்லாம் வந்துட்டு போன இடம். கடந்த அஞ்சு வருஷத்துல ரெண்டு மூணு கை மாறினதால இப்படியிருக்கு. வெளியே இருந்து பார்க்கத்தான் இப்படி இருக்கே தவிர, உள்ளே போய் பார்த்தா டீஸண்டா இருக்கும்."

சகாதேவ் காரை 'யூ'டர்ன் எடுத்துக் கொண்டு போய் அந்த ரெஸ்டாரெண்ட்டின் பக்கவாட்டில் இருந்த பார்க்கிங் ஏரியாவில் வசதியான இடமாய்ப் பார்த்து நிறுத்திவிட்டு கீழே இறங்கினான்.

புகழேந்தி காரின் மறுபக்கக் கதவைத் திறந்து கொண்டு வெளிப்பட்டு புல்வெளியில் கால் பதித்தான். இருவரும் ரெஸ்டாரெண்டின் முகப்பு வாசல் நோக்கி நடந்தார்கள்.

"சகா...!"

"சொல்லு..."

"அவ பேர் என்ன...?"

"மதுபாலா!"

"சொன்னபடி ரெஸ்டாரெண்ட்டுக்கு வந்துடுவாளா?"

"இந்நேரம் வந்து வெயிட் பண்ணிட்டிருப்பா."

"நாம மூணு பேரும் சந்திக்கப் போற விஷயம் வேற யார்க்கும் தெரியாதே?"

"தெரியாது. இது ஒரு நட்ஷெல் மீட்டிங்."

"இதோ பார் சகா... என்னோட டெர்ம்ஸ் அண்ட் கண்டிஷன்ஸ் என்னன்னு உனக்கு நல்லாவேத் தெரியும். பேச்சுவார்த்தை ஒழுங்கா நடந்து முடியணும்..."

"அதைப்பத்தி நீ கொஞ்சமும் கவலைப்படாதே, புகழ். மதுபாலாவோட ஹஸ்பெண்ட் தினகர் ஒரு கார் விபத்துல இறந்துபோனதுக்கப்புறம், கம்பெனியோட மொத்த நிர்வாகத்தையும் மதுபாலா சக பார்ட்னர் ஸ்டீபனோட உதவியோட நடத்திட்டு வர்றா... பணம் நிறைய புழங்குது... அதனால நீ கவலைப்படாமே எப்படி பேசணுமோ அப்படி அவகிட்ட பேசு."

இருவரும் பேசிக்கொண்டே ரெஸ்டாரெண்டின் அரையிருட்டு ஹாலுக்குள் நுழைந்தார்கள்.

கேண்டில் லைட் டின்னர் ஹால் என்பதால் ஓரடி உயரமுள்ள தடிமனான மெழுகுவர்த்திகள் தன் சிவந்த நெருப்பு நாக்குகளை

சோம்பலாக அசைத்தபடி கண்ணாடி குடுவைக்குள் இடம்பிடித்து இருந்தன. பாதி மேஜைகளில் ஆட்கள் தெரிய, மீதி மேஜைகள் 'RESERVED' அறிவிப்புகளோடு கஸ்டமர்களுக்காக காத்திருந்தன.

சகாதேவ் அந்த ஹாலை தன்னுடைய உன்னிப்பான பார்வையால் ஊடுருவிவிட்டு புகழேந்தியின் தோளைத் தட்டினான்.

"அதோ அந்த கார்னர் டேபிள்ல மதுபாலா வெயிட் பண்றா... வா."

புகழேந்தி பார்த்தான்.

அந்த அரையிருட்டிலும் மதுபாலா அழகாக தெரிந்தாள். நேர்த்தியாய் சேலையுடுத்தி, நடுத்தர குடும்பத்தைச் சேர்ந்த ஒரு பெண்ணைப் போல் தலைமுடியை அழுந்த வாரி கொண்டை போட்டிருந்தாள்.

இருவரும் மெல்ல நடந்து செல்போனைத் தடவிக் கொண்டிருந்த அவளுக்கு முன்பாய் போய் நின்றார்கள். சகாதேவ் மெல்ல குரல் கொடுத்தான்.

"குட் ஈவினிங் மேடம்!"

மதுபாலா நிமிர்ந்தாள். பெரிய கண்களில் வியப்பைக் காட்டினாள். "இப்பத்தான் உங்களுக்கு போன் பண்ணலாம்ன்னு நினைச்சேன்."

"ஸாரி மேடம்... வர்ற வழியில லெவல் க்ராஸிங் கேட்டைச் சாத்திட்டாங்க. அதுல இருபது நிமிஷம் லேட்."

"நோ ப்ராப்ளம்... நானும் இப்பத்தான் வந்தேன்." சொல்லிக்கொண்டே தனக்கு எதிரேயிருந்த நாற்காலிகளைக் காட்டினாள் மதுபாலா.

இருவரும் உட்கார்ந்தார்கள். சகாதேவ் மெல்ல பேச்சை ஆரம்பித்தான்.

"மேடம்... நான் சொன்ன புகழேந்தி இவர்தான். மிலிட்டரி ஆர்ம்ட் ஃபோர்ஸஸ் டிபார்ட்மெண்டில் எம்.ஓவா ஒர்க்

பண்ணிட்டிருந்தப்ப யாரோ ஒருத்தர் பண்ணின தப்புக்காக இப்போ சஸ்பெண்டாயி இருக்கார்...”

மதுபாலா புகழேந்தியின் கையைப் பற்றி குலுக்கிவிட்டு சொன்னாள். “சகாதேவ் என் கணவரோட நண்பர். உங்களைப்பத்தி நிறையச் சொல்லியிருக்கார். நான் இப்போ அனுபவிச்சுட்டு இருக்கிற நரக வாழ்க்கைக்கு நீங்கதான் ஒரு முடிவு கட்டணும்.”

புகழேந்தி புன்முறுவல் ஒன்றை உதடுகளில் தவழவிட்டபடி சொன்னான்.

“மேடம்... உங்களோட பிரச்னை என்னன்னு சகா சொன்னான். இருந்தாலும் நீங்களும் அதைப்பத்தி ஒரு தடவை சொல்லிட்டா பரவாயில்லை. ஒண்ணும் மிஸ் ஆகக் கூடாது... பாருங்க!”

“கண்டிப்பா...” என்று தலையாட்டிய மதுபாலா சில விநாடிகள் மௌனமாய் இருந்துவிட்டு பேச்சை ஆரம்பித்தாள்.

“என்னோட கணவர் தினகரும் நானும் காதலிச்சு கல்யாணம் பண்ணிகிட்டவங்க. என் கணவரோட நண்பர் ஸ்டீபன் நாங்க நடத்தற பிசினஸில் ஒரு பார்ட்னரா இருக்கார். ஹைலி எஜீகேட்டட். எந்த ஒரு சிக்கலான பிரச்னைக்கும் உடனே ஒரு தீர்வு சொல்லி அதை ஒரு முடிவுக்கு கொண்டு வந்துடுவாரு. ரெண்டு வருஷத்துக்கு முந்தி திடீர்ன்னு சிங்கப்பூரிலிருந்து ஒரு ஃப்ரண்ட்டைக் கூட்டிட்டு வந்து அவரையும் பிசினஸ்ல பார்ட்னராய் சேர்த்துக்கலாம்ன்னு ஸ்டீபன் சொன்னார். அதுக்கு நானும் என்னோட கணவரும் எதிர்ப்பு தெரிவிச்சோம். பிசினஸ் பிரச்னை இல்லாமே போயிட்டிருக்கும்போது புது பார்ட்னர் எதுக்குன்னு கேள்வி கேட்டோம். அது அவர்க்குப் பிடிக்கலை.”

மதுபாலா பேசிக் கொண்டிருக்கும்போதே பேரர் மெனுகார்டோடு பவ்யமாய் வந்து நின்றார்.

சகாதேவ் பேரரை ஏறிட்டான்.

“நாட் நவ். டென் மினிட்ஸ் லேட்டர்.”

“ஓ.கே ஸார்.”

தலையசைத்துவிட்டு பேரர் நகர்ந்ததும் மதுபாலா பேச்சைத் தொடர்ந்தாள்.

“நானும் என்னோட கணவரும் பிசினஸ்ல மூணாவது பார்ட்னர் வேண்டாம்ன்னு சொன்ன ஒரே காரணத்துக்காக ஸ்டீபனோட நடவடிக்கைகள் அடுத்த நாளிலிருந்து கொஞ்சம் கொஞ்சமாய் மாற ஆரம்பிச்சது.”

புகழேந்தி குறுக்கிட்டு கேட்டான்.

“இன்னும் விலாவாரியா அதைப் பத்தி சொல்லமுடியுமா... ?”

“எங்க கம்பெனியைத் தேடி நல்ல ப்ராஜக்ட்ஸ் வரும்போது ஏதாவது ஒரு குறை சொல்லி அதைத் தடுப்பார். பணம் தேவைப்படாதபோதும் பேங்க் லோனுக்கு அப்ளை செய்வார். போர்டு மீட்டிங் நடக்கற நாள்ல ஏதாவது ஒரு காரணம் சொல்லி வெளியூர்க்கு போய்டுவார். கம்பெனியில இருக்குற திறமையான ஆட்களை திடீர்னு எந்த ஒரு காரணமும் இல்லாம, அவங்ககிட்ட எந்த விளக்கமும் கேட்காம வேலையை விட்டு தூக்கிடுவார். எனக்கோ என்னுடைய கணவர்க்கோ எந்த ஒரு தகவலும் கொடுக்காம சிங்கப்பூர் போய்ட்டு வருவார். காரணம் கேட்டா மன அமைதிக்கு போனேன் என்று சொல்வார்.”

“இவ்வளவு அட்ராசிட்டி பண்ணியிருக்கார். எப்படி பொறுத்துகிட்டீங்க...? கம்பெனியை அவரோட பொறுப்புல விட்டுட்டு நீங்க ரெண்டுபேரும் விலகிக்க வேண்டியதுதானே... ?”

“அதுக்கான முயற்சிகளை எடுத்துட்டு இருக்கும்போதுதான் எதிர்பாராதவிதமா என்னோட கணவர் ரோட் ஆக்ஸிடெண்ட்ல இறந்துட்டார்.”

“எப்படி ... ?”

“அது ஒரு வீக் எண்ட் டே. வழக்கமா போற காஸ்மாபாலிடன் க்ளப்புக்கு போயிட்டு வீட்டுக்கு திரும்பும்போது வேகமா வந்த ஒரு லாரி மோதி ஸ்பாட்லயே இறந்துட்டார்.”

"அது உண்மையிலேயே விபத்துதானா...?"

"எனக்கும் சந்தேகம் இருந்தது. ஆனா போலீஸோட தீவிரமான விசாரணைக்குப் பின்னாடி அது விபத்துதான் முடிவுக்கு வந்துச்சு. அந்த லாரி ட்ரைவர் குடிபோதையில லாரியை ஓட்டியிருக்கான்."

"அதனால உங்களுக்கு ஸ்டீபன் மேல சந்தேகம் வரலை...?"

"வரலை... ஆனா இப்ப ஒரு மாசமா வருது."

"என் கணவர் இறந்த பின்னாடி கம்பெனியோட பார்ட்னர்ஷிப்பிலிருந்து விலக நினைச்சேன். ஆனா ஸ்டீபன் கம்பெனியோட சட்டவிதிகளை காரணம் காட்டி அஞ்சு வருஷத்துக்கு பின்னாடிதான் விலகணும்ன்னு சொல்லிட்டார். நானும் இந்தப் பிரச்னையை பொறுமையாய் கையாளணும்ன்னு நினைச்சு, அவர் தர்ற டார்ச்சரையெல்லாம் பொறுத்துகிட்டு கம்பெனி நிர்வாகத்தைப் பார்த்துட்டிருந்தேன். ஆனா கடந்த ஒரு மாசகாலமாய் அவர் கொஞ்சம் எல்லை மீறி போகற மாதிரி தெரியுது."

"எல்லை மீறல்ன்னா எப்படி...?"

"தப்பாப் பார்க்கிறார்... ரெட்டை அர்த்தம் வெச்சு பேசறார். வாரத்துக்கொரு தடவை நடக்கும் 'பார்ட்னர்ஸ் இன் மீட்டிங்கை' பகல் நேரத்துல வெக்காமே சாயந்தரம் ஏழு மணிக்கு மேல வெக்கிறார்."

"ஸோ அவரோட எண்ணம் உங்களை அடையறது...?"

"அப்படித்தான் நினைக்கறேன்."

"நினைக்கிறதென்ன... அதேதான்! அந்த ஆளை என்ன செய்யலாம் சொல்லுங்க...?"

"அவரைக் கொஞ்சம் மிரட்டி வைக்கணும்... அதுக்காகத்தான் உங்களை சந்திக்க வந்தேன்."

"மிரட்டி பிரயோஜனமில்லை மேடம்."

"அப்புறம்...?"

"போட்டுத் தள்ளணும்... இப்படிப்பட்ட ஆட்கள் எல்லாம் உயிரோட இருக்கக் கூடாது."

அந்த ஏ.சியிலும் நெற்றி வியர்த்தாள் மதுபாலா.

"அதெல்லாம் வேண்டாம்... எ...எ...எனக்கு பயமாயிருக்கு."

"எதுக்கு பயப்படறீங்க மேடம்...? போலீஸைப் பார்த்தா? போலீஸ் சந்தேகப்படாத அளவுக்கு ஒருத்தரைப் போட்டுத் தள்ள என்னால முடியும்..."

"எ...எ...எப்படி?"

"உங்க கணவர் விபத்துல இறந்ததா நீங்க நினைச்சிட்டிருக்கீங்க. ஆனா அவரை ஸ்டீபன்தான் ஒரு லாரி ட்ரைவரை ஏற்பாடு பண்ணி தீர்த்துக் கட்டியிருக்கணும்ன்னு நான் நினைக்கிறேன். போலீஸ் தன் மேல சந்தேகப்படாத அளவுக்கு ஸ்டீபன் ப்ளான் போட்டு காரியத்தை கச்சிதமா முடிச்சிருக்கார். அது மாதிரி என்னாலேயும் செய்ய முடியும் மேடம்."

மதுபாலா திகிலில் உறைந்து போயிருக்க, புகழேந்தி தன் கையோடு கொண்டுபோயிருந்த ப்ரீப்கேஸைத் திறந்து ஒரு பிஸ்டலையும், நான்கைந்து தோட்டாக்களையும் காட்டிவிட்டு ப்ரீப்கேஸை மறுபடியும் மூடினான்.

"மேடம்... இப்ப நீங்க பார்த்தது 'ரப்பர் புல்லட்' பிஸ்டல். இந்த 'ரப்பர் புல்லட்' பிஸ்டல்ல ஒருத்தரோட நெத்தியைக் குறிபார்த்து சுட்டா அடுத்த விநாடியே அந்த நபர் மயக்கமாயிடுவார். சுய நினைவு இருக்காது. கொஞ்சம் கொஞ்சமா கோமா ஸ்டேஜுக்குப் போய் அதுக்கப்புறமா 'ப்ரெய்ன் டெத்'ல இறந்துடுவார். இதுல சைலன்ஸர் பொருத்தப்பட்டு இருக்கிறதால சுட்டா சத்தம் கேட்காது. சுடப்பட்ட நபர் தன்னோட நெற்றியைப் பிடிச்சுகிட்டு அப்படியே சரிஞ்சுடுவார்."

மதுபாலா உலர்ந்து போன உதடுகளோடு கேட்டாள்.

"அந்த ரப்பர் புல்லட் தலைக்குள்ள பாயாதா...?"

"பாயாது... மெட்டல் புல்லட்தான் பாயும். இந்த ரப்பர் புல்லட் நெத்தியில பட்டு தெறிச்சு நூறு மீட்டர் தூரம் தள்ளி எங்கேயாவது போய் விழும். கீழே விழுந்த நபர்க்கு ஏதோ உடம்புரீதியான பிரச்னைதான்னு சுத்தி இருக்கிறவங்க ஓடிவந்து

பார்ப்பாங்க. உடம்பிலிருந்து ரத்தம் ஏதும் வராததினால ஹார்ட் அட்டாக் வந்துதான் கீழே விழுந்துட்டார்ன்னு நினைச்சு, அவசர ஆம்புலன்ஸுக்கு ஏற்பாடு பண்ணுவாங்க. ஹாஸ்பிடல்ல டாக்டர்ஸ் அந்த நபரை எப்படி சோதனை பண்ணிப் பார்த்தாலும் ரப்பர் புல்லட் நெத்தியில பாய்ஞ்சுதான் ப்ரெய்ண் ஹெமரேஜ் ஏற்பட்டதுன்னு அவங்களால கண்டுபிடிக்க முடியாது."

"நீங்க சொல்ற விஷயம் ஆச்சர்யமாயிருக்கே...?"

"ஆர்மியில வெப்பன்ஸ் சம்பந்தப்பட்ட எல்லா விஷயங்களுமே ஆச்சர்யம்தான். அந்த டிபார்ட்மெண்ட்ல நான் இருந்ததால எனக்கு எல்லாவிதமான ஆயுதங்களைப் பத்தியும் தெரியும். நீங்க போலீஸ் புத்தியெல்லாம் பயப்படாதீங்க மேடம். நான் அந்த ஸ்டீபனை அடுத்த ரெண்டு நாளைக்குள்ளே இந்த ரப்பர் புல்லட்டை யூஸ் பண்ணி ஐ.ஸியூல படுக்க வைக்கிறேன். நீங்க அவனுக்கு மலர்வளையம் வைக்க தயாராய் இருங்க."

மதுபாலா வியர்த்து வழிந்தபடி ஏதோ பேச முயல –

புகழேந்தி கையமர்த்தினான்.

"இதோபாருங்கமேடம்... வீட்டுக்குள்ளேபாம்புநுழைஞ்சுட்டா, நம்மால அந்த வீட்டுக்குள்ளே நிம்மதியா இருக்கமுடியுமா? அந்தப் பாம்பைத் தேடிக் கண்டுபிடிச்சு கொன்னாத்தானே வீட்டுக்குள்ளே நிம்மதியா இருக்கமுடியும். என்ன...? அதுக்கு பணம் கொஞ்சம் நீங்க கொடுக்க வேண்டியிருக்கும்"

மதுபாலா எச்சில் விழுங்கிவிட்டு கேட்டாள்.

"எவ்வளவு...?"

"ரேட்டை நீங்களே ஃபிக்ஸ் பண்ணுங்க."

"என்னோட எக்ஸ்பெக்டேஷன் ஒரு கோடி."

"அதிகம்."

"அதிகம்தான்... ஏன்னா நான் ப்ரொப்ஷனல் கில்லர் கிடையாது. ஒரு ஆர்மி மேன். நம்ம நாட்டு எல்லையில் ஒரு எதிரி நாட்டு சிப்பாய் ஊடுருவதும், உள்நாட்டுக்குள்ளே ஒருத்தன் ஒரு

பொண்ணை டார்ச்சர் பண்றதும் என்னைப் பொறுத்தவரைக்கும் ஒண்ணுதான். ரெண்டு பேருக்குமே தண்டனை மரணம்தான். அந்த மரணத்தை புத்திசாலித்தனமா தரணும். அதுக்கான விலையைத்தான் சொல்லியிருக்கேன்."

மதுபாலா நெற்றியைத் தேய்த்துக் கொண்டு யோசிக்க சகாதேவ் தயக்கமான குரலில் சொன்னான்.

"மேடம்... உங்க கம்பெனியோட ஒரு வருஷ லாபத்துக்கு முன்னாடி புகழேந்தி கேட்ட தொகை பெரிசில்லை. சரின்னு சொல்லுங்க."

ஒரு பெருமூச்சோடு தலையசைத்தாள் மதுபாலா.

"இட்ஸ் ஓ.கே... ஆனா எனக்கு சில டவுட்ஸ்."

"கேளுங்க மேடம்." – புகழேந்தி ஆர்வத்தோடு தன்னிரு கைகளையும் மேஜையின் மேல் ஊன்றிக் கொண்டான்.

"ஸ்டீபனை எங்கே வெச்சு முடிக்கப் போறீங்க...?"

"ஒவ்வொரு ஞாயிற்றுக்கிழமையும் ஸ்டீபன் பி.ஆர்புரத்தில் இருக்கிற சர்ச்சுக்குப் போகறதா கேள்விப்பட்டேன். உண்மையா...?"

"ஆமா... சரியா காலை 6 மணிக்கு போயிடுவார். ஒரு மணி நேரம் உள்ளே இருந்துட்டு ஏழு மணிக்கு வெளியே வருவார். இது பல வருஷப் பழக்கம்."

"அந்தப் பழக்கம் வர்ற ஞாயிற்றுக்கிழமையோட முடிஞ்சுடும். ஸ்டீபன் காரை விட்டிறங்கி சர்ச் படில ஏறிகிட்டு இருக்கும்போதே அவரோட நெற்றிப்பொட்டுல ரப்பர் தோட்டா பாய்ஞ்சிருக்கும்."

"ஒரு வேளை குறி தவறிட்டா...?"

புகழேந்தி சிரித்தான்.

"குறி தவறினாத்தானே...?"

"அவ்வளவு நிச்சயமா எப்படி சொல்றீங்க...?"

"மேடம்... உங்களுக்கு என்னைப் பத்தின ஒரு விஷயம் தெரியலை."

“என்ன...?”

“நான் ஆர்மியில இருக்கும்போது என்னை என்னோட மேலதிகாரிங்க என்னைப் பேர் சொல்லி கூப்பிட மாட்டாங்க.”

“அப்புறம்...?”

“‘ராயல் ஷூட்டர்’ன்னுதான் கூப்பிடுவாங்க.”

“ராயல் ஷூட்டர்ன்னா...?”

“நூறு மீட்டர் தூரம் தள்ளி ஒரு டேபிள் மேல வெச்சிருக்கிற ஒரு ஆப்பிள் பழத்தை குறிதவறாமே சுட்டுத்தள்ளற சோல்ஜர்ஸீக்கு ஆர்மியில் தர்ற ஒரு விருதுதான் ராயல் ஷூட்டர். வருஷா வருஷம் நடக்கிற போட்டியில அந்த ஆப்பிளை சுட்டுத்தள்ளற நாலைஞ்சு பேர்ல நானும் ஒருத்தன். இப்ப சொல்லுங்க மேடம்! என்னால ஸ்டீபனோட நெற்றிப்பொட்டுக்கு குறிவைச்சு சுட முடியுமா முடியாதா...?”

“ஒரு வேளை தவறிட்டா... ஏன்னா நூறு மீட்டர் தூரத்துல ஒரு டேபிள் மேல இருக்கிற ஆப்பிள் அசையாமே அப்படியே இருக்கும். ஆனா ஸ்டீபனோட நெற்றிப்பொட்டைப் பார்த்து சுடறது அவ்வளவு சுலபமில்லை. ஏன்னா ஸ்டீபன் காரிலிருந்து இறங்கி நடந்துட்டிருப்பார். குறிதவற வாய்ப்பு இருக்கு...”

“மேடம்! உங்களுக்கு அப்படிப்பட்ட ஒரு அவநம்பிக்கை என்மேல இருந்தா இப்ப நீங்க எனக்கு ஒரு ரூபாய் கூட அட்வான்ஸ் தர வேண்டாம்... ஸ்டீபனோட நெத்தியில தோட்டா பாய்ஞ்சு, அவர் ஹாஸ்பிடல் ஐ.ஸியூல அட்மிட்டான பின்னாடி மொத்தத் தொகையை வாங்கிக்கறேன்.”

சகாதேவ் குறுக்கிட்டான்.

“அப்புறமென்ன மேடம்... புகழேந்தி ஸ்டீபனோட கதையை முடிக்கட்டும். அதுக்குப் பின்னாடி நீங்க பேசின பணத்தை செட்டில் பண்ணுங்க. இப்ப நாம டின்னர்க்கு ஆர்டர் தரலாம்.” சொன்னவன் கொஞ்சம் தள்ளி ஹால் சுவரோரமாய் நின்றிருந்த பேரரை கையை உயர்த்தி சைகையால் அழைத்தான்.

மறுநாள் காலை ஆறு மணி.

சூரியன் கிழக்குத் திசையைக் கீறி ரத்தக்களறியாய் மாற்றிக் கொண்டிருக்க, மதுபாலா காரை ரோட்டோரமாய் நிறுத்திவிட்டு கீழே இறங்க முயன்றபோது, அவளுடைய செல்போன் டயல்டோனை வெளியிட்டது. எடுத்து காதுக்கு ஒற்றினாள்.

மறுமுனையில் புகழேந்தி பேசினான்.

“குட்மார்னிங் மேடம்.”

“குட்மார்னிங்... என்ன சர்ச்சுக்கு போயிட்டீங்களா...?”

“போயிட்டேன் மேடம்... சர்ச்சுக்கு எதிர்ல பாலம் ஒண்ணு இருக்கு. அந்த பாலத்தோட தூண் மறைவுல நின்னுகிட்டிருக்கேன். பட் ஸ்டீபன் இன்னும் வரலை...”

“கண்டிப்பா வருவார். சர்ச்சுல கூட்டம் இருக்கா...?”

“உள்ளே நிறைய பேர் இருக்காங்க... வெளியே யாரும் இல்லை மேடம்.”

“பி... காஷியஸ்... யாராவது உங்களை பார்த்துடப் போறாங்க.”

“அதைப்பத்தியெல்லாம் நீங்க கவலைப்படாதீங்க மேடம். பை த பை இப்ப நீங்க எங்கே இருக்கீங்க...?”

“ரேஸ்கோர்ஸ் ரோட்ல வாக்கிங் போறதுக்காக வந்தேன். இப்பதான் காரை விட்டு இறங்கறேன்.”

மதுபாலா சொல்லிக்கொண்டே காரை விட்டு இறங்கி நடக்க புகழேந்தி பேச்சைத் தொடர்ந்தான்.

“மேடம்... உங்ககிட்ட ஒரு விஷயம் கேட்கணும்.”

“என்ன...?”

“உங்ககிட்ட வேலை பார்த்த ட்ரைவர் பேரு நாகய்யாதானே...?”

“ஆமா...”

“அவர் எத்தனை வருஷமா உங்ககிட்ட வேலை பார்த்தார்...?”

“பதினஞ்சு வருஷமா...!”

“அவரோட சுபாவம் எப்படி...?”

“ரொம்பவும் நல்ல மனுஷன். எதுக்காக இப்போ அவரைப் பத்தி கேட்கறீங்க...?”

“அவரோட நண்பர் மூலமா எனக்கு ஒரு விஷயம் தெரிய வந்தது. அந்த விஷயம் உண்மையா பொய்யான்னு நீங்கதான் தெளிவுபடுத்தணும் மேடம்.”

“என்ன விஷயம்...?”

“அந்த ட்ரைவரை வேலையை விட்டு நீங்கதான் நிறுத்தினீங்களா...?”

“ஆமா... அவருக்கு உடம்பு முடியலை... பார்வை குறைபாடு இருந்தது. அதான் நிறுத்திட்டேன்.”

“அவர் வேற காரணத்தை சொல்றாரே...”

“என்ன சொல்றார்...?”

“உங்க கம்பெனியில வேலை செய்யற ஒரு பையனுக்கும் உங்களுக்கும் தொடர்பு இருந்ததாவும், அதை உங்க கணவர் கண்டிச்சதாவும், ட்ரைவர் அதை பார்த்துட்டதால அவரை வேலையை விட்டு நிறுத்திட்டதா சொல்லியிருக்கார்.”

“எ...எ...என்ன உளர்றீங்க...?”

“நான் கேட்டதுக்கு பதில் சொல்லுங்க மேடம். அவர் சொன்னது உண்மையா பொய்யா...?”

“பொ...பொய்.”

“அவர் ரொம்பவும் நல்ல மனுஷன்னு இப்பத்தான் சொன்னீங்க...?”

“நான் வேலையை விட்டு நிறுத்திட்டதால இப்படி அபாண்டமா பொய் சொல்லிட்டு திரியறார் போலிருக்கு.”

“இல்ல மேடம் அவரைப் பார்த்தா பொய் சொல்ற மாதிரி தெரியலை.”

“அப்படீன்னா நான் சொல்றதை நீங்க நம்பலை...?”

“நம்ப முடியலையே மேடம்...! உங்க கம்பெனி பார்ட்னர் ஸ்டீபனைதீர்த்துக்கட்ட நான் பேரம் பேசினப்ப நீங்க கொஞ்சம்கூட பயப்படாமே அந்த அசைன்மெண்ட்டை எனக்கு கொடுத்தீங்க. ஒரு கோடி ரூபாய் கொடுக்கவும் தயாராய் இருந்தீங்க... இப்படிப்பட்ட ஒரு மனோபாவம் சாதாரணமா யாருக்கும் வராது. எல்லாத்துக்கும் எதுக்கும் துணிஞ்சவங்களுக்குத்தான் வரும்.”

“இ...இ...இப்ப நீங்க என்ன சொல்ல வர்றீங்க...?”

“மேடம்... என்னோட ஃப்ரண்ட் சகாதேவ்க்கு உங்களுடைய உண்மையான முகம் என்னன்னு தெரியலை. உங்களோட பிரச்னையை அவன் என்கிட்ட சொன்னான். நானும் உங்களுக்கு உதவற எண்ணத்தோடதான் வந்தேன். ஆனா உங்க பேச்சையும், நடவடிக்கையையும் பார்த்தப்ப எனக்கு லேசாய் சந்தேகம் வந்தது. வெளியே உங்களைப் பத்தியும், உங்க பார்ட்னர் ஸ்டீபனைப் பத்தியும் விசாரிச்சுப் பார்த்தேன். ஸ்டீபன் ஒரு கண்ணியமான நபர்னு எனக்கு தெரிஞ்சது. உங்களுடைய இல்லீகல் காண்டாக்ட்ஸ் அவர்க்கு பிடிக்காத காரணத்தால உங்களை கம்பெனியோட பார்ட்னர்ஷிஃப்பிலிருந்து விலகச் சொல்லியிருக்கிறார். அது உங்களுக்குப் பிடிக்கலை. சகாதேவ் மூலமா நான் உங்க பிரச்னையை தீர்க்க முன்வந்தப்ப, ஸ்டீபனை தீர்த்துக் கட்டிடலாம்ன்னு நான் சொன்னேன்,அதுக்கு நீங்க உடன்படாத மாதிரி நடிச்சாலும் அதைத்தான் நீங்க விரும்பினீங்க. நான் கேட்ட ஒரு கோடி ரூபாயைக் கொடுக்கவும் தயாராய் இருந்தீங்க. இந்த ஒரு விஷயம் போதுமே நீங்க யார்ன்னு நான் தெரிஞ்சுக்க.”

“இதோ பாருங்க புகழேந்தி...! உங்களுக்கு ஒரு கோடி இல்லை. ரெண்டு கோடி தர்றேன். இன்னிக்கு மொதல்ல ஸ்டீபனை முடிங்க. அப்புறம் நிதானமா எல்லாத்தையும் பேசிக்கலாம்.”

“இன்னிக்கே பேசிடலாம் மேடம்!”

“என்ன சொல்றீங்க...?”

“நான் இப்ப சர்ச்சுக்குப் பக்கத்துல இல்லை.”

“அப்புறம்...?”

“ரேஸ்கோர்ஸ் ரோட்ல நீங்க நின்னுட்டிருக்கிற இடத்துக்கு வலதுபக்கம் நூறு மீட்டர் தள்ளி ஒரு மேஃப்ளவர் மரத்துக்குப் பின்னாடி நின்னுட்டிருக்கேன். கொஞ்சம் திரும்பிப் பாருங்க.”

அவளுடைய பார்வை திரும்பியது.

புகழேந்தியின் குரல் கேட்டது.

“மேடம்... நான் ஆர்மியில இருந்தவன். தப்பு பண்றவன் வெளிநாட்டு ராணுவவீரனாய் இருந்தாலும் சரி, நம்ம நாட்டைச் சேர்ந்தவங்களாய் இருந்தாலும் சரி, அவங்க தண்டிக்கப்பட வேண்டியவங்க. இப்ப நான் உங்களுக்கு ரெண்டு சாய்ஸ் தர்றேன். முதல் சாய்ஸ் நீங்க உங்க கம்பெனி பார்ட்னர் ஸ்டீபன் சொல்றபடி பார்ட்னர்ஷிஃப்பிலிருந்து விலகணும். ரெண்டாவது சாய்ஸ் அப்படி நீங்க கம்பெனியிலிருந்து விலகாதபட்சத்தில் நான் இப்ப என் கையிலிருக்கிற பிஸ்டலை உபயோகிச்சு உங்க நெத்திக்கு ஒரு தோட்டாவை அனுப்ப வேண்டியிருக்கும். உங்களுக்கு ஒரு நிமிஷம் அவகாசம். பார்ட்னர்ஷிப்பிலிருந்து விலகறதாயிருந்தா வாக்கிங் போகாமே கார்க்குள்ளே ஏறுங்க. இல்லேன்னா என்னோட பிஸ்டலுக்கு வேலை கொடுக்க வேண்டியிருக்கும்.”

தலைத்தெறிக்க காரை நோக்கி ஓடினாள் மதுபாலா.

சிறுகதை

தாழாமை

“குட்மார்னிங் ஸார்..”

அன்பழகன் பவ்யமாய் குரல் கொடுத்தபடி பேங்க் மானேஜரின் அறைக்குள் நுழைய, அவர் பதிலுக்கு குட்மார்னிங் சொல்லாமல், மேஜையின் மேல் இருந்த ‘லேப் டாப்’பைப் பார்த்தபடியே தனக்கு முன்பாய் இருந்த காலியான நாற்காலியை காட்டினார். “உட்கார்ங்க.”

அன்பழகன் உட்கார்ந்தான்.

மானேஜர் ஒரு இரண்டு நிமிட நேரம் லேப்டாப்பைப் பார்த்துக் கொண்டிருந்துவிட்டு, நிமிர்ந்தார்.

“சொல்லுங்க...”

“இன்னிக்கு நீங்க வரச் சொன்னீங்க ஸார்.”

“ஓ... அந்த லோன் விஷயமா...?”

“ஆமா ஸார்...”

“ஹெட்ஆபீஸிலிருந்து இன்னும் எனக்கு சாங்க்ஷன் ஆர்டர் வரலையே...?”

“இன்னிக்கு எப்படியும் வந்துரும்ன்னு சொன்னீங்களே ஸார்...?”

“ஆமா சொன்னேன்... இப்ப வரலை... அதுக்கு என்ன பண்ணமுடியும்...? லோன் விஷயம்ன்னாலே இப்படித்தான்... ஃபைல்ஸ் வேகமா நகராது. நீங்க ரெண்டு நாள் கழிச்சு போன் பண்ணிட்டு வாங்களேன்.”

“ஸ...ஸ...ஸார்.”

“என்ன சொல்லுங்க...?”

“மெயின்ரோட்ல ஷோரூம் வைக்க கஷ்டப்பட்டு அந்த இடத்தை பேசி முடிச்சிருக்கேன்... வர்ற புதன்கிழமை டாக்குமெண்டேஷன் பண்ணியாகணும். இல்லேன்னா அந்த இடம் வேற ஒருத்தர்க்கு கைமாறிடும். நீங்க கொஞ்சம் ஹெட்ஆபீஸ்ல பேசி ஏற்பாடு பண்ணா பரவாயில்லை ஸார்.”

“இதோ பாருங்க அன்பழகன்...! இது பேங்க். பஞ்சாயத்து ஆபீஸ் கிடையாது. ஒருத்தர்க்கு லோன் தர்ற விஷயத்துல பேங்க் மானேஜர் ஏகப்பட்ட ஃபார்மாலிடீஸை கடைபிடிக்க வேண்டியிருக்கு. நீங்க கேட்டிருக்கிற தொகை அஞ்சாயிரமோ, பத்தாயிரமோ இல்லை. அம்பது லட்சம். உங்களுக்கு சொந்தமா வீடோ நிலமோ இருந்திருந்தா அதை செக்யூரிடியா எடுத்துகிட்டு நீங்க கேட்ட அம்பது லட்சத்தைக் கொடுத்திருப்போம். ஆனா இது பர்சனல் லோன். நீங்க இதுக்கு முன்னாடி செலக்ட் எம்போரியம்ங்கிற பேர்ல சக்சஸ்ஃபுல்லா ஒரு கம்பெனியை லாபகரமாய் நடத்திட்டு வந்திருக்கீங்க. அந்தக் கம்பெனியோட லாஸ்ட் ஃபைவ் இயர்ஸ் பாலன்ஸ் சீட்டைப் பார்த்து வெரிஃபை பண்ணின பின்னாடிதான் லோன் கொடுக்கலாம்ங்கிற முடிவுக்கு ரீஜனல் மானேஜர் வந்தார். அவர் உடனே தன்னோட இம்மீடியட் ஹெட்டோட டீம்க்கு சாங்க்ஷன் ஆர்டர் கேட்டு ரெகமண்ட்டேஷனை அனுப்பிட்டார். மும்பையில இருக்கிற டீம் ஓ.கே சொன்னாதான் லோன் அமௌண்ட்டை நான் ரிலீஸ் பண்ணமுடியும்.”

“புரியுது ஸார்... இருந்தாலும்... என்னோட நிலைமையைக் கொஞ்சம் புரிஞ்சுகிட்டு...”

“ஸாரி அன்பழகன்... என்னோட நிலைமையையும் நீங்க புரிஞ்சுக்கணும். ரெண்டு நாள் வெயிட் பண்ணிப் பார்க்கலாம். நாளைக்கே சாங்க்ஷன் லெட்டர் வந்துட்டாலும் உடனடியா நான் உங்களுக்கு இன்ஃபார்ம் பண்றேன்.”

மேற்கொண்டு அவரிடம் பேசி எந்த பயனும் இல்லை என்பதைப் புரிந்துகொண்ட அன்பழகன் ஒரு பெருமூச்சோடு எழுந்து கண்ணாடிக்கதவை திறந்துகொண்டு வெளியே வந்தான்.

மனம் கசந்து வழிந்தது.

தளர்வான நடையில் ரோட்டைக் கடந்து ஒரு மரத்தடியில் நிறுத்தியிருந்த தன்னுடைய பைக்கை நெருங்கினான். அதை ஸ்டாண்டிலிருந்து விடுவித்து ஸ்டார்ட் செய்ய முயன்ற விநாடி, சட்டையின் மேல்பாக்கெட்டில் வைத்திருந்த செல்போன் டயல்டோனை வெளியிட்டது.

எடுத்து அழைப்பது யாரென்று பார்த்தான்.

அவனுடைய மனைவி பவித்ரா.

“சொல்லு பவி...”

“என்ன குரல் டல்லடிக்குது... பேங்க் மானேஜர் பாசிட்டீவான ரிப்ளை தரலை போலிருக்கு...?”

“ஆமா... ஹெட் ஆபீஸிலிருந்து இன்னமும் சாங்க்ஷன் ஆர்டர் வரலையாம்.”

“அப்படீன்னா புதன்கிழமையன்னிக்கு எப்படி டாக்குமெண்ட்டேஷனை முடிக்கப் போறோம்...? இடத்தோட ஓனர்கிட்டே இன்னும் ஒரு வாரம் டயம் கேட்டுப் பாருங்களேன்.”

“அவர் ஒரு முசுடு. அவர்கிட்ட இனி பேச முடியாது பவி. வர்ற புதன்கிழமைக்குள்ளே வேற ஏதாவது ஏற்பாடு பண்ணி எப்படியாவது இடத்தை முடிக்கணும்.”

"அதுதான் எப்படின்னு கேட்கறேன்..."

"யோசிக்கணும்... இரு! திருப்பி கூப்பிடறேன்..." அன்பழகன் செல்போனை அணைத்து பாக்கெட்டில் செருகிக் கொண்டு பைக்கை ஸ்டார்ட் செய்ய முயல பக்கவாட்டில் அந்தக் குரல் கேட்டது.

"ஸார்."

அன்பழகன் திரும்பிப் பார்த்தான்.

அந்த நபர் வெள்ளை நிற சீருடையில் நின்றிருந்தார்.

"ஸார்... நான் யார்ன்னு தெரியுதா...?"

"தெரியுது... இந்த பேங்க்ல நீங்க அட்டெண்ட்டரா வேலை பார்க்கறீங்கன்னு நினைக்கிறேன்."

"ஆமா ஸார்... என்னோட பேரு பரந்தாமன். பத்து வருஷமா இந்த பேங்க்லதான் வொர்க் பண்றேன். உங்ககிட்ட ஒரு ரெண்டு நிமிஷம் பேசலாமா...?"

"பேசலாம்... சொல்லுங்க...!"

"உங்க லோன் விஷயமாத்தானே மானேஜரைப் பார்க்க வந்தீங்க...?"

"ஆமா..."

"பேங்கோட விதிமுறைகள்படி உங்க கைக்கு லோன் வரணும்ன்னா அதுக்கு இன்னும் ஒரு வருஷமாகும். நான் சொல்ற மாதிரி போனா, ஒரு வாரத்துல உங்களுக்கு லோன் சாங்க்ஷனாகும்."

வியப்பில் விழிகளை விரித்தான் அன்பழகன்.

"அது எப்படி...?"

"பேக் டோர்லே ஸார்."

"எனக்குப் புரியலை..."

"புரியும்படியாவே சொல்றேன் ஸார். நீங்க எவ்வளவு தொகைக்கு லோன் வேணும்ன்னு அப்ளை பண்ணியிருக்கீங்க...?"

"அம்பது லட்சம்."

"வீடு, நிலம்ன்னு இப்படி செக்யூரிடி எதுவும் தரலை இல்லையா...?"

"இருந்தாத்தானே தர்றதுக்கு..."

அந்த பரந்தாமன் சிரித்துவிட்டு சொன்னார். "அதாவது உங்க பேர்ல இருக்கிற நம்பிக்கையை வெச்சு பர்சனலா தர்ற லோன் இது?"

"ஆமா..."

"அப்படீன்னா... இந்த லோனை சாங்க்ஷன் பண்ற பேங்க் மேலிட ஆபீஸ்ருக்கு அஞ்சு பர்சண்ட் கமிஷனா கொடுக்க வேண்டியிருக்கும்... அந்தக் கமிஷனை கொடுக்க நீங்க ரெடியா...?"

"கமிஷன்னா... லஞ்சம்தானே...?"

"அதை நீங்க எப்படி எடுத்துகிட்டாலும் சரி, இன்னிக்கு லஞ்சம்ங்கிற வார்த்தை அப்படியொன்னும் கெட்ட வார்த்தை கிடையாது ஸார். இந்த பேங்க் மட்டுமில்லை... நீங்க எந்த பேங்குக்கு லோன் கேட்டுப் போனாலும் இந்த அஞ்சு பர்செண்ட்டைக் கொடுத்தாத்தான் சாங்க்ஷன் லெட்டர் கைக்கு வரும். நீங்க ஓ.கேன்னு சொல்லுங்க. நான் மானேஜர்கிட்ட பேசி வேண்டிய ஏற்பாடுகளைப் பண்றேன்... மானேஜர் உங்ககிட்ட இதைப்பத்தி நேரிடையா பேசமாட்டார். கேஷ் டீலிங்கெல்லாம் என் மூலமாத்தான் நடக்கும்..."

அன்பழகன் திகைத்துப்போன விழிகளோடு பரந்தாமனையேப் பார்க்க அவன் சிரித்தான்.

"என்ன ஸார்... உன்னை எப்படி நம்பறதுன்னு யோசனை பண்றீங்களா? இந்த பேங்க்ல நான் ஒரு அட்டெண்டராய் வேலை பார்த்தாலும் மெயின் வேலை இதுதான் ஸார். கமிஷன் கொடுக்கறேன்னு சொல்லிட்டா அடுத்த நிமிஷத்தில இருந்தே உங்க லோன் ஃபைலுக்கு உயிர் வந்துடும்."

அன்பழகன் எதுவும் பேசாமல் மௌனம் சாதிக்க அந்த பரந்தாமன் மெல்ல குரலைத் தாழ்த்தினார்.

"என்ன ஸார் பேச்சையே காணோம்?"

“கமிஷன் கொடுத்து அதாவது லஞ்சம் கொடுத்துதான் ஒரு லோன் தொகை வரும்ன்னா அந்த லோன் எனக்கு வேண்டாம். போய் உங்க மானேஜர்கிட்ட சொல்லிடுங்க...”

“கோபப்படாமே கொஞ்சம் யோசனை பண்ணுங்க ஸார். ரெண்டு நாள் கழிச்சுகூட பதில் சொல்லலாம்.”

“யோசனை பண்றதே பாவம்...” சொல்லிக்கொண்டே பைக்கின் கிக்கரை உதைத்தான் அன்பழகன்.

பரந்தாமனின் உற்சாகம் ஒரு குண்டூசியால் குத்தப்பட்ட பலூனாக வெடித்து சட்டென சுருங்கியது.

வீட்டை அடைந்து பைக்கை ஆஸ்பெஸ்டாஸ் ஷெல்டர்க்கு கீழே நிறுத்திவிட்டு, அன்பழகன் இறங்கிக்கொண்டு இருக்கும்போதே, அவனுடைய மனைவி பவித்ரா வீட்டின் உள்ளேயிருந்து வேகமாய் வெளிப்பட்டாள்.

“இப்பத்தான் உங்களுக்கு போன் பண்ணலாம்ன்னு நினைச்சேன். அதுக்குள்ளே நீங்களே வந்துட்டீங்க...”

“ஏன் என்ன விஷயம்...?”

“எங்க அண்ணன் ஊரிலிருந்து வந்திருக்கிறார்.”

அன்பழகனின் நெற்றி ஆச்சர்ய வரிகளுக்கு உட்பட்டது.

“ஒரு போன் பண்ணாமே கூட வந்திருக்காரே...?”

“அதான் எனக்கும் குழப்பமாயிருக்கு...”

“எப்ப வந்தார்...?”

“இப்பத்தான் ஒரு அஞ்சு நிமிஷமாச்சு.”

அன்பழகன் வீட்டுக்குள் நுழைந்தான்.

செல்போனை பார்த்தபடி சோஃபாவின் ஓரத்தில் உட்கார்ந்திருந்த பவித்ராவின் அண்ணன் ராஜவேல் அன்பழகனைப் பார்த்ததும் எழுந்து நின்றான். கை கொடுத்தபடியே பேசினான்.

"எப்படியிருக்கீங்க அன்பு...? கடைசியா உங்களை மினி பாரடைஸ் மால்ல பார்த்ததா ஞாபகம்."

"ஆமா... ஆமா... அது ஒரு ரெண்டு வருஷம் இருக்கும்ன்னு நினைக்கிறேன். வீட்ல எல்லாரும் சௌக்யம்தானே ராஜவேல். பிஸ்னஸ் எப்படி போயிட்டிருக்கு...?"

ராஜவேல் சிரித்தான்.

"நோ ப்ராப்ளம்... எல்லாம் நல்லாப் போயிட்டிருக்கு..." பேசிக்கொண்டே இருவரும் பக்கம் பக்கமாய் உட்கார்ந்தார்கள். பவித்ரா கேட்டாள்.

"அண்ணா... நல்ல வெய்யில்ல வந்திருக்கே. சர்பத் இல்லே மோர் கொண்டு வரட்டுமா?"

"அதெல்லாம் ஒண்ணும் வேண்டாம் பவி. முதல்ல நான் எதுக்காக வந்தேன்னு சொல்லிடறேன். அப்புறமா இருந்து மத்தியானம் சாப்ட்டுட்டே போறேன். நீயும் இப்படி வந்து உட்கார்."

பவித்ரா ஃபேனின் சுழற்சியை சற்று அதிகப்படுத்திவிட்டு, எதிர்சோபாவுக்கு வந்து சாய்ந்தாள்.

ராஜவேல் தன் கையோடு கொண்டு போயிருந்த ப்ரீப்கேஸைப் பிரித்து உள்ளேயிருந்து கற்றையாய் ஸ்டாம்ப் பேப்பர் பத்திரங்களை எடுத்து, அவைகளில் ஒன்றை உன்னிப்பாய் பார்த்துவிட்டு பவித்ராவிடம் நீட்டினார்.

"பவி... இதைப் படிச்சுப் பார்த்துட்டு ஒரு கையெழுத்தைப் போடு..."

பவித்ராவும், அன்பழகனும் ஒருவரையொருவர் திகைப்பாய்ப் பார்த்துக் கொண்டார்கள்.

தவிப்பும் குழப்பமுமாய் அண்ணனை ஏறிட்டாள் பவித்ரா.

"அண்ணா...! இது என்ன பத்திரம்...? நான் எதுக்காக இதுல கையெழுத்து போடணும்...?"

"படிச்சுப் பாரு... தெரியும்."

அன்பழகன் இப்போது குறுக்கிட்டான்.

"ராஜவேல்...! பத்திரத்துல இருக்கிற வார்த்தைகள் பவித்ராவுக்குப் புரியாமே போகலாம். அதுல என்ன எழுதியிருக்குன்னு நீங்களே சொல்லிடுங்க... அப்பறமா கையெழுத்து போடலாமா... வேண்டாமங்கிறதை முடிவு பண்ணிக்கலாம்..."

ராஜவேல் புன்னகையொன்றை உதிர்த்துவிட்டு பேச ஆரம்பித்தான்.

"இது ஏதோ ஒரு வில்லங்கமான பத்திரமா இருக்கலாம் நினைச்சு ரெண்டு பேரும் பயப்படறீங்க... அப்படித்தானே...?"

"ஆமா... அப்படியொரு சந்தேகம் வர்றது நியாயம்தானே?" கேட்ட பவித்ராவை ஏறிட்டான் ராஜவேல்.

"இதோ பார் பவி... அஞ்சு வருஷத்துக்கு முந்தி நீயும் அன்பழகனும் ஒருத்தரை காதலிச்சீங்க. ரெண்டு வீட்டு எதிர்ப்பையும் மீறி கல்யாணம் பண்ணிகிட்டு சென்னையிலிருந்து கோயமுத்தூர் வந்து ஒரு பிசினஸையும் ஆரம்பிச்சு செட்டிலாகி இப்போ சந்தோஷமாயிருக்கீங்க... நமக்குள்ளே எந்தவிதமான பேச்சுவார்த்தையும் இல்லாமே போனாலும், கூடப் பொறந்த பாசம் காய்ஞ்சு போயிடுமா என்ன...? அப்பா போய் இரண்டரை வருஷமாச்சு. போன மாசம் கிராமத்துல இருக்கிற நம்ம பூர்வீக சொத்து ஒண்ணு நமக்குதான்னு முடிவாகி கோர்ட் தீர்ப்பு வந்தது. அந்த சொத்தை ரெண்டு நாளைக்கு முன்னாடி அந்த ஏரியால இருக்கிற ஒரு மில் ஓனர்க்கு இரண்டேகால் கோடி ரூபாய்க்கு, நானும் உன்னோட சின்ன அண்ணன் குமரவேலுவும் சேர்ந்து வித்துட்டோம். அந்த சொத்தை நம்ம அப்பா எங்க ரெண்டு பேர் மேலேயும்தான் எழுதி வெச்சுருந்தாரு. இருந்தாலும் எங்களுக்கு மனசு கேட்கலை. அப்பாவோட சொத்துல மகளுக்கும் பங்கு இருக்குன்னு சட்டம் சொல்லுது... அந்த சட்டத்தை மதிச்சு நானும் குமரவேலுவும் சொத்தை மூணு பங்கா பிரிச்சோம். உன்னோட பங்குக்கு வந்த தொகை எழுபத்தஞ்சு லட்சம். அந்தப் பணத்தை

உன்கிட்ட கொடுக்கிறதுக்கான செட்டில்மெண்ட் பத்திரம்தான் இது. செக் கொண்டு வந்திருக்கேன். ஒரு கையெழுத்தைப் போட்டுட்டு வாங்கிக்கோ பவி... லாயர் வைத்தியநாதனும் இது தப்பில்லைன்னு சொல்லிட்டார்."

பவித்ரா பரவசமானாள்.

முகம் பிராகசிக்க, கண்களில் நீர் மின்ன ராஜவேலின் கைகளைப் பற்றிக் கொண்டாள்.

"அண்ணா... இது பணமில்லை. எங்க மானமும் மரியாதையும். உங்க மாப்பிள்ளை மெயின்ரோட்டுக்கு ஆபீஸைக் கொண்டு போறதுக்காக பேங்க்ல லோன் கேட்டு கடந்த ஆறுமாச காலமாய் நடையாய் நடந்துட்டிருக்கார். ஆனா பேங்க்ல லோன் கொடுக்காமே இழுத்தடிச்சுட்டு இருந்தாங்க. நாங்க பேங்க்ல கேட்டது 50 லட்சம். ஆனா நீ கொண்டுவந்து கொடுத்தது 75 லட்சம்... இந்த உதவியை நாங்க என்னிக்கும் மறக்கமாட்டோம்." சொன்ன பவித்ரா அன்பழகனிடம் திரும்பி உற்சாகம் கொப்பளிக்கும் குரலில் சொன்னாள்.

"என்னங்க பார்த்தீங்களா... ஒரு பக்கம் கதவு மூடினா இன்னொரு பக்கம் திறக்கும்ன்னு சொல்லுங்க. நம்ம விஷயத்துல அது நிஜமாயிருக்கு... எதுக்கும் நீங்க ஒரு தடவை அந்த டாக்குமெண்ட்டைப் படிச்சு பார்த்துடுங்க. இப்ப நல்லநேரம்தான் கையெழுத்தைப் போட்டுடறேன்."

அன்பழகன் இடைமறித்து குரல் கொடுத்தான்.

"ஒரு நிமிஷம் பவி... அவசரப்படாதே..."

"ஏன்... இதுல என்ன பிரச்னை... என்னோட அண்ணன் மேல சந்தேகப்படறீங்களா...?"

"சந்தேகப்படலை... ஒரு விஷயத்தை அவர்கிட்ட கேட்டு தெளிவுப்படுத்திக்க விரும்பறேன்."

ராஜவேல் நிமிர்ந்தான்.

"என்கிட்ட என்ன கேட்கணும் அன்பு... கேளுங்க."

"உங்களுக்கு ஃபேமிலி லாயர் வைத்தியநாதன்தானே...?"

"ஆமா..."

"அவர் எனக்கும் ஃப்ரண்ட்..."

"தெரியும்."

"உங்கஃபாதர் இறக்கறதுக்கு முந்தி ஒரு உயில் எழுதி வெச்சுட்டு போயிருக்கிறார். அந்த உயிலை ரிஜிஸ்டர் பண்ணும்போது அதில் ஒரு சாட்சியா கையெழுத்து போட்டவர் வைத்தியநாதன்."

ராஜவேலு 'ஆமாம்' என்பது போல தலையசைத்தான்.

"அந்த உயில் வாசகங்களிலேயே மிகவும் முக்கியமான வாசகம் ரெண்டு மூணு இடத்துல வரும். அது என்ன வாசகம்ன்னு உங்களாலே இப்ப நினைவுப்படுத்திச் சொல்லமுடியுமா...?"

"அ... அ... அது வந்து..."

"உங்களுக்கு ஞாபகம் வந்துடுச்சுன்னு நினைக்கிறேன். அதனாலதான் பேசத் திணர்றீங்க..."

பவித்ரா கணவனை நெருங்கி அவன் தோள்மீது கையை வைத்தாள்.

"என்னங்க இது... என்னோட அண்ணன் நமக்கு நல்லது பண்ணத்தான் வந்திருக்கார். நீங்க என்னமோ ஒரு குற்றவாளியை போலீஸ் விசாரிக்கிற மாதிரி விசாரிச்சுகிட்டு இருக்கீங்க..."

"பவி... உன்னோட அண்ணனைப்பத்தி நான் தப்பா எதுவும் சொல்ல வரலை... அந்த உயில் வாசகம்தான் எனக்கு கொஞ்சம் நெருடலாயிருக்கு..."

"அப்படியென்ன நெருடல்...?"

"உங்கப்பா அந்த உயில்ல என்ன எழுதி வெச்சிருக்கார் தெரியுமா?"

"சொல்லுங்க."

"என்னோட பெண் பவித்ராவை என்னோட உசிராய் நினைச்சு வாழ்ந்துட்டு இருந்தேன். ஆனா அவளோ என்னை ஒரு தூசியா நினைச்சு

உதறிட்டு தன்னைக் காதலிச்ச ஒருத்தனோட ஓடிப்போய் கல்யாணம் பண்ணிகிட்டா. இனிமேல் இந்த குடும்பத்துக்கும் அவளுக்கும் எந்த சம்பந்தமும் இல்லை. நான் சம்பாதிச்ச எல்லா சொத்தும் என்னோட ரெண்டு மகன்களான ராஜவேலுக்கும், குமரவேலுவுக்கும் மட்டுமே சேரணும். ஒரு செப்புக் காசைக் கேட்கக் கூட பவித்ராவுக்கு உரிமை கிடையாது. அப்படி உரிமையிருக்குன்னு கோர்ட்டுக்கு போனா அது செல்லாது. சட்டம் அதை அனுமதிக்கக்கூடாது. இப்படிப்பட்ட ஒரு வாசகம் உங்கப்பா எழுதி வெச்சுட்டுப் போயிருக்கிற உயில்ல இருக்கா இல்லையான்னு கேளு."

இப்போது பவித்ராவின் அதிர்ந்துபோன பார்வை ராஜவேலுவின் முகத்தில் நிலைத்தது.

"என்னண்ணா இவர் சொல்றது உண்மையா? அப்பா உயில்ல அப்படியா எழுதி வெச்சிருக்கார்...?"

ராஜவேல் ஒரு பெருமூச்சோடு தலையாட்டினான்.

"ஆமா பவி... அப்பா ஏதோ கோபத்துல அப்படி எழுதிட்டார். ஆனா அப்படி எழுதினது தப்புன்னு அவர் தன்னோட கடைசி நாட்கள்ல உணர்ந்து என்கிட்ட ஒரு நாள் 'உயில் வாசகத்தை பெரிசா எடுத்துகிட்டு பவித்ராவுக்கு சொத்துல எதுவும் கொடுக்காமே இருந்துட வேண்டாம். அவளுக்கும் உரிய பங்கை கொடுங்க'னு சொன்னார். உயிலை மாத்தி எழுதவும் முயற்சி பண்ணினார். அந்த சமயத்துல லாயர் ஏதோ ஒரு கேஸ் விஷயமா டெல்லி போயிருந்ததாலே முடியலை... இப்போ அந்த உயில் வாசகங்கள் ஒரு பிரச்னையே இல்லை. அப்படி எழுதினது தப்புன்னு அப்பா உணர்ந்துட்டார். அதனாலதான் முறைப்படி சொத்தைப் பிரிச்சு உனக்கு சேர வேண்டிய பங்கை குடுத்துடலாம்னு வந்தேன்."

பவித்ரா தலையசைத்தாள்.

"ஸாரிண்ணா... அப்பாவோட உயில் வாசகம் சரிதான். எனக்கு சொத்துல எந்த உரிமையும் கிடையாது."

"பவி... அப்பாதான் ஏதோ உணர்ச்சி வசப்பட்டு கோபத்துல அப்படி எழுதிட்டார்... அதுக்கப்புறம் அது தப்புன்னும் உணர்ந்துட்டார். நீ வீம்பு பிடிக்காமே கையெழுத்து போடு."

“இது வீம்பு இல்லேண்ணா... அப்பாவோட கோபம் நியாயமானது. அந்த தார்மீகமான கோபத்துக்கு நாங்க மரியாதை கொடுக்க வேண்டாமா...?”

“பவி... நான் என்ன சொல்ல வர்றேன்னா நீ அவசரப்பட்டு இப்ப எந்த முடிவையும் எடுக்க வேண்டாம். யோசிக்க ரெண்டு நாள் எடுத்துக்க. அப்புறமா எனக்கு போன் பண்ணு. மறுபடியும் நான் வர்றேன்.”

அதுவரையிலும் எதுவும் பேசாமல மௌனமாயிருந்த அன்பழகன் தன் அருகே அமர்ந்திருந்த ராஜவேலுவின் தோள் மீது கையை வைத்தான்.

“இதோ பாருங்க அன்பு... ரெண்டு நாளில்லை ரெண்டு வருஷம்... நீங்க டயம் கொடுத்தாலும் இதுல யோசிக்க ஒண்ணுமில்லை. வெறுப்போட வெளிப்பட்ட வார்த்தைகள், மண்ணுல சிந்தின பாலுக்கு சமம்ன்னு சொல்லுவாங்க... அதுமாதிரிதான் இதுவும். உங்கப்பாவோட உயில்ல எழுதப்பட்டிருக்கிற வாசகங்கள் சரிதான். பவித்ராவுக்கு அந்த சொத்துல ஒரு செப்புக்காசு கூட உரிமையில்லை... நீங்க எங்களைப் பார்க்க எப்ப வேணும்ன்னாலும் இந்த வீட்டுக்கு வரலாம். ஆனா பவித்ராவை சமாதானப்படுத்தி சொத்து கொடுக்கிற எண்ணத்தோட வராதீங்க...”

சில விநாடிகள் மௌனமாயிருந்த ராஜவேலு நீளமாய் பெருமூச்சொன்றை வெளியேற்றியபடி இரண்டு கைகளையும் விரித்தான்.

“இதுக்கு மேலயும் உங்களை வற்புறுத்தறது சரியில்லை. நான் வர்றேன்.”

ராஜவேலு எழுந்து கொண்டான்.

மதியம் நேரம் 1.45 மணி.

அன்பழகன் சாம்பார் சாதத்தை முடித்துக்கொண்டு ரசம் சாதம் சாப்பிட தயாரான போது அவனுடைய செல்போன் ஒலித்தது.

பரிமாறிக் கொண்டிருந்த பவித்ரா செல்போனை எடுத்து அழைப்பது யாரென்று பார்த்துவிட்டு குரலைத் தாழ்த்தினாள்.

"என்னங்க... போன்ல அந்த மெயின்ரோடு ஷோரூம் ஓனர் இருக்கார். அப்புறமா பேசச் சொல்லவா...?"

"இல்ல... இப்பவே பேசிடறேன்... குடு..."

அன்பழகன் செல்போனை வாங்கி காதில் வைத்து குரல் கொடுத்தான்.

"குட் ஆப்டர்நூன் ஸார்..."

ஷோரூம் ஓனர் நல்லசிவம் பேசினார்.

"என்ன தம்பி... பேங்க் லோன் சாங்க்ஷன் ஆயிடுச்சா...? பேசினபடி வர்ற புதன்கிழமை டாக்குமெண்டேஷனை வெச்சுக்கலாமா...?"

"ஸாரி ஸார்..."

"ஸாரியா... எதுக்கு ஸாரி...?"

"அந்த மெயின்ரோடு ஷோரூம் இடத்தை வேற யாருக்காவது பேசி முடிச்சுக்குங்க ஸார்... என்னால முடியாது போலிருக்கு. பேங்க் லோன் இப்போதைக்கு எனக்கு கிடைக்கிற மாதிரியில்லை."

"பரவாயில்ல தம்பி... அந்த லோன் கிடைக்கிறப்ப கிடைக்கட்டும். அன்னிக்கு நீ கொடுத்த அட்வான்ஸ் தொகையே போதும்... லோன் சாங்க்ஷன் ஆனதும் டாக்குமெண்டேஷனை வெச்சுக்கலாம்... எவ்வளவு நாளானாலும் பரவாயில்லை. நான் வெயிட் பண்றேன்..."

"என்ன ஸார்... இப்ப திடீர்ன்னு..."

"தம்பி பொதுவா யார் என்ன சொன்னாலும் ஒரு மனுஷனுக்கு பணம்தான் பெரிசுதான். ஆனாலும் பணத்தைக் காட்டிலும் சில விஷயங்கள் பெரிசு. அப்படிப்பட்ட ஒரு விஷயம் உனக்கும் உன்னோட மனைவிக்கும் இருக்குங்கிறதை கொஞ்ச நேரத்துக்கு முன்னாடிதான் ஒருத்தர் மூலமா எனக்கு தெரிய வந்தது."

“ஸார் நீங்க சொல்றது புரியலை...”

“லாயர் வைத்தியநாதன் உங்களுக்கு ஃப்ரண்டா...?”

“ஆமா...”

“எனக்கும் அவர் தெரிஞ்சவர்தான்... இப்ப உங்களுக்கு எல்லாம் புரிஞ்சிருக்கும்ன்னு நினைக்கிறேன்.”

அன்பழகனுக்கு புரிய ஆரம்பித்தது.

சிறுகதை

தேடு! கிடைக்கும்

“இன்னிக்கு லட்சுமி நரசிம்மர்க்கு அலங்காரம் அம்சமாயிருக்கு... பட்டரே.”

கோவிலின் தர்மகர்த்தா சொன்னதை புன்னகையுடன் கேட்டுக்கொண்ட மதுசூதனப் பட்டர், அவர்க்கு துளசி தீர்த்தம் கொடுத்துக் கொண்டே பவ்யத்தோடு குரலைத் தாழ்த்தினார்.

“நீங்க சொல்றது உண்மைதான்... மத்த நாளவிட சனிக்கிழமையன்னிக்கு நம்ம நரசிம்மர்க்கு பண்ற அலங்காரம் சிறப்பா அமைஞ்சுடுது... எல்லாமே பெருமாளோட அனுக்கிரகம்...”

“ஒரு உண்மையைச் சொல்லட்டுமா பட்டரே...!”

“சொல்லுங்க...”

“ஒரு கோயில் எவ்வளவு பிரசித்தி பெற்றதா இருந்தாலும், அங்கே குடியிருக்கிற இறைவனுக்கு, ஆத்மார்த்தமா சேவை செய்யற மனசு இருக்கற ஆட்கள் இருந்தாத்தான், அந்தக் கோயிலுக்குள்ளே

ஒரு வைபரேஷன் இருக்கும். நீங்க இந்த கோயிலுக்கு வந்து பத்து வருஷமாச்சு... ஒருநாள் கூட நீங்க தெய்வ கைங்கர்ய காரியங்களைச் செய்ய சலிச்சுகிட்டதில்லை. லட்சுமி நரசிம்மரை வித விதமா அலங்காரம் பண்ணிப் பார்க்கிறதுல உங்களுக்கு அப்படி ஒரு பிரியம். இப்ப மணி காலையில ஆறேகால் இன்னும் சூரியன் கூட கண் விழிச்சுப் பார்க்கலை... ஆனா நீங்க அஞ்சு மணிக்கே எந்திரிச்சு குளிச்சு கோயிலைத் திறந்து, நரசிம்மர்க்கு வெந்நீர் அபிஷேகம் பண்ணி பெரிய துளசி மாலையைப் போட்டு சாம்பிராணி தூபம் காட்டி... அப்பப்ப்பா ... இப்படியெல்லாம் லௌகீக பூஜை புனஸ்காரங்களைப் பண்ண இந்தக் காலத்துல யார் இருக்காங்க... சொல்லுங்க."

"பெருமாளை சேவிக்கவே... கொடுத்து வெச்சிருக்கணும். அவனுக்கு சேவையே செய்யணும்ன்னா... போன ஜென்மத்துல நான் எவ்வளவு புண்ணியம் பண்ணியிருக்கணும்...?" சொன்ன மதுசூதன பட்டர் தன் கையில் வைத்திருந்த தொன்னையை தர்மகர்த்தாவிடம் நீட்டினார்.

"இன்னிக்குக் காலையில பெருமாளுக்கு அர்ப்பணம் பண்ணின நைவேத்திய பிரசாதம் மிளகுப் பொங்கல்... பாசிப்பருப்பு பாயாசம்."

தர்மகர்த்தா பிரசாதத் தொன்னையை வாங்கிக்கொண்டு இருக்கும்போதே அவர்க்குப் பின்பக்கம் அந்தக்குரல் சற்றே பதட்டத்தோடு கேட்டது.

"அய்யா...!!!"

திரும்பிப் பார்த்தார்.

கோயில் கூட்டிப் பெருக்கி சுத்தம் செய்யும் வள்ளியம்மா கலவர முகத்தோடு பார்வைக்குக் கிடைத்தாள்.

"என்ன வள்ளியம்மா...?"

"கோயிலுக்கு பின்னாடி கொஞ்சம் வந்து பாருங்கய்யா."

"என்னம்மா...! ஏதாவது பிரச்னையா...?"

"இல்லீங்கய்யா... கோயில் வசந்தமண்டப தூணுக்குப் பக்கத்துல..."

"பக்கத்துல..."

"ஒரு பச்சக்குழந்தையை யாரோ போட்டுட்டு போயிருக்காங்கய்யா..."

"எ...எ...என்னது குழந்தையா...?"

தர்மகர்த்தாவும், மதுசூதனப் பட்டரும் பதட்டமடைந்து கருவறை பிரகாரத்தில் இருந்து வெளிப்பட்டார்கள்.

"எப்ப பார்த்தே...?"

"இப்பதான்யா...! மடப்பள்ளியில இருக்கிற பாத்திரங்களை யெல்லாம் கழுவி வெச்சுட்டு, வசந்த மண்டபம் பக்கம் வந்தப்ப, அந்த பெரிய தூணுக்குப் பின்னாடி இருந்த சேலைத்துணி மெல்ல அசையுற மாதிரி இருந்துச்சு. போய்ப் பார்த்தா... குழந்தை வாயில விரலைப் போட்டு சப்பிகிட்டு இருக்கு..." வள்ளியம்மா சொல்லிக்கொண்டே கோயிலின் பின்பக்கம் இருந்த வசந்த மண்டபத்தை நோக்கிப் போக, இருவரும் அவளைப் பின் தொடர்ந்தார்கள்.

அந்தக் காலைவேளையில் பக்தர்களின் கூட்டம் அறவே இல்லாததால் கோவிலின் எல்லாப்பக்கமும் வெறிச்சோடி காணப்பட்டது.

மூன்று பேரும் வேகநடையில் போய் அந்தத் தூணை நெருங்கினார்கள்.

ஒரு பழைய சேலையால் சுருட்டி வைக்கப்பட்டிருந்த அந்தப் பச்சிளம் குழந்தை கைகால்களை அசைத்தபடி மெலிதாய் சிணுங்கிக் கொண்டிருந்தது.

வள்ளியம்மா அந்தக் குழந்தையை இரண்டு கைகளாலும் வாரியெடுத்து மார்போடு அணைத்தபடி சொன்னாள்.

"ஆண் குழந்தைங்க அய்யா ! பொறந்து பதினஞ்சுநாள்தான் இருக்கும் போலிருக்கு. பத்து நிமிஷத்துக்கு முன்னாடிதான் யாரோ கொண்டுவந்து வெச்சுட்டு போயிருக்கணும். ஏன்னா நான் பாத்திரம் கழுவறதுக்காக தொட்டியிலிருந்து தண்ணி எடுத்துட்டு வரும்போது இந்த வழியாத்தான் வந்தேன். அப்ப இந்த

தூணுக்குப் பக்கத்துல குழந்தை இல்லை. நான் மடப்பள்ளியில இருக்கும்போதுதான் யாரோ வந்து இருக்கணும்..."

தர்மகர்த்தா பெருமூச்சுவிட்டார்.

"இதுக்குத்தான் கோயில்ல சிசிடிவி காமிராவை வெக்கணும்ன்னு நான் ஒவ்வொரு மீட்டிங்லேயும் சொல்றது. கோயில் கமிட்டி மெம்பர்ஸ் யாரும் அதை காதுலகூட போட்டுக்கறதில்லை. காமிரா வெச்சிருந்தா வந்துட்டு போனது யார்ன்னு தெரிஞ்சிருக்குமே...?"

மதுசூதனப் பட்டர் இடைமறித்துப் பேசினார்.

"கொஞ்சம் இருங்க... கோயில் வாசல்ல பூ வியாபாரம் பண்ற சாந்தியைக் கேட்டா, வந்தது யார்ன்னு தெரியலாம்... நான் போய் கேட்டுட்டு வந்துடறேன்."

அவசர குரலில் பட்டர் சொல்லிவிட்டு கோவிலைவிட்டு வெளியேறியவர் அடுத்த சில விநாடிகளிலேயே உள்ளே வந்தார்.

"அந்தப் பொண்ணு இன்னும் வரவேயில்லை... கோயில் வாசற்படிக்கு பக்கத்துல யாருமேயில்லை... தெருவே வெறிச்சோடிப் போயிருக்கு."

தர்மகர்த்தா இறுகிய முகத்தோடு தலையாட்டினார்.

"இந்த நேரத்துக்குப் போனாத்தான் கோயில்ல யாரும் இருக்கமாட்டாங்கன்னு தெரிஞ்சுகிட்டு குழந்தையைக் கொண்டு வந்து போட்டிருக்காங்க."

வள்ளியம்மா அழுது சிணுங்கிக் கொண்டிருந்த குழந்தையை மார்போடு இறுக அணைத்தபடி கேட்டாள்.

"இப்ப என்னங்கய்யா பண்றது...?"

"ஒரு குழந்தையை இப்படி பொது இடத்துல கண்டு எடுத்தா சட்டப்படி போலீஸுக்கு தகவல் கொடுக்கணும். அவங்க குழந்தையை ஒரு அநாதைவிடுதியில சேர்த்து வளர்க்க ஏற்பாடு பண்ணுவாங்க. இந்த ஏரியா போலீஸ் ஸ்டேஷன் இன்ஸ்பெக்டர் நமக்கு வேண்டப்பட்டவர்தான். மொதல்ல அவர்கிட்டே பேசிப் பார்க்கலாம்." தர்மகர்த்தா சொல்லிக்கொண்டே செல்போனை

எடுத்து இன்ஸ்பெக்டரை தொடர்பு கொள்ள முயல பட்டர் தயக்கமான குரலில் குறுக்கிட்டார்.

"ஒரு நிமிஷம்..."

தர்மகர்த்தா நிமிர்ந்தார்.

"சொல்லுங்க..."

"இல்லை.. போலீஸுக்கு கண்டிப்பா இந்த விஷயத்தை கொண்டு போகணுமா...?"

"ஆமா... சட்டப்படி அவங்களுக்குத் தகவல் தரணும். நீங்க வேண்டாம்ன்னு சொல்ல வர்றீங்களா...?"

"ஆமா..."

"ஏன்...?"

"இந்தக் குழந்தையை நானே வளர்க்கலாம்ன்னு நினைக்கிறேன். எனக்கு கல்யாணமாகி 15 வருஷமாச்சு. குழந்தை பாக்கியம் இல்லை. ரெண்டு மாசமா... நானும் என்னோட மனைவியும் ஏதாவது ஒரு அநாதைவிடுதிக்குப் போய் குழந்தையை தத்து எடுத்து வளர்த்தா என்னன்னு பேசிகிட்டு இருக்கோம். நம்ம கோயில் லட்சுமி நரசிம்மர்கிட்டே பிரார்த்தனையும் பண்ணிகிட்டோம். அந்தப் பிரார்த்தனைதான் இப்போ பலிச்சிருக்குன்னு நினைக்கிறேன். நாங்க ஒரு குழந்தையை தேடிப்போலாம்ன்னு இருந்தோம். ஆனா குழந்தையே எங்களைத் தேடிகிட்டு வந்துடுச்சு. இதை பெருமாளோட ஆசியா நான் எடுத்துக்கிறேன். குழந்தை அநாதைவிடுதியில வளர்றதைக் காட்டிலும் எங்ககிட்ட கொடுத்தா அதை நல்லபடியா வளர்த்து ஆளாக்குவோம். அந்தக் குழந்தை நாளைக்கு எங்களுக்கும் பாதுகாப்பாய் இருக்கும்."

தர்மகர்த்தா சில விநாடிகள் யோசித்துவிட்டு மெல்லத் தலையாட்டினார்.

"நீங்க சொல்றதும் நியாயம்தான். இதை சட்டரீதியாய் எப்படி பண்றதுன்னு இன்ஸ்பெக்டர்கிட்டே பேசிப் பார்க்கிறேன்." சொன்னவர் செல்போனில் இன்ஸ்பெக்டரைத் தொடர்புகொண்டு

நடந்த விபரங்களை நிதானமான குரலில் எடுத்துச் சொல்லி சந்தேகங்களைக் கேட்டுக்கொண்டவர் இணைப்பைத் துண்டித்தார். பிறகு பட்டரை ஒரு புன்னகையோடு பார்த்தார்.

“இன்ஸ்பெக்டர் உங்க நல்ல மனசை ரொம்பவே பாராட்டினார். இந்தக் குழந்தையை சட்டபடி தத்து எடுக்க சில விதிமுறைகள் இருக்கிறதாகவும், அதுக்கான ஏற்பாடுகளை அவரே பண்றதாகவும் சொல்லிட்டார். இப்போதைக்கு குழந்தையை நீங்க வாங்கிக்கலாம்ன்னும் சொல்லிட்டாரு. வள்ளியம்மா... பட்டர்கிட்ட குழந்தைக் குடுத்துடு!”

அவள் குழந்தையைத் தர முன்னே வர,

பட்டர் மகிழ்ச்சியுடன் திரும்பிப் பார்த்து சற்றுத்தொலைவில் பூஜை பொருட்களை எடுத்து வைத்துக்கொண்டிருந்த தன்னுடைய மனைவியை கையசைத்துக் கூப்பிட்டார்.

“பவானி... இங்க வாம்மா! வந்து குழந்தையை வாங்கிக்க.”

காலை பதினோரு மணி.

சிந்தாதிரிப்பேட்டை கெனால் ரோடு.

தன்னுடைய குடிசையின் கதவு தட்டப்படும் சத்தம் கேட்டு கயிற்றுக் கட்டிலில் படுத்திருந்த வள்ளியம்மாள் “இந்த நேரத்துக்கு யார் வந்திருப்பாங்க....” என்று முனகியபடியே எழுந்து போய் கதவைத் திறந்தாள்.

வெளியே பூக்காரி சாந்தி நின்றிருந்தாள்.

வள்ளியம்மாள் மலர்ந்தாள்.

“அட.... சாந்தியா... வா... வா... என்ன அதிசயமா வீட்டுக்கு வந்திருக்கே?”

சாந்தி ஒரு சிறு சிரிப்போடு “ஏன் நான் உன் வீட்டுக்கெல்லாம் வரக்கூடாதா.... வள்ளியம்மா?” என்றாள்.

“தாராளமா வா... நான் இதுக்கு முந்தி உன்னை எத்தினி வாட்டி கூப்பிட்டிருக்கேன்... நீதான் வராமே ஊருக்கே பூ கட்டித்தர்ற மாதிரி வேலை பண்ணிட்டிருப்பே. இன்னிக்காவது வழி தெரிஞ்சு வந்தியே...”

சாந்தி உள்ளே வந்தாள்.

"குடிசையாயிருந்தாலும் பளிச்ன்னு வெச்சிருக்கே. சமையல் பண்ணி முடிச்சாச்சா...?"

"என்ன பெரிய சமையல்...? கொஞ்சம் கீரையை மசிச்சு ராகிக்களியைக் கிண்டி வெச்சிருக்கேன். ராத்திரிக்கு பொன்னம்மா கடையில ரெண்டு இட்லி வாங்கிக்குவேன். இன்னிக்கு வயித்துப்பாடு முடிஞ்சுது."

"ஒண்டியா இருக்கிறது உனக்கு கஷ்டமாயில்லையா?"

"கஷ்டம்தான்... வூட்டுக்காரரு போனப்பறம் ஒரு வருஷம் ரொம்பவும் கஷ்டமாயிருந்தது. இப்ப பழகிருச்சு..." சொன்ன வள்ளியம்மாள் ஒரு பிளாஸ்டிக் நாற்காலியை எடுத்துப் போட்டாள். "உட்காரு...."

சாந்தி உட்கார்ந்ததும் வள்ளியம்மாள் கேட்டாள்.

"சொல்லு... சிந்தாதிரிப்பேட்டையில யாரையாவது பாக்க வந்து அப்படியே என்னையும் பார்த்துட்டு போலாம்ன்னு வந்தியா...?"

"இல்ல வள்ளியம்மா... உன்னைத்தான் பார்க்க வந்தேன்."

"அட பரவாயில்லையே..! என்ன விஷயம்?"

"இன்னிக்கு நம்ம லட்சுமி நரசிம்மர் கோயில்ல யாரோ ஒரு பச்சக்குழந்தையை சேலையில சுத்தி வசந்தமண்டபத் தூணுக்குப் பின்னாடி வெச்சுட்டு போயிருந்தாங்களாமே?"

"ஆமா... நான்தான் மொதல்ல பார்த்து தர்மகர்த்தா அய்யாகிட்டேயும், கோயில் பட்டர்கிட்டேயும் சொன்னேன். போலீஸுக்கு தகவல் கொடுத்தாங்க. அய்யாவுக்குத் தெரிஞ்ச போலீஸ் இன்ஸ்பெக்டர் வந்து பார்த்தாரு... விசாரிச்சாரு."

"குழந்தையை பட்டரும், அவரோட சம்சாரமும்தான் முறைப்படி தத்து எடுத்து வளர்க்கப் போறாங்களாமே அப்படியா...?"

"ஆமா... அதுக்கான ஏற்பாட்டையெல்லாம் இன்ஸ்பெக்டர் பண்ணிட்டார்... பட்டருக்கும் அவரோட சம்சாரத்துக்கும் அவ்வளவு சந்தோஷம்."

“ஒரு பச்சக் குழந்தையை அவ்வளவு காலை நேரத்துல யார் கொண்டு வந்து போட்டிருப்பாங்கன்னு நினைக்கிறே வள்ளியம்மா?”

“தெரியலையே... நான் மடப்பள்ளியில பாத்திரத்தை எல்லாம் கழுவி வெச்சுட்டு வெளியே வர்றப்ப தூணுக்குப் பின்னாடி சேலைத்துணி அசையறதைப் பார்த்துத்தான் நானே கண்டுபிடிச்சேன்.”

“ஆச்சர்யமாயிருக்கு... ஏதோ ராத்திரி வேளைன்னாகூட பரவாயில்லை... காலையில பட்டரும், அவரோட சம்சாரமும் நீயும் கோயிலில் இருக்கும்போதே ஒரு குழந்தையைக் கொண்டுவந்து கோயிலுக்குள்ளே வெக்கறதுக்கு அவங்களுக்கு எவ்வளவு தைரியம் இருக்கணும்...”

“ஆமா... ரொம்பவும் தைரியம்தான்.”

“அந்த தைரியத்தைப் பாராட்டத்தான் வந்திருக்கேன்.”

வள்ளியம்மாளின் முகம் சட்டென்று மாறியது.

“என்ன சொன்னே... சாந்தி... பாராட்ட வந்தியா...?”

“ஆமா... இப்படிப்பட்ட வேலையை உன்னைத்தவிர வேற யாரால செய்யமுடியும்... நீயே சொல்லு...?”

“நீ... நீ... என்ன சொல்றே?”

“உண்மையைச் சொல்லிட்டிருக்கேன்... நீ அதை இல்லேன்னு சொல்லி மறுக்கமுடியாது. ஏன்னா நீ குழந்தையை சேலைத்துணியில சுத்தி மண்டபத்தூணுக்குப் பின்னாடி கொண்டுபோய் வெச்சதை நான் செல்போன்ல வீடியோ எடுத்து வெச்சிருக்கேன். அதைக் காட்டவா...?”

வள்ளியம்மா வேகமாய் எழுந்து போய் குடிசையின் கதவைச் சாத்திவிட்டு வந்து பதட்டத்தோடு சாந்தியின் கைகளைப் பற்றிக் கொண்டாள்.

“யாருமே பார்த்திருக்க மாட்டாங்கன்னு நினைச்சேன். நீ எப்படி எங்கிருந்து பார்த்தே?”

“நான் இன்னிக்குக் காலையில அஞ்சே முக்கால் மணிக்கெல்லாம் கோயிலுக்கு வந்துட்டேன். பட்டரும், தர்மகர்த்தா

அய்யாவும் கருவறைக்குள்ளே இருந்தாங்க. நான் கோயிலோட முன்பக்கக் கதவுக்குப் பின்னாடி ரெண்டு கூடை நிறைய துளசியும், சம்பங்கியும் வெச்சிருந்தேன். அதை எடுக்கப் போனப்பதான் நீ உன்னோட சேலை மறைவுக்குள்ளே எதையோ மறைச்சுகிட்டு சுத்தும் முத்தும் பார்த்துகிட்டு வசந்தமண்டபத்து தூணுக்குப் பின்னாடி கொண்டுபோய் வெச்சே. மொதல்ல அது ஏதாவது திருட்டுப் பொருளாயிருக்குமோன்னு நினைச்சேன். அப்புறம்தான் அது குழந்தைன்னு தெரிஞ்சுது. நான் நடக்கிற எல்லாத்தையும் பார்த்துகிட்டு மறைவா நின்னுட்டிருந்தேன்."

சாந்தி சொல்லச் சொல்ல அவளுடைய இரண்டு கைகளையும் இறுகப்பற்றிக் கொண்டாள் வள்ளியம்மாள்.

"இதை உன் காலா நினைச்சு கேட்டுக்கிறேன். தயவு பண்ணி இதை வெளியே யார்கிட்டேயும் சொல்லிடாதே சாந்தி..."

"அப்படி சொல்றதாயிருந்தா நான் இன்னிக்கு காலை கோயிலிலேயே போலீஸுக்கு முன்னாடி சொல்லியிருப்பேனே? எதுக்காக அந்தத் திருட்டுத்தனம்ன்னு கேட்கத்தான் இப்ப உன் வீடு தேடி வந்திருக்கேன். இப்பவாவது உண்மையைச் சொல்றியா... அந்தக் குழந்தை யாரோடது...?"

வள்ளியம்மாள் குரலைத் தாழ்த்தினாள்.

"அது... அது வந்து இந்திராணியோட பொண்ணு பார்கவிக்கு பொறந்த குழந்தை."

"யாரு....உன்னைப் பார்க்க மாசத்துக்கு ஒருதடவையாவது ஒரு அம்மா பாலக்காட்டிலிருந்து வருவாங்களே அந்த அம்மாவா?"

"அவளேதான்... நான் பாலக்காட்டுல ரெண்டு வருஷம் குடி இருந்தப்ப என்னோட வீட்டுக்கு பக்கத்து வீட்ல இருந்தவதான் இந்திராணி. என் வீட்டுக்காரர்க்கு உடம்பு சரியில்லாதப்போ ரொம்பவும் ஒத்தாசையாய் இருந்தா. கையில காசு இல்லாத போது நிறைய தடவை உதவி பண்ணியிருக்கா. அவளுக்கு ஒரு கஷ்டம்ன்னு வரும்போது நான் உதவி பண்ணனுமா வேண்டாமா...?"

"பண்ணனும்."

"அதைதான் பண்ணினேன்."

"அந்தம்மாவுக்கு என்ன பிரச்னை...?"

"இந்திராணியோட ஒரே பொண்ணு பார்கவி. புருஷன் இல்லைன்னாலும் அவளே விவசாய கூலி வேலைக்குப் போய் சம்பாதிச்சு பார்கவியை படிக்க வெச்சா. அந்தப் பொண்ணு சரியா படிக்காமே எவனையோ காதலிச்சு கல்யாணம் பண்ணிகிட்டா. அவன் ஒரு குடிகாரப் பய. குடிச்சு குடிச்சே ரெண்டே வருஷத்துல செத்துட்டான். அவன் சாகும்போது பார்கவி ஏழு மாச கர்ப்பம்."

வள்ளியம்மா பேச்சை நிறுத்தி அழுகையை மென்றுவிட்டு பேச ஆரம்பித்தாள்.

"போன மாசம் பிரசவம் நடந்தது. அந்த கிராமத்து ஹாஸ்பிடல்ல சரியா மருத்துவம் பார்க்காததாலே குழந்தையைப் பெத்துட்டு பார்கவி கண்ணை மூடிட்டா. அடுக்கடுக்கா பிரச்னைங்க வந்ததால இந்திராணிக்கு உடம்பு ரொம்பவும் முடியாமே போய் அவளாலேயும் குழந்தையை நல்லபடியா பார்த்துக்க முடியலை. எனக்கு போன் பண்ணி விஷயத்தைச் சொன்னா. நான் நேத்து பாலக்காட்டுக்குப் போய் அவளைப் பார்த்தேன். ரொம்பவும் மோசமான நிலைமையில இருந்தா. குழந்தையை என்னால வளக்க முடியாது ஏதாவது ஒரு அநாதை விடுதியில் சேர்த்துடலாம்ன்னு சொன்னா. அதுக்கு நான் அப்படியெல்லாம் பண்ணாதே... உன்னோட பேரன் ஒரு நல்ல குடும்பத்துல வளர நான் ஏற்பாடு பண்றேன்னு சொல்லி நேத்து ராத்திரியே குழந்தையை எடுத்துட்டு வந்துட்டேன். நம்ம கோயில் பட்டரும், அவரோட சம்சாரமும் அநாதை விடுதியிலிருந்து ஒரு குழந்தையை தத்து எடுத்து வளர்க்கலாம்ன்னு அவங்க பேசிகிட்டதை ஒரு தடவை கேட்டிருக்கேன். அதனால..."

"அதனால குழந்தையைக் கொண்டுவந்து கோயில்ல போட்டுட்டா அவங்க எடுத்து வளர்த்துக்குவாங்கன்னு நீ நினைச்சே...?"

"ஆமா..."

"அதேமாதிரிதான் இப்ப நடந்திருக்கு..."

"ஆமா... பட்டரோட சம்சாரம் அந்தக் குழந்தையை மடியில் கிடத்திகிட்டு கொஞ்சறதையும், புட்டிப்பாலை கரைச்சு ஊட்டும்போது வெளிப்படுத்தற கரிசனத்தையும் பார்க்கும்போது மனசுக்கு அவ்வளவு சந்தோஷமாயிருந்தது. இந்திராணிக்கும் போன் பண்ணி சொன்னேன். அவபட்ட சந்தோஷத்துக்கு அளவேயில்லை."

"சரி... நான் வர்றேன்."

சாந்தி சொல்லிக்கொண்டே எழ முயல, மறுபடியும் அவளுடைய கைகளைப் பற்றிக் கொண்டாள் வள்ளியம்மாள். குரல் தழுதழுத்தது.

"சா... சா... சாந்தி..."

"என்ன...?"

"இந்த உண்மையை யார்கிட்டேயும்..."

சாந்தியின் உதடுகளில் புன்னகை உதித்தது. "நீயே சொன்னாலும் நான் சொல்லமாட்டேன் வள்ளியம்மா... போதுமா...?"

"இந்த வார்த்தை போதும்."

"அதுசரி குழந்தைக்கு என்ன பேர் வெச்சிருக்காங்க?"

வள்ளியம்மாள் சிரித்துவிட்டு சொன்னாள்.

"அந்த நரசிம்மமூர்த்தி தூணிலிருந்து பிளந்துகிட்டுதான் வெளியே வந்தாராம். இந்தக் குழந்தையும் தூணுக்குப் பின்னாடி கிடைச்சதால குழந்தைக்கு ஸ்ரீகண்டன்னு பேர் வெச்சிருக்காங்க..."

"ம்ம்...! பொருத்தமான பேர்தான்!" என்றாள் சாந்தி.

சிறுகதை

வாய் பேசிடும் புல்லாங்குழல்

அறைக்கதவு மெலிதாய் தட்டப்படும் சத்தம் கேட்டு டாக்டர் சூர்யநாராயணன் ‘எஸ்’ என்று குரல் கொடுக்க, ஸ்டாஃப் நர்ஸ் குமுதா உள்ளே நுழைந்து சொன்னாள்.

“டாக்டர்... உங்களைப் பார்த்து பேசறதுக்காக பேஷண்ட் விசாலாட்சியோட பசங்க மூணு பேரும் வந்திருக்காங்க...”

டாக்டர் அவளை வியப்பாய்ப் பார்த்தார்.

“என்ன சிஸ்டர்... வழக்கமா தியாகராஜ், சுந்தர்ராஜ்ன்னு ரெண்டு பேர்தானே வருவாங்க. நீ மூணு பேர்ன்னு சொல்றே?”

“அந்த அம்மாவோட மூணாவது மகன் இன்னிக்குக் காலையிலதான் அமெரிக்காவிலிருந்து வந்தாராம்...”

"உள்ளே அனுப்பு!" சொன்னவர், தான் பார்த்துக் கொண்டிருந்த ஒரு நோயாளியின் ஹிஸ்டரி ஃபைலை ஓரமாய் தள்ளி வைத்துவிட்டு நாற்காலிக்கு சாய்ந்து உட்கார்ந்தார்.

அந்த நிமிஷம் கரைந்து முடிவதற்குள் மூன்று பேரும் உள்ளே வந்தார்கள்.

"குட்மார்னிங் டாக்டர்..."

"குட்மார்னிங்... உட்கார்ங்க" தனக்கு முன்பாய் இருந்த நாற்காலிகளைக் காட்டினார்.

மூன்று பேர்களில் மூத்தவனான தியாகராஜ் உட்கார்ந்தபடியே கேட்டான்.

"அம்மாவுக்கு இப்போ எப்படியிருக்கு டாக்டர்?"

"அதே கண்டிஷன்தான்... கொஞ்சம் இம்ப்ரூவ்மெண்ட் தெரிஞ்சாலும் ஐ.ஸி.யூவிலிருந்து ரூமுக்கு ஷிஃப்ட் பண்ணிடலாம். ரெண்டு நாள் அப்சர்வேஷன்ல இருக்கட்டும், பார்க்கலாம்.."

"டாக்டர்... பை த பை இவன் என் யங்கர் ப்ரதர் புஷ்பராஜ்! நேத்து ராத்திரிதான் யு.எஸ்லிருந்து வந்தான். அங்கேயிருக்கிற ஒரு ஐ.டி கம்பெனியில சி.இ.ஓவா இருக்கான்."

புஷ்பராஜ் மரியாதை நிமித்தம் எழுந்து நின்று டாக்டரின் கையைப்பற்றி குலுக்கிவிட்டு கவலையான குரலில் கேட்டான்.

"டாக்டர்... அம்மாவோட உயிருக்கு எந்த ஆபத்தும் இல்லையே...?"

"நோ... நோ பயப்படாதீங்க... ஷி ஈஸ் அவுட் ஆஃப் டேஞ்சர். பட் அம்மாவுக்கு அறுபத்தெட்டு வயசாகுது. அந்த வயசுக்குண்டான நோய்கள் வரத்தானே செய்யும்... வாரம் பத்து நாளைக்குள்ளே சரி பண்ணிடலாம்."

"இந்த வார்த்தை போதும் டாக்டர்... ஐ.சி.யூல அம்மாவை இப்போ போய்ப் பார்க்கலாமா...?"

"தாராளமா போய்ப் பார்க்கலாம். ஆனா அம்மானால பேச முடியாது. காரணம் நேஸோகாஸ்டரிக் ட்யூப் வழியா லிக்விட்

ஃபுட் போயிட்டிருக்கு. அதுவும் இல்லாமே அம்மா நிம்மதியா தூங்கறதுக்காக ட்ரிப்ஸ்ல செடடீவ் மெடிசன்ஸ் கலந்திருக்கோம்... இன்னிக்குப் பார்த்துட்டு வந்துடுங்க... ரெண்டு நாள் கழிச்சு அம்மாக்கிட்ட பேசலாம்...."

புஷ்பராஜ் சில விநாடிகள் மௌனமாய் இருந்துவிட்டு கேட்டான்.

"டாக்டர்... அம்மாவோட ஹெல்த் சம்பந்தமாய் எனக்கு சில சந்தேகங்கள் இருக்கு... அதைத் தெளிவுபடுத்த முடியுமா...?"

"தாராளமாய்... கேளுங்க... என்ன சந்தேகம்...?"

"நான் ஐ.டி ஃபீல்டுல இருந்தாலும் எனக்கும் கொஞ்சம் பேரா மெடிக்கல் சயின்ஸ் தெரியும். அம்மாவுக்கு வந்திருக்கிற நோய் ஒரு வகையான நரம்பு சம்பந்தமான பிரச்சனைனு அண்ணங்க ரெண்டு பேரும் சொன்னாங்க. ஆனா அது என்னன்னு அவங்களுக்குத் தெரியலை... அம்மாவுக்கு எடுத்த ஸ்கேன் ரிப்போர்ட்ஸைப் பார்த்தப்ப, பார்கின்ஸன் பிரச்னை இருக்கிற மாதிரி என் மனசுக்குப்பட்டது. ஆனா ஐ.ஸியூல கொண்டுபோய் வெச்சு ட்ரீட்மெண்ட் கொடுக்கிற அளவுக்கு அது ஒரு தீவிரமான நோய் கிடையாது. உண்மையிலயே அம்மாவுக்கு என்னதான் பிரச்னை...?"

டாக்டர் ஒரு புன்முறுவல் பூத்தபடியே புஷ்பராஜை ஏறிட்டார்.

"உங்க ரெண்டு அண்ணங்க இதுவரைக்கும் கேட்காத கேள்வியை நீங்க கேட்டிருக்கீங்க. பொதுவா எந்த நோய் வந்தாலும் ஒரு டாக்டர் பேஷண்ட்டை கலவரப்படுத்தற மாதிரி அந்த நோயைப்பத்தி பூதாகரமாய்ச் சொல்லி பயமுறுத்தக்கூடாது. உங்களுக்கு பேரா மெடிக்கல் சயின்ஸ் பத்தி தெரியும்ன்னு சொன்னதால நானும் நீங்க கேட்ட கேள்விக்கு உண்மையான பதிலைச் சொல்ல வேண்டியிருக்கு. நியூராலாஜிகல் டிஸ்ஆர்டர்ஸ் நோய்கள்ல முதல்கட்டமா வர்ற பிரச்னை பார்கின்ஸன்ஸ். இதை ஆரம்ப நிலையிலேயே கண்டுபிடிச்சுட்டா முறையான ட்ரீட்மெண்ட்டைக் கொடுத்து பேஷண்ட்டை பழைய நிலைமைக்கு கொண்டு வந்துடலாம். ஆனா உங்க மதர்க்கு ஏற்பட்டிருக்கிற

நரம்பு சம்பந்தப்பட்ட நோய் பார்கின்ஸன் நோய்க்கு அடுத்த கட்டமான 'ALS'ன்னு சொல்லப்படற நோய்."

"ஏ எல் எஸ்ன்னா...?"

"இதனோட விரிவாக்கம்... அமியோட்ரோபிக் லேட்டரல் ஸ்லீரோஸிஸ். இந்த நோயை நியூராலாஜிகல் டிஸ்ஆர்டராக எடுத்துகிட்டு ட்ரீட்மெண்ட் கொடுக்க முடியாது. இது ஒரு அரிய வகை நோய். மூளை மற்றும் முதுகுத்தண்டுல உள்ள நரம்பு செல்களை சிதைக்கிற ஒரு மோசமான நரம்பு மண்டல நோய். இந்த ஏ.எல்.எஸ் பெரும்பாலும் தசை இழுப்பு, கைகளையும் கால்களையும் அசைக்க முடியாத நிலைமை, சாப்பிடற உணவை விழுங்குறதுல சிரமம். பேச முடியாத அளவுக்கு சுவாசத்திணறல் ஏற்படும். இந்த நோயைக் குணப்படுத்தறது டாக்டர்ஸுக்கு ஒரு பெரிய சவாலாவே இருந்துச்சு. ஆனா இப்போ ஏ.எல்.எஸ் நோயைக் குணப்படுத்த ஸ்டெம்செல் தெரபியை எடுத்துகிட்டு மருத்துவ விஞ்ஞானம் களத்துல இறங்கியிருக்கு. வெளிநாட்ல இதனோட சக்சஸ் ரேட்.... நைன்ட்டி பர்செண்ட்ங்கிற அளவில் இருக்கிறதா வொர்ல்ட் ஹெல்த் ஆர்கனைசேஷன் சொல்லியிருக்கு."

புஷ்பராஜ் ஆர்வமான குரலில் கேட்டான்.

"அந்த ஸ்டெம்செல் தெரபி, நம்ம இந்தியாவுக்கு வந்தாச்சா டாக்டர்...?"

"வந்தாச்சு... மும்பை, டெல்லியில் இருக்கிற சில ஹாஸ்பிடல்களில் இதுவரைக்கும் நூத்துக்கும் மேற்பட்டவங்க ட்ரீட்மெண்ட் எடுத்துகிட்டு பழைய ஆரோக்கியத்துக்கு திரும்பிட்டாங்க. சென்னையில் இதுவரைக்கும் இருபத்தி மூணு பேர்க்கு பண்ணியிருக்காங்க. தெரபியோட சக்சஸ் ரேட் தொன்னூறு சதவீதம்."

"அப்படீன்னா அம்மாவுக்கும் இந்த ட்ரீட்மெண்ட்டை ட்ரை பண்ண வேண்டியதுதானே...?"

டாக்டர் மௌனம் சாதிக்க புஷ்பராஜ் அவரை ஒரு குழப்பப் பார்வை பார்த்தான்.

“எனி ப்ராப்ளம் டாக்டர்...?”

“நான் இந்த ஸ்டெம்செல் ட்ரீட்மெண்ட் பத்தி ஏற்கெனவே உங்க பிரதர்ஸ் ரெண்டுபேர்கிட்டேயும் சொன்னேன். அவங்க அதுல இண்ட்ரஸ்ட் காட்டலை...”

புஷ்பராஜ் திடுக்கிட்டுப் போனவனாய் தன்னுடைய இரண்டு அண்ணன்களையும் மாறி மாறி பார்த்தபடி கேட்டான்.

“ஏன் வேண்டாம்ன்னு சொல்லிட்டீங்கண்ணா...?”

“அது...அது...வந்து செல்தெரபி ட்ரீட்மெண்ட் ரொம்பவும் காஸ்ட்லி...”

“காஸ்ட்லின்னா...?”

“அம்பது லட்சமாகுமாம்...”

புஷ்பராஜின் பார்வை டாக்டரின் மேல் திரும்பியது.

“என்ன டாக்டர்... அந்த ட்ரீட்மெண்ட் அவ்வளவு காஸ்ட்லியா...?”

“ஸ்டெம்செல் ட்ரீட்மெண்ட்ன்னால அப்படித்தான் அதனோட சக்சஸ்ரேட் 90 சதவீதங்கிற ஒரு பாஸிட்டீவ் பாயிண்ட்டும் இருக்கிறதால அம்பது லட்சம் ரூபாய் கையில இருந்தாத்தான் அதைப்பத்தி நினைக்கமுடியும்.”

புஷ்பராஜ் சில விநாடிகள் மௌனமாய் இருந்துவிட்டு சொன்னான்.

“அந்த ட்ரீட்மெண்ட்டுக்கான ஏற்பாடு எல்லாம் பண்ணுங்க டாக்டர். நான் பணத்துக்கு ஏற்பாடு பண்றேன்.”

தியாகராஜும் சுந்தர்ராஜும் அதிர்ந்துபோன விழிகளோடு புஷ்பராஜைப் பார்த்தார்கள்.

“என்னடா சொல்றே... பணத்துக்கு ஏற்பாடு பண்றியா...?”

“ஆமா...”

“எப்படி...? தொகை அஞ்சாயிரமோ பத்தாயிரமோ கிடையாது. அம்பது லட்சம்.”

“தெரியும்... அதான் டாக்டர் சொன்னாரே...?”

“டேய்... புரிஞ்சு பேசறியா... புரியாமே பேசறியா...?”

“புரியாமே பேசறதுக்கு நான் என்ன குழந்தையா...? இப்ப முதல்ல ஐ.ஸி யூனிட்டுக்குப் போய் அம்மாவைப் பார்ப்போம். அப்புறமா வீட்டுக்குப் போய் பணத்தை எப்படி ஏற்பாடு பண்றதுங்கிறதைப் புத்திப் பேசுவோம்.” புஷ்பராஜ் சொல்லிக்கொண்டே நாற்காலியை பின்னே தள்ளிவிட்டு எழுந்தான்.

ஒட்டுமொத்த வீடும் நிசப்தத்தில் உறைந்து போயிருக்க, ஹால் சோஃபாவில் தியாகராஜும், அவனுடைய மனைவி சுகன்யாவும், சுந்தர்ராஜும் அவனுடைய மனைவி சந்திராவும் சாய்ந்திருக்க, அவர்களுக்கு எதிரே ஒரு நாற்காலியில் உட்கார்ந்திருந்தான் புஷ்பராஜ்.

எல்லோருடைய முகங்களும் ஒரு இறுக்கத்துக்கு உட்பட்டிருக்க தியாகராஜ் மெல்லிய குரலில் பேச்சை ஆரம்பித்தான்...

“ஸ்டெம்செல் ட்ரீட்மெண்ட்ங்கிறது சாதாரண விஷயமில்லை. நீ டாக்டர்கிட்டே ட்ரீட்மெண்ட்டுக்கு ஏற்பாடு பண்ணுங்கன்னு சொல்லிட்டு வந்துட்டே... அம்பது லட்ச ரூபாய்க்கு என்ன பண்ணப்போறோம்?”

புஷ்பராஜ் புன்முறுவல் ஒன்றைப் பூத்தபடியே சொன்னான்.

“கையில வெண்ணெய்யை வெச்சுகிட்டு நெய்யிக்கு யாராவது அலைவாங்களா...?”

எதிரேயிருந்த நான்கு பேரும் திகைத்தார்கள்.

சுந்தர்ராஜ் கோபமாய் குரலை உயர்த்தினான்.

“என்னடா... வெண்ணெய், நெய்ன்னு பேசிகிட்டு எதைச் சொல்றதாயிருந்தாலும் புரியறமாதிரி சொல்லு.”

“அண்ணா கிராமத்துல இருக்கிற நமக்கு சொந்தமான ரெண்டு ஏக்கர் தென்னந்தோப்பை வித்துடலாம்ன்னு போன ஆறு மாசத்துக்கு முந்தி பேசி ஒரு பார்ட்டிக்கு விக்க ஏற்பாடு பண்ணியிருந்தோமே... ஞாபகம் இருக்கா...?”

“நல்லாவேயிருக்கு... அதுக்கு என்ன இப்போ...?”

“ஒண்ணரை கோடி ரூபாய்க்கு முடிவு பண்ணி ரெஜிஸ்டர் செய்யப் போற நேரத்துல நாம கொஞ்சம் கூடுதலா பணம் கேட்டதால அந்தப் பார்ட்டி வேண்டாம்ன்னு சொல்லிட்டுப் போயிட்டாங்க இல்லையா? அவங்ககிட்டே மறுபடியும் பேசிப் பார்த்து...”

தியாகராஜ் கோபமாய் இடைமறித்தான்.

“வித்துடலாம்ன்னு சொல்றியா...?”

“ஆமாண்ணா... அந்த ஒண்ணரைக் கோடியில் என்னோட பங்கு அம்பது லட்சம். அதை அம்மாவோட ஸ்டெம்செல் தெரபி ட்ரீட்மெண்ட்டுக்கு உபயோகப்படுத்திக்கலாம். உங்களோட பங்கு பணத்திலிருந்து ஒரு ரூபாயைக்கூட நீங்க கொடுக்க வேண்டாம்.”

“என்ன மனசுக்குள்ளே பெரிய தியாகின்னு நினைப்போ?”

“நீங்க எப்படி நினைச்சுகிட்டாலும் சரி... அந்தத் தென்னந்தோப்பை உடனடியா விற்க ஏற்பாடு பண்ணுங்க.”

“அது முடியாது.”

“ஏன் முடியாது...?”

“நம்ம தென்னந்தோப்பு இருக்கிற இடத்திலிருந்து நூறு மீட்டர் தள்ளி நேஷனல் ஹைவேஸ் ரோடு வருது. இன்னும் ஒரு வருஷம் போனா நம்ம தோப்போட விலை பத்து கோடிக்கு மேல போகும்ன்னு லேண்ட் புரோக்கர்ஸ் சொல்றாங்க.”

“அம்மாவோட உயிரைவிட தென்னந்தோப்போட மதிப்புதான் உங்களுக்கு பெரிசா தெரியுதா அண்ணா...?”

“இதோ பார் புஷ்பராஜ்...! எங்களைவிட நீ நல்லா படிச்சு வெளிநாட்டுக்குப் போனவன். உனக்குத் தெரியாத விஷயமில்லை. அம்மாவுக்கு இப்போ வயசு அறுபத்தெட்டு, அப்பா போனதிலிருந்து அம்மாவுக்கும் உடம்பு சரியில்லாமே போய் அடிக்கடி ஹாஸ்பிடலுக்கு கூட்டிட்டு போய் நல்லவிதமா பார்த்துகிட்டோம். ஆனா திடீர்ன்னு இப்படியொரு நரம்பு சம்பந்தப்பட்ட நோய் வரும்ன்னு நாங்க யாரும் நினைச்சு கூட பார்க்கலை.”

“அந்த நோயை குணப்படுத்தலாம்ன்னு டாக்டர் உறுதியாய் சொல்றப்ப அதுல நாம நம்பிக்கை வெச்சு ஏன் ஸ்டெம்செல் ட்ரீட்மெண்ட்டை முயற்சி பண்ணி பார்க்கக்கூடாது...?”

“அந்த ட்ரீட்மெண்ட்டுக்கான செலவு ஒரு லட்சமோ, ரெண்டு லட்சமோ இருந்தாக்கூட பரவாயில்லை. அம்பது லட்சமாகும்ன்னு டாக்டர் சொல்றதுதான் இப்ப பிரச்னையே.”

“நோய் குணமாகக்கூடிய சக்சஸ் ரேட் அதிகமாய் அதாவது 90 பர்சண்ட் இருக்கிற காரணத்தாலதான் அவ்வளவு பெரிய தொகைன்னு டாக்டர் சொல்லியிருக்கார். ட்ரீட்மெண்ட் எடுத்தா... நிச்சயமா குணமாயிடும்ன்னு நான் நம்பறேன்... நம்ம அம்மாவுக்காகவாவது தென்னந்தோப்பை ஸேல் பண்ணத்தான் வேணும்...”

புஷ்பராஜ் தீர்மான குரலில் சொல்ல, நான்கு பேரும் மௌனமாய் இருந்தார்கள்.

“இப்படி பேசாமே இருந்தா என்ன அர்த்தம்...?”

“தோப்பை இப்போதைக்கு விற்க முடியாதுன்னு அர்த்தம்.”

“அண்ணா... உங்களுக்கொரு சம்பவம் ஞாபகம் இருக்கா. அப்பா உயிரோட இருக்கும்போது உங்களுக்கு ஒரு தடவை உடம்பு ரொம்பவும் முடியாம போய் பாலாஜி நர்ஸிங்ஹோம்ல அட்மிட் பண்ணினோம். அவசரமா அப்பெண்ட்டிசைட்டீஸ் ஆப்ரேஷன் பண்ணனும்ன்னு டாக்டர் சொல்லிட்டார். ஆப்ரேஷன் உள்பட எல்லா ஹாஸ்பிடல் செலவுக்கும் ரெண்டு லட்ச ரூபாயை உடனடியாய் கட்டவேண்டிய நிலைமை. அப்பா கையில பணமில்லை. அம்மா என்ன பண்ணினாங்கன்னு தெரியுமா...? தன் கழுத்துல, காதுல, மூக்குல இருந்த எல்லா நகைகளையும் கழட்டி அப்பாகிட்ட குடுத்து வித்துட்டு வரச் சொன்னாங்க... அப்பாவும் மறுபேச்சு பேசாமே அடுத்த ஒரு மணி நேரத்துக்குள்ளே வித்துட்டு வந்தார். நல்லபடியா ஆப்ரேஷனும் முடிஞ்சுது. அம்மாவும் சரி, அப்பாவும் சரி, நகையை விக்க... கொஞ்சம் கூட தயங்கலை. ஒரு நிமிஷம் கூட யோசனை பண்ணலை. அப்படி யோசனை பண்ணியிருந்தா உங்க நிலைமை என்னாயிருக்கும்ன்னு கொஞ்சம் நினைச்சுப் பாருங்க...”

புஷ்பராஜ் பேசப்பேச தியாகராஜின் மனைவி சுகன்யா கோபமான குரலில் குறுக்கிட்டார்.

"இதோ பாரு புஷ்பராஜ் ... பழசையெல்லாம் நாங்க மறக்கலை. அதனாலதான் உங்க அம்மாவை ஹாஸ்பிடல்ல சேர்த்து வைத்தியம் பார்த்துட்டிருக்கோம்."

"ஹாஸ்பிடல்ல சேர்த்துட்டா மட்டும் போதாது, அண்ணி. சரியான ட்ரீட்மெண்ட்டைக் கொடுத்து அம்மாவோட உயிரைக் காப்பாத்தணும். அதுக்காக எவ்வளவு பணம் செலவானாலும் பரவாயில்லை. நான் உங்ககிட்ட கடன் கேட்கலை. எனக்கு சேரவேண்டிய பங்கைத்தான் கேட்டேன். இன்னும் சில வருஷம் கழிச்சு, அந்தத் தென்னந்தோப்பை எத்தனை கோடிக்கு வேண்டுமானாலும் வித்து ரெண்டு பங்காய் பிரிச்சு நீங்களே எடுத்துக்குங்க. எனக்கு வேண்டாம். ஒரு ஸ்டாம்ப் பேப்பர்ல வேணும்ன்னா எழுதிக் கொடுத்துடறேன்."

சுந்தர்ராஜின் மனைவி சீறினாள்.

"புஷ்பராஜ்... உனக்கென்ன பைத்தியமா பிடிச்சிருக்கு. உங்கம்மா வாழ்ந்து முடிச்சவங்க... அவங்களுக்குப் போய் அம்பது லட்ச ரூபாயை செலவு பண்ணி நோயைக் குணப்படுத்தினா இன்னும் நூறு வருஷம் உயிரோட இருக்கவா போறாங்க...?"

"அண்ணி... உங்களால இப்படித்தான் பேச முடியும். ஏன்னா ஹாஸ்பிடல்ல படுத்துட்டிருக்கிற எங்க அம்மா உங்களுக்கு மாமியார். யார்க்கு எந்த நேரத்துல எப்படி மரணம் வரும்ன்னு யாராலேயும் சொல்ல முடியாது. எங்கம்மா வாழ்ந்து முடிஞ்சவங்கன்னு சொன்னீங்க. அவங்க இன்னமும் வாழணும்ன்னு நான் ஆசைப்படறேன்..."

"நீ ஆசைப்பட்டா... உன்கிட்ட இருக்கிற பணத்தை எடுத்து செலவு பண்ணு. எங்ககிட்டே சல்லிக்காசு கிடையாது..."

புஷ்பராஜின் உதடுகளில் மெலிதாய் ஒரு புன்னகை அரும்பியது.

சுந்தர்ராஜ் குரலை உயர்த்தினான்.

"என்ன சிரிக்கிறே...?"

"உங்ககிட்டயிருந்து இப்படிப்பட்ட பதில்தான் வரும்ன்னு எனக்கு முன்னாடியே தெரியும். அதனாலதான் சிரிச்சேன். அம்மாவோட ட்ரீட்மெண்ட்டுக்குத் தேவையான பணத்துக்கு ஏற்கனவே ஏற்பாடு பண்ணிட்டேன்."

"ஏற்பாடு பண்ணிட்டியா...?"

புஷ்பராஜ் தன் கையில் வைத்திருந்த செல்போனை உயிர்ப்பித்து, அதன் ஸ்பீக்கரை ஆன் செய்துவிட்டு, அமெரிக்காவின் டெக்ஸாஸில் இருக்கும் தன் மனைவி வளர்மதியிடம் பேசினான்.

"வளர்... நீ இப்போ வீட்ல இருக்கியா இல்ல ஆபீஸ் போயிட்டியா...?"

"இன்னிக்கு போகலை. வொர்க் அட் ஹோம்."

"சரி, நாம என்ன நினைச்சமோ அதுதான் இங்கே நடந்துட்டு இருக்கு... அந்தத் தென்னந்தோப்பை இப்போதைக்கு என்னோட அண்ணங்காரங்க விக்க மாட்டாங்களாம். அதனால அங்கே நாம வாங்கயிருந்த வீட்டை ரெண்டு வருஷம் கழிச்சு வாங்கிக்கலாம். பேங்க்ல நாம போட்டு வெச்சிருக்கிற பணத்துல 50 லட்சம் மட்டும் எனக்கு அனுப்பிடு."

"இப்பவே அதுக்கான ஏற்பாடுகளைப் பண்ணிடறேன். அது சரி அத்தை இப்போ எப்படி இருக்காங்க...?"

"லேசா கான்ஷியஸ் இருக்கு... நான் காதுக்குப் பக்கத்துல போய் 'அம்மா'ன்னு குரல் கொடுத்ததும் கண்ணிமைல ஒரு துடிப்பும், உதடுல சின்னப் புன்னகையும் தெரிஞ்சுது. செல்தெரபி ட்ரீட்மெண்ட் கொடுத்தா அம்மாவுக்கு கண்டிப்பா பழைய ஆரோக்கியம் திரும்பிடும்ன்னு நினைக்கிறேன். இன்னும் ஒரு பத்து வருஷம் அவங்க சந்தோஷமா வாழறதை விடவா அந்த அம்பது லட்சம் பெரிசு...? நான் இப்போ டாக்டர்கிட்டே பேசிடறேன். நீ பணத்தை அனுப்ப ஏற்பாடு பண்ணு வளர்."

"இதோ கிளம்பிட்டேன்."

செல்போனை அணைத்தான் புஷ்பராஜ். தன்னுடைய இரண்டு அண்ணன்களையும், அண்ணிகளையும் பார்வையில் நனைத்தபடி சொன்னான்.

"நம்ம அம்மா குணமாகி ஆரோக்கியமா இருக்கிற ஒவ்வொரு நாளும் எனக்கு ஒரு லட்ச ரூபாய்க்கு சமம். பணத்தை கஷ்டப்பட்டு எப்படி வேணும்னாலும் சம்பாதிக்கலாம். ஆனா ஒரு தாயை குணப்படுத்திப் பார்க்கிற சந்தோஷத்தை எவ்வளவு பணம் கொடுத்தாலும் வாங்க முடியாது..." சொல்லிவிட்டு வீட்டைவிட்டு வெளியேறும் புஷ்பராஜை தியாகராஜ், சுகன்யா, சுந்தர்ராஜ், சந்திரா நான்கு பேரும் வெளிறிப்போன முகங்களோடு பார்த்துக் கொண்டிருந்தார்கள்.

சிறுகதையைப் படித்து முடித்த 'பூமாலை' வாரப் பத்திரிகையின் ஆசிரியர் பரசுராம் ஒரு சில விநாடிகள் மௌனமாய் இருந்துவிட்டு தன் செல்போனை எடுத்து எழுத்தாளர் நிமலனைத் தொடர்பு கொண்டார்.

"வணக்கம் நிமலன்..."

"வணக்கம் பரசுராம் ஸார்..."

"இப்பத்தான் உங்க சிறுகதை 'வாய் பேசிடும் புல்லாங்குழல்' படிச்சு முடிச்சேன். இந்த காலத்துல அப்பா அம்மா மேல பாசம் வெச்சிருக்கிற புஷ்பராஜ் மாதிரியான மகன்களைப் பார்க்க முடியுமா...? நம்பறதுக்கு கஷ்டமாயிருக்கே! என்னதான் கற்பனைன்னு சொன்னாலும் அதுக்கும் ஒரு எல்லையிருக்கே...?"

"இந்த சம்பவம் உண்மையாய் நடந்ததுன்னு சொன்னா நீங்க நம்புவீங்களா...?"

"என்னது... இந்த சிறுகதை உண்மையிலேயே நடந்த ஒரு சம்பவமா...?"

"ஆமா... என்னோட சக எழுத்தாளர் இரண்டாம் பாரதியை ஒரு தடவை உங்களுக்கு அறிமுகப்படுத்தியிருக்கேன் ஞாபகம் இருக்கா...?"

"நல்லாவே ஞாபகமிருக்கு..."

"அவருக்கு ரெண்டு பசங்க. நல்லா படிக்க வெச்சு வெளிநாட்டுக்கு அனுப்பி வெச்சார். அவங்களுக்கு கல்யாணமும் பண்ணி வெச்சார். ஒரு பேரன், ஒரு பேத்தி. நாலைஞ்சு வருஷத்துக்கு முந்தி நம்ம நண்பர் தன் மனைவியோட அவங்களைப் பார்க்க

வெளிநாடு போயிருக்கார். போன இடத்துல மனைவிக்கு உடல்நலம் பாதிப்பு ஏற்பட்டு கோமா ஸ்டேஜுக்கு போயிட்டாங்க. அப்படியே விட்டா மூளை பாதிக்கப்பட்டு 'ப்ரெய்ன் டெத்' ஸ்டேஜ் வர வாய்ப்பிருக்கு, அது வராமே இருக்கணும்ன்னா ஸ்டெம்செல் தெரபி ட்ரீட்மெண்ட் கொடுத்தால் மட்டுமே முடியும், அதுக்கு அம்பது லட்ச ரூபாய் செலவாகும்ன்னு டாக்டர் சொல்லியிருக்கார்."

"அ...அ...அப்புறம்...?"

"மூத்த மகனும் மருமகளும் பணம் செலவழிக்க விரும்பாமே ட்ரீட்மெண்ட் வேண்டாம்ன்னு சொல்ல, இளைய மகனும் மருமகளும் நியூஜெர்ஸியில 'வில்லா' வாங்க வெச்சிருந்த அம்பது லட்ச ரூபாயை ட்ரீட்மெண்ட்டுக்கு கொடுத்து அந்த அம்மாவைக் காப்பாத்தியிருக்காங்க. மறுபடியும் பணம் சம்பாதிச்சு ஒரு வில்லாவை வாங்கிக்கலாம். அம்மாவை இழந்துட்டா மறுபடியும் அவங்க கிடைப்பாங்களான்னு இளையமகன் கேட்டிருக்கான்."

"கதையில வர்ற புஷ்பராஜ் அவன்தானா...?"

"ஆமா... ஆனா இந்தப் பையன் பேரு மணிகண்டன்..."

"நிமலன்...! நீங்க எப்பவும் உண்மையான சம்பவங்களை அடிப்படையாய் வெச்சுத்தான் கதைகளை எழுதுவீங்கன்னு எனக்குத் தெரியும். ஆனா இப்படியொரு சம்பவம் உண்மையில நடந்திருக்க வாய்ப்பில்லைன்னு நினைச்சேன். இதுவும் உண்மைக்கதைதான்னு சொல்லும்போது ஆச்சர்யமாயிருக்கு. அப்பறம்... உங்ககிட்ட ஒரு சின்ன வேண்டுகோள்."

"என்ன...?"

"இந்தக் கதைக்கு தலைப்பு 'வாய் பேசிடும் புல்லாங்குழல்'ன்னு வெச்சிருக்கீங்க. அதை மாத்தி இப்படி வெச்சுக்கலாமா...?"

"எப்படி...?"

"மில்லியனில் ஒருவன்."

சிறுகதை

ப்ளூ ரெயின்போ

க்வாண்ட்டம் கம்ப்யூட்டிங் அறைக்குள் பணி செய்துக் கொண்டிருந்த விருட்சா தன் பிக்ஸல் அல்ட்ரா மொபைல் போனில் வந்த செய்தியைப் பார்த்துவிட்டு தன்னுடைய இரண்டு கைகளையும் உயர்த்திக்கொண்டு ஹை டெசிபலில் கத்தினாள்.

“வாவ்... ஃபைனலி... காட் இட்.”

விருட்சாவின் கத்தலைக் கேட்டு வீட்டின் உட்பக்கம் அல்ட்ரா மாடுலர் கிச்சனிலிருந்த அவளுடைய அம்மா யோகினியும், பக்கத்தில் ஃப்யூச்சரிக் கம்ப்யூட்டர் சர்வர் ரூமிலிருந்து அவளுடைய அப்பா வைத்தீஷ்வரும் ஃபைபர் க்ளாஸ் கதவுகளைத் திறந்துகொண்டு வேகமாய் வெளிப்பட்டார்கள்.

“என்ன விருட்சா...?”

“அம்மா... நாம ‘ப்ளூ ரெயின்போ’வை பார்க்க செலஸ்ட்டியல் டூரிஸம் அனுமதி கொடுத்துட்டாங்க. அடுத்த பத்து நிமிஷத்துக்குள்ளே

வீடியோ கான்ஃப்ரன்ஸிங் மீட்டிங்குக்கு அழைப்பு வரும். நீயும் அப்பாவும் நீட்டா ட்ரஸ் பண்ணிட்டு கம்ப்யூட்டர் முன்னாடி வந்து உட்காருங்க...”

வைத்தீஷ்வர் கண்களை விரித்து ஆச்சர்யம் காட்டினார்.

“நாம செலஸ்ட்டியல் டூரிஸத்துக்கு அப்ளை பண்ணி ஆறு மாசம் இருக்குமா?”

“சரியா ஏழு மாசமாச்சப்பா. நமக்கு பர்மிஷன் கிடைக்க எப்படியும் ஒரு வருஷமாயிடும்ன்னு நினைச்சேன். ஆனா நமக்கு ஏதோ ஒரு வகையில அதிர்ஷ்டம் இருக்கப்போய் பர்மிஷன் கொடுத்துட்டாங்க. வீடியோ கான்ஃபரன்ஸ்ல அந்த டூரிஸம் பீப்பிள் கேட்கிற கேள்விக்கெல்லாம் நானே பதில் சொல்றேன். நீங்க ரெண்டு பேரும் குறுக்கே எதுவும் பேச வேண்டாம்... ஒரு வார்த்தை தப்பானாலும் நம்ம அப்ளிகேஷன் ரிஜக்ட் ஆயிரும்.”

“சரி... சரி... நீயே பேசு... அவங்க பேசற இங்கீலீஷ் உனக்குத்தான் நல்லாப் புரியும். நாங்க ஏதாவது தப்பா பதில் சொல்லி பர்மிஷனை கேன்சல் பண்ணிடப் போறாங்க.”

“நான் கம்ப்யூட்டரை ஆன் பண்ணி வெச்சுகிட்டு பாஸ்வேர்ட் கொடுத்து தயாராயிருக்கேன். நீங்க ட்ரஸ் பண்ணிட்டு வந்துருங்க.”

யோகினியும், வைத்தீஷ்வரும் வேகமாய் அங்கிருந்து அகல, விருட்சா அந்த க்வாண்டம் கம்ப்யூட்டரை உசுப்பி ஒரு பாஸ்வேர்டை ஊட்டி அது வாங்கிக்கொண்டு நிறம் நிறமாய் மாறி ‘செலஸ்ட்டியல் டூரிஸம்’ என்கிற கேப்ஷனை காட்டிவிட்டு, உங்களுடைய வீடியோ கான்ஃப்ரன்ஸிங் நேர்காணல் தொடங்க இன்னமும் ஏழு நிமிடங்கள் இருக்கிறது. பயோ சிக்னேச்சர் சம்பந்தப்பட்ட ஃப்ளோ சார்ட்டை தயாராக எடுத்து வைத்துக்கொள்ளுங்கள். நாங்கள் கேட்கும் கேள்விகளுக்கும், நீங்கள் சொல்லப்போகும் பதில்களுக்கும் அந்த ஃப்ளோ சார்ட்டில் உள்ள தகவல்கள் பொருந்திப் போகவேண்டும். அப்படி பொருந்தி போகாத பட்சத்தில் உங்களுடைய ‘ப்ளூ ரெயின்போ’

பயணத்துக்கான அனுமதி ரத்து செய்யப்படும் என்கிற வாசகங்கள் கம்ப்யூட்டர் திரைக்கு அடியில் மெதுவாய் ஊர்ந்தன.

அடுத்த ஐந்து நிமிடங்களுக்குள் யோகினியும், வைத்தீஷ்வரும் நேர்த்தியாய் உடுத்திக்கொண்டு, கம்ப்யூட்டருக்கு முன்பாய் வந்து உட்கார்ந்தார்கள்.

விருட்சா கம்ப்யூட்டரின் வீடியோ, ஆடியோ ஆப்ஷன்களை உயிர்ப்போடு வைத்துக்கொண்டு காத்திருந்தாள்.

சரியாய் இரண்டு நிமிஷம் கரைந்திருந்தபோது கம்ப்யூட்டர் திரையை முழுமையாய் வியாபித்துக் கொண்டு ஏ.ஐ டெக்னாலஜி மூலம் உருவாக்கப்பட்ட ஒரு பெண்ணின் முகம் தோன்றியது. தீர்க்கமான பார்வை. புன்னகை துளியும் இல்லாத உதடுகள்.

ஆங்கிலத்தில் பிசிறடிக்காத குரலில் பேசினாள்.

“நான் இப்போது மூன்று பேரை பார்க்கிறேன். இதில் யார் விருட்சா...?”

“நான்தான்” என்றாள் விருட்சா.

“உங்களுக்கு பக்கத்தில் அமர்ந்திருப்பவர்கள் உங்கள் தாய், தந்தை என்று நினைக்கிறேன்.”

“ஆமாம்.”

“தாயின் பெயர் என்ன...?”

“யோகினி.”

“வயது...?”

“ஐம்பத்தி ஒன்று.”

“தந்தையின் வயது...?”

“ஐம்பத்தி ஐந்து.”

“தவறான தகவல்... அவர்க்கு இப்போது பயோ சிக்னேச்சர் ஃப்ளோ சார்ட் படி ஐம்பத்தி ஆறு வயது. இனியொரு தடவை தவறான தகவல் கொடுத்தால் ‘ப்ளூ ரெயின்போ’வை பார்க்கும்

வாய்ப்பை இழந்து விடுவீர்கள். கேள்வியை கவனமாக கேட்டு சரியான பதிலைக் கொடுங்கள்."

"இனி தவறு நேராமல் பார்த்துக் கொள்கிறேன்."

"சரி... இப்போது உங்களுக்கு என்ன வயது விருட்சிகா...?"

"இருபத்தைந்து."

"திருமணம்...?"

"இன்னும் ஆகவில்லை."

"என்ன படித்திருக்கிறீர்கள்...?"

"ஹைபர் ஆட்டோமேஷன் படிப்பில் பட்டம் பெற்று தற்போது ஜெனரேடிவ் ஆர்ட்டிஃபிஷியல் இண்டலிஜென்ஸில் ஒரு ஆன்லைன் கோர்ஸ் படித்துக்கொண்டு இருக்கிறேன்."

"நல்ல படிப்பு" என்று இயந்திரப் புன்னகை பூத்துவிட்டு அடுத்த கேள்வியைக் கேட்டாள் அந்த ஏ.ஐ பெண்.

"ப்ளூ ரெயின்போவைப் பார்க்க எல்லோரும் விரும்புகிறார்கள். நீங்கள் விரும்ப என்ன காரணம்...?"

"'ப்ளூ ரெயின்போ'வைப் பார்ப்பது என்பது அதிர்ஷ்டகரமானது என்று பலரும் சொல்லக் கேட்டு, அதனால் ஏற்பட்ட ஆர்வம்தான் காரணம். என்னுடைய தாயும், தந்தையும் இதுபோன்ற விஷயங்களில் அதீதமான அளவு நம்பிக்கை கொண்டவர்கள். அவர்களைச் சந்தோஷப்படுத்தவே இந்த டூரிஸத்திற்கு விருப்ப மனு கொடுத்திருந்தேன். அவர்கள் என்னுடைய மனுவை ஏற்றுக்கொண்டு ப்ளூ ரெயின்போவைப் பார்க்க அனுமதி கொடுத்திருக்கிறார்கள்."

"உங்களுக்கு இதில் மகிழ்ச்சிதானே...?"

"மிக்க மகிழ்ச்சி. அதை வெளிப்படுத்த வார்த்தைகளே இல்லை."

"உங்களுடைய தாய் தந்தையின் சமீபத்தில் எடுக்கப்பட்ட ஹெல்த் ரிப்போர்ட் என்ன சொல்கிறது...?"

"அவர்கள் இருவரும் ஆரோக்கியமாகவே இருக்கிறார்கள்."

“எவ்வளவு சதவீதம் என்று துல்லியமாக சொல்லமுடியுமா?”

“முடியும்...! அம்மா 98 சதவீதம். அப்பா 97 சதவீதம்.”

“அவர்களின் ஆரோக்கிய சதவீதங்கள் மனதுக்கு நிறைவைக் கொடுத்தாலும் ப்ளூ ரெயின்போவைப் பார்க்க அவர்கள் எண்டர்ப்ரைஸ் ஃப்ளைட்களில் இருபத்தேழு மணி நேரம் பயணம் செய்ய வேண்டியிருக்கும். பயணக்களைப்பை தாங்கிக் கொள்வார்களா...?”

“கண்டிப்பாக தாங்கிக் கொள்வார்கள்.”

“பயணத்தின் போது ஏதாவது பிரச்னை ஏற்பட்டால் செலஸ்ட்டியல் டூரிஸம் அதற்கு பொறுப்பு ஏற்காது. அது சம்பந்தமான சில ஒப்பந்தப் படிவங்களில் நீங்கள் கையெழுத்து இடவேண்டியிருக்கும். சம்மதமா...?”

“சம்மதம்.”

“பிறகு எண்டர்ப்ரைஸ் விமானக் கட்டணங்கள் மற்ற சாதாரண விமானக்கட்டணங்களைக் காட்டிலும் பத்து மடங்கு கூடுதலாக இருக்கும். அது பற்றிய விபரங்கள் தெரியுமா...?”

“நன்றாகவேத் தெரியும்.”

“பயணக்கட்டணங்களை செலுத்திய பிறகு நீங்கள் பயணத்தை ரத்து செய்தால் பணம் திரும்பவும் கிடைக்காது.”

“அதுவும் தெரியும்.”

“அப்படியென்றால் நீங்கள் மூன்றுபேரும் ‘ப்ளூ ரெயின்போ’வைப் பார்க்கும் பயணத்துக்கு தயாராகிவிட்டீர்கள் என்பதை நான் பதிவு செய்துக் கொள்ளலாமா...?”

“தாராளமாக...”

“உங்களுடைய ‘ப்ளூ ரெயின்போ’ பயணம் வெற்றிகரமாக அமைய செலஸ்ட்டியல் டூரிஸம் தன்னுடைய வாழ்த்துகளைத் தெரிவித்துக் கொள்கிறது. உங்களுக்கான பயணத்தேதி வரும் 23-ம் தேதி. பயண நேரம் காலை ஆறு மணி. நீங்கள் ஒரு மணி

நேரத்திற்கு முன்னதாக அதிகாலை ஐந்து மணிக்கே 'காஸ்மோட்ரோம்' விமான நிலையத்திற்கு வந்துவிட வேண்டும்."

ஏ.ஐ பெண் சொல்லிக் கொண்டிருக்கும்போதே அவளுடைய அழகான புன்னகை முகம் கம்ப்யூட்டர் திரையில் சிறிது சிறிதாய் கரைந்து காணாமல் போயிற்று.

யோகினியும், வைத்தீஷ்வரும் எழுந்து விருட்சாவைக் கட்டிப்பிடித்துக் கொண்டார்கள். யோகினி சந்தோஷத்தில் கண்களில் நீர் தளும்ப குரல் தழுதழுத்தாள்.

"இது எவ்வளவு பெரிய பாக்கியம் தெரியுமா...? இவ்வளவு சீக்கிரத்துல 'ப்ளூ ரெயின்போ' தரிசனம் நமக்குக் கிடைக்கும்ன்னு கொஞ்சம்கூட நினைச்சுப் பார்க்கலை... எப்படியும் ரெண்டு மூணு வருஷமாயிடும், இல்லேன்னா அந்த பாக்கியம் கிடைக்காமலேயே போயிடும்ன்னு எம்மனசுக்குள்ளே ஒரு பயம் இருந்தது."

விருட்சா அவளுடைய கன்னத்தைத் தட்டினாள்.

"அம்மா...! டூரிஸம் தேதியை ஃபிக்ஸ் பண்ணிட்டாங்க. நாம புறப்பட இன்னும் ஒரு வாரம்தான் இருக்கு. நீயும் சரி, அப்பாவும் சரி, உடம்பை ஆரோக்கியமா வெச்சுக்கறது ரொம்பவும் முக்கியம். சின்னதா ஒரு நோயோட அறிகுறியிருந்தாலும் சரி 'பயோ சிக்னேச்சர் ஃப்ளோ சார்ட்' அதைக் கண்டுபிடிச்சு எண்டர்பிரைஸ் ஃப்ளைட்ல ட்ராவல் பண்ண தகுதியில்லாதவங்கன்னு ரிஜெக்ட் பண்ணிடும். சாப்பிடற உணவுல கட்டுப்பாடு இருக்கணும்."

"இந்த புத்திமதியையெல்லாம் உங்கம்மாவுக்குச் சொல்லு. ஏதாவது ஒரு அயிட்டம் நல்லாயிருந்தா போதும், வாயைக் கட்டத் தெரியாமே வயித்துக்குள்ள போட்டுக்குவா...!"

"நீங்க மட்டும் என்னவாம்...? ரெஸிஸ்டண்ட் காஃபின்னா நேரம் காலம் பார்க்காமே குடிச்சுட்டே இருப்பீங்களே...!"

விருட்சா சிரித்தாள்.

"ரெண்டு பேரும் அப்படி ஓரமா உட்கார்ந்து சண்டை போடுங்க. நான் என்னோட கம்ப்யூட்டர் செல்லுக்குப் போறேன்."

இருபத்தி மூன்றாம் தேதி. காலை ஐந்து மணி.

விருட்சா, வைத்தீஷ்வர், யோகினி மூன்றுபேரும் எலெக்ட்ரிக் ஆட்டோமைஸ்ட் ஃப்ளையிங் காரில் பயணம் செய்து காஸ்மோ ட்ரோம் போய்ச் சேர்ந்தபோது, எண்டர்ப்ரைஸ் விமானங்களில் பயணம் செய்ய காத்திருந்த ஜனங்கள் செக்-இன்-டெஸ்க் முன்பாக சின்னச்சின்ன வரிசைகளில் நின்றிருந்தார்கள்.

யோகினி ஆச்சர்யப்பட்டாள்.

"என்னடி! இவ்வளவு பேர் நமக்கு முன்னாடியே வந்து காத்துட்டிருக்காங்க...?"

"அம்மா... தொண தொணன்னு பேசாமே வா. இது நீ நினைக்கிற மாதிரி சாதாரண ஏரோட்ரோம் இல்லை. காஸ்மோ ட்ரோம். இங்கே எது 'வேஸ்ட் பின்' எது 'ஏ.ஐ ரோபோ'ன்னு யாராலேயும் கண்டுபிடிக்க முடியாது. இந்த இடத்துல சத்தமாக்கூட பேசக் கூடாது. எதையாவது பார்த்து குறை சொல்லணும்ன்னு தோணினா கூட வாய்விட்டு சொல்லக் கூடாது. 'ப்ளூ ரெயின்போ'வைப் போய்ப் பார்த்துட்டு வர்ற வரைக்கும் யாரும் நெகட்டீவ்வான வார்த்தைகளைப் பேசக்கூடாது. செலஸ்ட்டியல் டூரிஸத்தை பொறுத்தவரைக்கும் இது ஒரு புனிதப்பயணம். ஒவ்வொரு நாளும் ஆயிரக்கணக்கான பேர் இந்தப் புனிதப்பயணம் போக அப்ளை பண்றாங்க. அதுல ஐம்பது சதவீதம் பேர் 'பயோ சிக்னேச்சர் ப்ளோ சார்ட்' சரியில்லைன்னு சொல்லி நிராகரிக்கப்படறாங்க. பத்து சதவீதம் பேர் இந்த காஸ்மோ ட்ரோமுக்கு வந்த பின்னாடி அவங்க பேச்சும், நடவடிக்கையும் சரியில்லைன்னு சொல்லி அவங்களுக்கு அனுமதி மறுக்கப்பட்டிருக்கு. எண்டர்ப்ரைஸ் ஃப்ளைட்ல ஏறி நமக்கான சீட்ல நாம உட்கார்ற வரைக்கும் நீயும் சரி, அப்பாவும் சரி, தேவையில்லாமே பேசறதையும் வாக்குவாதம் பண்றதையும் தவிர்த்துடணும்."

"சரி... சரி... நாங்க எதுவும் பேசலை..."

"நான் லக்கேஜ் ட்ராலியைத் தள்ளிகிட்டு முன்னாடி போறேன். நீங்க ரெண்டுபேரும் என்னையே பார்த்துகிட்டு வரணும்."

விருட்சா ட்ராலியைத் தள்ளிக்கொண்டு செக்-இன்-கவுண்டரை நோக்கிப் போனாள். கௌண்டரின் கண்ணாடி தடுப்புக்குப் பின்னால், ஏ.ஐ கர்ப்பத்தில் உருவாக்கப்பட்ட இளைஞன் உட்கார்ந்தபடி, ஒரு உன்னிப்பான பார்வையால் ஊடுருவிவிட்டு கேட்டான்.

"நீங்கள் விருட்சா. இவர்கள் உங்கள் பெற்றோர்... சரியா...?"

"சரி."

"மூன்றுபேரும் அந்த ஹெல்த் செக்கிங் திரைக்கு முன்பாய் போய் முப்பது விநாடிகள் நில்லுங்கள்."

ஏ.ஐ இளைஞன் தனக்கு அருகே இருந்த ஒரு சாம்பல் நிறத் திரையைக் காட்ட, மூன்றுபேரும் அதற்கு முன்பாய் போய் நின்றார்கள். திரைக்குள் ஒவ்வொரு நிறமாய் பாய்ந்து வெளியேறியது.

முப்பது விநாடிகள் கரைந்ததும் ஏ.ஐ பேசினான்.

"உங்கள் ஆரோக்கியம் சீராக இருப்பதாக ஸ்கேன் ரிப்போர்ட் சொல்கிறது. மொத்தம் இருபத்தேழு மணி நேரப் பயணம். பயணநேரத்தில் வேளாவேளைக்கு நேரம் தவறாமல் உணவு வழங்கப்படும். நீங்கள் கட்டாயம் எட்டுமணி நேரம் தூங்கவேண்டும். அப்போதுதான் பயணக்களைப்பு இல்லாமல் 'ப்ளூ ரெயின்போ'வை தரிசித்து மகிழ முடியும். விமானத்தில் உங்களுக்கான இருக்கை எண்கள் 59, 60, 61. உங்கள் பயணம் வெற்றிகரமாய் அமைய வாழ்த்துகள். ஃப்ளைட் டிபார்ச்சர் கேட் முதல் மாடியில் உள்ளது.

"நன்றி."

விருட்சா சொல்லிவிட்டு நகர முயல ஏ.ஐ "ஒரு நிமிடம்" என்றான்.

"என்ன...?"

"நீங்கள் மிகவும் அழகாக இருக்கிறீர்கள்."

"மறுபடியும் நன்றி."

விருட்சா கையசைத்துவிட்டு ட்ராலியை தள்ளிக்கொண்டு நடந்தாள். வைத்தீஷ்வர் அவளுடைய காதருகே கிசுகிசுத்தார்.

"விருட்சா..."

"ம்."

"அந்த ஏ.ஐ பேசினதைக் கேட்டியா..."

"ம்... கேட்டேன்... நான் அழகா இருக்கேன்னு சொன்னதைத்தானே?"

"ஆமா என்ன ஒரு கொழுப்பு...?"

"அப்பா... அந்த ஏ.ஐ வெறும் ரோபோ மட்டுமில்லை. ஹ்யூமன் லைக் இண்டலிஜென்ஸ், இமேஜ் ரெகக்னைசேஷன் அண்ட் நேச்சுரல் லாங்க்வேஜ் ப்ராஸஸிங் இப்படிப்பட்ட ஒரு காம்பினேஷனில் உருவான ரோபோ. இன்னும் ஒரு நிமிஷம் அங்கே நான் நின்னுட்டிருந்தா ஐ... லவ்... யூ சொல்லி கல்யாணம் பண்ணிக்கிறியான்னு கேட்டிருப்பான். இதெல்லாம் டெக்னாலஜியோட அடுத்த கட்டம்."

"வர வர டெக்னாலஜி சாக்கடையாய் மாறிட்டிருக்கு."

விருட்சா சிரித்தாள்.

"அப்பா... டெக்னாலஜியைத் திட்டாதீங்க. இந்த ஸ்பேஸ் டெக்னாலஜியும், ஏ.ஐ டெக்னாலஜியும், ஏ.ஐ இண்டலிஜென்ஸியும் இல்லைன்னா 'ப்ளூ ரெயின்போ'வை பார்க்கக்கூடிய வாய்ப்பு நமக்கு கிடைக்குமா என்ன... அந்த ஏ.ஐ இந்நேரம் என்னை மறந்திருப்பான். பேசாமே வாங்க."

மூன்றுபேரும் முதல் மாடியில் இருக்கும் ஃப்ளைட் டிபார்ச்சர் கேட்டை நோக்கிப் போனார்கள்.

எண்டர்ப்ரைசஸ் விமானம், வழக்கமான விமானங்களைப் போல் அல்லாமல் நீள் செவ்வகத்தில் ஒரு ஆடம்பர ஹோட்டலின் ஹால் போல் இருந்தது. விமானத்தின் உள்ளே பெண் ஹ்யூமனாய்ட் ரோபோட்ஸ் 'க்ளாஸி ஸ்கின்' முகங்களோடு பரவலாய் ஆங்காங்கே நின்று கொண்டிருந்தார்கள்.

விமானம் கிட்டத்தட்ட நிரம்பியிருக்க, விருட்சா, வைத்தீஷ்வர், யோகினி மூன்றுபேரும் தங்களுக்கான இருக்கை எண்களைக் கண்டுபிடித்து உட்கார்ந்தார்கள்.

யோகினி பிரமிப்பாய் சுற்றும் முற்றும் பார்த்தாள். "இது ஒரு ஃப்ளைட் மாதிரியே தெரியலை... ஏதோ நம்ம வீட்டுக்கு உள்ளே உட்கார்ந்துட்டிருக்கிற மாதிரி இருக்கு..."

விருட்சா சிரித்தாள்.

"அம்மா... உனக்கும் சரி, அப்பாவுக்கும் சரி இந்த விமானத்துல பயணம் பண்றது ஒரு புதிய அனுபவமாய் இருக்கும். இந்த ஃப்ளைட் மணிக்கு எவ்வளவு கிலோமீட்டர் வேகத்துல பறக்கும் தெரியுமா...?"

"ஆயிரம் கிலோமீட்டரா...?"

"அதை பத்தால் பெருக்கிக்கோ..."

"என்னது பத்தாயிரமா...?"

"ஆமா... ஆனா பறக்கிறதே தெரியாது. அப்புறம் இன்னொரு விஷயம். இது ரன்வேயில் ஓடி டேக் ஆஃப் ஆகாமே, நேரிடையா இருக்கிற இடத்திலிருந்தே கொஞ்சம், கொஞ்சமா எம்பி மேல படிப்படியா வேகத்தை அதிகப்படுத்தும். இந்த பிராசஸ் எல்லாம் அஞ்சு நிமிஷம்தான். அதுக்கப்புறம் இதனோட வேகம் மணிக்கு பத்தாயிரம் கிலோமீட்டர்..."

விருட்சா சொல்லிக் கொண்டிருக்கும்போதே விமானத்தின் மேற்கூரையில் ஒளிந்திருந்த ஸ்பீக்கரில் தலைமை பைலட்டின் குரல் ஆங்கிலத்தில் கரகரத்தது. ஒட்டுமொத்த பயணிகளும் அமைதியானார்கள்.

"நான் இந்த விமானத்தின் தலைமை பைலட் சாரஸ் பேசுகிறேன். இது ஒரு அற்புதமான அழகான காலை நேரம் இது. அடுத்த சில நிமிடங்களில் நாம் விண்வெளியில் பறக்கப் போகிறோம். இருபத்தேழு மணி நேர பயணத்துக்குப் பிறகு ப்ளூ ரெயின்போவை தரிசிக்கப் போகிறோம். நான் நிறைய தடவை தரிசித்துவிட்டேன் இருந்தாலும் ஒவ்வொரு முறை

தரிசிக்கும்போதும் ஒரு புது அனுபவமாய் உணர்கிறேன். ப்ளூ ரெயின்போவை நீங்கள் எல்லோரும் நேரில் தரிசிப்பதற்கு முன்பாக அதைப்பற்றிய ஒரு குறும்படத்தை பார்த்துவிடுவோம்."

தலைமை பைலட் சொல்லிக் கொண்டிருக்கும்போதே விமானத்தின் காக்பிட் அருகேயிருந்த வெண்திரையில் 'ப்ளூ ரெயின்போ' என்கிற ஆங்கில எழுத்துக்கள் உதயமாயிற்று. அதற்கு பின்னே ஒரு பெண்ணின் குரல் ஒலித்தது.

"இன்றைக்கு ஒரு அற்புதநாள் என்று நமது தலைமை பைலட் சொன்னார். அவர் அப்படி சொன்னதிற்கு காரணம் இருக்கிறது இன்றைய நாள், மாதம், வருடம் எல்லாவற்றிலும் ஒரே எண் வருகிறது. அதாவது இன்றைய தேதி 22-2-2222. இது ஒரு அபூர்வமான நிகழ்வு. நூறு வருடங்களுக்கு முன்பு வரை நம்முடைய முன்னோர்கள் பூமி என்கிற கிரகத்தில் வாழ்ந்து வந்தார்கள் என்பதும், 2122-ம் வருடம் பூமியில் ஒரு ராட்சஸ விண்வெளி கல் மோதியதில் அந்த பூமிக் கிரகம் உருக்குலைந்துபோன விபரமும், அதற்கு முன்பே நாஸா என்கிற விண்வெளி ஆராய்ச்சி கழகம் 2075-ம் ஆண்டிலிருந்தே இப்போது நாம் வசித்துக் கொண்டிருக்கும் செவ்வாய் கிரகத்துக்கு மனிதர்களை அனுப்பியதின் விளைவாக நம் மனித இனம் இங்கே தழைத்து 200 மில்லியன் என்கிற அளவில் உயர்ந்து நம் முன்னோர்கள் பூமியில் வாழ்ந்ததைப் போலவே, நாம் இந்த செவ்வாய் கிரகத்தில் ஒரு மகிழ்வான நிம்மதியான வாழ்க்கையை வாழ்ந்து கொண்டிருக்கிறோம்.

நாஸாவின் அந்த முயற்சிக்கு அன்றைக்கு பூமியில் இருந்த பலநாடுகள் எதிர்ப்பு தெரிவித்தது. பூமியைப் போலவே செவ்வாய் இருந்தாலும் அங்கே மனிதர்கள் வாழ முடியாது என்று விண்ணியல் வல்லுநர்கள் அச்சுறுத்தி வந்தார்கள். அவர்கள் அப்படி அச்சப்படுவதற்கு காரணமும் இருந்தது. 147 வருடங்களுக்கு முன்பு நம்முடைய செவ்வாய் கிரகம் எப்படியிருந்தது இந்த வீடியோவைப் பார்த்தால் உங்களுக்குத் தெரியும்."

வைத்தீஷ்வர் தலையைச் சாய்த்து விருட்சாவிடம் மெல்லிய குரலில் கிசுகிசுத்தார்.

“ஏம்மா... இதெல்லாம் செவ்வாய் கிரகத்தில் இருக்கிற நமக்கு தெரிஞ்ச விஷயம்தானே...? இப்ப எதுக்காக இந்தப் பழைய கதையையெல்லாம் சொல்லிகிட்டு இருக்காங்க...?”

“அப்பா! இங்கேயிருக்கிற பாதி பேர் இருபது வயசுக்கும் கீழே இருக்காங்க. அவங்களுக்கெல்லாம் நம்ம முன்னோர்கள் வாழ்ந்த பூமி கிரகத்தைப் பத்தியும், அன்றைக்கு இருந்த செவ்வாய் கிரகத்தைப் பத்தியும் சரியான விபரங்கள் தெரிஞ்சிருக்க வாய்ப்பில்லை. 147 வருஷங்களுக்கு முன்னாடி செவ்வாய் கிரகம் எப்படியிருந்தது எனக்கேத் தெரியாது. பேசாமே வீடியோவைப் பாருங்கப்பா...”

திரையில் செவ்வாய் கிரகம் ஒரு செம்மண் உருண்டையைப்போல் தெரிய பின்னணியில் குரல் கேட்டது.

“நான்கு பில்லியன் ஆண்டுகளுக்கு முன்பு நாம் இப்போது வாழும் செவ்வாய் கிரகம் வறண்ட மற்றும் தரிசு கிரகமாக இருந்தது. பின்னர் அது படிப்படியாக அடர்த்தியான வளிமண்டலத்தையும், திரவ நிலைகளையும் உருவாக்கியது. ஒரு பில்லியன் ஆண்டுக்கு முன்பு பூமியைப் போலவே செவ்வாயிலும் கடல்கள் ஏரிகள் இருந்ததாகவும், பிறகு ஏதோ ஒரு காரணத்தால் சிவப்பு பாலைவனமாக மாறிவிட்டது என்றும் விஞ்ஞானிகள் சொல்கிறார்கள். இங்கே உயிரினங்கள் வாழ்ந்து மறைந்ததற்கான அடையாளங்கள் நிறைய உள்ளன.”

திரையில் காட்சிகள் மாறிக் கொண்டிருக்க குரல் தொடர்ந்து பேசியது.

“நூறு ஆண்டுகளுக்கு முன்பு செவ்வாயில் பிராணவாயுவின் அளவு குறைவாக இருந்தது. ஆனால் விஞ்ஞானத்தின் அபரிமித வளர்ச்சியின் காரணமாக செவ்வாயின் வளிமண்டலத்தில் பிராணவாயுவை நிரப்பி, நிலத்தில் காடுகளை வளர்த்து மழை பெய்ய வைத்து இதை மற்றொரு பூமியாக மாற்றி நாம் இங்கே வாழ்ந்து கொண்டு இருக்கிறோம். ஆனால் நம் முன்னோர்கள் வாழ்ந்த பூமி இப்போது உயிரினங்கள் அழிந்து மனிதர்கள் வாழ தகுதியற்ற

ஒரு கிரகமாக மாறிவிட்டது. அன்றைக்கு அந்த ராட்சஸ விண்கல் மோதியதில் உண்டான வெப்பத்தின் காரணமாக தொன்னூறு சதவீத கடல்கள் வற்றிப் போய்விட்டன. மீதம் இருப்பது பத்து சதவீத கடல்தான். 200 வருடங்களுக்கு முன்பு பூமியில் 77 சதவீத கடல்பரப்பும் 23 சதவீத நிலப்பரப்பும் இருந்தது. இன்றைக்கு ஏரிகளும், ஆறுகளும், கடல்களும் வற்றிப்போய் எஞ்சி இருக்கிற கடல்பகுதி நீலநிறத்தில் ஒரு வானவில் போல் தெரிகிறது. இந்த வானவில்லைப் பார்க்கத்தான் நாம் இப்போது விண்வெளிக்கு போகிறோம். விண்வெளியில் நூறு கிலோமீட்டர் உயரத்தில் உள்ள நமது செவ்வாய் கிரகத்தைச் சுற்றிவரும் ஒரு குறுங்கோளில் தரையிறங்கி விமானத்தில் இருந்தபடியே நம்முடைய முன்னோர்கள் வாழ்ந்த பூமியை ஒரு நீலநிற வானவில்லாய் பார்க்கப் போகிறோம். அந்த வானவில்லை பார்ப்பதின் மூலம் நம்முடைய உடல் ஆரோக்கியமும், மன மகிழ்ச்சியும் அதிகரிக்கும் என்கிற நம்பிக்கை இருப்பதின் காரணமாக மக்கள் எண்டர்ப்ரைஸ் விமானங்களில் பயணம் செய்ய வருடக்கணக்கில் காத்துக் கொண்டிருக்கிறார்கள். இன்றைக்கு 241 பயணிகளுக்கு அந்த வாய்ப்பு கிடைத்திருக்கிறது. அவர்கள் அனைவர்க்கும் செலஸ்ட்டியல் டூரிஸம் தன்னுடைய வாழ்த்துகளைத் தெரிவித்துக் கொள்கிறது."

குறும்படம் முடிந்து போயிருக்க, அடுத்த நிமிடம் எண்டர்ப்ரைஸ் விமானம் ஒரு ஊஞ்சல் போல் அசைந்து மேல் எழும்பி விண்வெளியின் உச்சியை நோக்கி செங்குத்தாய் சீறியது.

●●●

www.ingramcontent.com/pod-product-compliance
Lightning Source LLC
LaVergne TN
LVHW090308210926
848480LV00001B/167

* 9 7 9 8 9 0 2 0 7 7 5 5 8 *